የነፃነት ሰልፍ

የወንድወሠን አሰፋ ኃይለማርያም (ዶ/ር)

2017 ዓ.ም

© የወንድወሰን አሰፋ ኃይለማርያም፤ 2017 ዓ.ም

All Rights Reserved

የመጀመሪያ እትም

የነፃነት ሰልፍ

መታሰቢያነቱ

አማራ በመሆናቸው ተለይተው፣ አገር እያላቸው አገር አልባ ሆነው፣ ወገን እያላቸው ወገን እንደሌለው ተደርገው፣ በዚህ ዘመን ሊደረግ ይችላል ተብሎ በማይታሰብ ጭካኔ የዘር ፍጅት ለተፈጸመባቸው ወገኖቼ።

ምስጋና

ለአማራ ሕዝብ የህልውና ትግል ታጋዮች በሙሉ።

ማውጫ

መግቢያ..........x

የመጽሐፉ ወሰን..........xiv

መጽሐፉ የተጻፈበት ዐውድ..........xv

የምዕራፎች ጨመቅ..........xv

ክፍል-አንድ: መነሻ..........1

ምዕራፍ አንድ..........**1**

የአምሓራ ብያኔ..........1

ውርስ /ቅርስ..........3

የአማራ ሕዝብ ቋንቋ..........20

የአማራ ሕዝብ ዳር ድንበር..........21

የአማራ ሕዝብ እሴቶች..........21

ምዕራፍ ሁለት..........**25**

የአማራ ሕዝብ ዋና ዋና የታሪክ ምሶሶዎች ጨመቅ..........25

የአማራ ሕዝብ የታሪክ ምንጮች..........25

አኵሱም..........26

ዛጉዌ..........35

ሰሎሞናዊ ነገሥታት..........35

የኢትዮጵያ /የአማራው ሕዝብ የጸረ ቅኝ ግዛት ተጋድሎ ማሳያዎች..........66

የኢትዮጵያ ተማሪዎች እንቅስቃሴ እና የኢትዮጵያ የግራ ኃይል..........72

iv

የናፃነት ሰልፍ

የደርግ መንግሥት	84

ክፍል-ሁለት 94
የአማራ ሕዝብ የዘር ፍጅት እና የሀገር አልቦት ጉዞ በዘመነ ትሕነግ/ኢሕአዴግ....94

ምዕራፍ ሦስት 94
እንዴት ተጀመረ? 94
የቻርተሩ ጉባኤ እና ተሳታፊዎች 94
የኢትዮጵያ የሽግግር መንግሥት መመሥረት 98
የክልሎች ምሥረታ እና አከላለል 105
ሕገ መንግሥቶቹ 110

ምዕራፍ አራት 117
ምን ተፈጠረ? (ጸረ-አማራ ተግባራት) 117
አማራን የማጥላላት ዘመቻ 117
አገራዊ ተቋማትን ማፍረስ 123
የፖለቲካ ውክልና እና የሥራ ዕድል 124
የሕዝብ ቆጠራ 125
የአማራ ሕዝብ መፈናቀል እና ስደት 129
በአማራ ሕዝብ ላይ የተፈጸሙ የዘር ፍጅት 129
የአማራ ሕዝብ አስተዳደር በዘመነ ሕወሃት/ኢሕአዴግ 147
በዘመኑ የነበሩ የጸረ-አማራ ኃይሎች ትብብር ሁነኛ አካላት፡- 158

ክፍል-ሦስት 174
የአማራ ሕዝብ ሀገር አልቦት እና የተጸመው መንግሥታዊ የዘር ፍጅት በዘመነ ብልጽግና ፓርቲ 174

ምዕራፍ አምስት፦ ዝግጅት..174

    ኦሮሞ-መር የብልጽግና ፓርቲ...174

    የጽረ-አማራ ኃይሎች ትብብር..176

    በአማራ ሕዝብ ላይ የዘር ፍጅት ለመፈፀም የተደረገው ዝግጅት................179

ምዕራፍ ስድስት..208

በአማራ ሕዝብ ላይ የታወጀው የዘር ማጥፋት አፈጻጸም...........................208

    የአማራን ሕዝብ የፖስቲካ ወክልና ማሳሳት/ማጥፋት.........................208

    በአማራ ሕዝብ ላይ የተፈጸመው መፈናቀል፣ ውድመት እና የዘር ፍጅት........224

ምዕራፍ ሰባት...285

በሃይማኖት ተቋማት ላይ የተፈጸመ ጥቃት...285

    በኢትዮጵያ ኦርቶዶክስ ተዋሕዶ ቤተ ክርስቲያን ላይ የተጻመው ጥቃት.......285

ምዕራፍ ስምንት..301

አንዳንድ ፓርቲዎችና አቋሞቻቸው..301

    ኢዜማ...301

    የአማራ ብሔራዊ ንቅናቄ (አብን)..304

    የአማራ ብልጽግና ፓርቲ ቅርንጫፍ..306

    የኢትዮጵያ አንድነት ኃይሎች እና ጠቅላይ ፓርቲ.............................308

ክፍል አራት..325

ማጠቃለያ...325

    የተመረጡ ስጋቶች ዳሰሳ...325

    በትግሉ ዙሪያ የተፈጠሩ አቋሞች..337

    ፋኖ..337

በአማራ የህልውና ትግል ዙሪያ የተደረጉ የፖለቲካ እንቅስቃሴዎች 350
የህልውና ትግሉ ተሳታፊ ዳያስፖራ 352
የትግሉ ግቦች 355
የጋራ ግንዛቤ ሊያዝባቸው የሚገቡ ጉዳዮች 355

አገር-አልባነት 357

ከትግል መሸሽ 363

መሪ ድርጆት ለማቋቋም ያጋጠሙ ፈተናዎች 366
የአማራ ሕዝብ መሠረታዊ ጥቅሞች 371

ስለ ትግል ዘዴዎች 375

የማነበረሰባዊ ጨዋነት ጉዳይ 376

የቴክኖሎጂ እድገት ጉዳይ 378

የሚዲያችን ሁኔታ 379

ኃይል መፍጠር 381

አገርን መልሶ መውሰድ 387

ምሕጻረ ቃላት

ትሕነግ	ትግራይ ሕዝብ ነፃነት ግንባር
ብአዴን	ብሔረ አማራ ዴሞክራሲያዊ ንቅናቄ
ኦነግ	የኦሮሞ ነፃነት ግንባር
እኦነግ	እስላማዊ ኦሮሞ ነፃነት ግንባር
ቀኃሥ	ቀዳማዊ ኃይለሥላሴ
ኢሕአፓ	ኢትዮጵያ ሕዝብ አብዮታዊ ፓርቲ
መኢሶን	መላው ኢትዮጵያ ሶሻሊስት ንቅናቄ
ሻዕቢያ (EPLF)	የኤርትራ ሕዝብ ነፃነት ግንባር
ጀብሀ (ELF)	የኤርትራ ነፃነት ግንባር
ማሌሊት	ማርክሲስት ሌኒኒስት ሪቮሉሽናሪ ድርጅት
ወዝሊግ	የወዛደሩ ሊግ
ኢጭአት	የኢትዮጵያ ጭቁኖች አብዮታዊ ትግል
ሲአን	ሲዳማ አርነት ንቅናቄ
ሰደድ	አብዮታዊ ሰደድ
ኢሠፓ	ኢትዮጵያ ሠርቶ አደሮች ፓርቲ
ምሶኦነግ	ምእራብ ሶማሌ ነፃነት ግንባር
ኢሕአዴግ	ኢትዮጵያ ሕዝቦች አብዮታዊ ዴሞክራሲያዊ ግንባር
ኢሕዴን	ኢትዮጵያ ሕዝብ ዴሞክራሲያዊ ንቅናቄ

ኦሕዴድ	ኦሮሞ ሕዝብ ዴሞክራሲያዊ ንቅናቄ
ደኢሕዴን	ደቡብ ኢትዮጵያ ሕዝቦች ዴሞክራሲያዊ ንቅናቄ
ጉህነን	ጉራጌ ሕዝቦች ነፃነት ንቅናቄ
ወህዴግ	ወላይታ ሕዝብ ዴሞክራሲያዊ ግንባር
ኦፌኮ	ኦሮሞ ፌዴራሊስት ኮንግረስ
OLA (ወቦ)	የኦሮሞ ነፃነት ሠራዊት (Oromo Libration Army)
ሕወኃት	ሕዝባዊ ወያነ ኃርነት ትግራይ
ኢ/ኦ/ተ/ቤ/ክ	የኢትዮጵያ ኦርቶዶክስ ተዋሕዶ ቤተ ክርስቲያን

መግቢያ

በሙያዬ ሐኪም፣ የጤና ምጣኔ ሀብት ባለሙያ እና የስትራቴጂክ ጥናቶች አማካሪ ነኝ። በግል የማማከር ድርጅቴ በርካታ የሀገር ውስጥ እና ዐለም አቀፍ ድርጅቶችን በማማከር ሠርቻለሁ። የኢትዮጵያ የግል ዘርፍ ሐኪሞች ማኅበር ፕሬዘዳንት ሆኜ ለረጅም ጊዜ አገልግያለሁ። በመጨረሻም ከመታሰሬ በፊት የኢትዮጵያ ቤተሰብ መምሪያ ማኅበር ፕሬዘዳንት ሆኜ ሳገለግል ነበር። እነ አቶ ሽመልስ አዱኛን የመሳሰሉ ታላላቆቻችን አቋቁመው የመሩትን እና በአፍሪካ በትልቅነቱ ቀዳሚ የሆነውን ማኅበር ለማገልገል በመቻሌም ደስተኛ ነኝ።

የኢትዮጵያን ሕዝብ የጤና ችግር ለመፍታት የመንግሥትን የጤና ፖሊሲ ስሕተቶች ለማረም እና የግል የሕክምና ተቋማት እንዲጠናከሩ ብዙ ሠርቻለሁ። አንድ ሰው የጤና አገልግሎት ሲፈልግ ባለበት ሆኖ ሆስፒታል፣ ክሊኒክ፣ ፋርማሲ ወይም የተለያዩ የሕክምና ዕቃዎችን፣ መድኃኒት፣ አገልግሎት የሚሰጡ ድርጅቶችን ዝርዝር እና አድራሻ የያዘ የጤና አገልግሎት ሥርዓቱን የሚያሳልጥ በየጊዜው የሚታተም የጤና አገልግሎት ማውጫ የሚያዘጋጅ እና የሚያሳትም በኢትዮጵያ የመጀመሪያው ድርጅት ነበረኝ።

በተጨማሪም ብዙ ሊባሉ በሚችሉ የሙያ ማኅበራትና መንግሥታዊ ያልሆኑ ድርጅቶች በመሪነት ሠርቻለሁ። ከልጅነት ፍቅረኛዬ ሮዛ ደባልቅ ጋር ትዳር የመሠረትኩ ሲሆን የአራት ወንድ ልጆች አባት ነኝ።

የተወለድኩት እና ያደግኩት በአዲስ አበባ ከተማ ልዩ ስሙ መሿለኪያ በሚባለው አካባቢ ከመስቀል አደባባይ ጀርባ ነው። አሥራ ሦስት ዓመት ሲሆነኝ ወላጆቼ ጎፋ ሰፈር ቤት ስለ ሠሩ ሰፈር ቀይረን የጎፋ ልጆች ሆንን። አባቴ አቶ አሰፋ ኃይለማርያም ይባላል፤ መንዝ መሐል ሜዳ አጠገብ የምትገኘው የድዋት ልደታ ማርያም ተወላጅ ነው። እናቴ ወ/ሮ ካሰች ደምለው ትባላለች፤ ጎንደር፣ ዳባት ቃርሐ ቧክሽ ልደታ ማርያም ተወላጅ ነች። አባቴ ያደገው እና ትምህርቱን የተማረው በደሴ ከተማ ሙጋድ በሚባለው ሰፈር ነው።

አባቴ የባንክ ባለሙያ ነበር። በኢትዮጵያ ንግድ ባንክ ለረጅም ዓመታት በሪጂናል ኦዲተርነት እና በስታፍ ቤኔፊት ኃላፊነት እንዲሁም በባንኩ የቁጥጥር መምሪያ ውስጥ በኃላፊነት ሲሠራ ቆይቷል። እናቴ የቤት እመቤት ነበረች፤ እንዳለመታደል ሆኖ ሁለቱም

በአሁኑ ሰዓት በሕይወት የሉም። ስድስት ወንድም እና እኅቶች ብዙ የዘመድ ልጆች ባሉበት ትልቅ ቤተሰብ ውስጥ ነው ያደግኩት። አንደኛ ደረጃን በፈለገ ዮርዳኖስ ትምህርት ቤት፥ ሁለተኛ ደረጃን ደግሞ በአብዮት ቅርስ ትምህርት ቤት ተማርኩ። ዳዊት የደገምኩት እና የሰንበት ትምህርት ቤት የተማርኩት በአጥቢያችን በመካነ ሰማዕት በቅዱስ ቂርቆስ ቤተ ክርስቲያን ነው።

በአዲስ አበባ ዩኒቨርስቲ ጎንደር የህክምና ሳይንስ ኮሌጅ ሕክምና በምማርበት ሰዓት ነበር የትሕነግ ሠራዊት አገሪቱን የተቆጣጠረው። ከሁለት ዓመታት በኊላ ተመርቀን ሥራ ለመጀመር ጤና ጥበቃ መሥሪያ ቤት የሄድንበት ጊዜ የክልል መንግሥታት የተመሠረቱበት ወቅት ነበርና የተወሰኑ ጓደኞቼ አማራ ክልል ለመመደብ ጥረት ሲያደርጉ ትዝ ይለኛል። ሁላችንም ግን የምናስበው አገልግሎታችንን ቶሎ ፈጽመን የድኅረ ምረቃ ትምህርታችንን መቀጠል ነበር። ዕጣ አወጣሁ፤ አዲስ የተመሠረተው ኦሮሚያ ክልል ደረሰኝ። አባቴን ጠየቅኩት፥ «ምንም ችግር የለውም ሂድ» አለኝ። ኦሮሚያ ጤና ቢሮ ገና መመሥረቱ ነበር። ምን አልባትም የመጀመሪያዎቹ ሳንሆን አልቀረንም።

ባሌ ስመደብ ገና የሃያ ሦስት ዓመት ወጣት ነበርኩ። ከፍተኛ የማገልገል ስሜት ነበረኝ፤ ቀንም ሌሊትም ያለማቋረጥ ለመሥራት ዝግጁ ሆኜ ነው የሄድኩት። በቀን ከሰባ እስከ ሰማንያ ለሚደርሱ ሰዎች የህክምና አገልግሎት እንዲሁም ያለምንም ክፍያ በወር ለ30 ቀናት በተረኛነት፥ ያለምንም ዕረፍት፥ ዘር ሃይማኖት ሳልለይ አገልግሎት መስጠቴን አስታውሳለሁ።

ባሌ ስሄድ የገጠመኝ ነገር በጣም አስፈሪ ነበር። አካባቢውን ኦነግ ተቆጣጥሮት በርካታ የአማራ ተወላጆች በስለት ታርደው ገና መረጋጋት እንደተፈጠረና ከፍተኛ ውጥረት በነበረበት ሰዓት ነበር የሄድኩት። የሥራ ባልደረቦቼ ጉዳዩን በዝርዝር አወሩኝ፤ ደነገጥኩ። በወቅቱ የሚወጡትን መጽሔቶች እነ ጦቢያን እያስመጣሁ ማንበብ፥ ከሰዎች ጋር መወያየቴን ቀጠልኩኝ። ጎባ ሆስፒታል በተዛወርሁ በሳምንቱ በቢላዋ የታረዱ ሰዎች በአውራ ጎዳና መሥሪያ ቤት መኪናተጭነው ወደ ሆስፒታላችን መጡ። ብዙዎቹ ሞተዋል፣ ሦስቱ ገና ሕይወታቸው አልወጣም። ሰዎቹ ሁሉም እጃቸው ወደ ኊላ ተጠምዝዞ ታስሮ ተሰብሯል፤ የታረዱት በማጅራታቸው ነበር። በወቅቱ ለነበረው ቀዳጅ ሐኪም ረዳት ሆኜ ኦፐራሲዮን ሆነው 3ቱ ሰዎች ተረፉ። ቀዳጅ ሐኪሙ ሃርማ ሙራ/ ሃርካ ሙራ (ጡት ቆረጣ/ እጅ ቆረጣ) ስለሚባለው ነገር በደንብ ገለጸልኝ።

ሰዎቹም የታረዱት አማራ በመሆናቸው መሆኑን አወቅሁ። ሁሉም ጃራ በሚባለው አካባቢ በገጠር የሚኖሩ ገበሬዎች መሆናቸውን ተረዳሁ። አራጁም ራሱን ወቦ (WBO) ብሎ የሚጠራው የኦሮሞ ነጻነት ግንባር ሠራዊት መሆኑንም ሰማሁ። በተለይም የአንዷ 70 ዓመት የሚገመቱ መነኩሲት አስከሬን እስከዛሬ በህልሜ ይመጣብኛል። ከሰውነታቸው ሊለያይ ትንሽ የቀረው አንገታቸው፣ የቁስሉ ጥልቀት እና ትልቅነት፣ የሰውነታቸው በእርጅና መጨማደድ ዛሬም ድረስ በዓይነ ሕሊናዬ እየመጣ ይረብሸኛል። በዛ ቀውጢ ሰዓት በአገሩ የኮሌራ ወረርሽኝ ገብቶ በሕዝቡ ላይ ብዙ ጉዳት ስለደረሰ እኔ አንድ የህክምና ቡድን እየመራሁ እንድሄድ ተመድቤ የኦነግ ሠራዊት በሚንቀሳቀስበት አስፈሪ በሆነው በጎሮ ሶፍ ዑመር ድቤ ሞሌ እስከሚባለው መኪና የማይገባበት ቦታ ሄጄ ለብዙ ሳምንታት በመቆየት ወረርሽኙን ለማስቆም ሠርቻለሁ።

በባሌ ቆይታዬ የባሌ ነባር ነዋሪ የሆኑ አያት ቅድመ አያቶቻቸው በባሌ የኖሩትን በዐፄ ኃይለ ሥላሴ ዘመነ መንግሥት በአገረ ገዢነት ያገለገሉትን፣ በጣሊያን ወረራ በአርበኝነት የሠሩትን ታላላቅ ነፍጠኞች እነ ፊትአውራሪ ተገኔ ተሰማን፣ እነ ባላምባራስ ተሰማ ኢላላን እንዲሁም ሌሎች ብዙዎችን በመተዋወቅ ጥልቅ ውይይት ለማድረግ ችያለሁ። ስለ አካባቢው ሁኔታ በጥልቀት ለማወቅና በጣሊያን ወረራ ወቅት እንዲሁም በ1956 ዓ.ም እና በ1969 ዓ.ም ስለተደረጉት የሶማልያ ወረራዎች፣ በወቅቱ ስለነበረው የአካባቢው ፖለቲካ ለመረዳት ጥረት አድርጌአለሁ፤ ትኩረቴን ወደ ታሪክ በማዞር ብዙ የፖለቲካ እና የታሪክ መጻሕፍትን በማንበብ ግንዛቤዬን አሳድጌያለሁ።

በሌላም በኩል በሐኪምነቴ የአርሲ ጎሳ አንጋፋ የሆነውን የሴኮ መንዶ ጎሳ መሪ ሽማግሌዎች ወዳጅነት ያገኘሁ በመሆኑ ከነሱ ጋር በሰፊው የመወያየት ዕድል ገጥሞኛል። እናም በዐፄ ኃይለ ሥላሴ ዘመን የወረዳ ገዢነት ሥልጣን የነበራቸው፣ የከፍተኛው ፍርድ ቤት ዳኞች የነበሩ፣ የፊት አውራሪነት፣ የቀኝ አዝማችነት መዓረግ የነበራቸውን የጎሳውን አባላት ታሪክ አጫውተውኛል። ዐፄ ኃይለ ሥላሴ ባሌን በጎበኙበት ወቅት ከጎሳው መሪዎች ጋር ስላደረጉት ውይይት አጫውተውኛል። ዐፄው እንዴት ለድሬ ሼክ ሁሴን የአየር ማረፍያ እንዳሠሩ፣ ያደረጉትን የአስተዳደር ማሻሻያ፣ የሰጡትን መዓረግ እና የመሬት ስጦታ ዘርዝረው ነግረውኛል። ሀሰን ኢብራሂም ስለሚባለው እነሱ ደግሞ ኤሌሞ ቂልጡ (የዋርካው ልጅ) ብለው ስለሚጠሩት መሪያቸው፣ በእነሱ ጊዜ ሶውራ ብለው

ስለሚጠሩት የ1969 የኢትዮ ሶማሌ ጦርነት፣ ቀድሞ ከቀዳማዊ ኃይለ ሥላሴ እጅ ላንድሮቨር እና የቀኝ አዝማችነት መዓረግ ከተቀበሉት፣ በኋላም በ1969 ዓ.ም ከሶማልያው ፕሬዝዳንት ከመሐመድ ዚያድባሬ ጋር በሞቃድሾ ከተወያዩት ዋነኞቹ የጉዳዩ ባለቤቶች ከነቀኛዝማች ማማ ሞሌ እንደበት መረዳት ችዬ ነበር። በተጨማሪም ታስረው ከተፈቱ የኦነግ አባላት ስለ ኦሮሞ ብሔርተኝነት እና ወቅታዊ የፖለቲካ እሳቤ ግንዛቤ ወስጃለሁ።

የጉዳዩን ውስብስብነት ሳይ እጅግ አስከፊ ወደሆነ ገደል እየተንደረደረ ያለው የኢትዮጵያ ፖለቲካ፣ የአማራውም ሕዝብ ዕጣ ፈንታ ያሳስበኝ ነበር። በወቅቱ በጉዳዩ ላይ በጥልቀት አስቤ የደረስኩበት መደምደሚያ ግን እንደሚከተለው ነበር፦ «እኔ ሐኪም ነኝ፤ የአማራ ሕዝብ ትልቅ ሕዝብ ነው፤ ብዙ ሕግ የተማሩ፣ ፖለቲካ ሳይንስ የተማሩ፣ በዕድሜም በልምድም በእውቀትም የበሰሉ ታላላቅ ሰዎች አሉን። የጊዜ ጉዳይ ነው እንጂ ይህ ነገር ይለወጣል። ስለዚህ እኔ ሙያዬ ላይ ላተኩር፤ እገዛ ሲጠይቁኝ አግዛለሁ» ብዬ ባሌ ስሠራ አማራ በመሆኔ ብቻ ስልጠና የማይመለከተኝ፣ የትምህርት እድል የማይመለከተኝ፣ ሹመት የማይመለከተኝ መሆኑን እያወቅኩ የአገልግሎት ዘመኔን ጨረስኩ። ከዚያም የመንግሥት ሥራ ትቼ በግል ለመሥራት ወደ አዲስ አበባ ተመለስኩ። በዘመኑ በተጀመረው የዘር ፖለቲካ እና ምሁር ጠልነት በመማረር አገሪቱ ከነበሯት 1900 ሐኪሞች ውስጥ በአንድ ዓመት ጊዜ ውስጥ 1500 ሐኪሞች የመንግሥት ሥራ ለቀው ወጥተው ነበር።

ብዙ ጓደኞቼ ሀገር ለቀው ተሰደዱ። እኔ የራሴን ሥራ እየሠራሁ የአገሪቱ ፖለቲካ እና የአማራው ሕዝብ ሁኔታ ከዓመት ዓመት እየተባባሰ ሲሄድ እያየሁ፤ በየጊዜው የሚነሡትን የፖለቲካ ፓርቲዎች እና መሪዎች ተስፋ በማድረግ ኖርኩ። መአሕድን ተስፋ ሳደርግ፣ ኢዴፓን ስጠባበቅ፣ በቅንጅት ስደሰት ኖርኩኝ።

የኢትዮጵያ የግል ዘርፍ ሕክምና ማኅበራትን በመራሁበት ዘመንም የኢሕአዴግን አስተዳደር አወቃቀሩን፣ አስተሳሰቡን በቅርበት ለማየት ዕድል አገኘሁ። በወቅቱ የነበሩት የጤናው ዘርፍ ከፍተኛ መሪዎች ሁኔታውን ለማሻሻል ያደርጉ የነበረውን ጥረትም በቅርበት ተመልክቻለሁ። ነገር ግን በጤናው ዘርፍ የሚወጡ ሕጎች እና ደንቦች በታችኛው መዋቅር ፈጽሞ የማይታወቁ፣ እንዲሁም ዐለም አቀፍ እርዳታ ሰጪዎችን ለማማለል የሚሠሩ መሆናቸውን አየሁ። የኢሕአዴግ መንግሥት የጤናውን ሴክተር

እንደ ውጭ ምንዛሪ ማግኛ እንጂ የሕዝቡን ጤና ለማሻሻል ብዙም ግድ እንደሌለው፥ እንዲሁም የጤናው ዘርፍ በጣም የተበታተነ እና በካድሬዎች የሚመራ የጤና ሥርዓት መሆኑንም በቅርበት ለመታዘብ ችዬ ነበር።

በ2009 ዓ.ም ቀኑን በማላስታውሰው ዕለት በግንቦት ወር ወዳጄን አቶ ፋንታሁን ዋቄን ለማግኘት ቢሮው ሄጄ ቁጭ ብለን እየተጫወትን እያለ ከጅማ ዞን ሊሙ ወረዳ የመጣ እንግዳ ሊያናግረው እንደሚፈልግ ጸሐፊው ለአቶ ፋንታሁን ነገረችው። ፋንትሽ ይቅርታ ጠይቆኝ እንደውም ለምን አብረን አናገኘውም አለና ልጁ እንዲገባ አዘዘ። እንግዳው ወጣት ስለ አንድ ብዙአየሁ አየለ ስለሚባል ወጣት ገበሬ በጅማ ዞን ሊሙኮሳ ወረዳ፣ ጋሌ ሰርጤ በተባለ ቦታ እንዴትና ለምን እንደ ተገደለ አጫወተን[1] ። ከዚያ ሰዓት ጀምሮ ሁሉም ነገር አስጠላኝ። ኑሮዬ፣ ሥራዬ ሁሉም ነገር ዋጋ አጣብኝ!! «መሥራት ለሀገር ነው! መሥራት ለወገን ነው!» የሚለው የእናቴ ምክር እረፍት ነሳኝ። በባሌ ያየኋቸው በስለት የታረዱት የ70 ዓመት አዛውንት መነኩሲት በዓይነ ሕሊናዬ ተሳሉ! እኔም በዚያች ሰዓትና ሁኔታ ትግሉን ለመቀላቀል ወሰንኩ።

ትግሉን ለመቀላቀል ስወስን የመጀመሪያ ሥራዬ ያደረግኩት ትግሉን ለመምራት ይችላሉ ያልኳቸውን ድርጅቶች እና ሰዎች አስሶ ማግኘት እና መወያየት ነበር። ለአንድ ዓመት ያክል ብዙ ጣርኩኝ፥ ብዙ ለፋሁ፤ ያገኘሁት ነገር በጣም ትንሽ ኢምንት ነበር። ከዚህ በኋላ ስለ ትግሉ የሚመለከተው የሆነ ሰው ወይም አካል አለ ብዬ መፈለጌን ትቼ ጉዳዩ የራሴ መሆኑን በመገንዘብ «ሀ» ብዬ ለመጀመር በመወሰን ሥራዬን ትቼ በሙሉ ሰዓት ታጋይነት ትግሉን ተቀላቀልኩ።

የመጽሐፉ ወሰን

ይህ መጽሐፍ የአማራ ሕዝብ የደረሰበትን ሥርዓታዊ እና መንግሥታዊ ጭቆና በወፍ በረር ለመቃኘት የሚሞክር ሲሆን ከ1983 ዓ.ም ሰኔ ወር ጀምሮ እስከ ታኅሣሥ ወር 2016 ዓ.ም ያለውን ዘመን ይዳስሳል። በዘመነ ደርግ በአማራው ሕዝብ ላይ የደረሰውን በደል አይጨምርም። በመጽሐፉ ውስጥ የተጠቀሱት የመንግሥት ኃላፊዎች ሹመት እስከ ታኅሣሥ 2016 ዓ.ም ድረስ ያለውን የሚያሳይ ነው።

መጽሐፉ የተጻፈበት ዐውድ

የዚህ መጽሐፍ አዘጋጅ ከሚያዝያ 5 ቀን 2015 ዓ.ም ጀምሮ ላለፉት 23 ወራት በብልጽግና አገዛዝ የግፍ እስር ቤት ውስጥ እገኛለሁ። እስከ አሁን ድረስ ከአስር በላይ የእስር ቦታዎችን በመቀያየር የታሰርኩ ሲሆን፣ የእስሩም ሁኔታ ከፍተኛ ጥበቃ የሚደረግበት ነው። በዚህ የተነሣ መጽሐፉን ሳዘጋጅ ከፍተኛ የሆነ ፈተና ገጥሞኛል። እናም አንባቢዎች በመጽሐፉ ውስጥ ጉድለት ቢኖር የተፃፈበትን ቦታ እና ዐውድ በማሰብ ይቅር እንድትሉኝ በትህትና እጠይቃለሁ።

የምዕራፎች ጨመቅ

የመጀመሪያው ክፍል ባሉት ምዕራፎች አንባቢው ለመንደርደሪያ እንዲሆነው ያህል አማራ ማለት ማነው ለሚለው ጥያቄ በመጠኑ መልስ ለመስጠት ይሞክራል። የአማራን ብያኔ፣ የአማራን ሕዝብ እሴቶች፣ ቋንቋውን፣ ሃይማኖቱን፣ ዳር ድንበሩን፣ ዋና ዋና የታሪክ ምሶሶዎቹን እና አሁን ያጋጠመውን ችግር ይገልጻል።

ሁለተኛው ክፍል በ1983 ዓ.ም ሰኔ ወር የተጀመረውን ጸረ አማራ ዘመቻ ያብራራል። የትሕነግ ሥልጣን አያያዝ ዐውድ፣ የሽግግሩ ቻርተር የጸደቀበትን ሁኔታ የሽግግር ምክር ቤት እና የሽግግር መንግሥቱን አመሠራረት ያሳያል። የክልሎቹን አከላለል እና ሕገ መንግሥቱ እንዴት ተዘጋጅቶ ሥራ ላይ እንደዋለ በማሳየት፣ በእያንዳንዱ ድርጊት ጸረ አማራ ኃይሎች ተባብረው ያለ አማራ ሕዝብ ውክልና አገሪቱን እንዴት እንደተከፋፈሉና አማራ ጠል ፖሊሲዎችን እና መመሪያዎችን እንደተገበሩ ያሳያል። ቀጥሎም አማራን ማግለል እና ሀገር አልባ ማድረግ በሕግ ማዕቀፍ ከተደነገገ በኋላ የተደረገውን አማራን የማጥላላት ዘመቻ፣ የአገሪቱን ነባር ተቋማት የማፍረስ እና በራስ የመተካት ሥራ፣ የአማራን ሕዝብ ርስት ነጠቃ፣ ከፖለቲካ ውክልና መገለል፣ ከሥራ መባረር፣ መፈናቀል፣ ስደት እና የደረሰውን የዘር ፍጅት ያሳያል።

በክፍል ሦስት ኦሮሞ-መር በሆነው የብልጽግና መንግሥት፣ በአማራ ሕዝብ ላይ የዘር ፍጅት ለመፈፀም የተደረገውን ዝግጅት ይዳስሳል። የብልጽግና ፓርቲ እና መንግሥት አወቃቀር፣ አሠራርና ይዘቱን ያሳያል። የተፈጠረውን ጸረ-አማራ ጥምረት እና አባሎቹን፣

የተቀረፀውን አማራን የማጥላላት ዘመቻ፣ መጽሐፎቹን፣ ጋዜጦቹን እና ንግግሮቹን በምልዓት ያሳያል። በተጨማሪም በአማራ ሕዝብ ላይ የታቀደውን የዘር ፍጅት አፈፃፀም፣ የፖለቲካ ውክልናውን እንዴት እንደ ተቀማ፣ ከመንግሥት አጠቃላይ መዋቅር፣ ከፓርቲ፣ ከፌዴራል ተቋማት፣ ከፀጥታ ተቋማት እንዴት ተጠርጎ እንደ ተጣለ ያሳያል። የአማራን ሕዝብ መፈናቀል፣ የርስቶቹን መወሰድ፣ የንብረቱን መውደም እንዲሁም የተፈጸመበትን የዘር ፍጅት በዝርዝር ይዳስሳል። በተጨማሪም በኦርቶዶክስ ተዋሕዶ ቤተ ክርስቲያን ላይ በተፈጸሙ ጥቃቶች ላይ በማተኮር፣ በፖለቲካው መድረክ ያሉ አንዳንድ የፖለቲካ ስብስቦችን አቋም እና የገዢው ፓርቲ የሚጠቀምባቸውንም ዘዴዎች ያሳያል።

ማጠቃለያው ክፍል የአማራ ሕዝብ ካሉበት ስጋቶች የተመረጡትን የሚያሳይ ሲሆን፣ በትግሉ ዙርያ ያሉ መሻሻል የሚገባቸውን ነገሮችንም ይዳስሳል። በተጨማሪም በወቅታዊ ትግላችን የተፈጠሩ አቅሞችን እና አነሳሳቸው ላይ ጥቂት ብሎ ምን መደረግ አለበት? ብሎ ይደመድማል።

የአማራ ሕዝብ የነፃነት ሰልፍ በይዘቱ በአማራ ሕዝብ ላይ የዘር ፍጅት ለመፈፀም የነበረውን ፍላጎት፣ ፍላጎቱን ለመፈፀም የተደረገውን ዝግጅት፣ የዘር ፍጅቱን አፈፃፀም እና እነማን እየፈፀሙት እንደሆነ የሚያሳይ ነው። ይህ መረጃ በዐለም አቀፍ ደረጃ ባሉ ፍርድ ቤቶች ክስ ለማቋቋም የሚያስችል ነው ተብሎ ይታመናል።

ክፍል-አንድ: መነሻ

ምዕራፍ አንድ

የአምሓራ ብያኔ

አምሓራ (አማራ) ማለት ምን ማለት ነው? ማን ነው? ምንድን ነው? ከየት መጣ? በሚሉት ጉዳዮች ላይና ዘሩ፣ ዓይነቱ፣ ብዛቱ፣ ሥርጭቱ ላይ ብዙ የታሪክ ጸሐፍት፣ የሰው ዘር ጥናት ባለሙያዎች፣ በየፈርጁ ያሉ ፖለቲከኞች የመሰላቸውን ሲሉ ኖረዋል:: አምሓራነት በአንድ ሰው አእምሮ በውስን ገጾች ሊገለጽ የሚቻል ነገርም አይደለም!! ለዚህ ጽሑፍ መነሻ ሲባል ግን በተወሰኑ መመልከቻ መነፅሮች ለማየት እንሞክር::

በመጀመሪያ ስያሜው ከየት መጣ? በአጭሩ አማራ የሚባለው አምሓራ ከሚለው የግእዝ ሁለት ቃል የመጣ ነው:: በዚህ ጉዳይ ላይ በሰፊው የጻፉት ንቡረ እድ ኤርሚያስ ከበደ ወልደ ኢየሱስ ናቸው:: ንቡረ እድ ኤርሚያስ ከበደ «ኢትዮጵያ የዓለሙ መፋረጃ» በማለት ባሳተሙት መጽሐፍ ውስጥ "አም" ማለት ሕዝብ ማለት ሲሆን "ሓራ" የሚለው ቃል ደግሞ "ነጻ" ማለት ነው:: ሁለቱ አንድ ላይ ሲነበብ አምሓራ ማለት "ነጻ-ሕዝብ" ማለት ነው ብለዋል::

ምናልባትም "ስምን መልአክ ያወጣዋል" እንዲሉ የአምሓራ ሕዝብ ለነጻነቱ፣ ለክብሩ፣ ለመብቱ ሟች ነው:: በርካታ ቀደምት ሥልጣኔን የገነቡ እንደ ግብጽ፣ ባቢሎን፣ የሰሎሞን ኢየሩሳሌም፣ የቻይና፣ የህንድ፣ የኢንካ፣ የጃፓን፣ የሩሲያ፣ የእንግሊዝ የመሳሰሉት ሀገራት በሌሎች ተሸንፈው ቅኝ ሲገዙ ከሶስት ሺ ዘመን በላይ ኢትዮጵያን ብቸኛዋ ነጻ ሀገር አድርጎ ያቆያት ይህ ነጻነትን የመውደድና የማክበር ታሪክና ሥነ ልቦና ነው:: ለነጻነት ራሱን አሳልፎ የመስጠት የአምሓራነት ትውፊት ነው::

አምሓራነት ስያሜ ብቻ ሳይሆን ዘርፈ ብዙ ፍልስፍናና እምነትን በውስጡ የቋጠረ ነው::

አሁን “የኔ ብሔር አቃፊ ነው” የሚል ስላቅ መጥቷል፡፡ ይሁንና አምሓራ በፈጣሪ አምሳል የተፈጠረውን ማንኛውንም ሰው “የእኔ አይደለህም” ብሎ ያገለለበት ዘመን የለም፡፡ ማንኛውንም ነፃነቱን የሚወድ ዜጋ ሁሉ በጀግንነቱና በተግባሩ የሚቀበልና በራሱ ላይ የሚያነግሥ ሕዝብ ነው፡፡ ፕሮፌሰር መሳይ ከበደ (SURVIVAL AND MODERNIZATION: Ethiopia's Enigmatic Present, A Philosophical Discourse) በሚል ርእስ ባሳተሙት መጽሐፍ ሥልጣን በኢትዮጵያ ውስጥ በደም የሚተላለፍ ሳይሆን በብቃት ላይ የተመሠረተ ነው ብለዋል፡፡ እንደ እንግሊዝና አውሮፓውያን ገዢ መደብ በአብዛኛው የደጃዝማች ልጅ ደጃዝማች የሚሆንበት ሥርዓት አምሓራው አልመሠረተም፡፡ የደጃዝማች ልጅ ደጃዝማች የሚባለው ፈረስ ጋልቦ፣ ጦር ወርውሮ፣ ጠመንጃ ተኩሶ፣ በጦርነት ተሳትፎ የአመራር ብቃቱን ካረጋገጠ ብቻ ነው፡፡ ከየትኛው ብሔር ይወለድ፣ ቀይ፣ ጠይም፣ ጥቁር፣ ክርስቲያን እስላም ይሁን ጀግናን ያከብራል፤ መሪው ያደርገዋል፡፡ ዐፄ ቴዎድሮስ «ይማሯል እንደ አካልዬ! ይዋጓል እንደ ገብርዬ!» ያሉለት ፊታውራሪ ገብርዬ ጀግና በመሆኑ ነው፡፡ ገብርዬ በንጉሡ የተወደሰው እና ዋናውን የጦር አዛዥነት ሥልጣን ያገኘው በትውልዱ ሳይሆን በጀግንነቱ ነው፡፡ የየጁው ተዋጊ ደጃዝማች ይመር መሐመድ፣ እነ ራስ ጎበና ዳጬ፣ እነ ፊታውራሪ ሀብተ ጊዮርጊስ ዲነግዴ፣ እነ ደጃዝማች ባልቻ ሳፎ፣ እነ ጀነራል ሙሉጌታ ቡሊ፣ እነ ጀነራል አማን አንዶምን መጥቀስ ይበቃል፡፡ ይህ ነው የአምሓራው ሥነ ልቦና፤ ይህም ነው በኢትዮጵያ ውስጥ አምሓራውን ትልቁ ብሔር ለመሆን ያበቃው፡፡

በኮሎኔል መንግሥቱ ጊዜ የተቋቋመው የብሔረሰቦች ጥናት ኢንስቲትዩት ባጠናው እና ዶ/ር ፍሰሐ አስፋው «የኢትዮጵያ ብሔረሰቦች ብዛት ምንነት ማንነትና አሰፋፈር» ብለው በታኅሣስ 2008 ዓ.ም ባሳተሙት መጽሐፍ የኦሮሞን ብሔር ቁጥር 28.7% በመቶ ሲያደርገው የአምሓራው ሕዝብ ደግሞ 28.4% በመቶ ነበር፡፡ በሶሻሊስት ርእዮትም ከዛም አልፎ የአምሓራው ተወላጅ በኢትዮጵያዊነቱ ብቻ ማንነቱን ይገልጽ ስለነበረ የአምሓራው ቁጥር ከኦሮሞው ጋር እኩል ነው ተብሎ ነበር፡፡ አሁን ግን ትሕነግ ሀገሪቷን ለብሔረሰቦች ስለ ሸነሸናት ኢትዮጵያዊ ነኝ የሚለውን ሰፊ ቁጥር ያለውን ሕዝብ ሀገር አልባ በማድረጉና ኢትዮጵያዊ ነኝ የሚለውም በአምሓራነት እየተፈረጀ ስለ ተጨፈጨፈ አምሓራነቱን እንዲመርጥ አድርጎታል፡፡ ይህም የአምሓራው ብሔር በሰፊ ቁጥር ልዩነት ትልቁ የኢትዮጵያ ብሔረሰብ እንዲሆን አድርጎታል፡፡

የነፃነት ሰልፍ

ውርስ - ቅርስ

የአምሓራ ሕዝብ በኢትዮጵያ ነባር ሕዝብ ነው። ይህ ሕዝብ ኢትዮጵያ የምትባለውን ሀገር የመሠረተ ቀደምት የሆነ መንግሥት መሥርቶ፣ በተጻፈ ሕግ፣ በሥርዓተ መንግሥትና ፍትሐ ነገሥት ሲመራ የኖረ ነው። (2) ምናልባትም ከማግና ካርታ (Magna Charta) እኩል በኢትዮጵያ ምሁራን አይዘመርለት እንጂ በተጻፈ ሕገ መንግሥት ከ14ኛው ክፍለ ዘመን ጀምሮ እስከ 1923 ዓ.ም ድረስ የሕዝብንና የመንግሥትን ግንኙነት የገደበ ፍትሕ ነገሥት የሚባል ሕገ መንግሥት ያለው ስልጡን ሕዝብ ነው። ኢትዮጵያ ለረጅም ጊዜ የተገዛችው በገዢዎች ስሜት ሳይሆን በተጻፈ የሕዝብንና የመንግሥትን ግንኙነት በገደበ ሕገ መንግሥታዊ አስተዳደር ነው።

የአምሓራ ሕዝብ የራሱን ፊደል ቀርጾ ብራና ዳምጦ ቀለም በጥብጦ የዳበረ ሥነ ጽሑፍ ያለው እና ታሪኩንም የጻፈ ነው። ፕሮፌሰር ሪቻርድ ፓንክረስት በጻፉት የጥናት ጽሑፍ ከመካከለኛው ክፍለ ዘመን ጀምሮ ከ300 ሺ በላይ በብራና ላይ የተጻፉ መጻሕፍት (manuscripts) ያለውን ብቸኛ ሀገር የፈጠረ ሕዝብ ነው። ሌሎች ጸሐፊዎች “Ancient manuscripts in Ethiopia: preserving an historical and cultural heritage” ብለው ባሳተሙት ጥናት ቢያንስ 200 ሺ መጻሕፍት ተጽፈዋል ይላሉ። (3) ፕሮፌሰር ፓንክረስት ይህ ከአውሮፓ ጋር ሲወዳደር በቫቲካን፣ በስፔን፣ በፓርቹጋል ያለው ሁሉ ተደምሮ የኢትዮጵያን የመካከለኛው ክፍለ ዘመን የምሁራዊ አስተዋጽኦ አንድ አስረኛ አይሆንም ይላሉ። እነዚህ ጽሑፎች ስለ ሃይማኖት፣ ፍልስፍና፣ ሕግ፣ ሥነ ፈለክ (አስትሮኖሚ)፣ ታሪክ፣ የሂሳብ ቀመር፣ የቀን መቁጠሪያ፣ የዕፅዋትና የመድኃኒት ቅመማ፣ የሕክምና፣ የመልክአ ምድር ጥናት፣ የከዋክብትን እንቅስቃሴ የመዘገቡ ሲሆኑ፣ የዕውቀትና የምርምር ውጤቶችን ሥርዓት በመፍጠር እንዲበለጽጉና እንዲጠበቁ አድርጎ የራሱን ታሪክ በራሱ ቋንቋና ፊደል ያከማቸ ማኅበረሰብ ነው። በዚህ ምክንያት በሃይማኖትም ሆነ የፍትሕ ሥርዓትን በሕግ፣ በማስረጃ እና በእውነት የሚዳኝ ስልጡን ሥርዓትና ሕዝብ የቀረጸ ነው።

በሁለቱም ቅዱሳት መጻሕፍት በመጽሐፍ ቅዱስም በቅዱስ ቁርአንም የታወቀችው የተወሳችው ሀገር የኢትዮጵያ ባለቤት ሲሆን ኢትዮጵያ በታሪክ ከቆመችባቸው ዋና ዋና ምሰሶዎች ከሆኑት ከሰንደቅ ዓላማ፣ ከታሪኳ እና ከጀግኖቿ ጋር ስምም የሆነ ሕዝብ ነው። (4፣ 5)

የሃይማኖት ነጻነት

የአምሓራው እየተባለ የሚወገዘው ሕዝብ ሃይማኖትንና ሥርዐተ መንግሥትን ነጣጥሎ የሚያይ፣ በዚህም ምክንያት እምነትን የመምረጥ ነጻነትን በማክበር፣ ዛሬ ዐለም ከተፈጠረ ጀምሮ ያሉ እምነቶች ቤተ መዘክር ኢትዮጵያ እንድትሆን አድርጓታል። ለምሳሌ ጎንደር ብንሄድ በሕገ ልቦና እምነት የሚከተሉ ማኅበረሰቦች፣ የሙሴን የኦሪት ሕግጋት ሙሉ ለሙሉ ጠብቀው አክብረው የሚኖሩ የቤተ–እስራኤላውያን የአይሁድ ማኅበረሰብ ከኦርቶዶክስ ተዋሕዶ ክርስቲያኖች ጋር አብረው ይኖራሉ። ከዚያ ደግሞ እስልምና ሲስፋፋ በጦርነት ሳይሆን በፍቅር የተቀበለ ማኅበረሰብ ነው። ኢትዮጵያ ሰው ወደ ፈቀደው እምነት በነጻነት የሚሄድባት ሀገር ናት። ከዚያ በኋላ የመጡትን ፕሮቴስታንትን ጨምሮ በኋላ የመጡትን ሴክቶች ያለ ምንም ተጽዕኖ በነጻነት በእምነት ገበያው ላይ ተፎካካሪ እንዲሆኑ ይፈቅዳል።

ይህ ዓይነት ስብጥርና ነጻነት በበርካታ የእስላም እና የክርስቲያን ሀገራት የለም። አባት ልጁ ሃይማኖቱን ቢቀይር ልሰርህ፣ ልግረፍህ፣ ልረድህ የማይል የመቻቻልና የአምሓራነት ማለትም የነጻ ሕዝብ የመምረጥ መብት የሰጠና የመጡትን ሃይማኖቶች ሁሉ በመጠበቅ ለዐለም ሙዚዬም ያደረገ የአብሮነት ተምሳሌት ነው። ዐለም ላይ የዲሞክራሲና የሥልጣኔ ተምሳሌት የምትባለው አሜሪካ እንኳን ሴትን ወደ ሥልጣን ያመጣችው በጣም ከቅርብ ጊዜ ወዲህ ነው። የካቶሊክ ሃይማኖት ተከታይ የሆኑትንም ከፕሬዚዳንት ኬኔዲና ወንድሙ በቀር፣ ካቶሊክን ወደ ሥልጣን አምጥታ አታውቅም። ፈረንሳይ ከ1562-1598 የከፋ የሃይማኖት ጦርነት አድርጋ በመጨረሻው በካቶሊኮች አሸናፊነት ተጠናቋል። ዩናይትድ ኪንግደም ወይንም በኛ ሀገር እንግሊዝ ተብላ በምትታወቀው ግዛት ሥር ያለችው ሰሜን አየርላንድ እስከ ቅርብ ጊዜ ድረስ ካቶሊኮችና ፕሮቴስታንቶች የየራሳቸውን ታጣቂዎች አደራጅተው ሲታኮሱና ሲጫረሱ በእድሜያችን አይተናል።

እነዚህ እንግዲህ “ጠላትህን እንደ ራስህ ውደድ፣ ቀኝ ጉንጭህን ቢመታህ ግራህን ጨምርለት” ብለው አስተምረው በተግባር ግን በጅምላ የሰውን ልጅ ሁሉ የሚፈጁ የኒውክለር መርዝ የሚሠሩ ናቸው። አምሓራ ግን በፈጠራት ኢትዮጵያ ዋቄፈታን ጨምሮ ብዙ ባህላዊ እምነቶችን ጠብቆ አኑሯል። ይህም የሆነበት ምክንያት “ሃይማኖት የግል ነው ሀገር የጋራ ነው” የሚል ጥልቅ ፍልስፍናና እምነትን ያራምድ ስለነበረ ነው።

በሀገርና በእምነት መካከል ያለውንም ልዩነት ከአውሮፓውያን ቀድሞ የተረዳና የተገበረ ነው።

«በእጅ የያዙት ወርቅ ከድንጋይ ይቆጠራል» እንደሚባለው ተረት ሆነና የኢትዮጵያ ዘመናዊ ምሁራን ይህንን በጎ ልምድ ለዐለም ተርጉመው ማስተማር፣ ኢትዮጵያንም እንደ ምሳሌ አድርገው ማቅረብና ማስተማር ሲገባቸው አንድን እምነት በጉልበት ያጸኑትን የአውሮፓውያን እና የመካከለኛው ምሥራቅ ሀገራትን ሲያሞካሹ ይታያሉ። ይህ የሆነበት ምክንያቱ ደግሞ ዘመናዊ የተባለው የኢትዮጵያ ትምህርት ዋነኛው ውጤቱ ራስን መናቅና ሌላውን ማምለክ ስለሆነ ነው።

በሞራል ወይንም ሥነ ምግባር

የአምሓራ ሕዝብ የዳበሩ የሥነ ምግባር እሴቶች ያሉት ሲሆን እነዚህ እሴቶች እጅግ ጥንታዊ ከሆኑት ሃይማኖቶቹ ያገኛቸው ናቸው። ይህ ሕዝብ አንድን ሕዝብ እንደ ሕዝብ ጠላቴ ነው ብሎ የማይፈርጅ፤ እጅግ ልዩ የሆነ ጥንታዊም መንፈሳዊም የሆነ ባህል ባለቤት የሆነ እንዲሁም የክርስትና፣ የእስልምና እና የአይሁድ እምነቶች ተከታይ ቤተሰቡን የሚያከብር፤ ሴቶችን የሚያከብር፣ በትምህርት የሚያምን ጠንካራ ሠራተኛ ሕዝብ ነው።

የአምሓራ ሕዝብ በጋብቻ መኖርን፣ ለቤተሰብ ቅድሚያ መስጠትን ገንዘቡ ያደረገ የመልካም አኗኗር ዘይቤዎች የተዋሐዱት ፍትሐዊ የሆነ ለነጻነቱ፣ ለሚስቱ እና ለንብረቱ (ለርስቱ) ቀናኢ የሆነ ሕዝብ ነው። የሰላምን ዋጋ በሚገባ የተረዳ፣ ሰላም ማለት በባርነት ውስጥ ያለ ፀጥታ ሳይሆን ውድ ዋጋ በመክፈል የሚገኝ፣ የሕግ የበላይነትን አውቆ በማሳወቅ፣ የሰው ልጅ ሁሉ በፈጣሪ ፊት እኩል መሆኑን በመገንዘብ፣ በአመስጋኝነት፣ በትህትና እና በይቅር ባይነት በመኖር የሚመጣ መሆኑን የሚገነዘብ ነው።

የሰውን ልጅ በሕግ ፊት በእኩልነት ከመኖር አውርዶ በጭቆና እና በባርነት ለመግዛት የሚመጡ ኃይሎች አሉ። የአምሓራ ሕዝብ ደግሞ ሁሉም ሰው በፈጣሪ አምሳልና ተግባር የተፈጠረ ክቡር ፍጡር ነው ብሎ የሚያምንና ባርነትንና የበታችነትን የማይቀበል ማኅበረሰብ ነው። ይህም እምነት፣ በሰው ላይ የሚያደርገው ጭካኔም ሆነ ጥላቻ በፈጣሪው ላይ እንዳደረገው የሚያስብ ስለሆነ ራሱን ከኩነኔ እሳቤና ተግባር የሚቆጥብ ሕዝብ ነው። በራሱ ላይ ሊያደርጉበት የማይፈልገውን በሌሎች ላይ የማያደርግ ነጻ ሕዝብ ነው። ጡር፣ ክፋት እና ኃጢአት

በምድርም በልጆች በሰማይም በፈጣሪ ዘንድ ያስጠይቃል የሚል እምነትና ሥነ ምግባር ያለው ሕዝብ ነው።

በራሱ ላይም ሆነ በሌሎች ላይ የጭቆና ቀንበር በኃይል እንዲጫንበት አይፈቅድም። ስለዚህ መብቱን ለማስከበር፣ በነፃነት ለመኖር ዋጋ ከመክፈል አይመለስም። "በሕግ ከሄደች በቅሎዬ ያለ ሕግ የሄደች ጭብጦዬ" ብሎ መብቱን ለማስከበር ብዙ ርቀት የሚሄድ ነጻ-ሕዝብ ነው። ለዚህ ነፃነት የሚከፈለው ዋጋ ደግሞ የራስን ፍላጎት ትቶ ለሀገርና ለወገን መስዋዕትነት መክፈልን፣ ፍርሐትን አሸንፎ በጀግንነት መፋለምን ይጠይቃል። እነዚህ ለሀገርና ለወገን መስዋዕት መሆንና ጀግንነት ደግሞ የአምሓራ ሕዝብ ታላቅ ዋጋ የሚሰጣቸው ሀብቶች ናቸው።

በፈጣሪ አምሳል የተፈጠሩ ሁሉ ከእኔ ጋር እኩል ናቸው ብሎ ስለሚያምን እንደ አምሓራ ማኅበረሰብ ማለትም በኢሕአዴግ የቃላት ድርድር ከሁሉም "ብሔር-ብሔረሰቦች፣ ሕዝቦች" ጋር ወይንም እምነቶች ጋር የተጋባ የተዋለደ እንደ አምሓራ ሕዝብ የለም። ለዚህም ነው የኢትዮጵያን ሕዝብ ቋሚና ማገር ሆኖ ያስተሳሰረው። ለዚህም አስፈላጊ የሆኑትን መንፈሳዊ ሕይወትን፣ በፈጣሪ ማመንን፣ የሥነምግባር (የሞራል) ግዴታዎችን የመጠበቅ እና የማስጠበቅ ኃላፊነቶችን የተረዳና የተቀበለ ነው። መልካም ሕይወትን ለመኖር እንደ ማኅበረሰብ የሰውን ልጅ በሕይወት የመኖር መብትን በማክበር፣ ጭካኔን፣ ደም ጠማሽነትን እና ግድያን የሚጸየፍ ነው። የማኅበረሰቡን ወግና ሥርዓት እስካልተጋፋ ድረስ ሁሉም የሰው ልጅ የራሴ የሚለውን ወግና ልማድ እንዲከተል የሚተው (የፈለገውን ሃይማኖት እና የአኗኗር ሥርዓት እንዲከተል የሚፈቅድ)፣ እንደዚሁም አብሮ ለመኖር አስፈላጊ የሆኑትን የጨዋነት መርሖዎችን እና ራስን የመግዛት ጥበብን የተካነ ሕዝብ ነው። (6)

ጨዋነት

ጨዋነት ትልቅ ዋጋ የሚሰጠው የአምሓራ የሥነ ልቦና መገለጫ ነው። አንድ ሰው ድሀ ይሁን ሀብታም በማኅበረሰቡ ውስጥ ጨዋ የተከበረ ነው የሚባለው የማኅበረሰቡን እሴቶች የሚያከብር፣ ሰው ላይ የማይደርስ፣ ራሱን እና ቤተሰቡን ችሎ እና አስከብሮ የሚኖር ሲሆን ነው። ማኅበረሰቡ ነውር የሚላቸውን የሚጸየፍ፣ ከአፉ ክፉ ንግግር የማይወጣው፣ ሰውን የማያስቀይም ማለት ነው። የአምሓራው ማኅበረሰብ "ከመልካም ሽቶ መልካም ስም ይበልጣል" ይላል። አቶ እከሌ እኮ ጨዋ ነው ማለት ሀብታም ነው ከማለት ይበልጥ ያስከብራል። ልጆቹም ለትዳር፣ እሱም ለዝምድና ይፈለጋል። ጨዋ ቤተሰብ ማለት ትልቅ

ክብር የሚያሰጥ ነው። ይህ አንደኛው የአምሓራ ማኅበረሰብ የሥነ ምግባር ልጓም ነው። ስለዚህ የአምሓራ ማኅበረሰብ ለረጅም ዘመን ተከባብሮና ከሁሉም ጋር ተሳስሮ የኖረው ለጨዋነት ዋጋ ስለሚሰጥና ራሱን ከውሸት፣ ከክህደት፣ ከማጭበርበር፣ ከእምነት ማጉደል ጠብቆ ስለሚኖር ነው። ሁሉም ጨዋ በሆነበት ሀገር ሕግ ይከበራል፤ ቋሚ ፖሊስ፣ ዳኛ፣ ገላጋይ አይፈልግም። ሁለት ሰው እንኳን ቢጣላ ሕዝብ ያሥራል (Citizens arrest) የተጣሉትን የነጠላ ጫፍ ቋጥሮ ወደ ዳኛ ከላካቸው ተያይዘው ዳኛ ቤት ይሄዳሉ እንጂ ነጠላቸውን ፈትተው አይሸሹም።

ስቃል መታመን

በአምሓራ ማኅበረሰብ ውስጥ ቃል ትልቅ ዋጋ አለው። አንድ ሰው ቃሉን ከሰጠና ሕግ ይሙት ብሎ ካለ ወይንም በሚወደው ልጁ፣ በሚወደው ታቦት ከማለ ያለውን ነገር ይፈጽማል። አደራ ሲቀበል፣ ሲበደር ምን ብዙ ሀብት ቢሆን ወረቀት ጽፎ ፈርማ አስፈርሞ አይደለም፤ ቃል ብቻ በቂ ነው። መጀመሪያ እንኳን ባይነጋገር አንድ ሰው ተከዳሁ ሲል ሽማግሌ ፊት ወስዶ እስቲ ይሄንን አላየሁም ወይንም አልሰጠኸኝም በልና ማል ይለዋል። ሰውዬውም ሊዋሽ አይችልም፤ ምክንያቱም ሁለቱ እንኳን ቢካካዱ ከእሱ በላይ ያለ ፈጣሪ ድርጊቱን ተመልክቷል ብሎ ስለሚያስብ ነው። ስለዚህ እንደ አሁኑ ዘመን መዋሸት፣ ማጭበርበር እንዳይኖር መማል ወይንም መሓላ ትልቁ የማኅበራዊ ግንኙነት ልጓም ነበር።

ፈሪሃ እግዚአብሔር

የአምሓራ ሕዝብ ፈሪሃ እግዚአብሔር ያለው፣ የሰው ልጅ ሁሉ በፈጣሪ ፊት እኩል ነው ብሎ የሚያምን፤ ከማንም አላንስም ከማንም አልበልጥም በሚል መርሕ የሚመራ በመከባበር፣ በመረዳዳት መኖርን ገንዘቡ ያደረገ ነው።

ቤተሰብ

ወጣቶች በወጣትነት ዕድሜያቸው ትዳር መሥርተው በመልካም ጋብቻ እንዲኖሩ በማሰብ፣ ጋብቻ በቤተሰብ ስምምነት ይከናወናል። በቀደመው ዘመን ከማደጎ እስከ ቆጥ አሥር የጋብቻ ዓይነቶች የነበሩ ሲሆን በአሁኑ ወቅት በተጋቢዎች ስምምነት እና በቤተሰብ ይሁንታ ከመለስተኛ የፍጥምጥም ግብዣ እስከ ድል ያለ ሰርግ ተደግሶ ጋብቻው

እንደ ተጋቢዎቹ አቅም ይፈጸማል። ቤተ ዘመድ ለተጋቢዎቹ ማቋቋሚያ ስጦታ እንዲሰጥ የሚጠበቅ ሲሆን፣ በጋብቻው የቤተ ዘመድ ተሳትፎ እና ይሁንታ ስላለበት የፍቺ መጠን አነስተኛ ነው።

አደረጃጀት

ከቤተሰብ ከፍ ሲል የአምሓራ ሕዝብ ሀገር ሲል የሚጠራው ስብስብ አለ። ሀገር ማለት በአንድ ሰበካ (ጎጥ) ያሉ ተመሳሳይ ወግ፣ ባህል፣ አካባቢ የሚጋሩ በአካባቢው የተከበሩ ሽማግሌዎች የሚመራ ማኅበረሰብ ማለት ነው። ሀገር እንዳስፈላጊነቱ በሚነሡ ጉዳዮች የሚሰበሰብ ሲሆን አጥፊ ግለሰቦችን ከትላልቅ ቅጣት እስከ ሀገር ማስወጣት የሚደርስ (እምበደዴ) ቅጣት ሊበይን ይችላል። የማኅበረሰቡን ወግ ባህል እና አኗኗር የሚጥስን ሰው ሰላምታ እንዳይሰጠው፣ ከሰው ጋር እንዳይነጋገር፣ እሳት እንዳይጭርና ከማንኛውም ማኅበራዊ ተሳትፎ ሊያግድ ይችላል። ይህ ተቋም የማኅበረሰቡን ወግ፣ ሥርዓት የሚያስጠብቅ ብቻ ሳይሆን ተቻችሎና ተከባብሮ ለመኖር ጠቅሞታል።

ሌላኛው ደግሞ በየሁለት ዓመቱ የሚሰበሰብ፣ እስከ ሰባት ትውልድ ድረስ ያለ ዝርያ የሚተዋወቅበት የቤተዘመድ ጉባኤ ነው። የዚህ ጉባኤ አስፈላጊነት ዘመዳማቾች ሳይተዋወቁ እንዳይጋቡ፣ ደም እንዳይቃቡ ለማድረግ እና እንዲረዳዱ ሲባል የሚደረግ ነው።

ሥራ

የአምሓራ ሕዝብ በጣም ሥራ ወዳድ ሕዝብ ነው። በገጠርም በከተማም በሀገር ውስጥም በውጭ ሀገርም በሠራተኝነቱ ይታወቃል። በእርሻ፣ በንግድ፣ በትምህርት ዘርፍ፣ በመንግሥት ሥራ፣ በተለያዩ የሙያ ሥራዎች እስከ ዐለም አቀፍ ኃላፊነት ድረስ በየደረጃው በሥራ የተሰማራ ማኅበረሰብ ነው። የአምሓራ ሕዝብ ባህል መሥራትን፣ ሀብት ማፍራትን ሲያበረታታ ሀብትን አከማችቶ ለብቻ መጠቀምን (እኔ ብቻ ባይነትን) ይነቅፋል፤ ለሌሎች መስጠትን፣ ተካፍሎ መብላትን፣ ለሌሎች መትረፍን እና መረዳዳትን ያበረታታል።

ሀብት

የአንድ አምሓራ ባለ ጸጋነቱ ወይንም ባለ ሀብትነቱ የሚገለጠው በሚኖርበት ቤት፣ በሚለብሰው ልብስ፣ ባለው የበቅሎ አልባሳት ወይንም ቁስ አልነበረም። የአንድ ሀብታም የሀብቱ መገለጫው በሚያበላው ግብር ነው። አዳራሹን ሠርቶ በሩን ከፍቶ ቁጤማውንና ቅጠሉን ጎዝጉዞ በሬውን አርዶ፣ እንጀራውን ጋግሮ፣ ጠጁን ጥሎ፣ ጠላውን ጠምቆ፣ ዳቦውን ጋግሮ የራበውን የጠማውን የቸገረውን፣ መንገደኛውን፣ የእግዚአብሔር እንግዳ ብሎ እየጎተተ በሚያበላው ሕዝብ ብዛት ነው ።

የአንድ አምሓራ ሀብት መኖሩ የሚገለጠው የድሀን ልጅ ከቅርብ፣ የዘመድ ልጅ ከገጠርም አምጥቶ አብልቶ አጠጥቶ በሚያስተምረው የልጆች ብዛት ነው። የአምሓራ ሀብት የሚገለጠው በቁስ ብዛት ሳይሆን በዓል ፈልጎ፣ የማርያም፣ የገብርኤል፣ የመድኃኔዓለም ቀን ብሎ ምግቡን አዘጋጅቶ በቤተ ክርስቲያን ባበላው ነዳያን ቁጥር እንጂ ባለው ቁሳቁስ አልነበረም። ራሱ ከሚታጠቀው ጠመንጃ እና ከሚጠራበት የጦር ፈረሱ ስምና አልባሳት በስተቀር ክብሩን የሚገልጽበት ሀብት ወይንም ቁስ የለውም። ሀብቱን ሁሉ ለድሀ እንዲያበላ፣ ፈጣሪ የሰጠኝ ነው ብሎ ነው የሚያምነው።

ምንም ባይኖረውም፣ ምንም ባይተርፈውም፣ በየሄደበት ቦታ ሁሉ ለፈጣሪው ምስጋና የሚያቀርብበት ቤተ ክርስቲያን ይገነባል እንጂ ለራሱ ዝናና ክብር ሀብቱን ለምቾቱ አይጨነቅበትም። “ብቻውን የበላ ብቻውን ይሞታል” እየተባለ ስለሚያድግ ብቻውን አይበላም። ይህም ክፉ ቀን ሲመጣ ሀገር ሲወረር መብት ሲደፈር አብሮት ይዘምታል አብሮት ይሞታል።

የምዕራባዊው ትምህርት እየተስፋፋ ሲመጣ አምሓራው ባለሀብት ድሀ ማብላትና የተቸገረን ልጅ ማሳደግ ቀርቶ በትልቅ መኪና መሄድ፣ በትልቅ ቤት ውስጥ መኖር የሀብት መገለጫ ሆኖ መንገድ ላይ የወደቁ ሕፃናትና እናቶች የሚያበላቸው፣ የሚያስጠልላቸውና የሚያስተምራቸው አጥተው በረሃብ መጠበስ ዕጣ ፋንታቸው ሆኗል።

አብሮ የመብላትና አብሮ የመሞት ትስስሩ ሕዝቡ ተዋዶና ተስማምቶ እንዲኖር የራሱን አስተዋጽኦ የሚያደርግ ሲሆን ከዚህ የትብብር መንፈስ የሚያፈነግጠውን ኅብረተሰቡ መደርበብ በሚለው ሥርዓቱ ይቀጣዋል።

ይሉኝታ

ይሉኝታ ትልቅ ማኅበራዊ ልጓም ሆኖ የሚያገለግል የአምሓራ ሕዝብ እሴት ነውና ሰዎች ስለኔ ምን ይላሉ? ብሎ በማሰብ ስለ ራሱ ክብር ይጨነቃል፤ ነውር ከመሥራት ይጠነቀቃል። ምንም ሀብትና ጉልበት ቢኖረውም እንኳን ይሉኝታን ይፈራል። ስለዚህ ማኅበረሰቡ የጠላውን፣ ያወገዘውን ነገር ከመሥራት ይቆጠባል። ይህ ቃል በብዙ የውጪም የውስጥም ቋንቋዎች ውስጥ እንዲህ በአጭርና በግልጽ የሚገልጽ አቻ ቃል የለውም። ይሁንና ትልቁ የማኅበራዊ ልጓም ሆኖ የማኅበረሰቡን ሰላም፣ መከባበርና መቻቻል እንዲመጣ የሚያደርግ ነው። በአምሓራ ሕዝብ ዘንድ ይሉኝታ ትልቁ ልጓም ነው። የአምሓራ ሕዝብ ፖሊስ ሳይቀጥር ሠራዊት ሳያሰማራ ሁሉም ተቻችሎ እንዲኖር አድርጎታል።

የመዓርግና የመከባበር ባህል

የአምሓራ ሕዝብ ለረጅም ጊዜ የቆዩ የማኅበራዊ ደረጃዎች እና መሰላሎች አሉት። ለምሳሌ የወታደራዊ አደረጃጀት ከላይ ከራስ ቢትወደድ ጀምሮ፣ ራስ፣ ደጃዝማች፣ ፊታውራሪ፣ ቀኛዝማች፣ ግራ አዝማች እያለ እስከ አሥር አለቃ ይወርዳል። ይህ ለማኅበራዊ ተቋም መፈጠር አስተዋጽዖ ያለው፣ ሰዎች በራሳቸው መልካም ሥነ ምግባር፣ ጀግንነት፣ ታታሪነት፣ ብልህነት ሲኖራቸው የሚሰጡት ወደ ላይ የመወጣጫ መሰላል ነው። ለትውልድ ሀብት ሳይሆን ጀግንነት፣ ታታሪነት ብልህነት ከታች ወደ ላይ እንደ ሰው እንዲያድግና አንቱ እንዲባል ይረዳዋል። ይህም በማኅበረሰብ ውስጥ ዕውቀትን ታታሪነትን፣ ጀግንነትን በየደረጃው ሰዎች እንዲያውቁና ይህንን ክብርና ሞገስ እንዲያገኙ ታታሪ ሆነው እንዲሠሩ ያግዛል። ኢትዮጵያም በነጻነት እንድትኖር፣ በጦር የተፈተኑ ጀግኖች እንዲኖሯት ያስቻለው ይህ የአምሓራ ሕዝብ ማኅበራዊ መሰላል ነው።

በእውነትም ዛሬ ዶክተር ፕሮፌሰር የሚባሉ መዓርጋትን ከፈረንጆቹ ከመዋሳችን በፊት ጀምሮ ከመሪጌትነት እስከ ሊቀ ሊቃውንት ማዕረግ ይሰጣል። በክርስትና ሃይማኖቱ መዋቅርም በግልጽ በተቀመጡ መመዘኛዎች ከዲያቆን አንሥቶ እስከ እጨጌ ድረስ፣ ከዚያም ከፍ ባለ እስከ ኤጲስ ቆጶስና ሊቀ ጳጳስ ድረስ ማዕረግ ይሰጣል። በእስልምናውም ከደረሳ ጀምሮ ሼክ፣ ኢማም እንዲሁም ሙፍቲ ድረስ ሃይማኖታዊ ማዕረግ ይሰጣል። ሹመቱም በግለሰቦች ቅንነት ላይ የተመሠረተ ሳይሆን በመዋቅር ሕግጋት የታሰረና

በብቃት ከተመሰከረ ብቻ የሚሰጥ ነው። ሁሉም ነገር በሥርዓትና በቀኖና የተዳኘና የታሰረ ነውና ማንም ይምጣ ማንም ይሂድ የተቋም መመዘኛ አይጣስም ነበር።

እውቀት

የአምሓራ ማኅበረሰብ ለእውቀት ትልቅ ዋጋ የሚሰጥ ነው። ሲቀልድም "የተማረ ይግደለኝ" ይላል። ልጁ፣ ካልተማረ ሰው ይልቅ የተማረ ይልቁንም መምህር ብታገባለት የሚመርጥ ነበር። እነዚህን ማኅበራዊ እውቅናዎች ለማግኘት ሁሉም የተሻለ እውቅና እንዲያገኝና በመወጣጫው መሰላል ላይ ወደ ላይ እንዲወጣ ይጥራል፤ ይሠራል፤ ይማራል፤ ማኅበረሰቡ ከሚጠላው ተግባር ይቆጠባል።

ዕድል

በአምሓራ ማኅበረሰብ ውስጥ ዕድል የሚባል እሳቤ አለ። ማንኛውም አምሓራ ራሱን ትንሽ አድርጎ አያስብም። ትልቅም ሆነ ትንሽ የሚያደርገው መልካም ተግባርና ፈጣሪ ነው ብሎ ያስባል። ፈረንጆቹ Self-limiting thought የሚሉት ራስን የመገደብ አስተሳሰብ የለውም። ነገሥታቱ ሳይቀር እግዚአብሔር ከአፈር ላይ አንሥቶ ለዚህ ካበቃኝ እግዚአብሔር በጥረቴ ይጨመርበታል እንጂ አልችለውም አይሉም። ይህም ተሸናፊነትን፣ ድህነትን እንዳይቀበልና ተስፋ እንዳይቆርጥ ያደርገዋል።

የመጨረሻ ሽንፈት

በአምሓራ ሥነልቦና ውስጥ የመጨረሻ ሽንፈት ተቀባይነት የለውም። ቢወድቅ ቢሸነፍ ጊዜያዊ ነው ብሎ ነው የሚያስበው። በርካታ ጸሐፊዎች እንደ እንግሊዛዊው ኢያን ካምቤል "የተቀደሰው ጦርነት ያልተነገረው የካቶሊካዊቱ ጣልያን ዘመቻ በኢትዮጵያ ኦርቶዶክስ ቤተ ክርስቲያን ላይ" በሚለው መጽሐፉ እንደገለጸው "It is only a temporary setback, not a final defeat" ብለው ነው የሚያስቡት ብለዋል። ለምሳሌ ጣልያን ኢትዮጵያን ድል ለመምታት በመቶ ሺዎች ሠራዊት አዝምቶ፣ አውሮፕላን፣ የመርዝ ጋዝ፣ መድፍ እና ታንክ ይዞ 7 ወር ተዋግቶ ነው አዲስ አበባ የገባው። በዚያን ጊዜ ጀርመን ደግሞ ፖላንድን ለመውረር የፈጀበት ጊዜ 30 ቀናት ብቻ ነበር። መድፍ፣ ታንክ፣ አውሮፕላን የምታመርተውና ሚሊዮን ጦር የነበራትን ፈረንሳይን ለማስገበር

ሂትለር ሦስት ወር ብቻ ነበር የወሰደበት። ይህ እንግዲህ እኩል አቅም ቴክኖሎጂ ባላቸው ሁለት የዐለም ኃያላን ሀገሮች መካከል በተደረገ ጦርነት ነው።

በኢትዮጵያ እና በጣልያን መካከል ግን በሰማይና በምድር መካከል ያለ ልዩነት ነበር። ይሁንና ይህ ሁሉ ሠራዊት ያለው፣ ሰውን እንደ ትንኝ በመርዝ ጋዝ የሚጨርስ፣ በአውሮፕላን፣ በብረት ታንክና በመድፍ የመጣን ኃይል አንችለውምና እርፌን እንቀመጥ አላሉም። ግራዚያኒ አዲስ አበባን ከተቆጣጠረ በኋላ እና አዲስ አበባን በኤሌክትሪክ ሽቦ ካጠረ በኋላ እንኳን አርበኞች «ችግር የለውም ቁርበት እያነጠፍን ሽቦውን እያለፍን በቁርበቱ አፍነን እንጨርሰዋለን» ብለው የሸዋ አርበኞች ለማጥቃት ሞክረዋል። ምንም እንኳን ታላላቅ አርበኞችን እና አቡነ ጴጥሮስን ቢያጡም ትግሉን አላቆሙም። ለዚህ ነው ጊዜያዊ ፈተና እና ውድቀት እንጂ የመጨረሻ ሽንፈት የሚባለው ነገር በአምሓራው ማኅበረሰብ ሥነልቦና ውስጥ እንዳይኖር ያስቻለው። አንዴ ባይሳካለት ሰባት ጊዜ ይሞክራል እንጂ ተስፋ አይቆርጥም።

የሴት ልጅ መብት

እኅት፥ ሚስት፥ እናት

በአማርኛ ድንቅ የፍቅር፣ የንጽህና፣ የክብር መገለጫ እናት ነች። አንድ በአድዋ ድል ጊዜ የታተመ የአሜሪካ ጋዜጣ ስለ ምኒልክ ሲጽፍ «ኢትዮጵያውያን ሀገርን በሴት ስም አድርገው ይጠራሉ፤ ሀገራቸውንም እናታቸውንም ይወዳሉ» ይላል። እናት የተከበረች ቅድስት ናት። ሀገርም እናት ናት ብሎ ያምናል። ከበርካታ አውሮፓውያን ሀገሮች ጋር ሲወዳደር ሴቶች በኢትዮጵያ በርካታ መብቶች ነበራቸው። የሸዋ፣ የወሎ፣ የጎንደር፣ የጎጃም ሴቶች ጦር አዘጋጅተው ወንዶችን በጦር የሚገጥሙበት እኩል ተፎካካሪ የነበሩበት ዘመን ቅርብ ነበር። እነ ባፈና፣ እነ ሰብለ ወንጌል፣ እነ መስተዋት፣ እነ ወርቂቱ፣ እነ መነን፣ እነ ጣይቱ ትላልቅ ጦርና ተደማጭነት ያላቸው ሴቶች ነበሩ። የአምሓራ ሴቶች ከአውሮፓውያን ቀድመው የመማር፣ የመውረስ ብቻ ሳይሆን ጦር አደራጅተው ለሥልጣን የመፎካከር መብት ነበራቸው። በባላቸውም ስም አይጠሩም። የራሳቸውንም ዘር፣ ስምና ግንድ ልቀቁ አይባሉም።

እቴጌ ጣይቱ ብጡል በውጫሌ ውዝግብ፥ በመቀሌ ከበባ እና በበርካታ ወሳኝ ሀገራዊ ጉዳዮች ላይ ወሳኝ ድምጽ ነበራቸው። ሴቶች ወደ ጓዳ ተብለው አልነበረም የጦር፣ የሰላምና የዲፕሎማሲ ክርክር የሚደረገው። የአምሓራ ሴቶች መብታቸውን እንዲቀሙና

ከሥልጣን ፋክክርም እንዲገለሉ ያደረገው የዘመናዊው የፈረንጆች ትምህርት ወደ ኢትዮጵያ ከመጣ በኋላ ነው።

አመጋገብ

በአመጋገብ በኩል የአምሓራ ሕዝብ ከ200 በላይ የወጥ ዓይነቶችን፣ ከ12 በላይ የእንጀራ ዓይነቶችን፣ ልዩ ልዩ መጠጦችን፣ ጣፋጭ ምግቦችን በተጨማሪም የልዩ ቅምሻ (GOURMET) ምግቦችን ያዘጋጃል። የአምሓራ ሕዝብ በባህሉ መጥኖ መብላትን፣ መጾምን፣ ራስን መግዛትን እና ከፍተኛ ደረጃ የደረሰ የአመጋገብ ሥርዓትን የተላበሰ ነው። ልጆች ከሕፃንነት ዕድሜያቸው ጀምሮ በአመጋገብ ሥርዓት በየቤተሰቡ ታንጸው ያድጋሉ። የአምሓራ ሕዝብ በየጊዜው የሌሎች ሕዝቦችን ባህላዊ አመጋገብ እየወሰደ የራሱን ቀለምና ጣእም እየጨመረ የራሱ ያደርጋል። በቅዱሳት መጻሕፍት የተፈቀዱ እንስሳትን ብቻ ለምግብነት የሚጠቀም ሲሆን በክርስትናም ሆነ በእስልምና እንስሳው የሚታረደው ተባርኮ ነው። እንስሳው ይባረካል፤ ከመበላቱ በፊት ደሙ ፈጽሞ ተንጠፍጥፎ እንዲወጣም ይጠበቃል።

አለባበስ

በአለባበሱ ከጥንት ጀምሮ ጥጥ ዘርቶ፣ ፈትሎ በመሸመን የራሱን ልብስ የሚሠራ ሲሆን ልብሶቹን በጥልፍ እና በሙካሽ የሚያስጌጡ ጠቢባን፣ ጌጣጌጥን ዲዛይን አድርገው በከበሩ ማዕድናት የሚሠሩ የእደጥበብ ባለሙያዎች ባለቤት ነው። በተጨማሪም ከጥንት ጀምሮ በሚያደርገው የንግድ ልውውጥ ከህንድ እና ከዐረብ አገራት ጨርቆችን እና ልብሶችን እያስመጣ ሲለብስ ኖሯል። ካለፈው 150 ዓመታት ወዲህ የዐለም ሥልጣኔ ባመጣው የጨርቃጨርቅ ቴክኖሎጂ ተሳታፊ በመሆን የተለያዩ ልብሶቹን እያዘጋጀ ይለብሳል።

መንፈሳዊነት

በመንፈሳዊነቱም የአራቱ፣ ሕገ ልቦና፣ የአይሁድ ቤተ እሥራኤል፣ ክርስትና እና የእስልምና ሃይማኖቶች ተከታይ ሲሆን ለምሳሌ በኦርቶዶክስ ተዋሕዶ ክርስትና አማኝነት ክርስትናን መሠረት ያደረጉ፦

- የሚከተሉትን በዓላት ያከብራል፦

- ✓ የአዲስ ዓመት መባቻን ቅዱስ ዮሐንስ ብሎ፣ ደመራ፣ መስቀል፣ ከተራ፣ ገና፣ ጥምቀት፣ ቃና ዘገሊላ፣ አስተርእዮ ማርያም፣ ቅበላ፣ ስቅለት፣ ትንሣኤ፣ ግብረ ሰላም፣ ቡሔ፣ የንግሥ በዓላት (ቅዱስ ሚካኤል፥ ቅዱስ ገብርኤል፥ ቅዱስ ሩፋኤል፥ ቅዱስ ጊዮርጊስ፥ ተክለ ሃይማኖት፥. . .)፡፡

- ➢ የሚከተሉትን አጽዋማት ይጾማል፡-

- ✓ ዐቢይ ጾም፣ ዓርብ ረቡዕ፣ ጋድ፣ ጾመ ነቢያት፣ ነነዌ፣ ጾመ ሐዋርያት፣ ፍልሰታ ለማርያም፡፡

- ➢ የሚከተሉትን ሃይማኖታዊ ሥርዓት ይፈጽማል፡-

- ✓ ጾም፣ ምጽዋት፣ ንስሐ፣ ክርስትና፣ ተዝካር፣ ፍትሐት፣ ማኅበር፣ ሰንበቴ፣ ጽዋዕ፡፡

በእስልምና፡-

- ➢ መውሊድ፣ አረፋ፣ ኢድ-አልፈጥር፤

- ➢ ሰደቃ፣ ዱዓ፡፡

ሙዚቃ

የአማራ ሕዝብ ጥንታዊ የሙዚቃ ባህል ያለው ሲሆን ሙዚቃን ለመንፈሳዊ አገልግሎት፣ ለደስታ፣ ለሥራ፣ ለሐዘን፣ ለጦርነት ይጠቀምበታል፡፡

- ➢ ለመንፈሳዊ፡- እጅግ ጥልቅ የሆነውን ያሬዳዊ ዜማ ለመንፈሳዊ አገልግሎት ለቅዳሴ፣ ለመዝሙር፤ እንዲሁም በገናን ጸናጽልን፣ ለመዝሙር ለማኅሌት፤ መሰንቆን ለዘለሰኛ ይጠቀምበታል፡፡

- ➢ የእስልምና ተከታዩም የራሱ የሆነ ፈጣሪውን የሚያመሰግንበት መንዙማ እና ነሺዳ አለው፡፡

- ➢ ሌላው ሁሉም የሚጋራው ለደስታ፡- ለሰርግ፣ ለበዓላት፣ ለቤተሰብ መሰባሰቢያ ዘፈን፣ እንጉርጉሮ፣ ስለምን፣ ድንፋታ፣ ሳልኝ ወዘተ… በሁሉም ቦታና እምነት ያለ ነው፡፡

- ለሥራ፡- ለደቦ፣ ለአጨዳ የሚደረግ የማሲንቆ ምት፡፡

- ለሐዘን፡- በኅብረት የሚወርድ ሙሾ (በአስለቃሽ የሚመራ)፣ ለተዝካር በማሲንቆ የሚዜም የኀዘን እንጉርጉሮ (ኀዘንተኛው የሞቱ ጉዳይ ቁርጥ መሆኑን አውቆ እርሙን እንዲያወጣ ከወዳጅ ከዘመድ ጋር አልቅሶ እንዲጽናና የሚደረግበት ሥርዓት ነው)፡፡

- ለጦርነት፡- ሽለላ፣ ቀረርቶ፣ ፉከራ በማድረግ ለሥነልቦና ግንባታ እና ሕዝብን ለማነሣሣት ይጠቀምበታል፡፡

- ዘመናዊ ሙዚቃ፡- ባለፉት አንድ መቶ ዓመታት የአምሓራ ሕዝብ ሙዚቃ የራሱን ስልት ይዞ በመውጣት ከፍተኛ እድገት ያስመዘገበ ሲሆን ችክችካ የሚባል ስልት ይዞ በአምስቱ የአምሓራ ሕዝብ ቅኝቶች በባቲ፣ በአምባሰል፣ በአንቺ ሆዬ፥ በትዝታ እና በትዝታ ማይነር በመጠቀም ከፍተኛ እድገት አስመዝግቧል፡፡ በረቂቅ የሙዚቃ ዘርፍም በእነ ፕሮፌሰር አሸናፊ ከበደ እና እማሆይ ጽጌ ማርያም ገብሩ መሪነት ለዐለም ሙዚቃ የራሱን አስተዋጽኦ አበርክቷል፡፡

- የሙዚቃ መሳሪያዎቹ፡-

✓ የትንፋሽ፡- መለከት፣ ዋሽንት፣ እምቢልታ፣ ጥሩንባ፣ ራንጉ፤

✓ የክር፡- መሰንቆ፣ ክራር፣ በገና፤

✓ የምት፡- ከበሮ፣ አታሞ፣ ነጋሪት፤…፡፡

ሥነ ጥበብ

ለሺህ ዘመናት ብዙ ውድመትን እና ጥፋትን ተቋቁመው የዘለቁ ጥንታዊ ሥዕሎች ባለቤት ሲሆን የረቀቁ ሐረጎች፣ ጠልሰሞች እና ዐለምን ያስደመሙ ሥዕሎች አሉት፡፡ ባለፉት መቶ ዓመታት ደግሞ ዘመናዊ የአሳሳል ዘዴ የራሱን ዘዴ ቀይሶ በእነ አገኘሁ እንግዳ፣ በእነ ሜትር አፈወርቅ ተክሌ፣ በእነ አለ ፈለገ ሰላም መሪነት ዛሬ ከፍተኛ ደረጃ ላይ ደርሷል፡፡

የአማራ ሕዝብ ለብዙ ሺህ ዘመናት ያስቆጠረው የግእዝ ሥነጽሑፍ ባለቤት ሲሆን እጅግ ብዙ የብራና መጻሕፍትን ለዐለም አበርክቷል። እንደ ፕሮፌሰር ፓንክረስት ጽሑፍ ወደ 300ሺ የሚገመቱ የብራና ጽሑፎች እንዳሉት መስክረዋል። የመጻሕፍቱ ይዘትም የመንፈሳዊ፣ የቋንቋ፣ የሥነ ከዋክብት፣ የሥነ ዕፅዋት፣ የፍልስፍና፣ የሂሳብ፣ የቀን አቆጣጠር ስሌት፣ የሥነ ፍጥረት፣ የታሪክ፣ የህክምና፣ የሥዕል፣ የቀለምና የጽሑፍ አዘገጃጀት፣ የመንፈሳዊ ኃይል እንዲሁም ዓለማዊ ሥነ ጽሑፎች ናቸው። አማርኛ በዘመናዊ ኅትመት ብዙ መቶ ሺህ መጻሕፍት ጋዜጦች እና መጽሔቶች የተዘጋጁበት የዳበረ የሥነ ጽሑፍ ባህል ባለቤት ነው። በርካታ ሥነ ግጥም፣ ልብ ወለድ እና ኢ-ልብ ወለድ ሥራዎች ተሠርተውበታል። የአምሓራ ሕዝብ የቴአትር እና የሲኒማ ጥበብን ተቀብሎ የራሱን ቀለም እና ይዘት ሰጥቶ አዲስ መንገድ በማውጣት ትልቅ ኢንዱስትሪ አድርጎ አሳድጎታል። በሥነ ሕንጻ በኩልም የአኵሱም፣ የላሊበላ፣ የጎንደር እና የአዲስ አበባ ሥልጣኔዎች እንደሚያሳዩት የአማራ ሕዝብ የዳበረ የኪነ ሕንጻ ባለቤት መሆኑን ያስገነዝባል።

ትምህርት

በቀደመው ዘመን ትምህርት በመንፈሳዊ ተቋማት በዋነኝነት በቤተ ክርስቲያን ሲሰጥ ቆይቷል። የትምህርቶቹ ዓይነትም፡

- ንባብ
- የቁም ጽሕፈት
- ዜማ
- ቅኔ
- የመጽሐፍ ቅዱስ ጥናት
- የመጻሕፍት ምሥጢራት እና ትርጓሜ
- የሃይማኖቶች ጥናት (ዶግማና ቀኖና)
- የተዋሕዶ ርእዮተ ዐለም

የነፃነት ሰልፍ

- ቋንቋና ሥነ ጽሑፍ፣ ቅብጢ፣ ዐረብኛ፣ ዕብራይስጥ፣ ጽርእ (ግሪክ)፣ ላቲን የመሳሰሉት
- አቡሻክር - የሒሳብ ቀመር
- ሥነ ከዋክብት፡- የቀን፣ የዘመን ቆጠራ
- ዕፀ ደብዳቤ
- ሥነ ጥበብ
- ሥዕል እስከ ትርጓሜው
- ውዝዋዜና አቋቋም
- የመጻሕፍት ድጎሳ፡- የሥነ ጽሑፍ ቁሳቁስ ማዘጋጃ
- ፍትሐ ነገሥት (ሕግጋትን ማጥናት)
- ውዳሴ፣ ቅዳሴ
- ታሪክ
- የክርስትና (የቤተ ክርስቲያን) ታሪክ
- ገድል
- ግእዝ
- የቤተ መጻሕፍት ጥበቃ
- ሂሳብና ከዋክብት ጥናት
- ቁጥርና የመደብ ሁለት (የሁለትዮሽ) ሂሳብ (Binary mathematics)
- ሥነ ሕንጻ
- ሥነ ሐክምና

- ሥነ ዕፅዋት
- መንፈሳዊ ፈውስና ሥነ ልቡና ሕክምና
- እደ ጥበብ፡- የእንጨት፣ የቆዳ፣ የብረት፣ የሸክላ፣ የቀለም፣ የመጻፊያ፣ የእርሻ፣ የማዕድን አንጥረኝነት ይሰጣል
- ቅኔ
- የእስልምና ትምህርቶች፡– የቁርአን ትምህርት፣ የመጻሕፍት ትርጓሜያት (ተፍሲር)፣የእስልምና ሕግ ትምህርት፣ ፍቂሕ፣ ነሺዳ

በጎጃም፣ ጎንደር፣ ወሎና ሸዋ ያሉ ገዳማት የመንፈሳዊ ተማሪዎች ማሰልጠኛ ብቻ ሳይሆኑ ለዓለማዊ አስተዳደር፣ ሕግ፣ ፍልስፍና፣ ህክምና፣ ሥነ ጽሑፍ፣ ሳይንስ፣ ሂሳብ፣ ሥነ ሕንጻ፣ ሥነ ዕጽዋት፣ ሙዚቃ፣ ዝማሬ፣ ግጥም፣ ቅኔ፣ እደ ጥበብ ማሰልጠኛ ተቋሞች ነበሩ። ወጣቶች ከእነዚህ ሲመረቁ ወይ በመንፈሳዊ አገልግሎት ይቀጥላሉ፤ ያለበለዚያም የተማሩትን እውቀት ይዘው ዓለማዊ ግልጋሎት፣ አስተዳደር፣ እደ ጥበብ፣ ሕክምና፣ ፍርድ ቤት፣ ጥብቅና፣ ጸሐፊነት ይሠራሉ።

በአውሮፓ እንደ ኦክስፎርድና ካምብሪጅ የመሳሰሉት የእንግሊዝ ገዳማት ወይንም የጀርመኑ ዊቲንበርግ /Wittenberg/ ዩኒቨርስቲ ገዳማት ነበሩ። እነዚህ ገዳማት ናቸው ወደ ዘመናዊ የትምህርትና የጥናት ማእከል ያደጉት። የኢትዮጵያውያን የእውቀት ክምችት የነበራቸው ገዳማት ግን በዘመናዊነትና አውሮፓዊ የመሆን ምኞት ተንቀው ያከማቹት እውቀታቸው እንዲጠፋና እንዲረሳ ተደርጓል። አሁንም የቀረውን አሰባስቦ መጠበቅና ወደ ዘመናዊ የትምህርት፣ የጥናትና የምርምር ማዕከል ማሳደግ የአምሓራው ማኅበረሰብ ግዴታ ነው።

የዘመናዊው ሕክምና አስተሳሰብ የሰውን ልጅ እንደ የሕዋሳት ስብስብ ማሽን አይቶ ችግሩ ያለበትን ቦታ እንደ መጠገን ነው። የኢትዮጵያ ጥንታዊ ዕይታ ግን ሰው የሥጋ እና የመንፈስ ተዋሕዶ እንደሆነ በማመን ላይ የተመሠረተ ነበር። ይህም ሰው የመንፈስና የሥጋ ውሕደት ስለሆነ ሕክምናውም የሥጋ ችግር መንፈስን ይጎዳል ወይንም የመንፈስ ችግር ሥጋን እንደሚያውክ በማመን ላይ ይመሠረታል። አሁን ዘመናዊ ሕክምና ተመልሶ ሁል-አቀፍ holistic ወይንም ተዋሕዶ ወደሚለው ጽንሰ ሐሳብ ተመልሶ መጥቷል። ለዚህ ነው የሥነ ልቦና ሕክምና ከአካል ሕክምና ጋር አብሮ የሚሰጠው። ይህንን ቀድመው የተረዱ የአባቶቻችን እውቀቶች ተጣጥለው ጠፍተዋል። እነዚህ ሁሉ

እሴቶች የአምሓራው ሕዝብ የዘመናት የእውቀት ክምችቶችና ለልጆቹም ሊያወርሳቸው ለዐለምም ሊያስተምራቸው የሚገባ እሴቶች ናቸው። የአምሓራው ሕዝብ ከትውልድ ትውልድ በአፈ ታሪክ ሳይሆን በጽሑፍ የሚተላለፍ እንደ እነዚህ ያሉ በርካታ እሴቶች ስላሉት ነው ሕግ አክባሪ፣ ፈጣሪውን ፈሪና ለነጻነቱ ሟች የሆነው።

እነዚህ ሁሉ አኩሪ ታሪክና እሴቶች የጋራችን ሀብቶች ናቸው በማለቱ እንደ ጨቋኝ ተደርጎ ለጥቃትና ለጥላቻ ዘመቻ እንዲጋለጥ ተደርጓል። የአምሓራ ሕዝብ አካፊለ እንጂ ያጠፋው ሥነ ጽሑፍ፣ ፊደል፣ እደ ጥበብ፣ እምነት፣ ሥነ ሕንጻ፣ ሥነ መለኮት የለም። ያለውንና ያወቀውን ለሰዎች ሕይወት መሻሻል ይጠቅማል ያለውን ማካፈሉ ግን እንደ ወንጀል ሲቆጠርበት ይታያል። ይህ የአምሓራ ሕዝብ በትምህርት ዘዴዎች ውስጥ አዳዲስ የማስተማር ስልቶችን ለዐለም ያስተዋወቀ ነው።

- ትምህርት ቤቶቹ በመምህሩ ዙሪያ እንጂ በሕንጻዎች ዙሪያ አይደሉም፤
- አንዱን የትምህርት ዘርፍ ሙሉ ለሙሉ ሳይጠነቅቁ ወደሚቀጥለው ማለፍ የለም (የሞዱላር ትምህርት ዘዴ)። በአውሮፓውያን ሥርዓተ ትምህርት ተማሪው ሙሉ ለሙሉ ትምህርቱን ሳይረዳ ሃምሳ ከመቶውን ካወቀ ወደሚቀጥለው የክፍል ደረጃ ይዛወራል። በነባሩ የኢትዮጵያ ሥርዓተ ትምህርት ግን መቶ በመቶ ጥንቅቅ አድርጎ ካላወቀ ወደ ቀጣዩ ክፍል ሊሸጋገር አይችልም። ሀሁን ሙሉ በሙሉ ሳያውቅ ወደ አቡጊዳ አይታለፍም፣ አቡጊዳን ሙሉ በሙሉ ሳያውቁ ዳዊት መድገም አይመጣም። ትምህርት በልጁ ጊዜና አቅም ላይ የሚሰጥ ልጁን ብቻ ትኩረት ያደረገ ነበር።
- ተማሪ የሚማረው እያስተማረ ነው (የበታቹን)፤
- ትህትና እና ሥነ ምግባር ዋናው የትምህርቱ አካል ነው፤
- የአካባቢው ሕዝብ ተማሪዎቹን በመመገብ እና ለመምህሩ በመክፈል ለተማሪዎቹ ነጻ የትምህርት እድል ይሰጣል፤
- የመደብ ሁለትን (Binary) የሂሳብ ማሰብ ስልት አስተዋዉቋል፤
- በጠልሰም የአእምሮ ሕሙማንን የማከም ዘዴ አስተዋውቋል፤

- በዘመናዊው ትምህርት የአማራ ሕዝብ ለትምህርት ባለው ከፍተኛ ግምት የተነሣ አብዛኛው ቤተሰብ ልጆቹን የሚያስተምር ሲሆን የአምሓራ ምሁራን በመላው ዐለም በሚገኙ ዩኒቨርስቲዎች እና የምርምር ተቋማት ውስጥ ተሠራጭተው ይሠራሉ። ከእነዚህ ምሁራን መካከል ለአገራቸው እና ለሰው ልጅ እውቀት ማደግ ከፍተኛ አስተዋጽኦ ያደረጉም አሉባቸው። (7)

ፍትሕ

የአማራ ሕዝብ "በሕግ ከሄደች በቅሎዬ ያለሕግ የሄደች ጭብጦዬ" በሚል አስተሳሰብ የሚመራ የሕግ የበላይነትን መቀበልና ማክበር ለጋራ ሀገር መሠረታዊ መሆኑን የሚያምን እና በሕግና በሥርዓት የሚመራ ሕዝብ ነው። ሕግና ሥርዓት የማያውቅ ባለጌ ሲነግስ ደግሞ እምቢ ለነጻነቴ ብሎ የሚነሳ ሕዝብ ነው። (8)

ፖለቲካ

ለብዙ ሺህ ዘመናት በተጻፈ ሕገ መንግሥት፣ ፍትሐ ነገሥት እና በሥርዓተ መንግሥት በነገሥታት ሲመራ የኖረ ነው። ነገሥታቱም በሕግ የሚያስተዳድሩ ነበሩ። በ1948 ዓ.ም ዘመናዊ ሕገ መንግሥት አዘጋጅቶ የፓርላማ ምርጫ እያካሄደ እስከ 1966 ዓ.ም ድረስ ቆይቷል። (9)

የአማራ ሕዝብ ቋንቋ

- ቀደምት የሆነው የአምሓራ ሕዝብ ቋንቋ ግእዝ ሲሆን የቤተ ክርስቲያን እና የሥነ ጽሑፍ ቋንቋ ነው።

- ሁለተኛው የአምሓራ ሕዝብ ቋንቋ አማርኛ ነው፤ ይህ ቋንቋ ከአምሓራ ሕዝብ ሌላ ሌሎች ኢትዮጵያውያንም እርስ በእርስ የሚግባቡበት በአፍሪካ ሁለተኛው ብዙ ተናጋሪ ያለው ቋንቋ ነው። በአሜሪካ መንግሥትም አንዱ የሥራ ቋንቋ ሆኖ ተመዝግቧል።

- ✓ አማርኛ በቃላት የዳበረ፣ በቅኔ እና በግጥም ያጌጠ ቋንቋ ነው።

- ✓ አማርኛ በኢትዮጵያ የፖለቲካ፣ የኢኮኖሚ፣ የሃይማኖት፣ የሚዲያ፣ የሥነ ጽሑፍ፣ የሥነ ጥበብ፣ የትምህርት እና የሥራ ቋንቋ ነው።

- ➢ ሦስተኛው የአምሓራ ሕዝብ ቋንቋ

  አገውኛ፣ ሕምጥኛ፣ አዊኛ፣ ሺናሽኛ፣ አርጎብኛ ነው።

የአማራ ሕዝብ ዳር ድንበር

አማራ ኢትዮጵያ ውስጥ ነባር ነዋሪ እንደመሆኑ መጠን፣ ለብዙ ሺህ ዘመናት በአባቶቹ እና በእናቶቹ ደምና አጥንት የተገነባችውና የተከበረችው አገር ኢትዮጵያ ሙሉ ባለቤት ነው።

የአማራ ሕዝብ እሴቶች

- ➢ ፈሪሃ እግዚአብሔር ያለው በፈጣሪ የሚያምን ሰው ሁሉ እኩል ነው ብሎ የሚቀበል ሕዝብ ነው።

- ➢ መስቀል ከሰላጢን . . . በሰላም የመጣውን በሰላም፣ በኃይል የመጣውን በኃይል የሚመልስ በነጻነቱ የማይደራደር እና ነጻነቱን ለማስከበር ራሱን መስዋእት ለማድረግ የማያወላውል ሕዝብ ነው።

- ➢ ሚስትና ርስት . . . ለክብሩ ቀናዒ የሆነ፣ በተቀደሰ ጋብቻ የሚኖር፣ ርስቱን፣ መሬቱን፣ ንብረቱን፣ በግል የመያዝ መብቱን የሚወድ እንዲሁም የጋራ ርስቱን አገሩን ለመጠበቅ ጠላት በመጣ ጊዜ መዝመት ኃላፊነቱ መሆኑን የሚገነዘብ። ርስት በግል ለመያዝ ጠላት ሲመጣ በጋራ ዘምቶ ሀገርን ማስከበር ግዴታ መሆኑን የሚያወቅ ሕዝብ ነው።

- ➢ ራትና ኩራት፡- ራስን በመቻል፣ ራስን በማሸነፍ በላብ በወዝ መኖርን፣ እንደቤቱ እንዳቅሙ መኖርን የሚያውቅ ቀላዋጭነትን እንደ ሕዝብ የሚጸየፍ "ኩራት ራት ነው" የሚል ሕዝብ ነው።

- ማርና ፍትሕ . . . የአማራ ሕዝብ ፈሪሃ እግዚአብሔር ያለው ጥንታዊ ከሆኑት ሃይማኖቶቹ የሚቀዳ በሕዝቡ ተቀባይነት ያላቸው የሞራል ሕጎች እንዲሁም የተጻፉ ሕጎች ባለቤት ነው። ክፉና ደጉን በለዩ አዋቂዎች መካከል እያንዳንዱ ሰው ነጻነት ያለው እና መብትና ግዴታውን የሚያውቅ ነው። እርስ በእርሱ በማኅበራዊ ኑሮውም ሆነ በኑሮ አቅሙ ሳይበላለጥ ያለውን ሕጋዊ መብት የሚገነዘብ ነው። ይህንን መብት ለማስከበር መብቴ ተነካ ባለበት ቅጽበት ሁሉ ከአጥቢያ ዳኛ እስከ ዙፋን ችሎት ድረስ አደባባይ ውሎ በመሟገት መብቱን ጥግ ድረስ ሄዶ የሚያስከብር ጥቃትን የማይወድ ሕግ አክባሪ እና ፍትሕን አጥብቆ የመሻት ባህል ያለው ሕዝብ ነው።

- በጡር የሚያምን፣ ከራሱ በላይ ኃይል እንዳለና እሱ በሚሠራው ግፍ ራሱ በነፍሱ እንደሚቀጣ፣ ልጆቹም ከበረከት እንደሚቀረጡ እና የሱ ጥፋት በልጆች ይደርሳል ብሎ የሚያስብና የሚጠነቀቅ ሕዝብ ነው።

- ያሉት ከሚጠፋ የወለዱት ይጥፋ ብሎ የሚያምን፣ ቃሉን ቀይሮ ዋሽቶ ቃሉ ከሚጠፋ ልጁ ይጥፋ ብሎ ለቃሉ የሚታመን ሕዝብ ነው።

- “የኔ ቢጤ” . . . አንድ ሰው ቢደኸይ፣ አካል ጉዳተኛ ቢሆን፣ ተቸግሮ የሚበላው ቢያጣ እንኳን ከሱ እሻላለሁ ብሎ የማያስብና ለማኝ ሳይሆን “የኔ ቢጤ” ብሎ እኩል የሚያይ ሕዝብ ነው።

- “የእግዚአብሔር መንገደኛ” . . . ምንም ዓይነት ባይተዋር ቢሆን፣ ቋንቋው፣ መልኩ፣ ባህሉ ባይመስል እንኳን ይህ የእግዚአብሔር እንግዳ ነው ብሎ ቤቱ አስገብቶ እግር አጥቦ፣ ምግቡን አካፍሎ መደቡን ለቆ የሚያስተናግድ እንጂ ጾጉረ ልውጥ፣ ባይተዋር ብሎ የማይዘርፍ ባህልና እምነት ያለው ሕዝብ ነው።

- ሕይወቱ ከእንስሳትና ከአራዊት፣ ከተፈጥሮ ጋር የተሳሰረ እንደሆነ የሚያምን፣ የሚጨነቅ፣ በጸሎቱ ሳይቀር ለፍጥረቱ ለዕፅዋቱ፣ ለእንስሳቱ፣ ለወንዞችና ሸለቆዎች፣ ለምድር አራዊትና ለሰማይ ሠራዊት በታላቁ ቅዳሴው ሳይቀር ስለ አገር ሁሉ እንማልዳለን ብሎ የሚጸልይ ሕዝብ ነው።

- **ወንድማማችነት** . . . የአማራ ሕዝብ የወንድማማችነት እና የእኅትማማችነት መርሕን የሚከተል ሲሆን ሕዝቡ በኀዘን፣ በደስታ፣ በሥራ፣ እጅግ ሰፊ የሆነ ማኅበራዊ ሕይወትን የሚከተል ነው።

❖ **በኀዘን**

- በኀዘን ወቅት በጋራ በመቅበር፣ ቤተሰብ እስኪጽናና ድረስ በማስተዛዘን፣ የእንባ ማድረቂያ ስጦታ እና ግብዣ በማድረግ፣ መርዶ ከሆነም የውሎ ለቅሶ በማድረግ ያስተዛዝናል።

- ንብረት ለጠፋበት መቋቋሚያ በመለገስ፣ እርጥባን በመሰብሰብ ድግስ ደግሶ ግቡልኝ በማለት ይረዳዳል።

❖ ***ለሥራ፡-*** በጋራ የአካባቢ ጥበቃ በማከናወን፣ ቤተ እምነት በመሥራት እና በደቦ ሥራ ይተጋገዛል።

❖ ***ለደስታ፡-*** ልጅ ሲወለድ የአራስ ጥሪ፣ ልጅ ቢመረቅ ስጦታ፣ ሰርግ ቢሆን ወጪ በመጋራት (አቀልቃይ፣ ሌማት፣ የሚዜ እራት፣ መልስ በመጥራት፣ ነጋዶ ግባ በማዘጋጀት መቋቋሚያ በመስጠት) እርስ በእርሱ ይተጋገዛል።

➢ ***ዓላማና አለቃ፡-*** "ተመልከት ዓላማህን፣ ተከተል አለቃህን" በሚለው መርሕ የሚመራ በሕግ በሥርዓት የሚያምን፣ አውራውን የሚከተል፣ መሪውን ተከትሎ የሚሰማራ እና የሰንደቅ ዓላማን ክብር ከፍ የሚያደርግ እንደ ሕዝብ የጋራ ዓላማውን የተረዳ ነው።

➢ **ወግና መዓርግ፦** ከአምሓራ ሕዝብ ዋነኛ እሴቶች መካከል ሁሉንም ኩነቶች በወግና በሥርዓት የሚያስኬድ መሆኑ ነው።

- ጋብቻ፡- መተጫጨት፣ ሽምግልና፣ ሰርግ፣ መልስ፣ ቅልቅል፣ ወዘተ…

- ኀዘን፡- የቀብር ሥርዓት፣ ፍትሐት፣ መርዶ፣ ሠልስት፣ ሰባት፣ አሥራ ሁለት፣ ሠላሳ፣ አርባ፣ ሰማንያ፣ መንፈቅና ዓመታት (ሙት ዓመት) ወዘተ…

- እርቅ፡- የእርቅ ወግ፣ ደም ማድረቅ፣ አበጋር፣

- አለባበስ፡- የልጆች፣ የወጣቶች፣ የአዋቂዎች

- አመጋገብ፡- የአመጋገብ ወግ፣ የምግብ አቀራረብ ሥርዓት

- ቤት አሠራር

- የልጅ ምርቃት
- መንፈሳዊ ትሩፋት፦ ጾም፣ ጸሎት፣ ስግደት፣ ምጽዋት
- መንፈሳዊ ክብረ በዓላት፦ ፋሲካ፣ ግብረ ሰላም፣ ሰንበቴ፣ ጽዋ።

እነዚህ ከአማራ ሕዝብ እሴቶች ውስጥ የሚጠቀሱት ናቸው።

ምዕራፍ ሁለት

የአማራ ሕዝብ ዋና ዋና የታሪክ ምሶሶዎች ጨመቅ

የአማራ ሕዝብ ታሪክ ከኢትዮጵያ ታሪክ ተነጥሎ የሚታይበት ዐውድ ባይኖርም፣ የኢትዮጵያ አገረ መንግሥት ባለቤትና መሥራች የአማራ ሕዝብ መሆኑ በወዳጅም በጠላትም የታመነበት ቢሆንም፣ በሚቀጥሉት ጥቂት ገጾች ዋና ዋና የታሪክ ምሶሶዎችን በማመላከት አጠቃላይ የአማራን ሕዝብ የታሪክ ቅርስ ለማየት እንሞክራለን።

የአማራ ሕዝብ የታሪክ ምንጮች

- ✓ በአርኪዮሎጂ ምርምር በቁፋሮ የተገኙ ጥንታዊ ቅርሶች
- ✓ በጽሑፍ የተገኙ ጥንታዊ መጻሕፍትና መዛግብት
- ✓ በተለያየ ዘመን ወደ አገራችን የተጓዙ ተጓዦች የጻፏቸው የታሪክ ማስታወሻዎች
- ✓ የአገራችን የታሪክ ጸሐፊዎች የጻፏቸው የነገሥታት ታሪክ
- ✓ የውጭ ሀገር የታሪክ ተመራማሪዎች የጻፏቸው የታሪክ መጻሕፍት
- ✓ የእስክንድሪያ ፓትርያርኮች ታሪክ
- ✓ የዐረብ ታሪክ ጸሐፊዎች የጻፉት ታሪክ
- ✓ የሥነ ቋንቋ ተመራማሪዎች የምርምር ጽሑፍ
- ✓ የኢትዮጵያ ኦርቶዶክስ ተዋሕዶ ቤተ ክርስቲያን ገድላት
- ✓ በአፈ ታሪክ የሚነገሩ ታሪኮች።

የወንድወሠን አሰፋ

አኩሱም

የአማራ ሕዝብ ከአኩሱም ሥልጣኔ በፊት የብዙ ሺህ ዓመታት ታሪክ እንዳለው የአርኪዮሎጂ ማስረጃዎች አሉ፤ ነገር ግን ትረካችንን ከአኩሱም ዘመን መነሻነት እንጀምራለን።

የአኩሱም ሥልጣኔ እጅግ ጥንታዊ የሆነ ሥልጣኔ በመሆኑ የአኩሱም ባለቤት ነኝ የሚለውም ብዙ ነው። የአኩሱም ሥልጣኔ ባለቤት መሆን በዐለም ከታዩት እጅግ በጣም ጥቂት ጥንታዊ ሥልጣኔዎች መካከል የአንዱ ባለቤት ስለሚያደርግ እጅግ በጣም አጓጊ ነው። የአኩሱም ሥልጣኔ ባለቤት ነን የሚሉት ሕዝቦች በኤርትራ የሚገኘው የትግረ ብሔረሰብ፤ በደጋማው ኤርትራ ኗሪ የሆኑት የትግርኛ (የከበሳ) ሕዝቦች፤ በኤርትራ፣ በትግራይ፣ በአማራ የሚኖሩት የኩናማ ብሔረሰብ፤ በትግራይ የሚገኙት የትግራይ ልሂቃን እና የአማራ ሕዝብ ናቸው።

ሁሉም የየራሱን ምክንያቶች በመደርደር ባለቤትነቱን ለማረጋገጥ ይሞክራል። እስቲ ጠንካራ መከራከሪያ አለን፣ የአኩሱም ሥልጣኔ ባለቤት ነን የሚሉትን የትግራይ ልሂቃንን ጭብጦች እንመልከት፦

አንደኛው፣ አኩሱም የሚገኘው በትግራይ ክልል ውስጥ በመሆኑ ባለቤትነታችንን ያረጋግጣል የሚሉ ሲሆን ሁለተኛ ደግሞ በተገኙት የድንጋይ ላይ እና የብራና ጽሑፎች አማካኝነት የአኩሱም ሥልጣኔ የግእዝ ሥልጣኔ መሆኑ የተረጋገጠ በመሆኑ ትግርኛ እና ግእዝ ደግሞ ተመሳሳይ ቋንቋ ናቸው ይላሉ። እንደ እነ ዶ/ር ሀብተማርያም አሰፋ አባባል የትግርኛ የሥነ ጽሑፍ ቋንቋው ግእዝ ነው ይላሉ። በመሆኑም የአኩሱም ሥልጣኔ የትግራይ ሥልጣኔ ነው ይላሉ። እነ መምህር ገብረ ኪዳን ደስታ ደግሞ ታሪካችን እና ቅርሳችንን በአማራው የተዘረፍን በመሆናችን፣ አማራው ታሪካችንን እና ቅርሶቻችንን የራሱ በማስመሰል ይኩራራብናል ይላሉ። ሁሉንም እስኪ እንፈትሸው፦

በመጀመሪያ፣ አንድ ታሪካዊ ቅርስ በአንድ አካባቢ መገኘቱ የአካባቢውን ነዋሪ የቅርሱ ባለቤት አያደርገውም። ለምሳሌ የጥንታዊ ግብፅ ባለቤቶች የግብፅን ፒራሚዶች የገነቡት የእኛ ወንድሞች እና እኅቶች የሆኑት ጥቁር ግብፆች በሰባተኛው መቶ ክፍለ ዘመን በተደረገባቸው ወረራ እና የዘር ፍጅት ሙሉ ለሙሉ ጠፍተዋል። ነገር ግን ግብፅን የወረሱት ዐረቦች ጥንታዊው የግብፅ ሥልጣኔ የኔ ነው ለማለት ብዙ ጥረት ቢያደርጉም፣

የጥንታዊ ሐውልቶችን (Sphinx የሚባለውን) ወፈር ያለ አፍንጫ ጠርበው ቢያነሱም እውነታውን ግን መሸፈን ሳይችሉ ቀርተዋል። ከፍጅት የተረፉት ጥቂት ጥቁር ግብፆች ዛሬ ድረስ በደቡባዊ ግብፅ በአስዋን አካባቢ ከነጠይምነታቸው እና የአንገት ንቅሳታቸው ይታያሉ። በነገራችን ላይ በ70 ዓመታት ውስጥ በጥቁር ግብፅ ላይ የተፈጸመውን ወረራና ውድመት የሚያስረዳው መጽሐፍ የተገኘው ከቅብጥ ቋንቋ ወደ ግእዝ ተተርጉሞ በኢትዮጵያ በሐይቅ እስጢፋኖስ ገዳም ነው። ስለዚህ የአኵሱም በትግራይ ክልል ውስጥ መገኘት ብቻ የትግራይን ሕዝብ የአኵሱም ሥልጣኔ ባለቤት አያደርገውም። በማንኛውም በዘመኑ በተገኙ የድንጋይ ላይ ጽሑፎች፣ የብራና ጽሑፎች ላይ ከ10ኛው ክፍለ ዘመን በፊት ትግራይ የሚባል ነገር ተጽፎ አልተገኘም።

ሁለተኛ፣ 'የግእዝ ቋንቋ እና የትግርኛ ቋንቋ አንድ ዓይነት ነው፤ ትግርኛ ንግግሩ ሲሆን ግእዝ ደግሞ ጽሑፉ ነው' የሚለውን እንፈትሸው። ግእዝ ብዙ ቃላትን ከትግረ ቋንቋ፥ ከትግርኛ፥ ከአማርኛ፥ ከጉራጊኛ፥ ከአርጎብኛ እና ከአደርኛ ቋንቋዎች እንደሚጋራ ይታወቃል። የቋንቋ ጥናት ባለሙያዎች ግእዝ በተጨማሪ ከዐረብኛ እና ከዕብራይስጥ ቋንቋዎች ጋር ዘመድ ቋንቋ መሆኑንና ነገር ግን ራሱን የቻለ ቋንቋ መሆኑን አረጋግጠዋል።

የግእዝ ቋንቋ ከትግርኛ በተለየ መልኩ የጉሮሮ እና የላንቃ ድምፆች የሉትም። በግስ እርባታም ግእዙ ከትግርኛው የተለየ የግስ እርባታ የሚከተል ነው። በተጨማሪም ግእዝ የትግርኛ የጽሑፍ ቋንቋ ነው ከተባለ በግእዝ ቋንቋ የተዘጋጁትን የቅዱስ ያሬድ የድጓ ቀለማት የትግርኛ ጽሑፎች መሸከም መቻል ነበረባቸው። ነገር ግን የትግርኛው ጽሑፍ የቅዱስ ያሬድን የድጓ ቀለማት መሸከም አይችልም።

በመጨረሻም ላለፉት ብዙ ዘመናት ከኤርትራ እና ከትግራይ የቤተ ክርስቲያን አገልጋዮች ለአገልግሎታቸው አስፈላጊ የሆነውን የግእዝ ቋንቋ፣ ቅኔውን ለመማር ወደ ጎንደር፣ ጎጃም፣ ወሎ እና ሸዋ በመምጣት ሲማሩ መቆየታቸው እና አሁንም እየመጡ የሚማሩ መሆናቸው ይታወቃል። የራስን ቋንቋ ለመማር መቼም ወደ ሌላ ቋንቋ ተናጋሪ ስለማይኬድ የዚህ ሐሳብ አራማጆች የሆኑ የትግራይ ልሂቃን ክርክር በቀላሉ ፈርሷል። የአማራ ሕዝብ የአኵሱም ሥልጣኔ ባለቤትነቱ ማሳያዎች ከብዙ በጥቂቱ የሚከተሉት ናቸው፦

I. የተረጋገጠ የግእዝ ቋንቋ ባለቤትነቱ

ለብዙ ዘመናት አምሓራው የግእዝ ትምህርት ምንጭና ማዕከል መሆኑ፡፡ በተጨማሪም በመቶ ሺዎች የሚቆጠሩ የግእዝ መጻሕፍት ባለቤት መሆኑ ናቸው፡፡

II. በዘመነ አክሱም የተሠሩት ጥንታውያን አብያተ ክርስቲያናት

- ✓ ጣና ቂርቆስ
- ✓ ተድባበ ማርያም
- ✓ መርጡለ ማርያም
- ✓ ዋሻ ሚካኤል

III. የኢትዮጵያ ነገሥታት ሥርዓተ ንግሥና

በታሪካችን እንደታየው ነገሥታቱ የሰሎሞን እና የሳባ ተወላጅ መሆናቸውን ማረጋገጥ ሲችሉ ብቻ ነው ቤተ ክርስቲያን የንግሥና ሥርዐቱን የምትፈጽምላቸው፡፡ ለማሳያ ያህል የዐፄ ዮሐንስ ንግሥናን እንመልከት፡፡ ዐፄ ዮሐንስ ትውልዳቸውን ከአምሓራ ነገሥታት በመቁጠራቸው ነው ቤተ ክርስቲያን በአክሱም ጽዮን እንዲነግሡ የፈቀደችላቸው፡፡ ዝርዝሩን ስንመለከት፦ ዐፄ ዮሐንስ ትውልዳቸውን በአባትም በእናትም ያስቆጠሩት እንደዚህ ነበር፦

ትውልዳቸው ከዐፄ ዓምደ ጽዮን ይጀምራል፡፡ ዓምደ ጽዮን ሰይፈ አርዕድን ይወልዳል፣ ሰይፈ አርዕድ ደግሞ ዳግማዊ ዳዊትን ይወልዳል፡፡ እዚህ ላይ የዐፄ ዮሐንስ አባትና እናት ዝርያ ይከፈላል፡፡

በአባታቸው በኩል ካሳ ምርጫ (ዐፄ ዮሐንስ) የሹም ተንቤን ምርጫ ልጅ ናቸው፡፡ ሹም ተንቤን ምርጫ ደግሞ የወርቅውኃ ልጅ ናቸው፡፡ ወርቅውኃ ደግሞ የቃለ ክርስቶስ ልጅ ናቸው፤ ቃለ ክርስቶስ የገሊላዊት ልጅ ናቸው፣ ገሊላዊት የራስ ሚካኤል ልጅ ናቸው፤ ራስ ሚካኤል የእሴተ ማርያም ልጅ ናቸው፤ እሴተ ማርያም የአዛዥ ያዕቆብ ልጅ ናቸው፤ አዛዥ ያዕቆብ የተክለ ሃይማኖት ልጅ ናቸው፤ ተክለ ሃይማኖት የፀሐይ ሕዝባ

ልጅ ናቸው፤ ፀሐይ ሕዝባ የዳግማዊ ዳዊት ልጅ ናቸው፤ ዳግማዊ ዳዊት የሰይፈ አርዕድ ልጅ ናቸው፤ ሰይፈ አርዕድ የዓምደ ጽዮን ልጅ ናቸው።

በእናታቸው በኩል ካሳ ምርጫ (ዐፄ ዮሐንስ) ከወይዘሮ ስላስ ተወለዱ። ስላስ ከደጃች ድምፁ ተወለዱ፤ ደጃች ድምፁ ከደጃች ደበብ ተወለዱ፤ ደጃች ደበብ ከወለተ ጽዮን ተወለዱ፤ ወለተ ጽዮን ከወልደ ሩፋኤል ተወለዱ፤ ወልደ ሩፋኤል ከድል በኢየሱስ ተወለዱ፤ ድል በኢየሱስ ከወልደ ጊዮርጊስ ተወለዱ፤ ወልደ ጊዮርጊስ ከፀበለ ዮስጣጢዮስ ተወለዱ፤ ፀበለ ዮስጣጢዮስ ከወለተ ሳሙኤል ተወለዱ፤ ወለተ ሳሙኤል ከናየድ ተወለዱ፤ ናየድ ከበእደ ማርያም ተወለዱ፤ በእደ ማርያም ደግሞ ከዘርዐ ያዕቆብ ተወለዱ፤ ዘርዐ ያቆብ ከዳግማዊ ዳዊት ተወለዱ፤ ዳግማዊ ዳዊት ደግሞ ከሰይፈ አርዕድ ተወለዱ፤ ሰይፈ አርዕድ ደግሞ ከዓምደ ጽዮን ተወለዱ።

ሳይቆራረጥ የመጣው የጥንታዊው የአምሐራ የንግሥና ሐረግ፣ የንግሥና ቦታውን ይቀይራል እንጂ ሥርወ መንግሥቱ እስከ ዐፄ ኃይለ ሥላሴ ድረስ ተቋርጦ አያውቅም። ዐፄ ዮሐንስ ዘራቸውን ከአምሐራ ነገሥታት በማስቀጠር ንግሥናን ያገኙ ሲሆን፣ የሥርወ መንግሥታቸውም የንግሥና ቦታ ትግራይ ይሁን እንጂ፣ የሥራ ቋንቋቸውም አማርኛ ነበር።

የኢትዮጵያ ነገሥታት በአኩሱም የሚነግሡበት ምክንያት ለባሕር ባለው ቅርበት የከተሙት ጥንታዊ የመናገሻ ከተማቸው በመሆኑ ነው። በዘመኑ የታቦተ ጽዮን መቀመጫ በሆነችው አኩሱም ጽዮን ቤተ ክርስቲያን ንግሥና መፈጸም የተለመደ በመሆኑ ነው። እንደየዘመኑ የታቦተ ጽዮን መቀመጫም በመቀየሩ የንግሥናውም ቦታ ተቀይሯል። በእነዚህ እና የታሪክ ባለሙያዎቻችን ወደፊት በሚገልጧቸው ሌሎች ብዙ ማስረጃዎች የአማራ ሕዝብ የአኩሱም ሥልጣኔ ባለቤትነቱን ያረጋግጣል።

የአምሓራ ነገሥታት ሳይቆራረጥ በመጣው ሥርወ መንግሥታቸው የሙሉ ኢትዮጵያ ባለቤት የነበሩ መሆናቸውን በ15ኛው ክፍለ ዘመን በብራና ላይ ተጽፈው የተገኙ ለነገሥታቱ የተጻፉ የአማርኛ የውዳሴ ግጥሞች ያሳያሉ። ግጥሞቹን ያገኘው ጣልያናዊው ተመራማሪ ጉዊዶ ነው። የታተሙትም በ1889 እ.ጎ.አቆጣጠር ነው፤ የተወሰነውን እንይ፦

ለዐፄ ይስሐቅ (1414-1429 ዓ.ም.) የተገጠመ፡-

ዜት ይንገር

ወርቁን የሚገብር

እናርያ ይንገር

ቦሽ ይንገር

ወርቁን የሚገብር

ዝንጀሮ ይንገር

ከምባት ይንገር

ፈረሱን የሚያቀጽር

እነሞር ይንገር

ቀረቀር ይንገር

ሐውዘኛ ይንገር

ፈረስ የሚገብር

ኬራ ይንገር

ፈረሱን የሚገብር

ዛቶ ይንገር

ወላሞ ይንገር

ባሕር ገሞ ይንገር

ሱፍ ገሞ ይንገር

ፈረስ የሚገብር

ሐላባ ይንገር

ቀቤን ይንገር

ገደብ ይንገር

ጉዬላ ይንገር

ሱማሌ ይንገር

ሙር ይንገር

ዘንከር ይንገር

አደል ይንገር

ባሕር ማተባ ይንገር

ዝን ይስሐቅ ትኩር

ትኩሬቱም ተምክር

በምዕዋ ምድር፡፡

ለዐፄ ዳዊት (1382-1413 ዓ.ም.) የተገጠመ ውዳሴ (በጥንታዊ አማርኛ)

ስንቱን እንቆዕር

የሐላባ ገበር

የጣይቶ ገበር

የላቦላ ገበር

ስንቱን እንቆዕር

የጉዴላ ገበር

ሲፈክር ነበር

ስንኳ ለአምሐራ ኸር

ሰማይ ቢከነበል

እናቆም ሲሉ ነበር በዖር

አንበሳ ዳዊት ትኩር

አለኸንገብር

በአባትህ የነበር

እኛስ ፈቃደኛ ነን

እንስጥ መንግሥትህን

ፈረስ የተፈተን

ወርቅ የተመዘን

ሐበጥ ቂራጥ ብለን

ናድርስ መንግሥትህን።

ለዐፄ ዓምደ ጽዮን (1314-1344 ዓ.ም.) የተገጠመ

ዓምደ ጽዮን ስም ይዘራ

በወጅ እስከ በጥረአሞራ

ቃራ ይነስንስ ቃራ እንደ ጭራ

በወንዶች ገረገራ

በሐዲያ እስከ ጉዴላ

በባሊ እስከ ጌድራ

በባሕር እስከ ኤርትራ

ዓምደ ጽዮን ስም ይዝራ፡፡

የአኩሱም ሥልጣኔ ከክርስቶስ ልደት በፊት በ400 ዓመት እንደተጀመረ የሚታወቅ ሲሆን የአኩሱም ሥልጣኔ ሁኔታን ለማወቅ የሚረዱን፦

- ✓ የአኩሱም ሐውልት
- ✓ የቤተ መንግሥት ፍርስራሾች
- ✓ የድንጋይ ላይ ጽሑፎች
- ✓ የወርቅ ሳንቲሞች
- ✓ በአኩሱም ዘመን የተሠሩ አብያተ ክርስቲያናት
- ✓ በአኩሱም ዘመን የተሠሩ የአምልኮ መሣሪያዎች
- ✓ በወቅቱ ስለ አኩሱም የጻፉ ተጓዦች እና የታሪክ ጸሐፊዎች
- ✓ በዘመነ አኩሱም የተጻፉ የግእዝ ሥነ ጽሑፎች ናቸው፡፡

የመንግሥት በወቅቱ በዐለም ላይ ከነበሩት ከአራቱ ገናና መንግሥታት ከቻይና፣ ከሮም እና ከፋርስ መንግሥታት አንዱ ነበር፡፡ የአኩሱም መንግሥት የአሁኗን ኢትዮጵያን እና ደቡባዊ ዐረቢያን ይገዛ ነበር፡፡ (10)

አኩሱም በወቅቱ የዐለም ቁልፍ የንግድ መስመሮች የሚባሉትን ከቻይና ተነሥቶ ወደ አውሮፓ የሚያደርሰውን የሐር መንገድ እና ከደቡብ ምሥራቅ እስያ ተነሥቶ ወደ መካከለኛው ምሥራቅና አውሮፓ የሚያደርሰውን የቅመማ ቅመም መስመር የሚተላለፍበትን ቁልፍ ግዛት የሚያስተዳድር ነበር፡፡ በተጨማሪም ከአፍሪካ አህጉር የሚገኘው የዝሆን ጥርስ፣ የአውራሪስ ቀንድ፣ ወርቅና የከበረ ድንጋይ ንግድ የሚከናወንበት በሲራራ እና በመርከብ ንግድ የሚከወንበት የዐረብ፣ የግሪክ እና የግእዝ ቋንቋ የሚነገርበት ግዛት ነበር፡፡ በተጨማሪም ግብይቱ በተቀረፀ የወርቅ ሳንቲሞች የሚካሄድ ነበር፡፡ (11, 12, 13)

በአኩሱም ዘመነ መንግሥት የሥራ ቋንቋ (ቀደምት የሆነው የአማራ ሕዝብ ቋንቋ) ግእዝ የነበረ መሆኑ በድንጋይ ላይም ተጽፈው ዛሬ ዘመን በደረሱ እንዲሁም የወርቅ ሳንቲሞች ላይ በተጻፉት ጽሑፎች ያወቅን ሲሆን፤ ሃይማኖቱም ቀድሞ የአይሁድ እምነት መሆኑን በቅዱሳት መጻሕፍት በተጻፉ ማስረጃዎች፣ በተገረዘ የወንድ ብልት ቅርፅ በተሠሩት የአኩሱም ሀውልቶች እንረዳለን። ከ800 ዓመታት የጣና ቂርቆስ ቆይታ በኋላ ወደ አኩሱም የገባችው ታቦተ ጽዮን አንዷ ዋነኛ የዚህ ታሪክ ማስረጃ ናት።[14] ከዚህ በተጨማሪ በአኩሱም ዘመን የተሠሩ የአኩሱም ጽዮን፣ የተድባበ ማርያም፣ የጣና ቂርቆስ፣ የመርጡለ ማርያም፣ የዋሻ ሚካኤል የአራት መሰዊያዎች ዋነኞቹ ማሳያዎች ናቸው።

በ4ኛ መቶ ክፍለ ዘመን ክርስትና የመንግሥት ሃይማኖት መሆኑ በይፋ የታወጀ ሲሆን በመንግሥቱ ገንዘብ ላይ የመስቀል ምልክት በማድረግ ተረጋግጧል። በግእዝ የተጻፉ የብራና መጻሕፍት እና ዐፄ ካሌብ ያደረጋቸው ዐለም አቀፍ ግንኙነቶች፣ ወደ ደቡብ ዐረቢያ የተደረጉ ዘመቻዎች፣ በየመን የሚገኙ የድንጋይ ላይ ጽሑፎች ይህንን እውነት ያሳያሉ። በተጨማሪም የአባ ገሪማ ወንጌሎችን ጨምሮ በየአብያተ ክርስቲያናቱ ያሉ ንዋየ ቅድሳት እና የኢትዮጵያ ኦርቶዶክስ ተዋሕዶ ቤተ ክርስቲያን የአምልኮ ሥርዓት ከካህናቱ አለባበስ ጋር ይህንን የሕዝባችንን ጥንታዊ ሥሪት ይገልጻሉ።[15]

በ7ኛው ክፍለ ዘመን የተነሣው እስልምና ሃይማኖት በአካባቢው ባደረገው መስፋፋት የባሕር ንግዱን በማቋረጡ፣ የአካባቢው የፖለቲካ ዓውድ በመቀየሩ እንዲሁም ከአኩሱም በስተሰሜን አካባቢ የነበረው የቤጃ ጎሳ ከፍተኛ ተቃውሞ በማንሳቱ፣ እንዲሁም የአኩሱም ገዢዎች ለብዙ ክፍለ ዘመናት በዘለቀው የከተማ ገዢነታቸው ምክንያት ባጋጠማቸው የባህል እና የአኗኗር ንቅዘት የተነሣ በ9ኛው መቶ ክፍለ ዘመን አካባቢ በተነሣ ውስጣዊ አመጽ በተለምዶ የዮዲት ጉዲት በተባለው አርባ ዓመታት በፈጀው ዘመን የአኩሱም መንግሥት ሊፈርስ እና ከዛ በፊት ምንም ዓይነት ሥልጣኔ ያልነበረ በሚመስል ሁኔታ ከፍተኛ ውድመት ሊደርስበት ችሏል።[16]

ከአኩሱም ዋና ዋና ነገሥታት ውስጥ ባዜን፣ ኢዛና እና ሳዛይና፣ ካሌብ እና ገብረ መስቀል ይገኙበታል። [17]

ዛጉዌ

የአኵሱም የመጨረሻ ንጉሥ ከነበረው ድል ነዓድ ቀጥሎ የላስታው ሥርወ መንግሥት በመራ ተክለ ሃይማኖት ተመሠረተ። ነገሥታቱ በዘመናቸው አማርኛን የመንግሥት የሥራ ቋንቋ እንዲሆን አድርገዋል። በዛሬው ዘመን የሰው ልጆች ቅርስ ተብለው የተመዘገቡ አስደናቂ አሥራ አንድ አብያተ ክርስቲያናትን በፍልፍል ድንጋይ አንፀዋል። በዘመኑ የነገሥታቱ ታሪክ ያልተጻፈ በመሆኑ የተገኙት የታሪክ ማስታወሻዎች የተወሰኑ ናቸው።

በመጨረሻም እየተስፋፉ በመጡት ሱልጣኔቶች ምክንያት የንግድ እና የግንኙነት መስመሩ በመቋረጡ በሸዋ (ተጉለት) በተነሣው አመጽ ምክንያት የተፅዕኖው ክልል ስለቀነሰበት፤ በድርድር እና በሰላም ስልጣኑን ለሰሎሞናዊው ሥርወ መንግሥት ሥርዓት በ1272 ዓ.ም አስረክቧል። ነገር ግን የዛጉዌ ነገሥታት ከመራ ተክለ ሃይማኖት እና ከወቅቱ ንጉሥ ልጅ መሶበወርቅ ተወላጆች በመሆናቸው የነገሥታቱ የሰሎሞን እና የሳባ ተወላጅነት ተቋርጧል ማለት አይቻልም። ታዋቂ ነገሥታት መራ ተክለ ሃይማኖት፣ ሐርቤ፣ ይምርሓ ክርስቶስ፣ ላሊበላ፣ ገብረ ማርያም፣ ነአኵቶ ለአብ፣ ወዘተ። (18)

ሰሎሞናዊ ነገሥታት

በመካከለኛው ዘመን

በ1272 ዓ.ም በዐፄ ይኩኖ አምላክ የተመሠረተው ሥርወ መንግሥት መሠረታዊ መገለጫዎች የሚከተሉት ናቸው፡-

- ክርስቲያናዊ መንግሥት መሆኑን በማያወላውል ሁኔታ ከኢትዮጵያ ኦርቶዶክስ ቤተ ክርስቲያን ጋር በመሠረተው ሥርዓታዊ እና ሕጋዊ ግንኙነት ገልጧል።
- በወቅቱ በዐለም እና በአካባቢው እየተስፋፋ የነበረውን ፖለቲካዊ እና ጅሀዳዊ እስልምናን ግንዛቤ ውስጥ አስገብቷል።

- በከተሞች መኖር የሚያስከትለውን የመሪዎች ንቅዘት በመገንዘብ በየሦስት ዓመቱ ከቦታ ቦታ በሚዘዋወር የድንኳን ከተማ (ካምፕ) ሀገር ለማስተዳደር ወስኗል።
- በነገሥታት መተካካት የሚፈጠረውን ረብሻ ለማቆም ሲባል የነጋሲ ዘሮች በመንፈሳዊነት እና በትምህርት የሚታነጹበትን አምባ አቋቁመዋል፤ ተተኪ መሪዎቹን የሚመርጥ የአቃቢ ሰዓት ሥርዓትን ሰርቷል።
- ራሱን የቻለ ወታደራዊ ሥርዓት አቋቁሟል።
- የአገሪቱ ታሪክ እንዲጻፍ ሥነ ጽሑፍ እንዲስፋፋ አድርጓል።
- አገሪቱን በሕግ መግዛት እንደሚገባ በማመን ሥርዓተ መንግሥት እና ፍትሐ ነገሥትን ደንግጓል።
- ዐለም አቀፍ ግንኙነት አድርጓል።
- ግዛቱን በተከታታይነት በማስፋት ከ38 በላይ ግዛቶች ያሉት ግዛተ ዐፄ ከነጭ አባይ እስከ ቀይ ባሕር፣ እስከ ህንድ ውቅያኖስ ድረስ መሥርቷል።[19]

ዐፄ ይኩኖአምላክ በሰላማዊ መንገድ ወደ ሥልጣን እንደመጡ ከሐይቅ እስጢፋኖሱ አባ ኢየሱስ ሞዐ እና ከደብረ ሊባኖሱ አባ ተክለ ሃይማኖት ጋር ስለ መንግሥታቸው ሁኔታ እና ስለ ቤተ ክርስቲያን ግንኙነት ዝርዝር ስምምነት አድርገዋል። ይህ ስምምነት በጽሑፍ ባይገኝም ከሰሎሞናዊው ሥርወ መንግሥት በኋላ ባሉት ስምንት ክፍለ ዘመናት በታዩት የቤተ ክርስቲያን እና የሰሎሞናዊ ነገሥታት ጥምረት ውስጥ በግልጽ ይታያል። በዚህም ጥምረት የተነሣ የኢትዮጵያ ኦርቶዶክሳዊ ቤተ ክርስቲያን በፍልስጥኤም፥ በሶሪያ፣ በሊባኖስ፣ በኑቢያ፣ በግብጽ አብያተ ክርስቲያናት ላይ የደረሰው ሳይደርስባት እስከ ዛሬ ዘመን ለመዝለቅ ችላለች። ይህ ጥምረት ባይፈጠር ኖሮ ጥንታዊ በሆነው በጥቁሩ የግብፅ ሕዝብ ላይ፣ በሱዳን ሕዝብ ላይ በእስልምና ስም በዐረቦች የተፈጸመው የዘር ፍጅት በኢትዮጵያም ይፈጸም ነበር። ከታሪክ እንደምንረዳው የጥንታዊው ግብፅ ሥልጣኔ ባለቤቶች የእኛ ወንድሞች ኑቢያኖች በሰባ ዓመታት በተደረገ የዐረቦች ጅሀድና ወረራ ሙሉ ለሙሉ ዘራቸው ጠፍቶ አገራቸውን ዐረቦች መውረሳቸው የተረጋገጠ ነገር ነው። ሰሎሞናዊው ነገሥታት ከቤተ ክርስቲያን ባገኙት እውቅና የሕዝብ ተቀባይነትን አግኝተዋል።

ከአኩሱም ዘመነ መንግሥት ጀምሮ፣ በዛግዌ ሥርወ መንግሥት የቀጠለውን የነገሥታቱ በአንድ ማዕከል ተወስኖ መኖር የሚያመጣውን፦

1. ከዳር ሀገር ተነጥሎ መኖር፣
2. በከተሞች ምቾት መኖር፣ እና
3. ተከታታይ ግዛት አለማስፋት

ያስከተሉትን ጉድለቶች በመገንዘብ በአንድ ከተማ መቀመጥን በመተው ነገሥታቱ የድንኳን ከተማቸውን ይዘው በየሦስት ዓመቱ በአገሪቱ የተለያዩ አቅጣጫዎች እየተንቀሳቀሱ (ግዛት እንዲያሰፉ፣ ሰላም እንዲያሰፍኑ፣ አንድነትን እንዲሰብኩ) እንዲገዙ በማለት የነገሥታቱን በአንድ ቋሚ ከተማ መቀመጥ አስቀርተዋል።

በታሪክ ከሚታወቁት ትልልቅ ካምፖች (ሰፈሮች) አንጾኪያ፣ ጦቢያው፣ የረር፣ ጥልቅ፣ አሪንጎ፣ ይባባ፣ ደብረ ብርሃን ወዘተ፤ በሥርዓቱ ተከትመው ሕዝብ ይኖርባቸው የነበሩ ከተሞች ደግሞ በራራ፣ መካነ ሰላም፣ ወዘተ ይገኙበታል። [20]

ከጥንት እንደሚታወቀው አንዱ ንጉሥ ሲሞት ልጆቹ እኔ እነግሥ እኔ እነግሥ ግጭትና ብጥብጥ ይፈጠር እንደነበር ይታወቃል። እንዲሁም ነገሥታቱ በመንፈሳዊ እና በሌላም ትምህርት ካልታነጹ ትልቅ ችግር እንዲሚፈጠርም ይታወቃል። ይህ በመሆኑም አምባ ግሸን ተመሥርቶ የነገሥታት ልጆች እና የነጋሢ ዘርያ ያላቸው ሰዎች በትምህርት እና በሥርዓት እንዲኖሩ ይደረጋል። በአምባ ግሸን ከፍተኛ የሆነ የመንፈሳዊ፣ የቅኔ፣ የዜማ፣ የትርጓሜ፣ የፍልስፍና፣ የሥነ ከዋክብት፣ እና የታሪክ ትምህርቶች ይሰጡ ነበር። ታላቁ ምሁር አባ ጊዮርጊስ ዘጋስጫ በአምባ ግሸን አራት ነገሥታትን (ዐፄ ይስሐቅን፣ ዐፄ እንድርያስን፣ ዐፄ ቴዎድሮስ ቀዳማዊን፣ ዐፄ ዘርዐ ያዕቆብን) ማስተማሩ ይታወቃል። ኢትዮጵያን ለ34 ዓመታት የመራው ዐፄ ዘርዐ ያዕቆብ ለረጅም ዘመን በግሸን አምባ መኖሩ እና መማሩ ይነገራል። በነገሥታት መተካካት የሚፈጠረውን ክፍተት የሚሞላ ከንጉሡ ልጆች ተተኪውን መርጦ የሚያነግሥ የዐቃቤ ሰዓት ሥርዓት ከቤተ ክርስቲያን ጋር በጋራ መሥርተዋል። [21]

በዘመኑ የአማራው ሕዝብ ዘመቻ ሲኖር እንዲዘምት ጥሪ እየተደረገለት መስቀል ከሰላጢን በሚለው ሥሪቱ እየዘመተ ይኖር የነበረ ሲሆን ውጤታማነቱን በመመዘን በየአገሩ ሰፍሮ ጸጥታ የሚጠብቅ ሰፋሪ እና ቋሚ ሠራዊት እንደሚያስፈልግ በማመን ቋሚ ወታደራዊ ሠራዊት የተቋቋመው በዚሁ ዘመን ነበር። በታሪክ ተጽፈው የተገኙ ክፍለ ጦሮች ለማሳያ ያህል ጃን አሞራ፣ ቅሩባን፣ በትረ አሞራ፣ አፍሮ አይገባ፣ ጊዮርጊስ ኃይሌ፣ ሥሉስ ኃይሌ፣ ሐመልማል ወዘተ... ይባሉ ነበር። እነዚህ ክፍለ ጦሮች በተመደቡበት ግዛት ሰፍረው የሚኖሩ ነበሩ። [22]

ለአንድ ሕዝብ ሥልጣኔ ሥነ ጽሑፍ የሚያበረክተውን አስተዋጽኦ በመረዳት በዚሁ በመካከለኛው ዘመን ሥነ ጽሑፍ እንዲስፋፋ በመደረጉ ዛሬ እኛ የምንኮራባቸው ብዙ ሺህ የብራና መጻሕፍት ተደርሰዋል ተተርጉመዋል። አገሪቱን በሕግ መግዛት እንደሚገባም በመገንዘብ ፍትሐ ነገሥት እና የሥርዓተ መንግሥት መዛግብት ተዘጋጅተዋል። (23)

የሰሎሞናዊው ሥርወ መንግሥት ነገሥታት ዐለም አቀፍ ግንኙነትን በማስፋት ከዐረብ መሪዎችና ከአውሮፓውያን ጋር ግንኙነት መሥርተዋል። ለምሳሌ የዐፄ ዳዊት መልእክተኞች በፍሎረንስ፣ የዐፄ ዘርዓ ያዕቆብ መልእክተኞች በቫቲካን መንፈሳዊ ጉባኤ፣ የዐፄ ልብነ ድንግል መልእክተኞች በፖርቱጋል በተጨማሪም በየጊዜው ከግብጽና ከቱርክ ገዢዎች ጋር ያደረጓቸው ግንኙነቶች ይጠቀሳሉ(24)

ሰሎሞናዊው ሥርወ መንግሥት ዘመቻዎችን ያለማቋረጥ በማድረግ፣ ግዛቱን በማስፋት 38 ገናና ግዛቶች እና 16 መካከለኛ ግዛቶችን በመጠቅለል ግዛቱን ከነጭ ዓባይ እስከ ቀይ ባሕር እና ህንድ ውቅያኖስ አድርሷል። በወቅቱ የፖርቱጋል መንግሥት ብዙ አባላት ያሉት የልዑካን ቡድን ልኮ የነበረ ሲሆን በዚህ ኤምባሲ ምስክርነት በወቅቱ ኢትዮጵያ እጅግ ለም፥ ሜዳዎቿ በቀንድ ከብቶች የተሞሉ፣ የወይን የፖም፣ የፔር እርሻዎች ያሉዋቸው፣ መኳንንቱ የሐር ልብስ የሚለብሱ ገበሬው የሸማ ልብስ የሚለብስ በጣም ሰላማዊ እና ሀብታም ሀገር መሆኗን ምስክርነት ሰጥተዋል። (25)

በታሪክ ጸሐፊዎች የተመዘገቡት የአማራው ሥርወ መንግሥት ግዛቶች እነዚህ ነበሩ፡–

የነገሥታት እና አውራጃ ግዛቶች፡- (26)

ተ.ቁ	የነገሥታት ግዛቶች	የነገሥታት ግዛት	አውራጃ ግዛቶች
1	ትግራይ	ገንጭ	ገንደጮ
2	ጃንጃሮ	ደዋሮ	አረንጭ
3	እናርያ	ፈጠጋር	ወርጋር
4	ኮንታ	ገንዝ	አሌጽጌ
5	ዳሞት	ባሌ	መርጋይ
6	ጎጃም	ሀዲያ	ቅዛርጋ

7	ሞጣ	ዓላማሌ	ገማሮ
8	ደንከል	ወቅስሎ	ጠለምት
9	አንጎት	በትረ አሞራ	ጠለቆን
10	ዶባ	ጉራጌ	ወገራ
11	ሶጠን	ጌራ	ስሜን
12	በጌምድር	ቡግና	ጠገዴ
13	ይፋት	ጉመር	ቦራ
14	አውሳ	ሱፍ ገሞ	አበርገሌ
15	አማራ	ባሕር ገሞ	ስለዋ
16	ወለጋ	ከምባታ	ቃሌት
17	ሸዋ	በቅሳ	ማድጋ
18	ደንቢያ	ገንጭ	ቃግማ
19	ግድም	ደዋሮ	
20	ዎይ		

በ16ኛው ክፍለ ዘመን የተደረገው የኦሮሞ ወረራ እና ንቅናቄ (27, 28, 29)

የኦሮሞ ሕዝብን ታሪክ እና በአስራ ስድስተኛው ክፍለ ዘመን ያደረገውን ንቅናቄ የሚያስረዱ የታሪክ ምንጮች የሚከተሉት ናቸው። በመጀመሪያ እንደ ቀዳሚ የታሪክ ምንጭ የሚያገለግሉት በዘመኑ በሕይወት ኖረው ያዩትን፣ በዚያው በአስራ ስድስተኛው መቶ ክፍለ ዘመን አንድ መጽሐፍ የጻፉት አባ ባሕርይ፣ በመቀጠልም በዘመኑ የነበሩ

የተለያዩ የኢትዮጵያ ነገሥታት የእነ ዐፄ ሠርፀ ድንግል፣ ዐፄ ሱስንዮስ እና የእነ ዐፄ ኢያሱ ዜና መዋዕሎች ይጠቀሳሉ።

በተጨማሪም በዘመኑ ወደ አገራችን የመጡ አውሮፓውያን ተጓዦች በተዉት ማስታወሻ በተለይም በኢትዮጵያ የነበሩ ፖርቱጋሎች እና የካቶሊክ ኢየሱሳውያን መነኮሳት በወቅቱ የሰጡት ምስክርነት ከፍተኛ ዋጋ ይሰጠዋል። የጉራጌ፣ የሸናሻ፣ የከፊቾ፣ የከንባታ፣ የሀድያ፣ የወላይታ፣ የሲዳማ፣ የሶማሌ እና የአማራ ሕዝብ ታሪኮች እንዲሁም በኦሮሞ ሽማግሌዎች ዘንድ በቃል በዝርዝር ስለ ዘመኑ የሚነገረው የቃል ታሪክ ዋነኛ አስረጂዎች ናቸው።

የኦሮሞ ሕዝብ ከሌሎች ብሔሮች የተለዩ የራሱ የሆኑ እሴቶች አሉት። ከእነዚህ እሴቶች ዋና ዋና የሆኑትን የጎሳ አደረጃጀቱን፣ የዋቄፈና (ዋቄፈታ) እምነቱን እንዲሁም የገዳ ሥርዓቱን በጨረፍታ እንመልከት፦

1) የጎሳ አደረጃጀት

የኦሮሞ ሕዝብ በጎሳ የተደራጀ ነው። ከዋናው ከግንዱ ጀምሮ እስከ ዛሬ ዘመን ድረስ ዝርዝር የዘር ሐረግ ቆጠራ ይካሄዳል። የኦሮሞ ሽማግሌዎች የሁሉንም ጎሳ የዘር ሐረግ ይዘረዝራሉ። የጎሳዎቹ ዝርዝር ትንተና ጎሳ፣ ንዑስ ጎሳ፣ በልበላ፣ መነ እየተባለ እያንዳንዱ ቤተሰብ ድረስ ይደርሳል።

ኦሮሞ ባሬንቱ እና ቦረና የሚባሉ ሁለት ዋና ዋና ጎሳዎች አሉት። ቦረና የሜጫ፣ የቱለማ፣ የቦረና እና የጉጂ አባት ነው። ባሬንቱ ደግሞ የከረዩ፣ የማርዋ፣ የኢቱ፣ የሁምበና እና የአርሲ አባት ነው። በዛሬው አሰፋፈር መሠረት ቱለማ፣ ሜጫ፣ አርሲ፣ ኢቱ፣ ጉጂ እና ቦረና ሰፋፊ ይዞታ አላቸው።

2) የዋቄፈና (ዋቄፈታ) እምነት

ይህ እምነት የኦሮሞ ሕዝብ ጥንታዊ እምነት ነው እየተባለ የሚነገር ሲሆን፣ በጽሑፍ ያልሰፈረ በቃል የሚተላለፍ የእምነት አስተሳሰብ (Oral theology) እና በተግባር የሚገለፅ ሥርዓተ እምነት አለው።

የእምነቱ መሠረት፡- ሁሉን የፈጠረ፣ ሁሉን የሚያይ፣ ሁሉን የሚያውቅ ጥቁር የኦሮሞ አምላክ አለ ይላሉ፤ ዋቃ ጉራቻ ኦሮሞ።

የእምነቱ ስያሜ፡- ዋቄፈና (ዋቄፈታ) ይባላል፡፡

የእምነቱ ሥርዓት የሚከናወንበት ቦታ፡- በበዓላት ወቅት ከሚደረገው ውጪ በመደበኛነት ቃልቻዎቹ በሚገኙበት ቤት "ገልማ" ውስጥ ይፈፀማል፡፡

የእምነት ሥርዓቱ አስፈጻሚዎች፡- ዋዩ ተብለው የሚጠሩ እና የተለዩ አስፈጻሚዎች ያሉት ሲሆን፣ ወንዶች "ቃሉ" ሴቶቹ "ቃሊቲ" ለብዙኃን ደግሞ ቃልቻ ተብለው ይጠራሉ፡፡ ቃልቻዎችን የሚሾመው እና በዓላትን የሚመራው ደግሞ አባ ሙዳ ተብሎ ይጠራል፡፡

አምልኮቱ የሚፈጸምበት ቀን፡- በየሳምንቱ ሐሙስ በቃልቻዎቹ ገልማ ውስጥ ይከናወናል፡፡

ዋና ዋና የአምልኮ ሥርዓቶች፦

ሀ) **አመቺሳ፡**-ልጅ ከተወለደ በኋላ ወደ ቃልቻው ዘንድ በመውሰድ ሕፃኑን የማስመረቅ፣ ስም የማስወጣት እና በቃልቻው የማሳቀፍ ሥርዓት ነው፡፡

ለ) **ቦረንቲቻ፡**- በዓመት ሁለት ጊዜ በጥቅምት እና በሰኔ ወር የሚደረግ የአምልኮ ሥርዓት ነው፡፡ ከብቶች እንዲረቡ ሲባል የሚደረግ ሲሆን የተመረጠ ቀለም ያላቸውን በጎች በማረድ እና በእሳት በማቃጠል መስዋዕት በማቅረብ የሚደረግ ነው፡፡ በተጨማሪም አንድ ያላረሰ ነውር የሌለበት ወይፈን ይታረዳል፡፡

ሐ) **አቴቴ፡**- አቴቴ በየዓመቱ ጥቅምት ወር ላይ የሚደረግ "አቴቴ ዱብራ ኦሮሞ" ለምትባል ሴት አምላክ የሚደረግ አምልኮ ነው፡፡ ሴቶች ተሰብስበው አንገታቸው ላይ ጨሌ በማጥለቅ እና ቂንጬ በመብላት የሚደረግ የአምልኮ ሥርዓት ነው፡፡

መ) **እሬቻ፡**-በየዓመቱ በመስከረም ወር በወንዝ ዳር፤ በሐይቅ ዳር፣ በተራራ ላይ የሚፈጸም አምልኮ ሲሆን ለሥርዓቱ በሬዎች ይታረዳሉ፡፡ ለመስዋዕትነት ከቀረቡት እርድ እና ስጦታዎች ተቀንሶ ለጥቁሩ የኦሮሞ አምላክ ይቀርባል፡፡ ይሄ ሥርዓት ዲባዩ ይባላል፡፡

ከቅርብ ዓመታት ወዲህ የተለያየ እምነት የሚከተሉ ኦሮሞዎች የእሬቻን በዓል በዋቄፈና እምነት ሥርዓትነቱ አንቀበልም ይላሉ፡፡ እሬቻ አምልኮ ሳይሆን ትልቅ የኦሮሞ ሕዝብ

ባህል እና ለፈጣሪ ምስጋና የምናቀርብበት ዋነኛ የኦሮሞ ሕዝብ መሰብሰቢያ ነው የሚል ክርክር ያነሳሉ።

3) የገዳ ሥርዓት

የገዳ ሥርዓት አስተሳሰብ የማኅበረሰቡን ወንዶች በሙሉ በእድሜ እርከን በመከፋፈል ላይ የተመሰረተ ነው። ይህንን የማኅበረሰቡን ወንዶች በእድሜ እርከን መከፋፈል የኦሮሞ ሕዝብ በሰሜን ኬንያ ከሚገኙት የባንቱ ነገድ እና በደቡብ ኢትዮጵያ ከሚገኘው የጌዶኦ ሕዝብ ጋር ይጋራዋል።

በገዳ ሥርዓት በየስምንት ዓመቱ በሚቀያየሩ አምስት ዑደቶች፣ ሥልጣን ከአንዱ እርከን ወደሚቀጥለው ይተላለፋል። ይሄ የሥልጣን ሽግግር የማኅበረሰቡን አንድነት የሚያመጡ ፖለቲካዊ፣ ወታደራዊ እና ሃይማኖታዊ ሥርዓቶችን ያከናውናል። የእድሜ ዕርከን አወቃቀሩ እንደሚከተለው ነው፦

ተ.ቁ	ዕድሜ	ስያሜ
1	0-8	ኢልማ
2	8-16	ቁሮ
3	16-24	ደበሌ
4	24-32	ኩሳ
5	32-40	ራባ
6	40-48	ሉባ

ሥልጣን የሚይዘው ገዳ ሉባ የሚባል ሲሆን፣ ሉባው የማኅበረሰቡን ፖለቲካዊ፣ ወታደራዊ እና ሃይማኖታዊ ሥርዓቶችን ይመራል። አዲሱ ገዳ ሉባ ተብሎ ሥልጣን ለመረከብ በመጀመሪያ ወረራ በማካሄድ ከእነርሱ በፊት የነበሩ ገዳዎች ያልደረሱበትን አገር ወርሮ ማጥፋት እና አዲስ አገር መያዝ ይጠበቅበታል።

በ16ኛው መቶ ክፍለ ዘመን ኦሮሞ አስራ ሁለት ወረራዎችን አካሄዷል። እነዚህ ወረራዎች ከ1522 ዓ.ም ጀምሮ እስከ 1618 ዓ.ም ድረስ የዘለቁ ሲሆን ዘጠና ስድስት ዓመታትን የፈጀ እና ምንም እረፍት በሌለው ሁኔታ የኦሮሞ ሕዝብ አስራ ሁለት የቡታ ወረራዎችን አካሂዷል።

የቡታ ወረራ የፈጸሙ ገዳዎች ዝርዝር እና በወረራ የያዙት አገር

ቱ.ቁ	የገዳው ስያሜ	ዘመን	የወደመው/የተያዘው አገር
1	ገዳ መልባ	1522-1530	የገላናን ወንዝ በመሻገር ወደ ባሊ የገቡበት፣ ባሊንና የደዋሮን ቆላማ አካባቢ ያዙ።
2	ገዳ ሙደና	1530-1538	
3	ገዳ ኪሎሌ	1538-1546	
4	ገዳ ቢፎሌ	1546-1554	ደዋሮ
5	ገዳ ምችሌ	1554-1562	ሸዋ
6	ገዳ ሀርሙፋ	1562-1570	በትረ አሞረ፣ ወጅ፣ ፈጠገር፣ ሸዋ ገኝ፣ አንጎት፣ ቤተ አማራ
7	ገዳ ሮበሌ	1750-1578	
8	ገዳ ቢርመጂ	1578-1586	ሸዋ፣ ገንዝ፣ ቢዛሞ
9	ገዳ ሙለታ	1586-1594	
10	ዱሉ	1594-1602	
11	ዱሉ	1602-1610	
12	ዱሉ	1610-1618	

የወረራው አፈጻጸም ስልቶች፡-

1. **የወራሪው ሠራዊት ወግ፡-** ወራሪው ኩሳ መራውን መወጣቱን (ሰው መግደሉን) የሚያረጋግጥ የተሰለበ የወንድ ብልት ካላቀረበ በቀር ፀጉሩን መላጨት እና ማግባት አይችልም።

2. **የወረራው ስልት፡-** የሚጠቀሙት በእሳት እየተለበለበ የሚሾል የእንጨት ጦር ነው። መንደሮቹን ተደብቀው በመክበብ ከሕፃናት እና ሴቶች በስተቀር ሁሉንም ይፈጃሉ፤ ቤት ያቃጥላሉ። በኋላ ላይ አዋቂ ወንዶች እየማረኩ አገልጋይ (ገበር/ደለታ) ማድረግ ጀመሩ።

3. **ስያሜ መቀየር፡-** በምርኮ የተያዙ ሴቶች፣ ሕፃናት፣ እንዲሁም አገልጋይ የተደረጉ ወንዶች ስያሜ ወዲያውኑ ወደ ኦሮሚኛ ይቀየራሉ። በወረራ የያዙትን አገር በፍጥነት አዲስ የኦሮምኛ ስም ያወጡለታል። ለምሳሌ ያህል፡-

ተ.ቁ	የቀድሞ ስያሜ	አዲሱ ስያሜ
1	ሰላላ	ሰላሌ
2	በረራ	አድኣ
3	እንደገብጣን	አምቦ
4	ፈጠጋር	አርሲ
5	ቤተ አማራ	ወሎ
6	ቤዛሞ	ወለጋ
7	እናርያ	ኢሉአባቦራ

4. **ሞጋሳ፡-** ሞጋሳ ማለት አንድ ግለሰብ ወይም ጐሳ የኦሮሞን ማንነት የሚላበስበት ሥርዓት ነው። ግለሰቡ ወይም ጐሳው በወረራ ከተሸነፈ እና ከተማረከ በኋላ ሕይወቱን ለማትረፍ ሲል ማንነቱን ለውጦ ኦሮሞ ለመሆን እና የወራሪው አገልጋይ ለመሆን በመስማማት በሞጋሳ ሥርዓት የኦሮሞን ማንነት የሚወስድበት የማንነት ቅየራ ሂደት ነው።

የአፈፃፀሙ ሥርዓት በጨረፍታ

- ሞጋሳው በግለሰብ ወይም በጐሳ ደረጃ ይፈጸማል።
- ሞጋሳውን የሚያካሂዱት የኦሮሞው ጐሳ አባገዳ እና ተማራኪው ጐሳ ወይም ግለሰብ ናቸው።
- ሥርዓቱ በትልቅ ዛፍ ስር ይፈጸማል።
- ተማራኪው ከብት ያቀርብና ከብቱ ይታረዳል፤ አባገዳው ይመርቃል፤ ከብቱ የታረደበት ቢላዋ መሬት ላይ ይተከላል።
- ተማራኪው ቢላዋውን ጨብጦ ለጐሳው ታማኝ ለመሆን ቃል ይገባል።
- ሜዲቻ የሚባል ከታረደው ከብት በቀጭኑ የተተለተለ ቆዳ በተማራኪው እጅ ላይ ይታሠራል።
- የሞጋሳ ልጆች ወላጅ አባታቸውን ትተው የዘር ሐረጋቸውን ከሞጋሳ አባታቸው ጀምሮ ይቆጥራሉ።

እዚህ ላይ ከሞጋሳ ጋር የተያያዘ አሁን ባለንበት ዘመን የተፈጸመ ታሪክ ላጫውታችሁ። በቀድሞው ምሥራቅ ሸዋ አሁን ደግሞ ምዕራብ አርሲ ዞን በአርሲ ነገሌ ወረዳ የሚገኘው የአርሲ ጐሳ ዛሬም ድረስ በአካባቢው ባሉ የገጠር ቀበሌዎች ነዋሪ የሆኑትን የአማራ እና የከንባታ ሰዎች በሞጋሳ ኦሮሞ ያደርጋል። የቅርብ ጊዜ ምሳሌ ለማንሣት በዚህ ወረዳ ሶጊዶ በሚባል ቀበሌ ገበሬ ማኅበር ነዋሪ የሆኑ አማሮች ችግሩና ማሳደዱ ሲበዛባቸው በሞጋሳ ኦሮሞ ሆነው የጐሳ አባል በመሆን ከችግር ለመዳን ያስቡና ጠይቀው ጐሳው ይፈቅዳላቸዋል። በነፍስ ወከፍ አስራ ሰባት ሺህ ብር ከፍለው፣ ለሥርዓቱ የሚታረደውን

ከብት በተጨማሪ ገዝተው በማቅረብ ሥርዓቱ ተፈጻሚ ይሆንላቸዋል። ማለትም የጉሳው አባል ለመሆን ይስማማሉ።

ነገር ግን በኅዳር 2012 ዓ.ም. በአካባቢው በአማራ ሕዝብ ላይ በተፈጸመው ጥቃት እነዚህ በሞጋሳ የጉሳው አባል የሆኑ ነባር የሶጊዶ ነዋሪዎች ቤት ንብረታቸው ከመቃጠልና እነርሱም ከመጠቃት አልዳኑም። [30] በዚያው በአስራ ስድስተኛው መቶ ክፍለ ዘመን በተደረገው እና ዘጠና ስድስት ዓመታት በፈጀው ወረራ ያስከተለውን ውጤት በወረራ የተያዙትን አገሮች፣ ሙሉ ለሙሉ የጠፉ ሕዝቦችን እና ማንነታቸው ወደ ኦሮሞ የተቀየሩ ሕዝቦችን በትንሹ እንመልከት።

ሀ. በወረራ የተያዙ አገሮች

የባሬንቱ ነገድ፡- በሐረርጌ፣ በሸዋ፣ በባሌ፣ በአርሲ ሰፈሩ። የቦረና ነገድ፡- በከፋ፣ በኢሊባቦር፣ በወለጋ፣ በጊቤ፣ በሲዳሞ እና በጋሞጐፋ ሰፈሩ። በዚህ ወረራ የኦሮሞ ነገድ ከትንሽ ጉሳነት ወደ ሚሊዮኖች በማደግ በኢትዮጵያ ውስጥ ብዙ ቦታ ለመያዝ ቻለ።

ለ. የጠፉ ጉሳዎች

እንደ የኦሮሞ ፖለቲከኛው ነጋሶ ጊዳዳ (ዶ/ር) ጥናት መሠረት ቢያንስ ሃያ ሁለት (22) ነባር የኢትዮጵያ ጉሳዎች በተደረገው ወረራ ጠፍተዋል። [31]

አማራ ካንቺ	ከንቲ	ገበቶ	አንፊሎ
መጀንግ	ጋንቃ	ሙጬኮ	ባምባሲ
ከዌጋ	ዳሞት	ሸናሻ	ሜያ
ማኦ	ካዛ	ጋፋት	ወርጂ
ቡሳሴ	አጋደ	አርጉባ	

ሐ/ ማንነታቸው የተቀየረ ሕዝቦች

ተ.ቁ	ክፍለ ሀገር	ማንነቱ የተቀየረ ሕዝብ
1	ሸዋ	አማራ፣ ጉራጌ፣ ወርጅ፣ ሜያ
2	ወለጋ	ጋፋት፣ ዳሞት፣ አማራ፣ ስንቾ፣ አንፊሎ
3	ኢሉባቦር	አንፊሎ፣ ከፊቾ
4	ባሌ፣ አርሲ	አማራ፣ ሀድያ
5	ሐረርጌ	አርጎባ፣ ወርጂ፣ አደሬ፣ ሱማሌ፣ አፋር ወዘተ..
6	ጅማ	የጅማ ጉሳ፣ ለገ አማራ፣ ተሉ አማራ

- በአሁኑ ወቀት በሞጋሳ ኦሮሞ የሆኑ ብዙ ሕዝቦች ዛሬ ድረስ ይዘውት በቀጠሉት ጥንታዊ ወግና ሥርዓታቸው፤ ሽማግሌዎቻቸው በሚናገሩት ታሪክ ይታወቃሉ። የተወሰኑ ምሳሌዎችን እናንሣ፡-
- ኦሮሞ ገበር ተብሎ የሚጠራው ከአዲስ አበባ እስከ ሸኖ፣ መንዲዳ እና ኘዓ ድረስ የሚኖረው ጥንተ አማራ ሕዝብ፣
- በሰላሌ፣ በሙገር እና ግንደበረት የሚኖረው ጥንተ አማራ ሕዝብ፣
- ከአዲስ አበባ ወሊሶ ድረስ በደቡብ ምዕራብ ሸዋ የሚኖረው ጥንተ ጉራጌ የሆነው የጨቦ ሕዝብ፣
- በወለጋ የሚገኘው ትልቁ የሽናሻ ነገድ ጉሳ የሆነው ስንቾ፣
- በሽግግሩ መንግሥት ወቅት ኦሮሞ አይደለሁም የተለየ ማንነት አለኝ ብሎ አመልክቶ የነበረው የጉጂ ሕዝብ። (32)

በጥቅሉ ሲቀርብ፥ በዚህ የወረራ ዘመን የነበሩት ነገሥታት ተደጋጋሚ ውጊያ በማድረግ ቢከላከሉም በመጨረሻ የኦሮሞ ነገድ ቁጥር በመብዛቱ እና ሰፊ ግዛት በመያዙ የገዳ ስርዓቱ የቅንጅት ችግር ገጥሞት የቡታ ወረራው አበቃ። የወቅቱ ነገሥታት የኦሮሞ ሕዝብ በየቦታው በቋሚነት እንዲሰፍር እና ዜጋ እንዲሆን በማድረግ፣ የተዋጊ ሠራዊቱ አካል በማድረግ፣ ከመኳንንቱ እና ነገሥታት ጋር በጋብቻ በማስተሳሰር የኢትዮጵያ አካል እንዲሆን በማድረግ የተሳካ ስራ ሠርተዋል።

የጎንደር ሥልጣኔ

የጎንደር ዘመነ መንግሥት የምንለው ዘመን የአጠቃላይ የአማራ ሥርወ መንግሥት አካል ሆኖ፣ ከግራኝ አህመድ ጋር ለ15 ዓመታት የተደረገውን ጦርነት በድል ካጠናቀቁት፣ እና ሕዝቡን እና አገሪቱን አረጋግቶ የረጋ መንግሥት ለመመሥረት ከፍተኛ ተግባር ያከናወኑት ዐፄ ገላውዴዎስ እና ወንድማቸው ዐፄ ሚናስ የነገሡበትን ዘመን እንደ ሽግግር ጊዜ በመውሰድ፤ በጎንደር አካባቢ ማዕከላቸውን አድርገው ኢትዮጵያን ሲያስተዳድሩ ከነበሩት ከዐፄ ሠርፀ ድንግል (1556 ዓ.ም) እስከ ዳግማዊ ዐፄ ቴዎድሮስ ዕረፍት ድረስ (1857 ዓ.ም) ያለውን ወደ 300 ዓመት የሚጠጋ ዘመን ይሸፍናል። በዚህ ዘመን በመጀመሪያ በእንፍራንዝ፣ ቀጥሎም በደንቀዝ ማዕከሉን አድርጎ ቆይቶ በኋላ በዐፄ ፋሲል ዘመነ መንግሥት የጎንደርን ከተማ ከትሟል። በተጨማሪም በአምባ ግሸን የነበረውን የነገሥታት ዝርያዎች መማሪያ እና ማረፊያ ቦታ ወደ ወህኒ አምባ ያዛወረ ሲሆን በዜጋመሉ ደብረ ሊባኖስ ምትክ የኦርቶዶክስ ተዋሕዶ ማዕከልን ወደ አዘዞ ተክለ ሃይማኖት አዛውሯል። (33)

በዚሁ ዘመን ኢትዮጵያን ካስተዳደሩት 28 ነገሥታት መካከል ዋና ዋና ተብለው የሚጠቀሱት ዐፄ ገላውዴዎስ፣ ዐፄ ሠርፀ ድንግል፣ ዐፄ ሱስንዮስ፣ ዐፄ ፋሲል፣ ዐፄ ዮሐንስ አንደኛ፣ ዐፄ ኢያሱ አዲያም ሰገድ፣ ዐፄ ባካፋ፣ ዐፄ ኢያሱ ብርሃን ሰገድ እና ዐፄ ቴዎድሮስ ናቸው። በመሆኑም በጎንደር ዘመነ መንግሥት

- ✓ ከቱርክ መንግሥት ጋር የተደረጉ ውጊያዎችን
- ✓ ከፖርቱጋል/ኢየሱሳውያን ጋር የተደረገውን ትግል
- ✓ በነገሥታቱ የተደረጉ ሀገር የማቅናት ዘመቻዎች

- ✓ በዘመኑ የነበረውን የሃይማኖት ሁኔታ
- ✓ በጎንደር የተወጠነው ሥልጣኔ እና የተደረገው እርምጃ
- ✓ በጎንደር ዘመነ መንግሥት የተደረጉ የዲፕሎማሲ ግንኙነቶች
- ✓ ዘመነ መሳፍንት እና የደረሰው ውድቀት
- ✓ የዐፄ ቴዎድሮስ አነሣስና ተግባራት በሚሉ ጭብጦች ዙርያ ዘመኑን እንመልከት፦

በዘመኑ የኢትዮጵያ የባሕር በሮች በኦቶማን ቱርኮች ተይዘው ነበር። ይህንኑ የባሕር ዳርቻ ይዘው ወደ ኢትዮጵያ የሚገባውን እና የሚወጣውን በመቆጣጠር እንዲሁም በግራኝ አህመድ ወረራ ወቅት ወታደራዊ መሳሪያ በማስገባት ያደረሱትን በደል ለአንዴ እና ለመጨረሻ ጊዜ ለማስወገድ በማሰብ ዐፄ ሠርፀ ድንግል ምጽዋን እና ስዓኪንን ከያዙት ቱርኮች ጋር በ1571 ዓ.ም ውጊያ አድርገው በማሸነፍ አገሩን እጅ አድርገው ነበረ። ከ10 ዓመታት በኋላ ለ2ኛ ጊዜ በ1581ዓ.ም ውጊያ ተደርጎ ቱርኮች እንደገና ወደ ዳህላክ ደሴቶች በመሸሽ ተሸንፈዋል። በወቅቱም የዐፄ ሠርፀ ድንግል ሠራዊት በባሕሩ ዳርቻ ቱርኮች ደግሞ መርከብ ላይ ሆነው መዋጋታቸውን የታሪክ ሰነዶች ያሳያሉ፤ ነገር ግን ቦታው በረሀ በመሆኑ እንደሁልጊዜው ዐፄው ወደ ደጋማ ይዞታቸው ተመልሰዋል።

በግራኝ አህመድ ወረራ ወቅት ለመርዳት መጥተው የነበሩት ፖርቹጋላዊያን፣ እንዲሁም ከእነርሱ ጋር አብረው የነበሩት የካቶሊክ መነኮሳት፣ በኋላም የመጡት ኢየሱሳዊያን እነ ቤርሙዴዝ፣ አቪሮድ፣ ፓኤዝ እና አልፎንሱ ሜንዴዝ በየነገሥታቱ ዘመን በሚያነሱት ጥያቄ በተለያየ መንገድ ቀጥሎ ዐፄ ፋሲል እስኪቋጩት ድረስ የአለመረጋጋት ምንጭ ሆኖ ቆይቷል። የኢየሱሳዊያኑ ጥያቄ በውጊያው ስለረዳናችሁ ሃይማኖታችሁን ወደ ካቶሊክ በመቀየር በሮማው ጳጳስ ሥር ተዳደሩ፣ እንዲሁም አገራችሁን ከፍላችሁ ለፖርቱጋል መንግሥት ልቀቁ የሚል በመሆኑ፤ በመልሱም ከዐፄ ገላውዴዎስ ጀምሮ የተሰጠው መልስ ላደረጋችሁልን እርዳታና ድጋፍ እናመሰግናለን፤ ብርና ወርቅም እንከፍላለን እንጂ ሃይማኖታችንን አንቀይርም፤ ሀገርም ከፍለን አንሰጥም የሚል ነበር። ነገር ግን በዐፄ ዘድንግል እና በዐፄ ሱስንዮስ ዘመን ነገሥታቱ በኢየሱሳውያን መነኮሳት ተጽእኖ ሥር ወድቀው ፍላጎታቸውን ለመፈጸም ቢዳዱም ከፍተኛ የሆነ ጦርነት ተካሂዶ

የወንድወሠን እሰፋ

በአንድ ቀን ወደ ስምንት ሺህ ካህናት እና መነኮሳት ላይ ፍጅት ተፈጽሞ አሳዛኝ ነገር ተከሰተ።

ይህንን የእርስ በእርስ ጦርነት ኢየሱሳውያኑን ጠራርጎ ከሀገር በማስወጣት ዐፄ ፋሲል ሰላም እንዲሰፍን አድርገዋል። ድርጊቱም በአማራ ሕዝብ ታሪክ እንደ ጥቁር ነጥብ ይታያል። (34)

በጎንደር ዘመነ መንግሥት እንደ ጥንቱ የአማራ ነገሥታት ስሪት እየተዘዋወሩ ጸጥታ የማስከበር፣ ፍትህ የመስጠት፣ የአካባቢ አስተዳደሮችን የማጠናከር የዳር ሀገር ጉብኝት እና አዳዲስ ሀገር የማቅናት ዘመቻዎች ያደርጉ ነበር። ለምሳሌ ዐፄ ገላውዴዎስ በዘመነ መንግሥታቸው እስከ ፈጠጋር (የዛሬው አርሲ) ድረስ ተጉዘዋል። በዐፄ ሠርጸ ድንግል ዘመን እናርያን (የዛሬውን ከፋ)፣ ጉራጌን፣ ከንባታን፣ ኩሎን፣ ሀዲያን፣ ዝዋይን፣ አርሲን፣ ወለጋን፣ ሊሙን፣ ጅማን እየተዘዋወሩ አስተዳድረዋል። በዐፄ ኢያሱ አዲያም ሰገድ ዘመነ መንግሥት ወለጋ እና እናርያ ተጉዘዋል። በተጨማሪም በዐፄ ፋሲል ዘመን ኑቢያን እና ሰናርን (የዛሬው ሱዳን) ወደ ግዛታቸው ያስገቡ ሲሆን፤ በ1684 ዓ.ም በዐፄ ኢያሱ አዲያም ሰገድ ከሰላን፤ በዐፄ ኢያሱ ብርሃን ሰገድ ዘመን ቀሪውን የሰናር ክፍል ወደ ግዛታቸው አካተዋል። (35, 36, 37)

በሃይማኖት በኩል ሕዝቡ የፈለገውን ሃይማኖት እንዲከተል መብት የነበረው ከመሆኑም በላይ በዐፄ ዮሐንስ 1ኛ ዘመነ መንግሥት በጎንደር የእስልምና እምነት ተከታዮች እንዲሁም የቤተ እሥራኤል እምነት ተከታዮች የራሳቸውን መንደር እንዲመሠርቱ እና በነጻነት የአምልኮ ሥርዓታቸውን እንዲፈጽሙ ተደርጓል። በኦርቶዶክስ ተዋሕዶ ክርስትና በኩልም ውስጣዊ ልዩነቶችን ለመፍታት በርካታ ጉባኤዎች በየዘመኑ የተደረጉ ሲሆን የተለያዩ መንፈሳዊ መጻሕፍት እና ስንክሳርም የተዘጋጁት በዚህ ዘመን ነበር። በጎንደር ብዙ ትምህርት ቤቶች (ጉባኤ ቤቶች) ተከፈቱ። የትምህርቱም ዓይነትም የቅኔ፣ የቋንቋ፣ የሥነ ከዋክብት፣ የድጓ፣ የመጻሕፍት ትርጓሜ፣ የውጪ ቋንቋዎች (ቅብጢ፣ ዕብራይስጥ፣ ዐረብኛ፣ ጽርእ)፣ ፍትሐ ነገሥት፣ ፍልስፍና፣ ዕጸ-ደብዳቤ፣ መጽሐፍ መደጎስ፣ እንዲሁም ሥነ-ሥዕል ነበሩ። (38)

መንግሥት ለመምህራኑ መተዳደሪያ በመስጠት ሕዝቡ ለተማሪዎቹ ሰርክ ኅብስት እየሰጡ በመመገብ ለብዙ ሺህ ተማሪዎች የነጻ ትምህርት እድል ይሰጥ ነበር። በመሆኑም ጎንደር የእውቀት ማዕከል በመሆን በመቶ ሺዎች የብራና መጻሕፍትን ድንቅ የሆኑ ሥዕሎችንና ሐረጎችን በማበርከት ለሰው ልጅ እውቀት ከፍተኛ አስተዋጽኦ አድርጓል።

በሥልጣኔ በኩል በጎንደር ከተማ የነገሥታቱ መኖሪያ ግንቦች፣ ወደ ዛሬው ዘመን የዘለቁ አስደናቂ የመንግሥት ሥራ ማከናወኛ ቤተ መንግሥቶች ተሠሩ፤ አያሌ አብያተ ክርስቲያናት ታነጹ፤ የመዋኛ ገንዳዎች፣ የወይን እርሻዎች እና መጭመቂያዎች እጅግ አስደናቂ የአትክልት አጸዶች እና መንገዶች ተሠሩ:: (39)

በዐፄ ፋሲል ዘመነ መንግሥት በዓባይ ወንዝ ላይ አፈረዋናት እና በእንዳቤት መሻገሪያ ሁለት ትላልቅ ድልድዮች ተሠሩ:: እንዲሁም በርብና በአንገረብ ወንዞች ላይ ድልድዮች ተሠሩ:: በዐፄ በካፋ ዘመነ መንግሥት በጣና ሐይቅ ላይ ለሕዝብ ማመላለሻ የሚሆን ትልቅ መርከብ ተሠርቶ እንደ ነበር ታሪክ መዝግቦታል:: (40)

የሽመና፣ የቆዳ ሥራ፣ የእንጨት ሥራ፣ የብረታ ብረት ሥራ እንዲሁም የብር እና የወርቅ ማንጠር ሥራ ከፍተኛ ደረጃ ላይ ደርሶ ነበር:: በጎንደር ቤተ መንግሥት የምግብ ዝግጅት ትምህርት ቤት ተከፍቶ የነበረ ሲሆን ነጭ ልብስ ሳይለብሱ ወደ ከተማ መግባት ተከልክሎ ነበር:: ለሀገር ውስጥ እና ለውጪ ንግድ የቀረጥ ሥርዓት አውጥቶ በማወጅና በማስፈጸም ንግዱን የሚያስተዳድር የሀገር ተወላጅ እና የውጪ ዜጎች በነጋድራሥነት እንዲሾሙ ተደርጓል:: በዘመኑ ከግብጽ፣ ከየመን እና ከህንድ ጋር ከፍተኛ ንግድ ይካሄድ ነበር:: (41)

በዐለም አቀፍ ግንኙነት በኩልም እንደ ጉዳዮቹ ክብደት ሲታይ የፖርቱጋል ኢየሱሳውያን መነኮሳትን ብጥብጥ ለማስቀረት ሲባል ያለ ኢትዮጵያ መንግሥት ፈቃድ የውጭ ሀገር ዜጋ ወደ ኢትዮጵያ እንዳይገባ ለማድረግ ሲባል ዐፄ ፋሲል ከቱርክ መንግሥት ጋር ያደረጉት ስምምነት በቀዳሚነት የሚጠቀስ ሲሆን፤ ቀጥሎም በዐፄ ሠርጸ ድንግል ዘመነ መንግሥት ከፖርቱጋል መንግሥት እና ከስፓኝ ንጉሥ ከፊሊፕ ሁለተኛ ጋር የእደ ጥበብ ሠራተኞቹን ለማስመጣት የዲፕሎማሲ ግንኙነት ተደርጓል:: በዐፄ ዘድንግል ዘመነ መንግሥት ከስፔን ንጉሥ ፊሊፕ ሦስተኛ ጋር እንዲሁም ዐፄበ ሱስንዮስ ዘመነ መንግሥት ከስፔን፣ ከፖርቱጋል እንዲሁም ከሮማው ጳጳስ ጋር ግንኙነት ተደርጓል:: ግብጽን ከሚገዛው የቱርክ መንግሥት ጋር በኋላም በዐፄ ኢያሱ አዲያም ሰገድ ዘመነ መንግሥት ከፈረንሳዩ ንጉሥ ሉዊ 14ኛ፣ ህንድን በከፊል ከሚገዛው የሆላንድ መንግሥት ጋር በ1692 ግንኙነት ተደርጓል:: በዘመነ መሳፍንት እና በዐፄ ቴዎድሮስ ዘመነ መንግሥት በተለያዩ ወቅቶች ከቱርክ፣ ከእንግሊዝ እና ከፈረንሳይ መንግሥታት ጋር ግንኙነት ተደርጓል::

የጎንደር ዘመነ መንግሥት ማሽቆልቆል የጀመረው በዋነኛነት በከተማ መኖር የሚያመጣው የነገሥታት በምቾት መንቀዝ፣ የነገሥታቱ ከተከታታይ የሀገር ማቅናት እና እየተዘዋወሩ ማስተዳደርን ቀስ በቀስ በመቀነስ በቤተ መንግሥት ሴራ መጠመድ፣ የሥርወ መንግሥቱ ኃይልና ጉልበት ተሸርሽሮ የመሳፍንቱ ጉልበት እየጨመረ መሄድ ነበር። ከጥንት ተያይዞ እንደመጣው የአማራው ሥርወ መንግሥት ነገሥታት በወህኒ አምባ ተቀምጠው በመንፈሳዊ እና በዐለማዊ ትምህርት ታንጸው የሚያድጉ፤ ተመርጠው በንጉሠ ነገሥትነትም ሲቀመጡ እጅግ ብዙ አማካሪ ያላቸው፤ በቤተ ክህነት ሊቃውንት የሚታገዙ ሕጋዊነታቸውም ሆነ ተቀባይነታቸው በሕዝቡ ዘንድ በጣም ከፍተኛ የነበረ ሲሆን ነገሥታቱም ፍትሐ ነገሥትን በመጠቀም በሕግ የሚገዙ ነበሩ።

ዘመናዊ የመገናኛ ዘዴዎች ባልነበሩበት በዚያ ዘመን ነገሥታቱ በየጊዜው በሀገር ውስጥ እየተዘዋወሩ ጳጥታን በማስከበር ሹም ሽረት በማድረግ የመንግሥታቸውን አቅም ማሳየት ይጠበቅባቸው ነበር። በቀደሙት የአማራ ነገሥታት ዘመን ዋና ከተማ ሳይኖራቸው በየጊዜው ወደ ተለያዩ የአገሪቱ ክፍሎች በድንኳን ከተማ እየተዘዋወሩ ሲመሩ ቆይተዋል።

ዘመነ መሳፍንት

የአማራ ነገሥታት የሥልጣን ምንጭ እና መሠረት በዋናነት በዘር የሚተላለፈው የሰሎሞን እና የሳባ ተወላጆች መሆናቸው፣ በኦርቶዶክሳዊት ቤተ ክርስቲያን በኩል ተቀባይነት ያገኙ እና ተቀብተው የነገሡ እና ስዩመ እግዚአብሔርነታቸውን ያረጋገጡ መሆኑ፣ ከግፈኝነት ርቀው በፍትሐ ነገሥቱ እና በየደረጃው ባሉ መማክርት ተደግፈው የሚያስተዳድሩ መሆኑ፣ እንዲሁም ወታደራዊ አቅም ያላቸው እና ሠራዊታቸውን ይዘው በመላ አገሪቱ እየተዘዋወሩ ችግር የሚፈቱ፣ ሀገር የሚያቀኑ፣ ያጠፋውን ሹም የሚሽሩ ያለማውን የሚሾሙ የሚሸልሙ መሆናቸው ነበር።

ይህ ሕዝባዊ ተቀባይነታቸው እና ሕጋዊ መሠረታቸው በጎንደር ዘመነ መንግሥት የመጨረሻ ዘመናት ቀስ በቀስ እየተሸረሸረ መጥቷል። በቤተ መንግሥቱ እና በሠራዊቱ የሰፈነው በምቾትና በተድላ መኖር፣ ከሕግ ውጭ የሚደረጉ ነገሮች፣ ከፈሪሃ እግዚአብሔር ያፈነገጡ ድርጊቶች መፈጸም፣ ይሄን ተከትሎ እያደገ የመጣው የማስተዳደር ችሎታ መቀነስና የወታደራዊ ዘመቻዎች መሪነት በመሳፍንቱ እጅ በመግባቱ፣ የነገሥታቱ መፈራት እና መከበር፣ የስልጣናቸውም ተቀባይነት እያዘቀዘቀ መምጣት ታይቷል።

ከዚያም በኋላ ተፍጻሜ መንግሥት ተብለው በሚጠሩት ዐፄበ ተክለ ጊዮርጊስ ዘመነ መንግሥት ንጉሡ በሕዝቡ ላይ አዲስ ግብር በመጨመራቸው የተነሣ የሕዝቡ ቅሬታ በመጨመሩ እና የጣሉትን አዲስ ግብር እንዲያነሱ ሲጠየቁም ፈቃደኛ ባለመሆናቸው፣ የበጌምድር ባላባቶች ደብረ ታቦር ላይ በደጅአዝማች እሼቴ ኃይሌ መሪነት ስብሰባ አድርገው "ገዢ እንለውጥ" ብለው ከዚህ በኋላ በመስፍን እንገዛ፣ ነገሥታቱ ያለሥልጣን ለምልክት ብቻ በግንብ ይቀመጡ በማለት ዘመነ መሳፍንት እንዲጀመር ሆኗል።

በቀጠሉት 72 ዓመታት ከትልቁ ራስ ዐሊ የምስፍና ዘመን አንስቶ እስከ ትንሹ ራስ ዐሊ ድረስ መሳፍንቱ አንዱን የነጋሲ ዘር ለምልክት በማንገሥ፣ እንደራሴነቱን በመውሰድ መግዛት ጀመሩ። በዘመነ መሳፍንት በሰፈነው የእኔ ልግዛ እኔ ልግዛ የመሳፍንት ፉክክር ጦርነት አገሪቱ ታመሰች፤ የማዕከላዊ መንግሥት የሚባለው ቀረ። ዝርፊያ፣ ግድያ፣ ሥርቆት እና ማኅበራዊ ንቅዘት ተባባሰ። ሳያቋርጥ በሚደረገው የእርስበርስ ውጊያ የእርሻ ሥራ መሥራት፣ ንግድ መነገድ፣ ቤተሰብ መሥርቶ መኖር አስቸጋሪ ሆነ። [42]

ዐፄ ቴዎድሮስ

ካሳ ኃይሉ በኋላ ዐፄ ቴዎድሮስ የቋራ ተወላጅ እና ከባላባት ቤተሰብ የተወለዱ ሲሆኑ ከልጅነታቸው ጀምሮ በማኅበረ ሥላሴ ገዳም በትምህርት ታንፀው ያደጉ፣ አማርኛ፣ ግእዝ፣ ዐረብኛ ጠንቅቀው የሚያውቁ፣ የቤተ ክህነትን ትምህርት በአግባቡ የዘለቁ፣ ስለ ዐለም እና ስለ ኢትዮጵያ ጥንታዊ ታሪክ የተማሩ ነበሩ። ካሳ ኃይሉ በወጣትነታቸው በአጎታቸው በደጃዝማች ክንፉ ሥር ሆነው ውትድርናን የተማሩ በጠረፍ አካባቢ በተደጋጋሚ ከሚከሰተው የግብጽ ወራሪ ኃይል ጋር በሚደረገው ውጊያ በመሳተፍ ብዙ ወታደራዊ ልምድ ያካበቱ ነበሩ።

በዘመነ መሳፍንት የደረሰውን ከፍተኛ ውድቀት በመገንዘብ ወታደራዊ ኃይል አዘጋጅተዋል። የዕዝ ማዕከሉን በማጥቃት ላይ የተመሠረተ አዲስ የውጊያ ስልት ነደፉ። "ከተመታ ዛፉ ይበተናል ወፉ" በሚለው ብሂል መሠረት የጎንደሩን ደጃዝማች ወንድይራድ እና እቴጌ መነን፣ የሰሜኑን ደጃዝማች ውቤን፣ የጎጃሞቹን ደጃዝማች ጎሹን እና ደጃዝማች ብሩን፣ ርእሰ መኳንንቱን ራስ ዐሊን እንዲሁም የሸዋውን ንጉሥ የኃይለ መለኮትን የጦር አለቆች ሠራዊት በመግጠም እና በማሸነፍ የንጉሠ ነገሥትነቱን ሥልጣን ጨብጠዋል። [43]

ሥልጣን ላይ በነበሩበት ዘመን እንደ ጥንቱ የነገሥታት ልማድ እየተዘዋወሩ አገሪቱን አስተዳድረዋል። ለመጀመሪያ ጊዜ አንድ ወጥ ሠራዊት በደሞዝ የሚተዳደር ለማቋቋም ሞክረዋል፤ የቤተ ክህነቱን አስተዳደር ለማስተካከል ጉልህ እርምጃ ወስደዋል፤ ሕዝቡ በሰላም የእርሻና የንግድ ሥራውን እንዲያከናውን ሰላምና ጸጥታ ለማስፈን ብዙ ጥረት አድርገዋል። የባሪያ ንግድ እንዲቆም ያወጁ ሲሆን የእደ ጥበብ ባለሙያዎችን ከውጭ በማስመጣት የጦር መሳሪያ በሀገር ውስጥ እንዲመረት አድርገዋል። (44)

ዐፄ ቴዎድሮስ ለአገሪቱ ወዳጅ ለማፍራት ያልተሳኩ ግን ብዙ የውጭ ግንኙነት ሙከራዎች አከናውነዋል። በዐፄ ቴዎድሮስ ዘመነ መንግሥት ካጋጠሙ ችግሮች ዋና ዋናዎቹ በሕዝቡ ዘንድ ሙሉ ተቀባይነት ማግኘት አለመቻል፣ ከቤተ ክህነቱ ጋር የተፈጠረው አለመግባባት እና መሳሳብ፣ የንጉሡን ህልም ካለመረዳት የመነጨ የማያቋርጥ የመኳንንቱ አመጽና ጦርነት ነበሩ። በመጨረሻም ባልተሳኩት የውጪ ግንኙነት ሙከራዎች ዳፋ በወቅቱ ዐለምን ከሚገዛው የእንግሊዝ መንግሥት ጋር በገቡት ውዝግብ የተነሣ የትግራይ መስፍን የነበሩት ደጃዝማች ካሳ ምርጫ (በኋላ ዐፄ ዮሐንስ) ንጉሡን ከድተው ከእንግሊዞች ጋር በመተባበራቸው በተደረገው ጦርነት አልማረክም በማለት ራሳቸውን የሰዉ ጀግና መሪ ናቸው። (45)

ዐፄ ዮሐንስ

የትግራዩ ደጃዝማች ካሳ ምርጫ ዐፄ ቴዎድሮስን ከድተው ከእንግሊዞች ጋር በመተባበራቸው ባገኙት የጦር መሳሪያ የዋጉን ዐፄ ተክለ ጊዮርጊስን በማሸነፍ ሥልጣን ይዘዋል።(46) በዘመናቸው ለሁለት ጊዜ ከግብጽ ጋር ተዋግተው ባገኙት ድል የሚታወሱ ሲሆን በተቃራኒው በአማራ ሕዝብ ላይ ባደረሱት ከፍተኛ በደልም ይታወቃሉ።(47) በጎጃም በታሪክ የሚታወቅ ከፍተኛ የዘር ፍጅት የፈጸሙ ሲሆን በዘመነ መንግሥታቸው የጣልያን መንግሥት የቀድሞውን መረብ ምላሽ የዛሬውን ኤርትራን በቅኝ ግዛት ይዟል።(48) ዐፄ ዮሐንስ ከሱዳን ከተነሳው የደርቡሽ ወረሪ ሰራዊት ጋር ባደረጉት ጦርነት መተማ ላይ ተሰውተዋል።

የአዲስ አበባ ሥልጣኔ

ዳግማዊ ዐፄ ምኒልክ

የዳግማዊ ምኒልክ አስተሳሰብ የቀደመውን የኢትዮጵያ ግዛት መመለስ እና ጠንካራ ማዕከላዊ መንግሥት ማቆም፣ ዘመናዊ ሥልጣኔን በመጀመር ኢትዮጵያን ሀብታምና ኃያል ሀገር ማድረግ እንዲሁም በዘመኑ የነበረውን የቅኝ ገዥዎች ፍላጎት በማምከን ዐለም አቀፍ እውቅናን ለኢትዮጵያ ማስገኘት ነበር።

ዐፄ ምኒልክ በልጅነታቸው በምርኮ ሄደው በዐፄ ቴዎድሮስ ቤተ መንግሥት በሥርዓት ተኮትኩተው በማደግ፣ በቤተ መንግሥቱ የሙያና የአስተዳደር ጥበብን የቀሰሙ፣ የቤተ ክህነት ትምህርት የተማሩ ሲሆን ኋላም የዐፄ ቴዎድሮስን ልጅ ወ/ሮ አልጣሽን አግብተው ነበር። በኋላም በዐፄ ዮሐንስ ዘመነ መንግሥት ንጉሠ ሸዋ ሆነው ለረጅም ጊዜ ቆይተዋል።[49] የንጉሠ ነገሥትነቱን ሥልጣን ከያዙ በኋላ እርስ በእርሱ ለሥልጣን እና ለመሬት ይሻኮትና ይጋደል የነበረውን የአምሓራ ሕዝብ ሐሳብና ጉልበት አዲስ አቅጣጫ በማሳየት የኢትዮጵያን ጥንታዊ ግዛት መልሶ ወደ ማምጣት እንዲዞር በማድረግ ከፍተኛ ድል አግኝተዋል። [50]

የስዊዝ ካናል በመከፈቱና ከአውሮፓ ወደ ምሥራቅ አፍሪካ ለመምጣት በደቡብ አፍሪካ መሄድ ስለ ቀረ እንግሊዝ፣ ፈረንሳይ፣ ቤልጅየም፣ ጀርመን በህንድ ውቅያኖስ ላይ የሚተራመሱበትና ከህንድ ውቅያኖስ ወደ ላይ የሚጣደፉበት ዘመን ነበር። ዐፄ ምኒልክ ቀድመው ይህንን ኃይል ታች ድረስ ወርደው ባያስቆሙት ኖሮ ኢትዮጵያ የምትባል ሀገር ባልኖረች፣ ብሔር ብሔረሰብ የሚባሉትም ከነ ባህላቸውና ቋንቋቸው ጨርሰው በወደሙ ነበር።

ዐፄ ምኒልክ ቀደምት ኢትዮጵያውያንን ከቅኝ ተገዢነትና ከባርነት ለማዳን ባይዘምቱ ኖሮና እንግሊዝን ቱርካና ሐይቅ ላይ፣ ጣልያንን ቶጎ ጫሌ ላይ፣ ፈረንሳይን ደወሌ ላይ ባያስቆሟቸው ኖሮ ሁሉም ብሔር ብሔረሰብ የሚባለው ዛሬ ስሙ ቻርልስ፣ ዊልያም፣

ጀሰን፣ ሳልቫቶሬ፣ አጉስቲን፣ ዮን ዣክ ይሆን ነበር። ቋንቋውም ሆነ ባህሉ የእንግሊዝ፣ የፈረንሳይና የጣልያን ሆኖ ዛሬ የሚጣላው በብሔረሰቡ ሳይሆን እኔ አንግሎፎን ነኝ እኔ ፍራንኮፎን ነኝ እያለ ነበር።

እንደ ካሜሩን ያሉ ሀገሮች ዛሬ የፖለቲካ ክፍፍል መሠረት የሆነባቸው እኔ እንግሊዝኛ ተናጋሪ ነኝ አንተ ደግሞ ፈረንሳይኛ ተናጋሪ ነህ የሚለው ክፍፍል ነው። ምኒልክ ቀድሞ መውዜሩን ደግኖ ቁርካና ባሕር ላይ ባያስቀመው ኖሮ ኦሮሞ፣ ወላይታ፣ ሲዳማ፣ ጌዲኦ፣ ጉጂ የሚባል ልዩነት ሁሉ ተጨፍልቆ አንድ ጥቁር (ኒግሮ) የሚባል ብሔረሰብ ነበር የሚፈጠረው።

ዐፄ ምኒልክ ሕዝቡን ከቅኝ ግዛት በማዳናቸው ቅኝ ግዛትን መመከት የሚችል ትልቅ ሕዝብና ወታደር ፈጠሩ። ይህንንም ኃይል ይዘው ዘምተው እነ ዳርዊን ከዝንጀሮ ትንሽ ከፍ ያለ ከሰው ደግሞ ብዙ የቀረው ሕዝብ ነው ብለው የበየኑት ጥቁሩ ሰው በአድዋ ላይ ድል መታ። ለካ ጥቁርም ሰው ነው አስባለ። ይህም የአፍሪካና የእስያ ሀገራት ለምሳሌ ህንድና ቬትናም እነሱ ከቻሉት እኛም አያቅተንም እንዲሉ በር ከፈተ። ያለ አድዋ ድል አፍሪካ ነጻ ለመውጣት ምናልባትም ሌላ አንድ መቶ ዓመታት ይወስድበት ነበር።

ይሁንና ታሪኩን ገልብጠው የጻፉት ፈረንጆች ሀገርን ከቅኝ ግዛት ለማዳን የተካሄደውን ተጋድሎ እንደ ወረራ አድርገው ነበር ያቀረቡት። አንጀታቸው ያረረው ቅኝ ገዢዎች የኢትዮጵያ ታሪክና ፍልስፍና አስተማሪ ሆነው ብቅ አሉ። ዛሬ ምኒልክ ከፈጠረው አንድነት ውጪ እያንዳንዱ ብሔረሰብና ባላባት ከብሪትሽ ኢምፓየር ጋር ተዋግቶ ነጻነቱን አስጠብቆ፣ ሰንደቅ ዓላማ ሰቅሎ፣ ፕሬዝዳንት ሰይሞ ሀገር ይሆን ነበር ብሎ የሚከራከር የለም። የጅማ፣ የወለጋ፣ የሐረር፣ የአርሲ፣ የባሌ መንግሥትና ሠራዊት አልነበረም። ሁሉም በምኒልክ ሠራዊት ስለተሰባሰበ ነበር ኦሮሞ ራሱ አንድ የሆነው። ሱማሌ እኮ ዛሬ ፈረንሳይኛ፣ ጣልያንኛና እንግሊዝኛ ተናጋሪ የሆነው ቀድሞ በምኒልክ ውስጥ ገብቶ እስከ ህንድ ውቅያኖስ ባለመዝመቱ ነው።

የምኒልክ ጸረ ቅኝ ግዛት ግስጋሴ ባይኖር ኖሮ ዛሬ ኢትዮጵያ የምንለው ሀገር ወይንም ክልል ነጻ እንኳን ቢወጣ ኬንያ፣ ሱማልያ፣ ጅቡቲ፣ ሱዳን ሆኖ ተከፋፍሎ ነበር እንጂ ዛሬ እንደምናየው ኦሮምያ፣ ደቡብ፣ አምሓራ፣ ትግሬ በሚል ስብስብ አይሆንም ነበር። ዐፄ ምኒልክ ኢትዮጵን የቀድሞ ድንበሯን ለመመለስ እና በጠንካራ መሠረት ላይ ለማስቀመጥ በትግራይ ከነ ራስ መንገሻ ዮሐንስ፣ በጎጃም ከንጉሥ ተክለ ሃይማኖት፣ በሸዋ ከነ አቶ በዛብህ፣ በወላይታ ከነ ንጉሥ ጦና፣ በከፋ ከነ ጋኪ ሻሪቾ፣ በአርሲ

እንዲሁም በሐረር ጨለንቆ ከኢሚር አብዱላሂ ጋር በመዋጋት አሸናፊነታቸውን በማረጋገጥ አንድ ጠንካራና ቅኝ ግዛትን መመከት የሚችል ኃይል ፈጥረው ሁሉንም በራሱ ቋንቋ እንዲናገር፣ በራሱ ሰው እንዲተዳደር፣ የራሱን እምነትና ባህል እንዲጠብቅ በማድረግ ዘመናዊና እውነተኛ የፌደራል ፖለቲካዊና አስተዳደራዊ ሥርዓት ፈጥረው ነው የመሩት::

አባጅፋር ጅማንና ግቤን፣ ደጃዝማች ሞረዳ ወለጋን፣ ንጉሥ ሚካኤል ወሎን፣ ንጉሥ ጦና ወላይታን፣ የዐፄ ዮሐንስ ወራሾች እነ መንገሻ ስዩም ትግራይን በነጻነት አስተዳድረዋል:: ይህ ደግሞ ልክ እንደ ጀርመኑ ቢስማርክ፣ እንደ ጣልያኑ ጋሪባልዲ ሀገርን ማሰባሰብ ነው:: ጋሪባልዲ የጥንቱን የሮም ግዛት በማሰባሰቡ ጣልያን ቬነስንና ሲሲሊን ቅኝ ገዛ ተብሎ ይከሰሳል?

የጥንቱን ግዛት አስመልሰው በአንድ ማዕከል ሥር አስተዳድረዋል:: የዐፄ ምኒልክ የአስተዳደር ስልት የውስጥ አስተዳደርን ለአካባቢው ባላባት የሚሰጥ፣ የሃይማኖት ነፃነትን በዐዋጅ ለሁሉም የሚፈቅድ፣ ሕግንና ሥርዓትን በማስከበር ላይ የተመሠረተ ነው::(51)

በጣልያን መንግሥት የተደረገው ወረራ የዐፄ ምኒልክ ከፍተኛ የመምራት ጥበብ የታየበት ነበር:: ንጉሠ ነገሥቱ አገሪቱን ዙሪያዋን የከበቧትን የጣልያን፣ የእንግሊዝና የፈረንሳይ መንግሥታት እርስ በእርስ በማሻኮት በቂ የዝግጅት ጊዜ እና የጦር መሣሪያ ያገኙ ሲሆን ሕዝቡን አንድ አድርጎ በማዝመት ለዐለም ጥቁር ሕዝቦች ተስፋ እና ምሳሌ የሆነ ድልን በአድዋ ጦርነት ተቀዳጅተዋል::(52)

በጦርነቱ ወቅት እና ከጦርነቱ በኋላ ባሳዩት ሰብአዊነት እና አስደናቂ የሞራል ከፍታ እና የረቀቀ የዲፕሎማሲ ጥበብ በወቅቱ ዐለምን የሚገዙ ነጮች ለኢትዮጵያ ዕውቅና በመስጠት የዲፕሎማቲክ ግንኙነት እንዲፈራረሙ እና ለኢትዮጵያ ዐለም አቀፍ ተቀባይነት ያለው የድንበር መካለል እንዲፈጽሙ ማስገደድ ችለዋል::(53)

በወቅቱ የአፍሪካ አገራት፣ የዐረብ አገራት፣ የእስያ አገራት፣ እና የማዕከላዊ አሜሪካ አገራት በሙሉ በቅኝ ግዛት ሥር የነበሩ መሆናቸውን ያጤኗል:: ዐፄ ምኒልክ እና አስተዳደራቸው የአዲስ አበባን፣ የጎባን፣ የድርጋለምን፣ ሆሳዕናን፣ መቱን፣ ጎሬን ወዘተ... ከተሞችን የቆረቆሩ ሲሆን ከጅቡቲ ወደ አዲስ አበባ የሚያደርስ የባቡር መንገድ፣ ዘመናዊ

ሕክምና፣ ዘመናዊ ትምህርት፣ ስልክ፣ የፖስታ አገልግሎት እና እጅግ ብዙ የሥሥልጣኔ ውጥኖችን ጀምረው አልፈዋል::(54)

ቀዳማዊ ኃይለሥላሴ

የቀ.ኃ.ሥ አስተሳሰብ ባላባታዊነትን እና ፊውዳሊዝምን በመዋጋት የተማከለ አስተዳደርን በማስፈን ዘመናዊ የሆነች በዐለም አቀፍ ደረጃ የታፈረች የተከበረች ሀገር አድርጎ ኢትዮጵያን ማዋቀር ነበር:: ይህን ለማድረግ ብዙ ፈተናዎች ያለፉ ሲሆን በመጀመሪያዎቹ የአልጋ ወራሽነት ዘመናቸው ብዙ ውጊያዎችን አድርገዋል:: በጎንደር ከራስ ጉግሳ ጋር፣ በሰገሌ ከንጉሥ ሚካኤል ጋር፣ በሐረርጌ ከአቤቶ ኢያሱ ሠራዊት ጋር ብርቱ ውጊያ አድርገው አሸንፈዋል::(55)

የትግራዩን ራስ ስዩም መንገሻን፣ የወሎውን ራስ ገብረሕይወትን፣ የጎጃሙን ራስ ኃይሉን በመያዝ የወቅቱን የዐለም ሥልጣኔ በአካል አይቶ ለመመልከት እና ልምድ ለመቅሰም በመላው አውሮፓ ብዙ ወራት የፈጀ ጉብኝት አድርገዋል::(56) የኢትዮጵያን አስተዳደር ለማዘመን እና በወቅቱ ዐለምን ይመሩ ከነበሩት አገራት ጋር ለመስተካከል መደረግ የሚገባውን ድርጊት ለመከወን መሠረታዊ ዝግጅቶች ማድረግ ጀመሩ:: መዋቅራዊ ለውጥ ለማምጣት የሚያስፈልጉትን የሕገ መንግሥት ዝግጅት እና ዘመናዊነትን ለማምጣት የሚያስፈልገውን የሰው ኃይል ለማፍራት የሚያስችለውን የትምህርት ሥርዓት ውጥን ማከናወን ጀምረው ነበር::

በዚህ ወቅት አውሮፓውያን በውስጥ ባደረጉት ስምምነት ኢትዮጵያን በቅኝ እንዲይዝ የተፈቀደለት የጣሊያን መንግሥት በ1928 ዓ.ም ከቅኝ ግዛቶቹ ከኤርትራ እና ከሶማሊያ በመነሣት ዘመናዊ የጦር መሳሪያዎችን አውሮፕላን፣ ታንክ እና የመርዝ ጋዝ በማጋዝ እንዲሁም ጸረ አማራ የሆነ የፖለቲካ ስልት በመያዝ ወረራ ጀመረ::(57) በጦርነቱ ዋና አዝማች የነበረው ጀነራል ግራዝያኒ ከጣሊያኑ መሪ ከቤኒቶ ሞሶሎኒ ሲሰናበት የተናገረው "ኢትዮጵያን ያለ አማራ ሕዝብ አስረክብሃለሁ" የሚለው ንግግር በአማራ ሕዝብ ዘንድ ለዘላለም ሲጠቀስ ይኖራል::

በነበረው የመሳሪያ ብልጫ እና የጣሊያን መንግሥት ባገኘው የዲፕሎማሲ ድጋፍ በመጀመሪያዎቹ ውጊያዎች አሸንፎ አገሪቱን ለ5 ዓመታት ያዘ። ጣሊያን ኢትዮጵያን ወርራ በያዘችበት አምስት ዓመታት ከፍተኛ ጸረ አማራ ፕሮፖጋንዳ በመፍጠር በአማራው ሕዝብ ላይ የዘር ፍጅት ፈጸመች። በወቅቱ በመላው አገሪቱ የአማራ ሕዝብ ባደረገው የአርበኝነት ትግል እንዲሁም ቀኃሥ ባደረጉት የዲፕሎማሲ ትግል እና የዐለም ፖለቲካ በመቀየሩ የተነሣ ከእንግሊዝ ባገኙት ከፍ ያለ ድጋፍ በአጠቃላይ የጦርነቱ ውጤት ጣሊያን ተሸንፋ ኢትዮጵያ ድል አድርጋለች(58,59,60,61)። ከጠላት ወረራ በኋላ በነበሩት 25 ዓመታት በተለይም ከ1940-1965 ዓ.ም ድረስ ያለማቋረጥ አገሪቱን የማዘመን ሥራ ሲሠራ ቆይቷል። ከእነዚህም መካከል ዋናዋናዎቹ፡ -

ሕግ

በ1923 ዓ.ም የመጀመሪያው ሕገመንግሥት ተረቆ ሥራ ላይ የዋለ ሲሆን በ1948 ዓ.ም ሁለተኛ ማሻሻያ ተደርጎለት ሥራ ላይ ውሏል። ስለዚህ ቀድሞ በፍትሐ ነገሥት እና በሥርዓተ መንግሥት መጻሕፍት ሲመራ የነበረው ሀገርና ሕዝብ አሁን በአዲስ ሕገ መንግሥት እንዲተዳደር ሆኗል።

- የወንጀለኛ መቅጫ ሕግ፣ የፍትሐ ብሔር ሕግ እና የንግድ ሕግ ተዘጋጅቶ ታውጇል።
- ፍርድ ቤቶች --- አጥቢያ ችሎት፣ ምክትል ወረዳ፣ ወረዳ፣ ጠቅላይ ግዛት፣ ከፍተኛ ፍርድ ቤት እና ዙፋን ችሎት ድረስ ተቋቋሙ።

አስተዳደር፡-

- ባላባታዊውን አስተዳደር እንዲፈርስ በማድረግ ዘመናዊ የአስተዳደር መዋቅር ዘርግተዋል።
- ሕዝቡ ተወካዮቹን መርጦ የሕግ መመሪያ ፓርላማ እንዲያቋቁም በማድረግ ለሦስት ተከታታይ የምርጫ ዘመን ሕዝቡ ተወካዮቹን እንዲመርጥ ተደርጓል።
- የሕግ መወሰኛ (SENATE) እና የሕግ መመሪያ ፓርላማዎች ተቋቁመዋል።
- የዘውድ ምክር ቤት ተቋቁሟል።

አዲስ የአውራጃ መዋቅር በመዘርጋት ለሥራ አመቺ ሁኔታ ተፈጥሯል (ወረዳዎች፥ ምክትል ወረዳዎች)

መከላከያ (62)

የኢትዮጵያን አንድነት በአስተማማኝ መሠረት ላይ ለማኖር የዘመናዊ ጦር ሠራዊት አስፈላጊነት በመታመኑ ግዙፍ የወታደራዊ መኮንኖች ማሰልጠኛዎች (የሐረር ጦር አካዳሚ እና የሆለታ ገነት የጦር ትምህርት ቤት)፣ የባለ ሌላ ማዕረግ ማሰልጠኛ እና ወታደራዊ ማሰልጠኛዎች ተከፈቱ። በመሆኑም የኢትዮጵያ ምድር ጦር 58,000 ወታደር እንዲይዝ ተደርጎ በአራት ክፍለ ጦሮች ተደራጀ፤ የኢትዮጵያ አየር ኃይል እንዲሁም የባሕር ኃይል ተቋቋመ። ለዚሁ ደጋፊ የሚሆን ጥንታዊው የነጭ ለባሽ ሠራዊት ብሔራዊ ጦር ተብሎ በአዋጅ ተቋቋመ።

ይህ ሠራዊት ከሶማሊያ ጋር በ1956 በተደረገ ውጊያ፣ ከኤርትራ ተገንጣይ ኃይሎች ጋር በተደረገ ውጊያ ከመሳተፋም በላይ በኮሪያ እና በኮንጎ ዐለም አቀፍ የሰላም ማስከበር ግዳጆቹን በብቃት ተወጥቷል።

ትምህርት (63)

የኢትዮጵያን የልማት ዕርምጃዎች ለማፋጠን የትምህርትን አስፈላጊነት በመገንዘብ ከሀገሪቱ በጀት 40% የሚሆነውን በመመደብ ከሚሊዮን በላይ ተማሪዎች መቀበል የሚያስችሉ ት/ቤቶች በመላ ሀገሪቱ ተሠርተዋል። በሺህ የሚቆጠሩ አንደኛ ደረጃ ት/ቤቶችና በመቶዎች የሚቆጠሩ ሁለተኛ ደረጃ ት/ቤቶች ተቋቁመዋል፤ አዳሪ ት/ቤቶችም ተመሥርተዋል።

በከፍተኛ ትምህርትም የአዲስ አበባ ዩኒቨርስቲን፣ የአለማያ እርሻ ኮሌጅን፣ የሕንጻ ኮሌጅን፣ የንግድ ሥራ ት/ቤቶችን፣ የአምቦ እርሻ ኮሌጅን፣ የጅማ እርሻ ኮሌጅን፣ የአዋሳ እርሻ ኮሌጅን፣ የጎንደር ጤና ሳይንስ ኮሌጅን፣ የባሕር ዳር ፖሊቴክኒክንና የፔዳጎጂ ኮሌጆችን ጨምሮ በርካታ የመምህራን ማሰልጠኛ ተቋማትን እና የአስመራ ዩኒቨርስቲን አቋቁመዋል። በተጨማሪም ለሁለተኛ እና ለሶስተኛ ድግሪ ትምህርት በምዕራባውያን ከፍተኛ ዩኒቨርስቲዎች በሀገሪቱ ወጪ በሺ የሚቆጠሩ ተማሪዎች እንዲማሩ ተደርጓል።

ሕክምና

በጤናው ዘርፍ መከላከልን መሠረት ያደረገ የጤና ፖሊሲ በማዘጋጀት ሁሉም ዜጋ የጤና ታክስ በመክፈል በአነስተኛ ወጪ እንዲታከም በማድረግ የጤና ጣቢያዎች፣ የገጠር ክሊኒኮች እና ሆስፒታሎች በሰፊው ተሠርተዋል። ለምሳሌ ያህል በቅርብ ከተሠራው የጥሩነሽ ቤጅንግ ሆስፒታል ውጪ በአዲስ አበባ ከተማ የሚገኙት ሆስፒታሎች በሙሉ በቀኃሥ ዘመነ መንግሥት የተሠሩ ናቸው። የካቲት 12፣ ቅዱስ ጳውሎስ፣ ጋንዲ መታሰቢያ፣ ንግሥት ዘውዲቱ፣ አለርት (ዘነበወርቅ)፣ ጦር ኃይሎች፣ የፖሊስ ሆስፒታል እና የጥቁር አንበሳ ሆስፒታል በሙሉ በዐፄ ኃይለሥላሴ ዘመነ መንግሥት የተሠሩ ናቸው።

ገንዘብ

የኢትዮጵያን ብሔራዊ ባንክ በማቋቋም የመንግሥት እና የግል ባንኮችና ኢንሹራንሶች ተቋቁመው እንዲሠሩ በማድረግ ከ4 በላይ የግል ባንኮች፣ ሦስት የመንግሥት ባንኮች እና 14 የግል ኢንሹራንስ ኩባንያዎች ተመሥርተው እየሠሩ ነበር። ጥብቅ የገንዘብ ፖሊሲ በመከተል የአገሪቱ ገንዘብ ጠንካራ በመሆኑ ዐለምአቀፍ ተቀባይነቱም ከፍ ያለ ነበር። (64)

መሠረተ ልማት

- በ1948 ዓ.ም የፕላን ኮሚሽን በማቋቋም በመጀመሪያው፣ በሁለተኛው እና በሦስተኛው የልማት ዕቅዶች በመመራት በዕቅድ የሚመራ የልማት ፕሮግራም ተዘርግቷል። (65)
- የመንገድ ሥራ ድርጅት በማቋቋም ከ3,000 ኪ.ሎ ሜትር በላይ መንገድ ከ80 በላይ የአየር ማረፊያዎች፣ የፖስታና የስልክ አገልግሎት እንዲሁም የቆቃ የኃይል ማመንጫን በመገንባት ለኢንዱስትሪ ልማት አስፈላጊ የሆነውን የኤሌክትሪክ ኃይል ማመንጨት ተችሏል። (66,67)
- የአሰብ ወደብን በማልማት የአገሪቱን የባሕር በር ችግር ፈትቷል።

ከተሞች

በአዲስ አበባ ሥልጣኔ ዘመን በመላው ኢትዮጵያ ከ1060 በላይ የምክትል ወረዳ፣ የወረዳ፣ እና የክፍለ ሀገር ከተሞች ተቆርቁረዋል። ያለ ከተማ እድገት የለም። ከተሜነት በራሱ የማኅበራዊ እድገት መገለጫ ነው። ትምህርት ቤት ለመመሥረት፣ መብራት ለማስገባት፣ መንገድ ለመገንባት፣ ንግድ ልውውጥ ለማድረግ፣ ፍርድ ቤት ለማቋቋም፣ ኢንዱስትሪ፣ ባንክና ኢንሹራንስ ለመገንባት ከተማ መመሥረት ግድ ነበር። በቀኃሥ ከተመሠረቱት ከተሞች መካከል የተወሰኑትን ከዚህ ቀጥሎ እንመልከት፦

ባሕርዳር	ፍቼ	ዝዋይ	አርባምንጭ	ጅጅጋ	ሁመራ		አዋሳ
ሞጆ	ደብረዘይት	ሻሸመኔ	ሶዶ	ቀብሪ ደሀር	መተማ	ናዝሬት	አሰበተፈሪ
ወለንጪቲ	አዋሳ	ፍኖተሰላም	ከሚሴ	መቂ	ዲላ	አዋሽ	ነገሌቦረና
ዶዶላ	ጊኒር	ዱራሜ	ደጀን	አምቦ	ዳንግላ	ወረታ	ሐርና
ኮምቦልቻ	አጣዬ	ከሚሴ	ሸዋሮቢት	መርሳ	አዲስ ዘመን	አዋሽ ሰባት	መተሐራ
ቦንጋ	ሚዛን ተፈሪ	ጂንካ	ሀገረ ማርያም	ሞያሌ	አሳይታ		

የመንግሥት መሥሪያ ቤቶች

ከ173 በላይ የሚኒስቴር መሥሪያ ቤቶች፣ የተለያዩ ኮሚሽኖች እና በርካታ ተቋማት ተቋቁመዋል።

የልማት ድርጅቶች

በመንግሥት መዋዕለ ንዋይ (ካፒታል) የተቋቋሙ በርካታ የልማት ድርጅቶች የነበሩ ሲሆን በአሁን ዘመን የአገሪቱ ዋና ድልብ ሀብት ተብለው የሚቆጠሩት የኢትዮጵያ ንግድ ባንክ፣ የኢትዮጵያ አየር መንገድ፣ የኢትዮጵያ ቴሌኮሙኒኬሽን፣ የኢትዮጵያ ኤሌክትሪክ ኃይል፣ የኢትዮጵያ ንግድ መርከብ፣ የኢንሹራንስ ድርጅት፣ የቱሪስት ድርጅት ወዘተ በጠንካራ መሠረት ላይ የተቋቋሙት በዚህ ዘመን ነበር።

ፋብሪካዎች

በመንግሥት ወረት (ካፒታል) እና በተፈጠረው አመቺ ሁኔታ ከ450 በላይ ፋብሪካዎች ተቋቋሙ። ዋና ዋናዎቹ የአዲስ አበባ፣ የድሬዳዋ እና የምጽዋ የሲሚንቶ ፋብሪካዎች፣ የነዳጅ ማጣሪያ፣ የመተሀራና የወንጂ ግዙፍ የስኳር ፋብሪካዎች፣ የባሕር ዳር፣ የድሬዳዋ እና የአቃቂ ጨርቃ ጨርቅ ፋብሪካዎች በዋነኝነት ይጠቀሳሉ። ለኢንቨስትመንት ምቹ ሁኔታ በመፍጠር የመሬት እና የብድር አገልግሎትን በማቅረብ የማበረታቻ ሥርዓት በመዘርጋትና የሀገር ውስጥ አልሚዎችን በማበረታታት ከፍተኛ ኢንቨስትመንት እንዲኖር ተደርጓል።

ዲፕሎማሲ

በቀኃሥ ተክለ ስብእና እና አገሪቱ በወሰደቻቸው እርምጃዎች በዐለም አቀፉ ማኅበረሰብ ዘንድ እጅግ ከፍ ያለ ተቀባይነት በማግኘቷ እና በተደረገው ከፍተኛ የዲፕሎማሲ ትግል ኤርትራ ከኢትዮጵያ ጋር እንድትቀላቀል በማድረግ የባሕር በር ተገኝቶ ነበር። እንዲሁም ኢትዮጵያ የተመድ መሥራች በመሆን በኋላም የአፍሪካ አንድነት ድርጅት እንዲመሠረት ከፍ ያለ አስተዋጽኦ በማድረጓ እና የዋና ጽሕፈት ቤት መቀመጫ በመሆኗ 96 አገራት ኤምባሲዎቻቸውን በአዲስ አበባ ከፍተዋል። በመሆኑም አዲስ አበባ ሦስተኛዋ የዐለም የዲፕሎማሲ ማዕከል ሆናለች።[68]

የመሬት ላራሹ አዋጅ

የመሬት ላራሹ አዋጅ በማንኛውም ሰው አእምሮ ዘንድ የሚታሰበው ከደርግ አገዛዝ ጋር በማያያዝ ነው። ይሁን እንጂ ሁሉም ኢትዮጵያዊ ግማሽ ጋሻ መሬት ማግኘት አለበት ብሎ ያወጀው የዐፄ ኃይለሥላሴ ሥርዓት ነበር። በ1953 ዓ.ም. የአሜሪካ መንግሥት ለዚሁ ዕቅድ ሙተግበሪያ የሚሆን ድጋፍ እንዲያደርግ ተጠይቆ ሳይሳካ ቀርቷል። ይህ ሲሆን ደጃዝማች ወልደ ሰማዕት እንደ ጻፉት ቀኃሥ ከዩጎዝላቪያው መሪ ቲቶ ጋር ተነጋግረው ይህንን ድጋፍ ለማግኘት ወደ ሶቭዬት ዩኒዬን አቀኑ። በዚያም የመሬት ላራሹ እቅዳቸውን አስረድተዋል። 400 ሚሊዮን ሩብል እርዳታ ተቀብለው፣ ሁሉም ዜጋ መሬት የሚያገኝበትንና የጭሰኝነት ሥርዓት የሚያበቃትን አዋጅ አውጥተው፣ ይህንን ተግባር ለመምራት ደግሞ ጄኔራል ሙሉጌታ ቡሊን ሾመው መተግበር እንደ ጀመረ የገርማሜ ንዋይና የመንግሥቱ ንዋይ የወታደራዊ

መፈንቅለ መንግሥት ተካሄደ። በዚህም በርካታ ሚኒስቴሮች ተረሸኑ። ይህንን ፖሊሲ ሊተገብሩ ኃላፊነቱን የተቀበሉት ጄኔራል ሙሉጌታ ቡሊ ተገደሉ።

ቀዳማዊ ኃይለ ሥላሴ እና መሬት ላራሹ

ፓትሪክ ጊልክስ የተባለው ጸሐፊ "The Dying Lion" ብሎ ባዘጋጀው መጽሐፍ ገጽ 72 ላይ እንዳስቀመጠው ዐፄ ኃይለሥላሴ 31ኛ የዘውድ በዓላቸውን አስመልክቶ ለሕግ መምሪያ ምክር ቤቱ በጥቅምት 1954 ዓ.ም ባደረጉት ንግግር እንዲህ ብለው ነበር፡-

"የኢትዮጵያ ግብርና በሙሉ ኃይሉ እንዳይዳብር አንቆ የያዘው መሠረታዊ ጉዳይ በመሬት ይዞታ ረገድ ዋስትና አለመኖሩ ነው። አራሽ የሥራውን ፍሬ የሚያገኝ መሆን አለበት። የእርሻ ምርት የሚገኘው እርሱ ከሚያንጠፈጥፈው ላብ ነው። የመሬት ይዞታ ለውጥ የግል ይዞታን መርሖ ሙሉ ለሙሉ የሚጠብቅ ቢሆንም ቅሉ መሬት አልባ የሆኑ አራሾች የራሳቸውን መሬት የማግኘት ዕድል እንዲኖራቸው ያስፈልጋል።

"የጭሰኞች አራሾች ሁኔታ መሻሻል አለበት። የመሬት ግብርም እንደዚሁ ለሁሉም እኩል መሆን ይኖርበታል። የኛ ዓላማ እነዚህ መርሖዎች በሥራ ሲተረጎሙ እያንዳንዱ ኢትዮጵያዊ የመሬቱ ባለቤት ይሁን የሚል ነው።"

ይህ የኢትዮጵያን የመሬት ስሪትና የጭሰኝነት ሥርዓት ያስቀራል የተባለው እቅድ በተለያዩ ምክንያቶች እየተጓተተ የ1966 ዓ.ም. አብዮት መጣ። በዚህ ላይ ቀጥተኛ መረጃዎችን አሰባስበው የፃፉት የደጃዝማች ወልደሰማዕትን "ሕይወቴ" በሚል ርእስ የጻፉትን መጽሐፍ ማንበብ ይጠቅማል። ይሁንና በአሜሪካ ዩኒቨርስቲ ተምረው ኮሚኒስት ሆነው የተመለሱት እነ ገርማሜ ንዋይ ለምን ይሄንን በንጉሡ ነገሥቱና በሶሻሊስቱ ኃያል ሀገር ሶቭዬት ዩኒዬን የተደገፈውን የመሬት ላራሹ ጉዳይ ማክሸፍና እንደነ ጀነራል ሙሉጌታ ቡሊ ያሉትን ሰዎች መረሸን አስፈለገ? የሚለው ጥያቄ መነሣት አለበት። ኪሲንጀርን ጠቅሶ ፕሮፌሰር ቴዎዶር ቬስታል በጻፈው መጽሐፍ ውስጥ "ኢትዮጵያን በብሔርና በውስጥ ችግር ከፋፍለን መያዝና ማዳከም አለብን" የሚል ፓሊሲ በኪሲንጀር እንደታቀደ ግልጽ ሆኗል። በመጨረሻው ግልጽ ሆኖ የወጣው ይህ የ1953 መፈንቅለ መንግሥት የዐፄ ኃይለሥላሴን ሥርዓት አስወግዶ እንደ የግብፁ ሳዳት ወይንም የሶርያው ሀፌዝ አልአሳድ ያለ ታዛዥ ወታደራዊ መንግሥት የመመሥረት የኪሲንጀር ፖሊሲ አካል እንደነበር የሚያመላክቱ መረጃዎችም እየወጡ ነው።

ፍጻሜ

የቀኃሥ መንግሥት ሊታመኑ የማይችሉ ግዙፍ የኢኮኖሚ እና የማኅበራዊ እመርታዎችን በማስመዝገብ ከፍተኛ አገራዊ ዕድገት አስገኝቷል። ከአካባቢው መልክዐ ምድራዊ ፖለቲካ የተነሣ በተለይም በዐረቦች በኩል በወቅቱ ከፍተኛ ደረጃ ደርሶ የነበረው የዐረብ ብሔርተኝነት የኤርትራን አማጽያን በማደራጀት እና በመደገፍ እንዲሁም የሶማሊያን መንግሥት ተስፋፊነት በማበረታታት ትልቅ እክል ፈጠሩ። የመንግሥት ፖሊሲ የፈጠረው ትምህርት የቀመሰው ኃይል የዐለምን እና የአገሩን ታሪክ በአግባቡ ሳይረዳ በወቅቱ አፍለኛ የዐለም ፖለቲካ የነበረውን ሶሻሊዝም በመቀበል ኢትዮጵያ ውስጥ የብሔር ጭቆና አለ በማለት የአማራን ሕዝብ እንደ ጨቋኝ በማስቀመጥ በጠላትነት ፈርጆ ጸረ አማራ የሆነ እንቅስቃሴ ጀመረ።

በወቅቱ በማደግ ላይ በነበረው የአገሪቱ ኢኮኖሚ የከተማው ኗሪ፣ የወታደሩ፣ የተማሪው ፍላጎት በማደጉ እና ይህንን ለመፍታት የተነደፈውን የመንግሥት እቅድ በበቂ ሁኔታ የሚያስረዳ እና የሚያሰርጽ መዋቅር ባለመኖሩ፤ እንዲሁም በዐፄ ኃይለሥላሴ እድሜ መግፋት እና ተተኪ መሪ ባለማዘጋጀታቸው በተጨማሪም ገኘው መደብ በምኞት በመንቀዙ የተነሣ በወታደራዊ አስተዳደር ደርግ የሥርዓቱ ፍጻሜ ሆኗል።

የለውጥ እንቅስቃሴ በቀኃሥ ባለሥልጣናት

በዘመኑ የሥርዐቱን ችግሮች ነቅሰው በማውጣት የመፍትሄ አቅጣጫ ያመላከቱ ውድ የአማራ ልጆች ነበሩ። የመፍትሄ አቅጣጫ ማመላከት ብቻ ሳይሆን ሐሳቦቹ ወደ ተግባር እንዲቀየሩ ያለማሰለስ ሲሠሩም ቆይተዋል። በዘመኑ የፓርቲ አሠራር ባይኖርም የተለያዩ ስብስቦችን እና መድረኮችን ፈጥረዋል በልዑል ራስ አስራተ ካሳ፣ በልጅ መኮንን እንዳልካቸው፣ በልጅ ሚካኤል እምሩ፣ በደጃዝማች ፀሐዩ ዕንቆሥላሴ፣ በጀኔራል ነጋ ኃይለሥላሴ እንዲሁም በእነ ጀኔራል ዐቢይ አበበ አማካኝነት ብዙ ጥረት ተደርጓል።

በጸሐፊ ትእዛዝ አክሊሉ ሀብተወልድ፣ በአቶ አካለወለድ ሀብተወልድ፣ በዶ/ር ኃይለጊዮርጊስ ወርቅነህ፣ በአቶ ሐዲስ አለማየሁ እና በእነ አቶ ሠይፉ ማኅተመሥላሴ አማካኝነት ብዙ የማሻሻያ ሐሳቦች ተጠንተው ቀርበዋል። የተወሰኑትም በሥራ ላይ እየዋሉ ነበር። በሕግ የተወሰነ ዘውዳዊ ሥርዓት እንዲኖር ሐሳብ ከማቅረብ ጀምሮ፣ የሕገ መንግሥት ማሻሻያ ዝግጅት በማድረግ ሠርተዋል። ሕዝቡ የመምረጥ እና የመመረጥ

መብቱን አጎልብቶ እንዲጠቀም በወቅቱ ይደረግ የነበረውን የሕዝብ እንደራሴዎች ምርጫ እና የምክር ቤቱን ሥልጣን ለማሳደግ የሚረዱ ሐሳቦች ቀርበዋል።

የመሬት ይዞታ ማሻሻያ በማድረግ የጭሰኛ እና የባለመሬትን ግንኙነት የሚወስን አዋጅ በማዘጋጀት፤ መሬት ለሌላቸው አርሶ አደሮች የመሬት ባለቤት ለማድረግ እንዲሁም የሰፈራ ፕሮግራም ለማከናወን የሕግ ማዕቀፍ ዝግጅት እና ተግባራዊ እንቅስቃሴም እየተከናወነ ነበር።

በዘመኑ የታየውን የኑሮ ውድነት በዘላቂነት ለመፍታት አበረታች የኢኮኖሚ እንቅስቃሴዎች ነበሩ፣የዓባይን እና የአዋሽን ጨምሮ የትልልቅ ሸለቆዎች ጥናት በማከናወን፣ የነዳጅ ፍለጋ፣ የመሠረተ ልማት ዝርጋታ እንደዚሁም ለኢንቨስትመንት አመቺ ሁኔታ በመፍጠር ሰፋፊ የልማት ኮሪደሮች እንዲከፈቱ ተደርጓል።

የሥራ አጥነትን ችግር ለማቃለል የትምህርት ሥርዓቱን ሞያ ተኮር ማድረግ እንደሚገባ በማመን "ሴክተር ሪቪው" የተሰኘ የትምህርት ሥርዓት ማሻሻያ ተጠንቶ ወደ ሥራ ሊውል የመጨረሻ ደረጃ ላይ ደርሶ ነበር።

እንደ ቀዳማዊ ኃይለሥላሴ የፖለቲካ አማካሪ ስፔንሰር አገላለፅ ኢትዮጵያን ለመዋጥ እንደ አዞ መንጋጋ ተፈልቅቀው የያዟት የኤርትራን እና የኦጋዴንን ችግሮች በፖለቲካ እና በዲፕሎማሲ የማለዘብ እንዲሁም ፕሮፌሽናል ሠራዊት የመገንባት ሥራ በስፋት ተከናወኗል። ይህ ዘመን ብዙ ምርምር እና ጥናት ሊሠራበት የሚችል እና ይህንን የአዲስ አበባ ሥልጣኔ ለመጣል ብዙ ባለድርሻ አካላት የተሳተፉበት እና ውስብስብ የነበረ በመሆኑ በጥልቀት ሊመረመር ይገባል።

የኢትዮጵያ /የአማራው ሕዝብ የጸረ ቅኝ ግዛት ተጋድሎ ማሳያዎች

መነሻ፦ ኢትዮጵያ በጸረ-ቅኝ ግዛት ብዙ ፈተና አሳልፋለች። እነዚህ ፈተናዎቿ ከሁለት ዋና ዋና ምንጮች የሚነሡ ነበሩ፦

1. የመጀመሪያው በኦቶማን ቱርክ አገዛዝ ሥር የሚገኘው የግብፅ መንግሥት የጣና ሐይቅን እና የጥቁር ዓባይ ምንጭ ለመቆጣጠር ካለው ፍላጎት፣ እንዲሁም ከሜዲትራንያን ባሕር እስከ ህንድ ውቅያኖስ የሚደርስ ታላቅ ግዛት ለመመሥረት ካለው ህልም የሚመነጭ ነው።

II. ሁለተኛው አውሮፓውያን አፍሪካን በቅኝ ግዛት ለመቀራመት ካላቸው ፍላጎት ይነሣል። በዚሁም ዋነኞቹ ተሳታፊዎች፡-

ሀ) የታላቋ ብሪታንያ መንግሥት (እንግሊዝ)

የእንግሊዝ መንግሥት በሱዳን ላቋቋማቸው ትልልቅ የጥጥ እርሻዎቹ የማያቋርጥ የውኃ ፍሰት ለማግኘት የጥቁር ዓባይ ሸለቆን እና የጣና ሐይቅን ለመቆጣጠር ከፍተኛ ፍላጎት ነበረው። በተጨማሪም ከግብፅ ጋር ከግብፅ ካይሮ ተነሥቶ አፍሪካን ለሁለት ሰንጥቆ ወደ ደቡብ አፍሪካዋ ኬፕታውን የሚደርስ የባቡር መንገድ የመሥራት እቅዱን ለማሳካት ያስፈልጉኛል የሚላቸውን የኢትዮጵያ አውራጃዎች ወደ ቅኝ ግዛቱ ለመጠቅለል የእንግሊዝ መንግሥት ፍላጎት ነበረው።

ለ) የፈረንሳይ መንግሥት

በታጁራ በዛሬው ጅቡቲ ያለውን ይዞታ በማስፋፋት ወደ ዓባይ ሸለቆ ለመዝለቅ ፍላጎት ነበረው። እንደዚሁም ከታላቋ ብሪታንያ የባቡር መስመር ዝርጋታ ጋር ተፎካካሪ የሆነውን ከጅቡቲ ተነሥቶ አፍሪካን አቋርጦ ዳካር-ሴኔጋል የሚደርስ የባቡር መንገድ ለመዘርጋትም ይሻ ነበር።

ሐ) የጣልያን መንግሥት

ቀደም ብሎ ምፅዋን እና አሰብን የተቆጣጠረ በመሆኑ፣ ከእነዚህ ይዞታዎቹ በመነሣት መላዋን ኢትዮጵያ በቅኝ ግዛት ለመያዝ ከፍተኛ ዝግጅት እያከናወነ ነበር። ኢትዮጵያን ለመውረር የሚያስፈልገውን ወታደራዊ ድርጅት እያጓጓዘ በማከማቸት፣ እንዲሁም በተለያዩ ክፍለ ሀገራት የሚገኙ ባላባቶችን እና መኳንንት ለማስከዳት የሚያግባቡ ወኪሎችን በሰፊው አሰማርቶ ቆይቷል። ኢትዮጵያ እነዚህ አውሮፓውያን ቅኝ ገዢዎች ከ1884-1885 እ.ኤ.አ ድረስ በበርሊን ያደረጉትን አፍሪካን የመቀራመት ስምምነት በመቃወም ብቸኛዋ አገር ነች። ኢትዮጵያን ለማጥፋት የሚተጉ ኃይሎች በተግባር የተተረጎሙ ትርክቶችንና የመከፋፈል ሴራዎችን ሲያካሂዱ ኖረዋል፤ ከዚህ በታች የቀረቡት ንግግሮች ማሳያ ናቸው።

ደጃዝማች ዘውዴ ገብረሥላሴ በ1975 እ.ጎ.አ. "The Chroniceles of Emperor Yohannes IV of Ethiopia" በሚል ባሳተሙት መጽሐፍ ላይ እንደ ገለጹት፣ የግብፅ

ገዢ የነበረው ከዲብ እስማኤል እንደተናገረው «. . . የግብፅን ህልውና ዘላቂና አስተማማኝ ለማድረግ፣ ከሚከተሉት አንዱን ማድረግ ያስፈልጋል፡- እነዚህም፣ አንደኛ የኢትዮጵያን ሕዝብ ወደ እስልምና ሃይማኖት መለወጥ፣ አገሪቱ ወደ ዕድገትና ማኅበራዊ መረጋጋት እንዳትገባ እና የጠነከረ አንድነት እንዳትገነባ፣ ዘወትር በእርስ በርስ ፍጥጫ ተወጥራ እንድትያዝ፣ አማራ በተባለው ነገድ (ብሔር) ላይ የማነሳሳት ዘመቻ በተከታታይ የሚካሄድበትን መንገድ በሥራ ላይ ማዋል ናቸው።»

ሮማን ፕሮቸስካ የተባለ ጸሐፊ በ1936 እ.ጎ.አ. “Abyssina: The Powder Barrel” በሚለው መጽሐፉ እንዳስቀመጠው “ኢትዮጵያ የሚሄዱ አውሮፓውያን ከሌላው ዐለም ሕዝብ የሚያገኙትን ክብር እና አዛዥነት አጡ። . . . በአፍሪካ ውስጥ የሚገኙ ሁሉም የቅኝ ገዥ አገሮች በአውሮፓውያን ላይ የሚሰነዘረውን ጸረ ቅኝ ገዥ ጦርነት ለመከላከል፤ ቅድሚያ ዐማራ በተባለው ነገድ ላይ ሌሎች ነገዶች በጠላትነት እንዲዘምቱበት ማድረግ ቅድሚያ ሊሰጠው የሚገባ ተግባር ነው።. . .”

ኢትዮጵያ ከ1830 እስከ 1935 እ.ጎ.አ. ድረስ የአድዋ ጦርነትን ጨምሮ ከሠላሳ አራት በላይ በተስፋፊ እና የቅኝ ግዛት ፍላጎት ባላቸው የውጭ ኃይላት የተደረጉ የመስፋፋት፣ የትንኮሳ፣ የወረራ እና የማጥቃት ጦርነቶች ተደርገውባታል። ዝርዝራቸውን እንመልከት። [69] ከምዕራብ እና ከሰሜን በኩል (የቀን አቆጣጠራቸው እንደ አውሮፓውያን አቆጣጠር ነው)

በምዕራብ በኩል

1. 1832 የመጀመሪያው የኦቶማን ቱርክ እና የግብፅ ኃይሎች ወረራ ከገዳሪፍ በመነሣት - ተሸነፈ።

2. 1834 ሁለተኛው የኦቶማን ቱርክ እና የግብፅ ኃይሎች ወረራ ከገዳሪፍ በመነሣት - ተሸነፈ።

3. 1837 ሶስተኛው የኦቶማን ቱርክ እና የግብፅ ኃይሎች ወረራ ከገዳሪፍ በመነሣት - መተማን ያዘ።

4. 1838 አራተኛው የኦቶማን ቱርክ እና የግብፅ ኃይሎች ወረራ ከገዳሪፍ በመነሣት "ዋዲ ካልታቡ" አካባቢን ዘረፈ።

5. 1840 አምስተኛው የኦቶማን ቱርክ እና የግብፅ ኃይሎች ወረራ ከካርቱም በመነሣት ከሰላን ያዘ።

6. 1854 ስድስተኛው የኦቶማን ቱርክ እና የግብፅ ኃይሎች ወረራ በሽሪፍ ፓሻ በመመራት ቦጎስን ያዘ።

7. 1856 ሰባተኛው የኦቶማን ቱርክ እና የግብፅ ኃይሎች ወረራ ከገዳሪፍ በመነሣት የተከዜን አካባቢ ዘረፈ።

8. 1865 ስምንተኛው የኦቶማን ቱርክ እና የግብፅ ኃይሎች ወረራ ከገዳሪፍ በመነሣት የጎንደር አካባቢን ዘረፈ።

9. 1885 የመሀዲስት ኃይሎች ከገዳሪፍ በመነሣት ሰሜናዊ ኢትዮጵያን ወረሩ።

10. 1887 የመሀዲስት ኃይሎች የጣና ሐይቅ አካባቢን በመውረር ሁለገብ ጥፋት በማድረስ የጎንደርን ከተማ አቃጠሉ።

11. 1889 ከገላባት በመነሣት 200,000 የሚሆኑ መሀዲስቶች የመተማውን ጦርነት አካሄዱ።

12. 1925/6 የእንግሊዝ እና የጣልያን መንግሥታት የጣና ሐይቅን እና የጥቁር ዓባይን መነሻ ለመቆጣጠር የሚያስችል ስምምነት ተፈራረሙ።

ከሰሜን በኩል

13. 1834 በስዊዙ ተወላጅ በሙዚንገር የሚመሩ የግብፅ ኃይሎች በምጽዋ በኩል ገብተው ከረንን ያዙ።

14. 1889/94 የጣልያን መንግሥት ከምፅዋ በመነሣት ሀማሴንን፣ አካለ ጉዛይን እና ሠራዔን ያዘ።

15. 1895/6 የጣልያን መንግሥት ከአስመራ በመነሣት ኢትዮጵያን ወሮ የአድዋ ጦርነት ተካሄደ።

16. 1935/6 የጣልያን መንግሥት ከአስመራ በመነሣት ኢትዮጵያን ወርሮ ለአምስት ዓመታት ያዘ።

በደቡብ በኩል

17. 1929/34 የጣልያን ኃይሎች ወደ ኢትዮጵያ ዘልቀው ገቡ። የወልወል ግጭት ተፈጠረ።

18. 1935/6 የጣልያን እና የኢትዮጵያ ጦርነት የጣልያን ሠራዊት ከሞቃዲሾ በመነሣት በሦስት አቅጣጫ ኢትዮጵያን ወረረ።

በምሥራቅ በኩል

19. 1824 የኦቶማን ቱርክ እና የግብፅ ኃይሎች ምፅዋን ያዙ።

20. 1847 የኦቶማን ቱርክ እና የግብፅ ኃይሎች አርቂቆን ያዙ።

21. 1866 የግብፅ ኃይሎች ከምፅዋ አልፈው ደጋማውን አገር ያዙ።

22. 1868 በጄነራል ናፒየር የተመራ የእንግሊዝ ጦር ዙላ ላይ አርፎ ኢትዮጵያን በመውረር፣ መቅደላን ለአምስት ቀን ተቆጣጥሮ ወጣ።

23. 1869 የጣልያን መንግሥት ሠራዊት አሰብ እና አካባቢውን ያዘ።

24. 1875 የግብፅ ሠራዊት ምሥራቃዊ ኢትዮጵያን ወርሮ የሐረርን ከተማ ተቆጣጠረ።

25. 1875 በሙዚንገር የሚመሩ የግብፅ ኃይሎች ከአቦክ ተነስተው ወደ ኢትዮጵያ ለመግባት ሲሞክሩ አሰል ላይ ተደመሰሱ።

26. 1875 በጄ. አንድሪች የሚመራ የግብፅ ሠራዊት ኢትዮጵያን ወርሮ ጉንዳ ጉንዲት ላይ በተደረገ ጦርነት ተሸንፏል።

27. 1876 በረጢብ ፓሻ የሚመራ የግብፅ ሠራዊት በምፅዋ በኩል አድርጎ ኢትዮጵያን በመውረር ጉራዕ ላይ በጦርነት ተደምሰሷል።

28. 1882/6 የፈረንሳይ መንግሥት ታጁራን ያዘ።

29. 1885 የጣልያን መንግሥት ምፅዋን ተቆጣጠረ።
30. 1886 የጣልያን መንግሥት ሠራዊት ከምፅዋ ወደ ደጋማው አገር ወረራ ለማድረግ ሞክሮ ዶጋሊ ላይ ተደመሰሰ።
31. 1889 የጣልያን መንግሥት ሠራዊት ከምፅዋ ተነሥቶ አስመራን ተቆጣጠረ።
32. 1895 የጣልያን መንግሥት ሠራዊት ከአሰብ በመነሣት ከአዘቦ ኦሮሞ ጋር ተቀናጅቶ የኢትዮጵያን ጦር ከጎን አጠቃ።
33. 1891 የእንግሊዝ እና የጣልያን መንግሥታት ኢትዮጵያን ለመከፋፈል የሚያስችል ስምምነት ፈጸሙ።
34. 1894 የእንግሊዝ እና የጣልያን መንግሥታት ሁለተኛውን ኢትዮጵያን ለመከፋፈል የሚያስችል ፕሮቶኮል ተፈራረሙ።

ከአንጻባራቂው የጸረ-ቅኝ ግዛት ትግል በተጨማሪም ኢትዮጵያ በ1923 እ.ጎ.አ የተመሠረተው የሊግ ኦፍ ኔሽንስ አባል፣ በኋላም የተባበሩት መንግሥታት ድርጅት እና የአፍሪካ አንድነት ድርጅት መሥራች ነች። በተለይም ፋሽስት ኢጣልያ ኢትዮጵያን በወረረበት ወቅት በጄኔቭ በተደረገ የሊግ ኦፍ ኔሽንስ ስብሰባ ላይ ኢትዮጵያ የዐለም መንግሥታትን ፍርድ ለመጠየቅ፣ ስምምነቱን አክብረው እንዲያስከብሩ ለመጠየቅ በመሪዋ በቀዳማዊ ኃይለሥላሴ ተወክላ ተገኝታ ነበር። እንደ ዳግ ሀመርሾልድ (የወቅቱ የሊግ ኦፍ ኔሽንስ ዋና ጸሐፊ) አባባል ኢትዮጵያ በወቅቱ የዐለም "ሕሊና" ሆና ቀርባለች። በስብሰባው ዐፄ ኃይለሥላሴ ያደረጉት ንግግር ዋና ጭብጥ የወደፊቱን የተነበየ ሆኗል። "Urbi et Orbi" ማለትም በዐለም ላይ ሁለት ዓይነት ፍርድ የለም፤ አንዱ ለአውሮፓ ሌላው ለአፍሪቃ የሚባል ነገር የለም። ፍርደ ገምድልነትን በኢትዮጵያ ላይ ካሰፈናችሁ፣ የነገው ተረኛ እናንተ መሆናችሁ ስለማይቀር ተዘጋጁ ብለው ነበር። በውጤቱም የጀርመን ናዚ መንግሥት አውሮፓን በመውረር ትንቢቱ ተፈጸመ። (70)

ኢትዮጵያ ላለፉት ብዙ ዘመናት በጸና መሠረት ላይ የቆመ መንግሥት የነበራት በነፃነት የኖረች ሉዓላዊት አገር ነች። ኢትዮጵያ በሕግ እና በሥርዓት ስትመራ የኖረች የዜጎቿን ሕይወት የምትጠብቅ፣ የነዋሪዎቿን ሀብት ንብረት የምታስከብር አገር ነበረች። በተጨማሪም በዐለም አቀፍ ስምምነቶች የተከበሩ ወሰኖች ያሏት ዐለምአቀፍ እውቅና

የተጎናፀፈች አገር ነች። የኢትዮጵያ ነፃነት በአማራ ሕዝብ ደምና አጥንት ላይ የቆመ፣ በመሪዎቹ ጥበብ እና አሠላሳይነት የተመራ እንዲሁም ለዐለም ሕዝቦች በጠቅላላ ለጥቁር ሕዝቦች በተለይ በነፃነት የመኖር ምሳሌ ነው።

በዚህ በጸረ-ቅኝ ግዛት ትግል ያሸበረቀውን የአባቶቻችንን ገድል ጭቃ ለመቀባት እና መልካም መዓዛው ዐለምን ያወደውን የአማራን ሕዝብ ዝና ለማኮሰስ ብዙ ጥረት የሚያደርጉ ኃይሎች አሉ። አማራ ጥቁር ኢምፔሪያሊስት ነው፤ ከአውሮፓውያን ቅኝ ገዢዎች ጋር ተስማምቶ ኤርትራን እና ኦጋዴንን በቅኝ ግዛትነት እያስተዳደረ ነው፤ የኦሮሞን ሕዝብና ሌሎች የደቡብ ብሔረሰቦችን በሰፈራ ቅኝ ግዛት (Settler Colonialism) የያዘ ጨቋኝ ኃይል እያሉ የሚከሱ ኃይሎች እዚህም እዛም ሞልተዋል። የሚገርመው አብዛኞቹ ከሳሾች አባቶቻቸው በቅንስናሽ ሳንቲም ተገዝተው ለጠላት በባንዳነት ያደሩ፣ በቅጥረኝነት ወገኖቻቸውን በአካፋ እና በዶማ የፈለጡ መሆናቸው ነው።

የኢትዮጵያ ተማሪዎች እንቅስቃሴ እና የኢትዮጵያ የግራ ኃይል

የኢትዮጵያ መንግሥት በ1940ዎቹ እና በ1950ዎቹ አገሪቱን ለማዘመን የተማረ የሰው ኃይል የሚያስፈልግ መሆኑን በማመን የትምህርት መርሐ ግብር በሰፊው ዘረጋ። ከአገሪቱ በጀት 40 በመቶ የሚሆነውን ለትምህርት በመመደብ የአንደኛ ደረጃ ትምህርት ቤቶችን፣ ሁለተኛ ደረጃ ትምህርት ቤቶችን በመክፈት ማስፋፋት ጀመረ። በርከት ያሉ ኮሌጆችን እና የማሰልጠኛ ተቋማትንም በማደራጀት የቀዳማዊ ኃይለሥላሴ ዩኒቨርስቲን አቋቋመ። የኮሌጅ ትምህርታቸውን የጨረሱ ተማሪዎች በአውሮፓ እና በአሜሪካ ታላላቅ ዩኒቨርስቲዎች የሁለተኛ ዲግሪ ትምህርት እንዲያገኙ ሲባል የኢትዮጵያ መንግሥት በመክፈል ስኮላርሺፕ ይሰጥ ነበር።

በዚያ 90 ከመቶ የሚሆነው የዐለም ሕዝብ በቅኝ ግዛት ሥር በባርነት በሚኖርበት ዘመን፣ ጥቁር ከአራተኛ ክፍል በላይ እንዳይማር ሕግ ሆኖ በተሠራበት ዐለም፤ በአሜሪካ ጥቁርና ነጭ አንድ ቡና ቤት መጠቀም በአንድ አውቶቡስ መሄድ በማይችሉበት ዘመን፤ መላው አፍሪካ፣ ኤዢያ፣ ላቲን አሜሪካ እና መካከለኛው ምሥራቅ በቅኝ ተገዢነት፣ በተዋራጅነት፣ በድህነት አረንቋ ሰጥመው በነበሩበት ሰዓት ኢትዮጵያ ዘመን ያፈራውን የሳይንስ እና የቴክኖሎጂ እድገት ተቋዳሽ በመሆን አውሮፕላኖቿ ሰማዩን፣ የንግድና የጦር መርከቦቿ ውቅያኖሶችን ያስሱ ነበር። ኢትዮጵያ ወጣቶቿ ተምረው የበለጠ ገናና፣ ትልቅ እንደሚያደርጓት ሕልም ነበራት። ሕዝቡንም ከድህነት ያላቅቃሉ ብላ ተስፋ አድርጋ ነበር።

በዚሁ ዘመን የማርክሲዝም ሌኒኒዝም ፍልስፍና በዐለም ላይ አፍለኛ የነበረበት ወቅት ነበር። ይሄ ፍልስፍና አሜሪካዊ መምህራን እና የኢትዮጵያ መንግሥት ባመቻቸው የነጻ ትምህርት እድል በዩኒቨርስቲው በሚማሩ አፍሪካውያን ተማሪዎች አማካኝነት ለኢትዮጵያውያን ተማሪዎች ተዋወቀ። የጀብሀ አባላት የነበሩና ኢትዮጵያ ኤርትራን ቅኝ እየገዛቻት ነው የሚሉ በአማራ ጥላቻ የሰከሩ ኤርትራውያን እና የትግራይ ተወላጅ ተማሪዎች ይህንን የማርክሲዝም ሌኒኒዝም ፍልስፍና ለዓላማቸው ማስፈጸሚያ ለማዋል ሲሉ "አዞው" (The crocodile) የሚባል ቡድን ፈጠሩ።[71]

የአዞ ቡድን እንቅስቃሴ ኅቡዕ ቢሆንም መሪዎቹ ከስምንት እስከ አሥር ዓመት ድረስ የዩኒቨርስቲ ቆይታቸውን በማራዘም እነሱ የኢትዮጵያ ተማሪዎች እንቅስቃሴ ያሉትን ጸረ-ኢትዮጵያ እና ጸረ-አማራ እንቅስቃሴ አቀጣጠሉ።

የአዞው ቡድን አባላት የብሔር ተዋጽኦ

ተ.ቁ	የአዞው ቡድን አባላት ስም	የብሔር ተዋጽኦ
1	ሙሴ ተስፋሚካኤል	ትግሬ/ኤርትራ
2	ዮሐንስ ስብሐቱ	ትግሬ/ኤርትራ
3	አፈወርቂ ተክሉ	ትግሬ/ኤርትራ
4	መለሰ ገብረማርያም	ትግሬ/ኤርትራ
5	መብራቱ ወልዱ	ትግሬ/ኤርትራ
6	ታረቀ ይህደጉ	ትግሬ/ኤርትራ
7	ሚካኤል ሀብተሥላሴ	ትግሬ/ኤርትራ
8	ሙሉጌታ ሥልጣን	ትግሬ/ኤርትራ
9	ተስፋ ኪዳኔ	ትግሬ/ኤርትራ
10	አማኑኤል ዮሐንስ	ትግሬ/ኤርትራ

11	ኀይቶም በርሔ	ትግሬ/ኤርትራ
12	ዘሩ ክህሽን	ትግሬ/ኤርትራ
13	ብርሃነመስቀል ረዳ	ትግሬ/ኤርትራ
14	ሚካኤል አበበ	ትግሬ/ኤርትራ
15	ጌታቸው ሀብቴ	ትግሬ/ኤርትራ
16	ዳዊት ስዩም	ትግሬ/ኤርትራ
17	ጸሎተ ሕዝቅያስ	ትግሬ/ኤርትራ
18	መስፍን ሀብቱ	ትግሬ/ኤርትራ
19	ጥላሁን ግዛው	ትግሬ/ኤርትራ
20	አባዲ አብርሀ	ትግሬ/ኤርትራ
21	ብርሃነ ኢያሱ	ትግሬ/ኤርትራ
22	መለሰ ተክሌ	ትግሬ/ኤርትራ
23	አበራ ዋቅጅራ	ኦሮሞ
24	እሸቱ ጮሌ	ኦሮሞ
25	ታየ ጉርሙ	ኦሮሞ
26	ሐብቴ ወልደጊዮርጊስ	ኦሮሞ
27	ባሮ ቱምሳ	ኦሮሞ
28	ተካልኝ ወልደአማኑኤል	ኦሮሞ
29	ጸጋዬ ገ/መድህን ሉጮ	ኦሮሞ
30	እሸቱ አራርሶ	ኦሮሞ

31	መሐመድ ማህፉዝ	ኦሮሞ
32	አብዱልመጂድ ሁሴን	ሶማሌ
33	ገብሩ ገብረወልድ	ጉራጌ
34	በድሩ ሱልጣን	ጉራጌ
35	ይርጋ ተሰማ	ጉራጌ
36	መስፍን ካሱ	ጉራጌ
37	ኃይሉ ገብረዮሐንስ	አማራ
38	ዳዊት ጎሩይ	አማራ
39	አያሌው አክሎግ	አማራ
40	ዋሰልኝ መኮንን	አማራ

የአዞው ቡድን አባላት የብሔር ተዋጽኦ በመቶኛ ሲገለጽ

ብሔር	በቁጥር	በመቶኛ
ትግርኛ ተናጋሪ (ኤርትራ+ትግራይ)	22	55%
ኦሮሞ	9	22.5%
ጉራጌ	4	10%
አማርኛ ተናጋሪ	4	10%
ሶማሌ	1	2.5%
ጠቅላላ	40	100%

የዚህ ቡድን ዓላማ፡-

- የማርክሲዝም እና ሌኒኒዝም ርዕዮተ ዐለምን በተማሪው ውስጥ ማስፋፋት፤
- ዘውዳዊውን ሥርዓት ለመጣል መሥራት፤
- አጀንዳዎች በመቅረጽ የተቃውሞ እንቅስቃሴ መጀመር፤
- ጸረ–አማራ ዘመቻዎችን ማካሄድ፣ ለምሳሌ፡-
  - ኢትዮጵያ የብሔረሰቦች እሥር ቤት ነች፤
  - የአማራ ሕዝብ ሌሎች ኢትዮጵያውያንን ጨቋኖ ይዟል፤(72)
  - አማርኛ የመጨቆኛ መሳሪያ ነው፤
  - የኤርትራ ጥያቄ የቅኝ ግዛት ጥያቄ ነው፤
  - የብሔሮች የራስን እድል በራስ የመወሰን መብት እስከ መገንጠል ሊረጋገጥ ይገባል፤
  - መሬት ላራሹ፤
  - ኢትዮጵያ ከአሜሪካ መንግሥት ጋር ያላት የልማት ትብብር መቋረጥ አለበት፤ አሜሪካውያን መባረር አለባቸው፤
  - “አንድ ሰው ኢትዮጵያዊ እንዲባል ከፈለገ የአማራን አለባበስ መከናነብ ይኖርበታል” ዋለልኝ መኮንን (73)
  - “ኢትዮጵያ የአንድ ብሔረሰብ ሀገር ሳትሆን የመንግሥቱን አውታር በበላይነት በያዙት አማርኛ ተናጋሪዎች የምትገዛ የተለያዩ ብሔረሰቦች ሀገር ነች። ኢትዮጵያዊነት ሀበሾች የባህል የበላይነታቸውን የሚያስከብሩበት ሽፋን ነው።”
  - “መሳሪያ በማንሣት መታገል የጭቁን ሕዝቦች ኃላፊነት ነው።”

ዋለልኝ መኮንን፣ ኅዳር 10 ቀን 1961 ዓ.ም

የቡድኑ ስልት ደግሞ እንደሚከተለው ይገለጻል፡-

- ዩኒቨርሲቲውን እና ኮሌጆችን የትግል መድረክ ማድረግ፤
- በሁለተኛ ደረጃ ትምህርት ቤቶች እና በማስልጠኛ ተቋማት እንቅስቃሴውን ማስፋፋት፤
- በአውሮፓ እና በአሜሪካ የተማሪ ማኅበራትን መመሥረት እና የማኅበራቱን መሪነት በመያዝ መዘወር፤
- ጋዜጦችን፣ በራሪ ወረቀቶችን፣ መዝሙሮችን አዘጋጅቶ ማሠራጨት፤
- ረብሻ፣ የትምህርት ማቆም አድማ፣ ሰልፍ ማድረግ፤
- በውጪ ሀገር የኢትዮጵያን ኤምባሲዎች መያዝ፣ መረበሽ፣ የአገሪቱን ገጽታ ማበላሸት፤
- ሕዝብ በሚሰበሰብበቸው ቦታዎች ፈንጂ ማፈንዳት፤
- አውሮፕላን መጥለፍ፣ የሽብር ተግባር መፈጸም፤
- ወዘተ---
- በእድሜያቸው ገና ለጋ በነበሩት ወጣቶች ላይ በማተኮር፤ የ7ኛ እና የ8ኛ ክፍል ተማሪዎችን ምሁራን ናቸው ማለት።
- የኮሌጅ ተማሪዎችን ከእነሱ ሌላ አዋቂ በአገሪቱ የለም እንዲሉ ማድረግ።

  በዚያ የኢትዮጵያ ተማሪዎች እንቅስቃሴ ከዘመኑ የሶሻሊዝም ንቅናቄ ጋር ተዳቅሎ የሕዝባችንን ዕድል የወሰኑ በርካታ የፖለቲካ ድርጅቶች ተወልደዋል። ማን ማንን ፈጠረ? ማን ከማን ወጣ? የሚለው የድርጅቶቹ የዘር ብዜት እንደሚከተለው ነው።

- **የዐረብ አገራት፣ ግብፅ፣ ባዝ ፓርቲ፡-** የኤርትራ የነፃነት እንቅስቃሴ፣ ሻእቢያ፣ ጀብሀ እንዲቋቋሙ አድርገዋል።

- **ጀብሀ፡-** በቀዳማዊ ኃይለ ሥላሴ ዩኒቨርስቲ በሚማሩ አባሎቹ አማካኝነት የኢትዮጵያ ተማሪዎች እንቅስቃሴን ከመጀመሪያው እስከ መጨረሻው ድረስ የመራውን አዞው (The Crocodile) የሚባለውን ስብስብ አደራጅቷል።

- **የአዞ ስብስብ፡-** ካደራጀው እና ከሚመራው የኢትዮጵያ ተማሪዎች እንቅስቃሴ ውስጥ ኢሕአፓ፣ መኢሶን፣ ኢጭአት፣ ማሌሪድ፣ ወዝሊግ፣ ኦነግ፣ ትሕነግ ተደራጅተው ተወልደዋል።

- **መኢሶን፡-** የኦሮሞ ሕዝብ ድርጅት እና የሲዳማ አርነት ትንናቄ (ሲአን) የሚባሉትን የብሔር ድርጅቶችን ፈጥሯል።

- **ደርግ፡-** አብዮታዊ ሰደድ እና የኢትዮጵያ ሰርቶ አደሮች ፓርቲን አቋቁሟል።

- **የሶማልያ መንግሥት፡-** በተባበሩት የምዕራብ ሶማሌ ነጻ አውጪ ግንባር ሥር ኦሮሞ አቦ፣ ሶማሌ አቦ እና የኦጋዴን ነጻ አውጪ ግንባርን አቋቁሟል።

ዛሬ ላይ በኢትዮጵያ ተማሪዎች እንቅስቃሴም ሆነ በአጠቃላዩ የኢትዮጵያ የግራ ኃይል ተሳታፊ የነበሩ ሰዎች ሲጠየቁ “እኛ በርእዮተ ዐለም እንጂ በብሔርተኝነት አልተሰለፍንም፣ ስናካሂድ የነበረውም የመደብ ትግል ነው፤ የመሪዎቻችን የብሔር ማንነት ብዙም ከቁም ነገር የምናስገባው ጉዳይ አይደለም” ሲሉ ይደመጣሉ። እውነታው ግን በጸረ- ኢትዮጵያዊነት እና በጸረ-አማራነት የተደራጁ ኃይሎች የኢትዮጵያን የተማሪዎች እንቅስቃሴ እና የኢትዮጵያን የግራ ኃይል መርተው ጸረ-ኢትዮጵያ እና ጸረ-አማራ አጀንዳዎቻቸውን አስፈጽመውበታል።

ለምሳሌ ያህል የኢትዮጵያን ዘላቂ ጥቅም በሚያረጋግጡ መሠረታዊ አጀንዳዎች ዙሪያ እንደ የሶማሊያ መንግሥት ወረራ፣ የኤርትራ ጥያቄ የቅኝ ግዛት ጥያቄ መሆን አለመሆን፣ በኢትዮጵያ የብሔር ጭቆና ነበር ጨቋኙም አማራ ነው ስለመባሉ፣ መሬት የግል ሳይሆን የመንግሥት መሆን አለበት መባሉን፣ ስለ ሃይማኖት የለሽነት፣ እንዲሁም ከኢትዮጵያ ታሪካዊ ጠላቶች እርዳታ መቀበልን በተመለከተ ሰባት ያህል የሚሆኑ የዘመኑ የፖለቲካ ድርጅቶች የወሰዱትን አቋም እንመልከት።

አጀንዳዎች	ኢሕአፓ	መኢሶን	ኢጭአት	ወዝሊግ	ኦነግ	ትሕነግ	ሰደድ
የሶማልያ ወረራ	ደግፏል	ተቃውሟል	ደግፏል	ተቃውሟል	ደግፏል	ደግፏል	ተቃውሟል
ኢትዮጵያ ኤርትራን ቅኝ ገዝታለች	ተቃውሟል	ተቃውሟል	ደግፏል	ተቃውሟል	ደግፏል	ደግፏል	ተቃውሟል
አማራ ሌሎች ብሔሮችን ጨቁኗል	ደግፏል	ደግፏል	ደግፏል	ደግፏል	ደግፏል	ደግፏል	ደግፏል
መሬት የመንግሥት መሆን አለበት	ደግፏል	ደግፏል	ደግፏል	ደግፏል	ደግፏል	ደግፏል	ደግፏል
ሃይማኖት አላስፈላጊ ነው	ደግፏል	ደግፏል	ደግፏል	ደግፏል	ደግፏል	ደግፏል	ደግፏል
ከኢትዮጵያ ጠላቶች እርዳታ መውሰድ	ተቀብሏል	-	ተቀብሏል	ተቃውሟል	ተቀብሏል	ተቀብሏል	ተቃውሟል

ኅብረ ብሔራዊ መስለው የተደራጁት እንደ መላው ኢትዮጵያ ሶሻሊስት ንቅናቄ (መኢሶን) እና የኢትዮጵያ ጭቁኖች አብዮታዊ ትግል (ኢጭአት) በአመራር ደረጃም ሆነ በአባሎቻቸው ከፍተኛ የሆነ የብሔርተኝነት እንቅስቃሴ የነበራቸው ናቸው። የመኢሶን መሪ የነበረው ኃይሌ ፊዳ ጠባብ የኦሮሞ ብሔረተኛ ከመሆንም አልፎ ቁቤ የሚባለውን የላቲን ፊደል ለኦሮሚኛ ቋንቋ መጻፊያነት ያዘጋጀውም ያስተዋወቀውም እሱ ነው። በተጨማሪም መኢሶን በአብዱላሂ ዩሱፍ የሚመራ ኦብዴን የኦሮሞ ብሔራዊ ዴሞክራሲያዊ ንቅናቄ የሚባል ድርጅት

መሥርቶ ተርካንፊ የሚባል ጋዜጣ ያወጣ ነበር። እንዲሁም የሲዳማ አርነት ንቅናቄን በማደራጀት ይታወቃል።(74)

ኢጭአት ለኦሮሞ ነፃነት ግንባር እንደ ሽፋን ሆኖ የሚያገለግል ሲሆን በገሀድ የሚንቀሳቀሰው የኢጭአት መሪ የሆኑት ባሮ ቱምሳ፣ ዘገየ አስፋው፣ ዮሐንስ ነገዎ (ዲማ) በኅቡዕ የሚንቀሳቀሰው የኦነግ ሥራ አስፈጻሚም ነበሩ።(75)

የኢትዮጵያ ሕዝቦች አብዮታዊ ፓርቲ (ኢሕአፓ) የሚባለው ፓርቲ የፖሊት ቢሮ አባሎች ሙሉ ለሙሉ የትግራይ ተወላጆች የነበሩ ሲሆን በተሳሳተ አመራር ሥር የተሰለፉ ብዙ የአማራ ተወላጅ አባላት ነበሩት።(76) እነዚህ በቅርጻቸው ኅብረብሔራዊ የሚመስሉ ነገር ግን አማራ-ጠል የሆኑ አጀንዳዎችን የሚያስፈጽሙ ጸረ-አማራ በሆኑ መሪዎች የሚመሩ ድርጅቶች በአማራው ሕዝብ ላይ መጠነ ሰፊ በደል አድርሰዋል። የኢትዮጵያ ማርክሲስት ሌኒኒስት ድርጅቶች መሪዎች እና የብሔር ጥንቅራቸው የሚከለውን ይመስላል፦

ተ.ቁ	ድርጅት	መሪ	ብሔር
1	ኢሕአፓ	ተስፋየ ደበሳይ (ዶ/ር)	ትግራይ/ኢሮብ
2	መኢሶን	ኃይሌ ፊዳ	ኦሮሞ
3	ኢጭአት	ባሮ ቱምሳ	ኦሮሞ
4	ወዝሊግ	ሰናይ ልኬ (ዶ/ር)	ኦሮሞ
5	ኦነግ	መገርሳ በሪ	ኦሮሞ
6	ትሕነግ	ስብሐት ነጋ	ትግራይ
7	ሰደድ	መንግሥቱ ኃ/ማርያም	ኦሮሞ/ኮንሶ

የኢትዮጵያ የግራ ኃይሎች ያስመዘገቡት ውጤት፦

- የ1966 ዓ.ም አብዮት በማካሄድ ንጉሣዊውን ሥርዓት ገረሰሱ፤
- በተለያዩ አዋጆች የአማራን ሕዝብ መሬት፣ ቤት፣ ንብረት ወረሱ፤

- የኢትዮጵያ ኦርቶዶክስ ተዋሕዶ ቤተ ክርስቲያን መሬቶች፣ ቤቶች እና ንብረቶች ተወረሱ፤
- የውጪ ሀገር ዜጎች የሆኑ ነዋሪዎች እና ባለሀብቶች (ዐረቦች፣ አውሮፓውያን፣ እና ሌሎች . . .) ንብረታቸው ተቀምቶ ተባረሩ፤
- ታላላቅ የአማራ ሕዝብ ምልክት የሆኑ መሪዎች ያለ ሕግ በአንድ ቀን ተፈጁ፤ (77)
- በአማራ ሕዝብ ላይ የዘር ፍጅት ተፈጸመ፤
- የአማራ ሕዝብ ስደት ተጀመረ።

በዚህም መዘዝ፦

- የኢትዮጵያ የልማትና የዕድገት ጉዞ መከነ፤
- ኢትዮጵያ የባሕር በር አልባ ሆነች፤
- በኢትዮጵያ የብሔር ፖለቲካ ሰፍኖ ደካማ ሀገር ሆነች፤
- በአማራ ሕዝብ ላይ የዘር ፍጅት ተፈጸመ፤

የኢትዮጵያ ተማሪዎች እንቅስቃሴ አካላት እና የኢትዮጵያ ግራ ኃይሎች አካላት፣ የኢትዮጵያን እና የአማራን ሕዝብ ዕድል እንዲህ ካመሳቀሉ እና የገደል አፋፍ ካደረሱት በኋላ፣ የተሰደዱባቸውን አገሮች ስንመለከት የነገሩ ወለፈንዴነት ያስገርመናል።

ትክክለኛው ርዕዮት ሶሻሊዝም ነው፤ የምዕራባውያን አገር ዜጎች በተለይም አሜሪካውያንን «ያንኪስ ጎ ሆም» (Yankee go home) ብለው ማባረራቸውን በመዘንጋት፤ የምዕራባውያንን ልብስ የለበሱ ሰዎችን ጆሊ ጃኪስት ብለው ማሸማቀቃቸውን በመርሳት፤ እርስ በእርስ ሲሸናነፉ የተሰደዱት ወደ ሩሲያ፣ ቻይና፣ ኪዩባ እና ሰሜን ኮሪያ ሳይሆን ወደ አውሮፓ እና ሰሜን አሜሪካ መሆኑ አስደናቂ ነገር ነው።

እነሱ ለሕዝባቸው የነፈጉትን የነፃ ገበያ ሥርዓት ትሩፋቶች ተቋዳሽ ለመሆን በሰውነታቸው ብቻ ሰብአዊ መብታቸው ወደሚከበርበት፣ ልጆቻቸውየመልካም ትምህርት ዕድል ወደሚያገኙበት ኢምፔሪያሊዝም ይውደም ባሉበት አንደበታቸው ኢምፔሪያሊዝም ይቅደም ብለው ነው የየአገራቱን ዜግነት ጠይቀው ያገኙት።

የኢምፔሪያሊዝም ቡችላ ነው፣ አቀባባይ ከበርቴ ነው፣ ቢሮክራቲክ ካፒታሊስት ነው ብለው ወፍጮ ቤት፣ ሻይ ቤት እና የጭቃ ቤት ሳይቀር እንዳልወረሱ እንዳላስወረሱ፣ እና የሀገር ልማት ላይ ይሳተፉ የነበሩትን እንዳላስገደሉ እና እንዳልገደሉ ራሳቸው ባለሀብት ነን ብለው የሚመፃደቁ ሆኑ።

እናቶች ሲተርቱ "ልጅ ያቦካው ለእራት አይበቃም" እንደሚሉት የኢትዮጵያ ተማሪዎች በአምልኮ ፈረንጅ ተጠምደው ሀገራቸውን ከቅኝ ግዛት ለማዳን በዱር በገደሉ የተንከራተቱትን ታላላቅ አርበኞችን በማስፈጀት የቅኝ ገዢዎችን አጀንዳ ወስደው ተበቀሉላቸው።

መሬት ላራሹ የሚለውን አጀንዳ በተመለከተ ኢትዮጵያ 111 ሚሊዮን ሄክታር ነች። ከዚህ ውስጥ ወደ 84 ሚሊዮን የሚሆን ለእርሻ ሥራ አመቺ ሲሆን ከዚህ ውስጥ 13 ሚሊዮን ሄክታር የሚሆነው መሬት በዐፄ ኃይለሥላሴ ጊዜ ለእርሻ እንዲውል ተደርጓል። መሬት ለመንግሥት ከተሰጠ በኋላ የእርሻ መስፋፋት በካድሬዎች መልካም ፈቃድ ላይ ስለተመሠረተ ባለፉት 50 ዓመታት ውስጥ ተጨማሪ 3 ሚሊዮን ሄክታር ብቻ ነው ወደ እርሻ ልማት የተጨመረው። ይህ ማለት ለእርሻ የሚውል 68 ሚሊዮን ሄክታር ያልታረሰ መሬት አለ ማለት ሲሆን የዐፄ ኃይለሥላሴ አዋጅ ዓላማ ከዚህ መሬት በመቀነስ በርካታ መሬት አልባ ጭሰኛ አርሶ አደሮችን ባለመሬት የሚሆኑበትን ሥርዓት መፍጠር ነበረ። ይሁንና ይህ ዕድል በገርማሜ ንዋይ መፈንቅለ መንግሥትና በምዕራብያውያን ተጽዕኖ ተደናቀፈ።

የጭሰኛ ሥርዓት ምናልባትም ከ30 በመቶ በታች በሚሆነው የኢትዮጵያ ክፍል ብቻ ነበር የሚሠራው። በኤርትራ፣ በትግራይ፣ በጎንደር፣ በወሎ፣ በጎጃም፣ በአብዛኛው ሸዋ፣ በወለጋ፣ በሰፊው በአፋርና በሱማሌ ክልል አልነበረም። እነዚህ ቦታዎች በቤተሰብ ርስት የሚታረሱ ሲሆን የቆላማው ቦታ ደግሞ የጋራ የግጦሽ መሬት ነበር። የኢትዮጵያ መሬት ላራሹ ከሶቭዬት ዩኒየን አብዮት 58 ዓመት በኋላ የታወጀ ነው። የሶቭየት ኅብረት በአንደኛ ዐለም ጦርነት ማጠቃለያ ላይ በ1917 የተካሄደ ሲሆን የኛ የመሬት አዋጅ በፈረንጆቹ 1975 ነው የታወጀው።

የነፃነት ሰልፍ

የበርት ኮንኩስት "ዘ ሃርቨስት ኦፍ ሶሮው" (The Harvest of Sorrow) በሚባለው መጽሐፉ እንደገለጸው በመሬት ለመንግሥት ፖሊሲ በዩክሬን 8 ሚሊዮን ሰው የሞተ ሲሆን በቻይና ደግሞ 25 ሚሊዮን ሕዝብ በረሀብ ረግፏል። ቻይና የጋርዮሽና በካድሬ ቁጥጥር የሚታመስ ገበሬ ምርታማ እንዳልሆነ አይታ የመሬት ሥርዓትን ወደ ግል በተደጋጋሚ በኮንትራት ያስተላለፈች ቢሆንም በማኦ ሞት የተተካው ዶንግ ፒንግ ሶሻሊዝም ከረሀብ ውጪ ሀብት እንደማይፈጥር ስለተረዳ በ1976 ነው ከሶሻሊዝም ወጥተው ሰዎች ሀብት እንዲያፈሩ የፈቀዱት። የኛ አብዮታዊ ምሁራን ነን ባዮች የመሬት ስሪቱን ለመቀየር ሲነሱ ቻይና ከመሬት አዋጅ ምን ተማረች? ዩጎዝላቪያ ምን ላይ ነች? እኛስ ከየት እንጀምር? ብለው አይደለም የተነሱት። የነሱ ዓላማ ትንሽ ሻል ያለውን ሰው ድሀ ማድረግ እንጂ ደሀውን ሀብታም ለማድረግ አልነበረም። የተነሱት በወዛደሩ አምባገነንነት ስም ራሳቸውን ንጉሥ ማድረግና በጎሰኝነት ስሜት አምሓራውን ማጥቃት ነው። የመሬት ላራሹ ደራሲዎች በጸረ–አማራነት የተሰባሰቡ ነበሩ። የአዋጁ አርቃቂ ኮሚቴ አባላት የሚከተሉት ነበሩ፦

ተ.ቁ	ስም	ደርጅት	ብሔር
1.	አንዳርጋቸው አሰግድ	መኢሶን	ያልታወቀ
2.	መስፍን ካሱ	መኢሶን	ጉራጌ
3.	ዐለምአንተ ገ/ሥላሴ	ኢሕአፓ	ትግራይ
4.	ታደሰ ገብረመስቀል	ኢሕአፓ	ትግራይ
5.	ተስፋዬ ደበሳይ (ዶ/ር)	ኢሕአፓ	ኢሮብ
6.	ዮሴፍ አዳነ	ኢሕአፓ	ትግራይ
7.	ዘገየ አስፋው	ኢጭአት/ኦነግ	ኦሮሞ
8.	በፍቃዱ ዋቅጅራ	ኢጭአት/ኦነግ	ኦሮሞ
9.	ዮሐንስ ነገዎ	ኢጭአት/ኦነግ	ኦሮሞ
10.	ጣዕመሥላሴ በየነ	ጀብሀ	ኤርትራ

የኢትዮጵያ ተማሪዎች እንቅስቃሴ አካላት እና የኢትዮጵያ የግራ ኃይሎች አባላት የኢትዮጵያን እና የአማራን ሕዝብ ዕድል እንዲህ ካመሳቀሉ እና የገደል አፋፍ ካደረሱት በኋላ፤ ጠላቶቻችን ናቸው መጥፋት አለባቸው፣ በኢትዮጵያ ያሉ ዜጐቻቸው ሀብት ንብረት ተቀምተው ይባረሩ ሲሏቸው የነበሩት የኢምፔሪያሊስት አገሮች ብለው በሚጠሯቸው አሜሪካ እና አውሮፓ በመሄድ በጉልበት ሥራ የጠሉትን አምፔሪያሊዝም አገልጋይ መሆናቸው የዘመኑ ታላቅ ምጸት ነው።

የደርግ መንግሥት

የደርግ መንግሥት ሥልጣን ሲይዝ በዋናነት “ለ3000 ዘመን ታሥራ የኖረች ሀገር ከእሥራት ተፈታች” ብሎ የጀመረ ሲሆን የሥራው መጀመሪያ ያደረገው 60 የቀኃሥ አስተዳደር ባለስልጣናት 53ቱ አማራ የሆኑትን ያለ ሕግ በመረሸን ነበር።

በመቀጠል የመሬት ላራሹ አዋጅ ሲሆን በአገሪቱ አብዛኛው መሬት ያልታረሰ እና የመንግሥት የነበረ ሲሆን ይህንን መሬት፣ መሬት ለሌላቸው አርሶ አደሮች ማከፋፈል ሲችል ነገር ግን የአማራ ሕዝብ በገንዘቡ የገዛውን፣ በአገልግሎቱ ያገኘውን መሬት በአዋጅ ነጥቆታል። ትርፍ የከተማ ቤቶች በሚል የታወጀው አዋጅ ደግሞ የአማራ ሕዝብ በመላው ኢትዮጵያ ባሉት ከተሞች ያፈራውን ሀብትና ንብረት በመውረስ ተጠናቋል።

የፋብሪካዎች እና የንግድ ድርጅቶችን የሕዝብ ያደረገው የሚባለው አዋጅ ደግሞ የአማራን ሕዝብ ጥሪቶች አሟጦ ወስዷል። ፈሪሃ እግዚአብሔር ያለውን ሕዝብ “ፈጣሪ የለም” በሚል ርዕዮት ለመምራት የሞከረው ደርግ፤ በሕግ ከፍተኛ እምነት ያለውን ሕዝብ ያለ ሕግ በአደባባይ በሚደረግ የዘፈቀደ ግድያ ለመምራት ሞከረ። በራሱ ፈቃድ በጀግንነት ወደ ጦርነት የሚተመውን ሕዝብ በግዳጅ በአፈሳ ለማዋጋት መሞከሩ ወደ ውድቀት መርቶታል።

ደርግ የአማራ ሕዝብ በኢትዮጵያ የነበረውን የፖለቲካና የኢኮኖሚ እንዲሁም ማኅበራዊ ድርሻ በከፍተኛ ደረጃ ካዳከመ በኋላ፣ ለኢትዮጵየ ከዐረቦች ተጨማሪ የምዕራባውያንን ጠላትነት በማትረፍ 17 ዓመታት ሙሉ በጦርነት ለማሳለፍ የተገደደ መንግሥት ነበር። በመጨረሻም ይከተለው የነበረው የሶሻሊዝም ርዕዮት በዐለም አቀፍ ደረጃ በመውደቁ፣ የሕዝብ ድጋፍ በማጣቱ፣ በዐረቦች ርብርብ እና በምዕራብውያን በመጠላቱ በሻዕቢያ/ትሕነግ ጥምረት ከሥልጣን ተባሮ አገሪቱ በትሕነግ እጅ ወደቀች።

ሄርማን ኮህን የሚባለው የአሜሪካ ስቴት ዲፓርትመንት ኃላፊ (Herman Cohen, US Policy Toward Africa: Eight Decades of Real politik) አሜሪካ የ80 ዓመት የአፍሪካ ፖሊሲ ብሎ ባሳተመው መጽሐፍ፣ ኮሎኔል መንግሥቱ አልሰማ ሲለን እኛ በቀጥታ ተገንጣዮቹን መደገፍ ስላልፈለግን የዐረብ ሀገር ወዳጆቻችንን ሰብስበን እንዲደግፉ አደረግን ብሏል (US policy towards Ethiopia)። በመጨረሻው አሜሪካኖቹ ከገመቱት በላይ የመንግሥት ሥርዓት ተንኮታኮተ፤ ሠራዊቱም ፈራረሰ። ሄርማን ኮህን ይህ ነገር ስለገረመን አንድ አጥኚ ቡድን አቋቁመን ማጥናት ያዝን። የጥናቱም ድምዳሜ ሰላም የሚሰፍን ከሆነማ ሠራዊቱ ለምን እኔ የመጨረሻው ሟች ወታደር እሆናለሁ የሚል ሥነልቦና እንደሆነ ተረዳን ይላል።

ወቅቱን እና የነበረውን አስተሳሰብ ያሳያል በሚል የአንድ አማራ የሆኑ አባትና ልጅ እውነተኛ ታሪክ እነግራችኋለሁ። ቦታው ባሌ ውስጥ ነው። የሰዎቹን ማንነት ላለመግለጽ ስል ስም አልጠራም። አባትየው በቀዳማዊ ኃይለሥላሴ ዘመነ መንግሥት በአምስቱ ዓመት የጣልያን ወረራ አርበኛ ነበሩ። አባትየው ነፃነታችን ሲመለስ በውትድርና ሞያ አገልግለዋል። በ1956 ዓ.ም በነበረው በመጀመሪያው የሶማሌ መንግሥት ወረራ ወቅት እንዲሁ የውጊያው ተሳታፊ ነበሩ። በጦርነቱም በመቁሰላቸው ከሠራዊቱ ተሰናብተዋል።

በውትድርና አገልግሎት ዘመናቸው ባጠራቀሙት መለስተኛ ጥሪት ኑሯቸውን ለማቋቋም ደፋ ቀና ሲሉ፣ የኢትዮጵያ ንጉሠ ነገሥት መንግሥት ሁሉንም ኢትዮጵያውያን ባለርስት ለማድረግ ሲል ያልለማውን ጠፍ መሬት፣ ሰው ያልሰፈረበትን አንዱን ጋሻ መሬት (አንድ ጋሻ ማለት 40 ሔክታር ነው) በ120 ብር እንደሚሸጥ በመስማታቸው እጃቸው ላይ በነበረው ገንዘብ በሙሉ ሰፊ ኩታ ገጠም መሬት ገዙ። የመሬቱን ካርታ በመያዝ የኢትዮጵያ እርሻና ኢንዱስትሪ ልማት ባንክ ላንድሮቨር መኪና፣ ትራክተር ከነማረሻውና ተሳቢው በብድር ገዛላቸው። የእርሻ ሚኒስቴር ደግሞ የኢትዮጵያ መንግሥት ዜጎቹ በዘመናዊ እርሻ እንዲሰማሩ የሚሰጠውን የኢንቨስትመንት ማበረታቻ ስምንት ሺህ ሊትር ነዳጅ በነፃ እንዲወስዱ ኩፖን ሰጣቸው። በዚህ መነሻነት ከዓመት ዓመት እየሠሩ መሬቱን እያለሙ ተጨማሪ ብድር በመውሰድ ብዙ ትራክተሮች እና የማጨጃ ማሽን (combine harvester) ገዝተው እርሻቸውን የዘመናዊ እርሻ ቅርፅ አስያዙ። አባት በሥራቸው የዘመናዊ ግብርና እውቀት እንደሚጎድላቸው በመገንዘብ ልጆቻቸውን ያስተምሩ ነበር። በተለይ የመጀመሪያ ልጃቸው የአሥራ አንደኛ ክፍል ተማሪ

ስለነበር ትምህርቱን ጨርሶ አለማያ የእርሻ ኮሌጅ ገብቶ እንዲማርላቸው እና የእርሻ ሥራውን በዘመናዊነት እንዲያስኬድ የሁልጊዜ ፍላጎታቸው ነበር።

በ1967 ዓ.ም የገጠር መሬት የወረሰውን አዋጅ ደርግ ባወጀበት ቀን በጣም ተበሳጭተው ቤታቸው ተቀምጠው ባሉበት፣ የሚኖሩባት ከተማ ወጣት ተሰልፎ መፈክር እያወረደ ቤታቸውን ከበበው፦

"ዋይ ዋይ ባላባት! ዋይ ዋይ ባላባት!

ከእንግዲህ ቀረ ሳይሠሩ መብላት

ከእንግዲህ ቀረ የአገልግል ፍትፍት!"

ቤታቸው የድንጋይ ዶፍ ይወርድበታል። ተቆጡና የግቢያቸውን በር ሲከፍቱ የሰልፉ መሪና መፈክር አውራጅ ያ ለስንት ነገር የሚጠብቁት፣ የሚመኩበት ልጃቸው ነው። ማመን አቃታቸው! ትንፋሽ አጠራቸው! በተደጋጋሚ አንተም ልጄ! አንተም ልጄ! ብለው ልባቸውን ይዘው እዛው በቦታው ላይ ሞቱ።

እርሻቸውን መንግሥት ወርሶ የመንግሥት እርሻ አደረገው። ልጅ የአባቱን ሀብትና ጥሪት አስወርሶ፣ ለአባቱ ሞት ምክንያት ሆኖ ሲያበቃ አለማያ እርሻ ኮሌጅ መግባቱ ቀረና የአባቱ በነበረው እርሻ ውስጥ በ180 ብር በዚያው ከአባቱ በተወረሰው እርሻ ውስጥ ተቀጥሮ መሥራት ጀመረ። በደርግ ዘመን በእርሻው ውስጥ የነበረው ኃላፊነት እየጨመረ መጥቶ የክፍል ኃላፊ ሆነ።

በትሕነግ የሥልጣን ዘመን እርሻውን ትሕነግ ለውጭ ባለሀብቶች ሸጠው። ልጅም አብሮ ተሸጠ። አዲሶቹ የእርሻው ባለቤቶች ለመሬቱ ብዙም ግድ ስለሌላቸው ለአጭር ጊዜ ትርፍ ሲሉ ከመጠን ያለፈ ጸረ-አረም ኬሚካል እንዲረጭ ያዛሉ። ልጅ ደግሞ እንዲህ መሆን የለበትም፣ ምክንያቱም መሬቱ ይጎዳል ብሎ ተከራከረ። ባለሀብቶቹ ምን አገባህ ብለው ቁጣ ብቻ ሳይሆን ጥፊና እርግጫም ጨምረውለት ከሥራው አባረሩት።

መደቡን ከዶ፣ ቤተሰቡን ከዶ፣ ለአባቱ ሞት ምክንያት የሆነው የማርክስ እና የሌኒን ወታደር "ጥቁሩ ቦልሼቪክ" መኖሪያውም በዚያው በእርሻው ካምፕ የነበረ በመሆኑ ከነባለቤቱ እና ሕፃናት ልጆቹ በጎዳና ላይ ፈሰሰ።

ኃይሌ ፊዳ እና ቅጠል ለቃሚዋ ካፒታሊስት (78)

"በአጭር የተቀጨ ረጅሙ ጉዞ" የሚል ርእስ ያለው የመኢሶንን ታሪክ የሚያወሳ አንድ ዳጎስ ያለ መጽሐፍ አንብቤያለሁ:: መጽሐፉን ሳነብ ያስገረመኝን ታሪክ እዚህ ላይ ላካፍላችሁ ወደድኩ:: መኢሶን የንጉሠ ነገሥቱ ሥልጣን እንዲገረሰስ ብዙ ታግያለሁ ባይ እና ደርግ ሥልጣን ሲይዝ የሕዝብ ድርጅት የሚባለውን ፖለቲካውን የሚመራውን ተቋም በመቆጣጠር በሁሉም ሚኒስቴር መሥሪያ ቤቶች እንዲሁም ከቀበሌ ጀምሮ ባሉት የአስተዳደር አካላት ላይ የበላይነት ወስዶ ነበር:: መኢሶን ከደርግ ጋር በጥምረት በሠራበት በዚያ ዘመን ትርፍ ቤቶች በመንግሥት እንዲወረሱ የሚያደርግ አዋጅ ረቂቅ አዘጋጅቶ (የከተማ ልማት ሚኒስትሩ ዳንኤል ታደሰ የመኢሶን ከፍተኛ አመራር ነበረ) አውጆ ነበር:: አዋጁ ትልልቅ ሕንጻዎች እና በጭራሮ የተሰሩ የጭቃ ቤቶችን እንኳን የማይለይ የከተማ ነዋሪ የሆነውን የአማራ ሕዝብ የኢኮኖሚ መሠረት ለመንጠቅ ያለመ ነበረ::

በወቅቱ በአገሪቱ ከፍተኛ ደሞዝ የሚከፈላቸው የመኢሶኑ ሊቀመንበር ኃይሌ ፊዳ እና ጓዱ አንዳርጋቸው አሰግድ እዛው አራት ኪሎ አካባቢ ትልቅ ቪላ ቤት ተከራይተው ይኖሩ ነበር:: ጎረቤታቸው ደግሞ ከእንጦጦ ጫካ ቅጠል ጭራሮ በመልቀም በጀርባቸው ተሸክመው በመሸጥ የሚተዳደሩ አሮጊት ሴት መኖሪያ ደሳሳ ጎጆ ይገኛል:: ቅጠል ሻጯ አሮጊት በእስተእርጅና እጦርበታለሁ ብለው ይዞታቸው ላይ ሁለት ክፍል ቤት በጭቃ በመሥራት ሦስት ብር አከራይተው ኑሯቸውን ይደጉሙ ነበር:: በአዋጁ ማግስት ለሕዝቡ ማብራሪያ ለመስጠት በየቀበሌው ስብሰባ ተጠራ:: በደርግ ዘመን ቀበሌ ስብሰባ ተጠርቶ ማንም መቅረት አይችልም ነበር:: በስብሰባው ላይ ቀበሌውን የሚያስተዳድረው የመኢሶን ካድሬ ሕዝቡን ከእናንተ መሀል ቤት ሰርቶ የሚያከራይ በቀኝ በኩል ይቆም፣ ቤት ተከራይቶ የሚኖር ደግሞ በግራ በኩል ይቁም ብሎ አዘዘ::

አሮጊቷ ቅጠል ሻጭ በባዶ እግራቸው፣ ያደፈ የተቀደደ ነጠላቸውን ለብሰው በቀኝ በኩል እነ ኃይሌ ፊዳ ደግሞ ጣልያን የተሰፋ "አርማኒ" ብራንድ ሱፋቸውን ለብሰው በግራ በኩል ቆሙ:: መኢሶን ያነቃው፣ ያደራጀው እና ያስታጠቀው ካድሬ ለሕዝቡ እንዲህ ሲል አብራራ፦ "እነዚህ በግራ የቆሙት ጭቁኖች ተበዝባዦች ሲሆኑ እነዚህ በቀኝ የቆሙት ደግሞ በዝባዦች፣ ጨቋኞች ናቸው::" ለነገሩ የኢትዮጵያ የግራ ኃይሎች በአፍላ ዘመናቸው በየትምህርት ቤቱ ቤተ መጻሕፍት ያሉ መጻሕፍትን ርካሽ የኢምፔሪያሊዝም ባህል ማስፋፊያዎች ናቸው ብለው አቃጥለዋል:: ጥንታዊ የብራና መጻሕፍትም የጥንቆላ መሳርያ ናቸው ተብለው እንዲወድሙ ተደርገዋል::

የክፍል አንድ ማጣቀሻ

1. ኢይኈይስ አርምሞ፣ "መዝገበ ሰማዕታት"፣ 2014 ዓ.ም፣ ገፅ 111-114
2. Abera Jembere, "An Introduction to the Legal History of Ethiopia (1434-1974)", 2012 G.C., Page 183-190
3. Pankhurst, R. "The Manuscripts of Ethiopia: Their Historical and Cultural Significance.", Ethiopian Journal of the Social Sciences and Humanities, 1998 G.C.
   - Sergew Hableselasse "Bookmaking in Ethiopia", 1981, p. 35.
   - Nosnitsin D. (2012), "Ethiopian Manuscripts and Ethiopian Manuscript Studies, A brief Overview and Evaluation", Gazette du livre médiéva, 58, p. 1.
4. መጽሐፍ ቅዱስ
   - ዘፍጥ. 2:13
   - መዝ. 68:3/ ኢሳ. 20:3፣5፣6/ ሕዝቅ.20:4/ ዳን. 15:43/ ናሆም 3:4
   - ሕዝቅ. 29:10/ ዮዲ.. 1-10
   - ኢሳ. 18:1/ ኤር.3:10
   - ኢዩ. 28:19
   - ኢሳ. 43:3
   - ኤር. 13:23
   - ኢሳ. 45:14
   - 2ኛ ዜና መዋ. 14:9/15 :16-20
   - ሶ. 2:13
5. ቁርዐን በአማርኛ፣ 1961 ዓ.ም፣ ገፅ 8
6. ማኅተመ ሥላሴ ወልደመስቀል፣ "ባለን አንወቅበት"፣ 1961 ዓ.ም፣ ገፅ 9-18
7. ልዑለ ቃል አካሉ ዐለሙ፣ "ጥንታዊው የኢትዮጵያ የአብነት ትምህርት ቤት ከዘመናዊው ትምህርት ጋር ሲነፃፀር"፣ ሚያዝያ 4፣ 2002 ዓ.ም: http://www.kibreqidusan.org
8. Abera Jembere, "An Introduction to the Legal History of Ethiopia (1434-1974)", 2012 G.C., Page 47-49.

> ➢ ተክለሐዋርያት ተክለማርያም፣ "የሕይወቴ ታሪክ"፣ 1998 ዓ.ም፣ ገፅ 412

9. ዘውዴ ረታ፣ "የቀኃሥ መንግሥት (1923-1948)" 2005 ዓ.ም.፣ ገፅ 39-45

> ➢ ዳግማይ ነቅዐጥበብ፣ "አዲስ 1879 ቅፅ 2", 2006 ዓ.ም.፣ ገፅ 84-106

10. ዶናልድ ሌቪን፣ "ትልቋ ኢትዮጵያ"፣ 2007 ዓ.ም፣ ገፅ 102-115
    ትርጉም ሚሊዮን ነቅንቅ፣ አአዩ ፕሬስ
11. Henze, Paul.B, "Layers of time: A history of Ethiopia", 2006 G.C., page 22.
12. Edward Ullendorff, "The Ethiopians: an introduction to country and people", 1973 G.C., page 47-57.
13. James Bruce (1790): Travel to discover the source of the Nile, Vol. 1, page 343.
14. ግርሀም ሀንኮክ "ታቦተ ጽዮንን ፍለጋ"፣ ገጽ 113-115፣ ትርጉም ጌታቸው ተስፋዬ ጎጂ፣ 1993 ዓ.ም.
15. አባ ጎርጎርዮስ፣ "የኢትዮጵያ ኦርቶዶክስ ተዋሕዶ ቤተ ክርስቲያን ታሪክ" 2007 ዓ.ም፣ ገፅ 8-9
16. Tadesse Tamrat," Chruch and State in Ethiopia (1270-1527)" 1972 G.C., page 38-41.

> ➢ አባ ጎርጎርዮስ፣ "የኢትዮጵያ ኦርቶዶክስ ተዋሕዶ ቤተ ክርስቲያን ታሪክ" 2007 ዓ.ም፣ ገፅ 22

17. ተክለጻዲቅ መኩሪያ "የኢትዮጵያ ታሪክ ኑብያ አክሱም ዛጉዬ" 1951፣ ገፅ 105-111
18. Taddesse Tamrat," Chruch and State in Ethiopia (1270-1527)" 1972 G.C., page 53-57.
19. ተክለጻዲቅ መኩሪያ፣ "የኢትዮጵያ ታሪክ ከዐፄ ልብነድንግል እስከ ዐፄ ቴዎድሮስ"፣ 1961፣ ገፅ 85-86
20. ሀብታሙ መንግስቴ፣ "በራራ ቀዳሚት አዲስ አበባ"፣ 2020 ዓ.ም.፣ ገፅ 113-131.
21. ዝኒ ከማሁ፣ ገፅ 113
22. ጌታቸው ኃይሌ፣ "የአባ ባሕርይ ድርሰቶች"፣ 1997 ዓ.ም.፣ ገፅ 80-81
23. Abera Jembere, "An Introduction to the Legal History of Ethiopia (1434-1974)", 2012 G.C., Page 183-190.
24. ሀብታሙ መንግሥቴ፣ "በራራ ቀዳሚት አዲስ አበባ"፣ 2020 ዓ.ም፣ ገፅ 169-195

25. ፍራንቼስኮ አልቫሬዝ፣ "ኢትዮጵያ ፖርቱጊዞች እንዳዩዋት"፣ (እኤአ 1520–1526)፣ ትርጉም ግርማ በሻህ 1966 ዓ.ም.
26. ተክለጻዲቅ መኩሪያ፣ "የኢትዮጵያ ታሪክ ከዐፄ ልብነድንግል እስከ ዐፄ ቴዎድሮስ"፣ 1961፣ ገፅ 85-86
27. ጌታቸው ኃይሌ፣ "የአባ ባሕርይ ድርሰቶች"፣ 1997 ዓ.ም.፣ ገፅ 75-93
28. ይልማ ደሬሳ፣ "የኢትዮጵያ ታሪክ በአሥራ ስድስተኛው ክፍለ ዘመን"፣ 1959 ዓ.ም.
29. ሀብታሙ መንግሥቴ፣ "በራራ ቀዳሚት አዲስ አበባ"፣ 2020 ዓ.ም፣ ገፅ 286-297
30. በአካባቢው ነዋሪ ከነበረው ከታደሰ ፍቅረ ጋር ከተደረገ ውይይት የተገኘ
31. ዳንኤል ተፈራ፣ "ዳንዲ የነጋሶ መንገድ"፣ 2003 ዓ.ም.፣ ገጽ 13
32. ስሜነህ ኪሮስ፣ "ምስጢር በአማርኛ"፣ 2015 ዓ.ም.፣ ገፅ 32
33. ተክለጻዲቅ መኩሪያ፣ "የኢትዮጵያ ታሪክ ከዐፄ ልብነድንግል እስከ ዐፄ ቴዎድሮስ"፣ 1961፣ ገፅ 138-278
34. ዝኒ ከማሁ፣ ገፅ 105-107
35. አባ ጎርጎርዮስ፣ "የኢትዮጵያ ኦርቶዶክስ ተዋሕዶ ቤተ ክርስቲያን ታሪክ" 2007 ዓ.ም.፣ ገፅ 45-51
36. ተክለጻዲቅ መኩሪያ "የኢታዮጵያ ታሪክ ብዐፄ ልብነድንግል እስከ ዐፄ ቴዎድሮስ" ገፅ 111
37. ዝኒ ከማሁ፣ ገፅ ከማሁ፣ ገፅ 154
38. ዝኒ ከማሁ፣ ገፅ 162-164
39. ዝኒ ከማሁ፣ ገፅ 158-163
40. ሀሮልድ ጂ. ማርክስ፣ "የኢትዮጵያ ታሪክ" ገፅ 82-86፣ ትርጉም ሙሉቀን ታሪኩ
41. V.Nersessian and Richard Pankrust, "The visit to Ethiopia of Yohannes T'ovmacean, an Armenian jeweler, in 1764-66", Journal of Ethiopian Studies, VOL. 15 (AUGUST 1982), PP. 79-104.
    - ✓ ተክለጻዲቅ መኩሪያ፣ "የኢትዮጵያ ታሪክ ከፀፄ ልብነድንግል እስከ ፀፄ ቴዎድሮስ" 1961 ዓ.ም.፣ ገፅ 149-151
42. ተክለጻዲቅ መኩሪያ፣ "የኢትዮጵያ ታሪክ ከዐፄ ልብነድንግል እስከ ዐፄ ቴዎድሮስ"፣ 1961 ዓ.ም፣ ገፅ 383- 430
43. ተክለፃዲቅ መኩሪያ፣ "የኢትዮጵያ ታሪክ ከዐፄ ቴዎድሮስ እስከ ቀዳማዊ ኃይለሥላሴ" 1938 ዓ.ም፣ ገፅ 1-2
44. ገሪማ ታፈረ፣ "አባ ታጠቅ ካሳ የቋራው አንበሳ" 1961 ዓ.ም.፣ ገፅ 64-109

45. Volker Matthies, "The siege of Magdala: The Biritish Empire Against the Emperor of Ethiopia", 2011 G.C., Page 145-167.

46. Henry M. Hozier, "The British expedition to Abyssinia", 1864 G.C., page 97.

47. ብላቴን ጌታ ኅሩይ፣ "ከንግሥት ሳባ እስከ አድዋ ጦርነት"፣ 1999 ዓ.ም.፣ ገፅ 148

48. ተክለጻድ መኩሪያ፣ "ዐፄ ዮሐንስ እና የኢትዮጵያ አንድነት" 1982 ዓ.ም.፣ ገፅ 200

49. ዝኒ ከማሁ፣ ገፅ 563 (የጄነራል ባልዲሴራ ደብዳቤ ከምፅዋ ለጣሊያኑ ጠቅላይ ሚኒስትር ለፍራንቼስኮ ክሪስፒ)

- ✓ ተክለጻዲቅ መኩሪያ "ዐፄ ምኒልክ እና የኢትዮጵያ አንድነት" 1983 ዓ.ም. ገፅ 39- 41 (ይህ መጽሐፍ ፕሮፌሰር አሥራት ወልደየስ ለማረሚያ ቤቱ በስጦታ የሰጡት መጽሐፍ ነው ስማቸው፣ ቀኑ (23/7/89 ዓ.ም)፣ ፊርማቸው አለበት፣ መጽሐፉን ሳገኘው በጣም ነው የተደሰትኩት)

50. አለቃ ወ/ማርያም ዘምሁይ፣ "ታሪክ ዘቴዎድሮስ ንጉሥ ኢትዮጵያ" 1897 ዓ.ም.

- ✓ ተስፋዬ አካሉ፣ "ዐፄ ቴዎድሮስ በሦስቱ ቀደምት ጸሐፍት"፣ 2004 ዓ.ም. ገፅ 104
- ✓ ጳውሎስ ኞኞ፣ "ዳግማዊ ዐፄ ምኒልክ" የካቲት 1984 ዓ.ም. ገፅ 11-16

51. መርስዔ ኃዘን ወልደቂርቆስ፣ "የ20ኛው ክፍለዘመን መባቻ"፣ 2002 ዓ.ም. ገፅ 19-105

52. አሌክሳንደር ቡላቶቪች፣ "ከዐፄ ምኒልክ ሠራዊት ጋር"፣ 2007 ዓ.ም፣ አአዩ ፕሬስ ገፅ (xviii -xxvii)

53. ገብረሥላሴ ወልደአረጋይ፣ "ታሪክ ዘመን ዘዳግማዊ ምኒልክ" 1959 ዓ.ም. ገፅ 261-264፣ 257-268

- ✓ ተክለሐዋርያት ተክለማርያም፣ "የሕይወቴ ታሪክ" 1998 ዓ.ም.፣ ገፅ 55-73

54. Harold G. Marcus, "A History of Ethiopia" 1992 GC, Page 107-193

55. ተክለጻዲቅ መኩሪያ፣ "ዐፄ ምኒልክ እና የኢትዮጵያ አንድነት" 1983 ዓ.ም.፣ ገፅ 513-575

56. መርስኤ ኃዘን ወልደ ቂርቆስ፣ " ቀዳማዊ ኃይለሥላሴ፣ 1922 -1927"፣ 2009 ዓ.ም.፣ ገፅ 1-5

- ✓ እምሩ ኃይለሥላሴ፣ " ካየሁት ከማስታውሰው" 2001 ዓ.ም.፣ ገፅ 1-17
- ✓ ቀዳማዊ ኃይለሥላሴ፣ "ሕይወቴና የኢትዮጵያ እርምጃ"፣ 1965 ዓ.ም.፣ ገፅ 61-100

57. ቀዳማዊ ኃይለሥላሴ፣ "ሕይወቴና የኢትዮጵያ እርምጃ"፣ 1965 ዓ.ም.፣ ገፅ 61 -100
58. ጥላሁን ጣሰው፣ "የኢትዮጵያ እና የጣሊያን ሁለተኛው ጦርነት ታሪክ"፣ 2007 ዓ.ም.፣ ገፅ 79-101
    - ✓ ኃይሉ ወ/ጊዮርጊስ፣ "ፋሺስት ጣሊያንን ያጋለጠ የኢትዮጵያ ዲፕሎማቶች ፍልሚያ"፣ 2012 ዓ.ም.፣ ገፅ 135-140
59. እርቅይሁን በላይነህ፣ "አምስቱ የመከራ ዘመናት"፣ 2007 ዓ.ም.፣ ገፅ 242-244
    - ✓ Mikreselasie Amanuael, Rev.Dr, "Chruch and Mission in Ethiopia during Italian Occupation", 2014 G.C, page 64.
    - ✓ ገሪማ ታፈረ፣ "ጎንደሬ በጋሻው"፣ 1949 ዓ.ም፣ ገፅ 66-65
60. ከበደ ተሰማ፣ "የታሪክ ማስታወሻ"፣ 1962 ዓ.ም.፣ ገፅ 207-410
61. ሕይወት ጎዳና "ያቺ ቀን ተረሳች"፣ 1967 ዓ.ም.፣ ገፅ 197 -243

✓ ገሪማ ታፈረ "ጎንደሬ በጋሻው"፣ 1949 ዓ.ም.፣ ገፅ 250 - 291

62. ታደሰ ቴሌ ሳልቫኖ "የአናብስት ምድር፣ የኢትዮጵያ ሠራዊት ታሪክ ዘገባ 1927-1983 ዓ.ም." 1999 ዓ.ም፣ ገፅ 65-97
63. ከበደ ፍሬ ሰንበት፣ "ዘመናዊ ትምህርት በቅድመ አብዮት ኢትዮጵያ"፣ ፎረም ፎር ሶሻል ስተዲስ፣ 2006 ዓ.ም. ገፅ 1-24
64. ተፈራ ደግፌ፣ "የባንክ ዕድገት ለአገሪቱ ግንባታ ያደረገው አስተዋፅኦ" ፎረም ፎር ሶሻል ስተዲስ፣ 2006 ዓ.ም. 63-82
65. አሸናፊ ሽፈራው፣ "የኢኮኖሚ ፕላን በኢትዮጵያ መቼና እንዴት ተጀመረ?" ፎረም ፎር ሶሻል ስተዲስ፣ 2006 ዓ.ም. ገፅ 381- 412
66. Semeret Medhane, " National Air carriers as catalysts for development: The case of Ethiopion Airlines (ET) ፎረም ፎር ሶሻል ስተደስ፣ 2006 ዓ.ም. ገፅ 25-44
67. በትሩ አድማሴ፣ "የኢትዮጵያ ቴሌኮሚኒኬሽን ምሥረታ እና ዕድገት እስከ 1966 ዓ.ም" ፎረም ፎር ሶሻል ስተዲስ፣ 2006 ዓ.ም. ገፅ 63-82
68. መኮንን ከተማ፣ "ከተማ ይፍሩ የሰላም የዕድገት እና የፓን አፍሪካኒዝም አቀንቃኝ" 2023 G.C., ገፅ 66-148
69. S. Pierre Pétridès, "The Boundary Question between Ethiopia and Somalia", 1983, page 9-12.
70. ቀዳማዊ ኃይለሥላሴ፣ "ሕይወቴ እና የኢትዮጵያ እርምጃ" 1965 ዓ.ም.፣ ገፅ 253-264
71. Bahiru Zewde, "The Quest for Socialist Utopia", 2014 G.C., page 112-118.

- ✓ አስማማው ኃይሉ፣ "የኢትዮጵያ ሕዝባዊ አብዮታዊ ሠራዊት" 2003 ዓ.ም. ቅፅ 1

72. Struggle, "On the Questions of national struggle", Nov.1, 1969 G.C., Page 4-7.
73. ክፍሉ ታደሰ፣ "ያ ትውልድ ቅፅ -1"፣ 2014 ዓ.ም.፣ ገፅ 72
74. አንዳርጋቸው አስግድ፣ "በአጭር የተቀጨ ረጅም ጉዞ - የመኢሶን ታሪክ"፣ 1992 ዓ.ም.፣ ገፅ 354፣ 397
    - ✓ አርትስ ቲቪ፣ "በነገራችን ላይ! የመኢሶን መሥራች አባል አንዳርጋቸው አሰግድ ከደረጀ ኃይሌ ጋር": https://youtu.be/RTLcjTTaEeg
75. ተስፋዬ መኮንን፣ "ይድረስ ለባለታሪኩ" 1983 ዓ.ም.፣ ገፅ 160-205
76. ክፍሉ ታደሰ፣ "ያ ትውልድ ቅፅ 1"፣ 2014 ዓ.ም፣ ገጽ 154
77. አበራ ጀምበሬ "የእሥር ቤቱ አበሳ በታላቁ ቤተ መንግሥት"፣ 1985 ዓ.ም.፣ ገፅ 192 -193
78. አንዳርጋቸው አሰግድ፣ ባጭር የተቀጨ ረጅም ጉዞ - መኢሶን በኢትዮጵያ ሕዝቦች ትግል ውስጥ"፣ 1992 ዓ.ም. ገፅ 267

ክፍል ሁለት

የአማራ ሕዝብ የዘር ፍጅት እና የሀገር አልባነት ጉዞ በዘመነ ትሕነግ/ኢሕአዴግ

ምዕራፍ ሦስት

እንዴት ተጀመረ?

የቻርተሩ ጉባኤ እና ተሳታፊዎች

ኢትዮጵያን ለአሥራ ሰባት ዓመታት ሲገዛ የቆየው የደርግ መንግሥት ዘርፈ ብዙ በሆኑ ምክንያቶች ተዳክሞ ነበር። በዋናነት በወቅቱ በነበረው የዐለም ፖለቲካ ተሸናፊ ከነበረው በሶቪየት ኅብረት በሚመራው የሶሻሊስት ካምፕ ጎን ነበረ። ለረጅም ጊዜ ያለማቋረጥ ሲያደርግ በነበረው ጦርነት አቅሙ ተመናምኖ ነበር። ጨቋኝ እና አምባገነን በመሆኑም የኢትዮጵያን ሕዝብ ድጋፍ በማጣቱ ምዕራባውያኑ እና ሁሉም የዐረብ አገራት ለሕወኃት እና ለሻዕቢያ በሰጡት ሁለንተናዊ ድጋፍ የተነሣ በፖለቲካም፣ በኢኮኖሚውም፣ በዲፕሎማሲውም በወታደራዊውም መስክ ተዳክሞ ከፍተኛ ውድቀት ደርሶበት ነበር።

በአገሪቱ ያለውን ጦርነት ለማስቆምና ሰላም ለማስፈን በሚል መንፈስ በአሜሪካ መንግሥት አነሳሽነት ተከታታይ ድርድሮች እና ንግግሮች ሲደረጉ ቆይተው በመጨረሻ የአሜሪካ የውጭ ጉዳይ ሚኒስቴር መሥሪያ ቤት የአፍሪካ ጉዳዮች ረዳት ሚኒስትር በነበረው ሚ/ር ሄርማን ኮህን የተመራ መድረክ በለንደን ከተማ ተደረገ። በመድረኩ ትሕነግ፣ ሻዕቢያ እና የደርግ መንግሥት ተወካዮች የተገኙ ሲሆን ድርድሩ እየተደረገ

የነፃነት ሰልፍ

ባለበት ሰዓት የኢትዮጵያ መሪ የነበረው ፕሬዝዳንት ኮሎኔል መንግሥቱ ኃ/ማርያም ሀገር ጥሎ በመሄዱ ሠራዊቱ ተበተነ::[1]

የደርግ መንግሥት ተደራዳሪዎች ድርድሩን አቋመው በየፊናቸው ሲበታተኑ የአሜሪካ መንግሥት አደራዳሪዎች ሻዕቢያ ኤርትራ ላይ ጊዜያዊ መንግሥት (Defacto state) እንዲያቋቁም እና በአጭር ጊዜ ሕዝበ ውሳኔ እንዲያካሂድ ወሰኑ:: ትሕነግ ደግሞ አዲስ አበባን በመቆጣጠር ሁሉን አቀፍ የሽግግር መንግሥት እንዲመሠረት ዝግጅት ተደርጎ ሕገ መንግሥት እንዲዘጋጅ እና ሀገራዊ ምርጫ ተደርጎ ምርጫውን ያሸነፈ መንግሥት እንዲመሠርት በሚል ቅድመ ሁኔታ ተስማሙ:: በዚህም መሠረት ሕወኃት አዲስ አበባን ተቆጣጥሮ ወደ ምኒልክ ቤተ መንግሥት ገባ::

ግንቦት 20 ቀን 1983 ዓ.ም. አዲስ አበባን ተቆጣጥሮ ልክ በወሩ ሰኔ 24 ቀን የሰላም ኮንፈረንስ በማለት በኋላ በሁሉም ዘንድ "የቻርተሩ ጉባኤ" የሚባለውን ስብሰባ ጠራ:: ይህ ጉባኤ ከ1983 ዓ.ም. በፊት የነበረውን ነገር ሁሉ የለወጠ፣ የአገሪቱን መጻኢ ዕድል የወሰነ፣ ለአማራ ሕዝብ ሁለንተናዊ ሰቆቃ መጀመር ሕጋዊ ማዕቀፍ በመሥራት መሠረቱን ያስቀመጠ ነበር ብሎ መውሰድ ይቻላል[2]:: የቻርተሩን ጉባኤ ያዘጋጀው ሕወኃት እንደመሆኑ ተሳታፊዎቹን በሚከተሉት መስፈርቶች መርጦ ጋብዟል፦

መስፈርቶቹ፦

- ኢትዮጵያ የአማራ ቅኝ እና በኃይል የተመሠረተች ሀገር ነች የሚሉ፣
- ኢትዮጵያ የብሔር ብሔረሰቦች እሥር ቤት ነች ብለው የሚያምኑ፣
- ከኢትዮጵያ ነፃ ለመውጣት የተደራጁ ድርጅቶች፣
- ጸረ-አማራ ዓላማ በፕሮግራሞቻቸው ላይ ያሰፈሩ ድርጅቶችን መርጦ በመጋበዝ

የመጀመሪያውን የጸረ-አማራ ኃይሎች ትብብር መሠረተ:: አዲስ አበባ ዩኒቨርስቲን በመወከል ብቸኛው አማራ ፕሮፌሰር አሥራት በጉባኤው ላይ ተገኝተዋል:: በሰኔ1983ዓ.ም የሰላም ኮንፍረንስ /የቻርተሩ ጉባኤ/ የተሳተፉ ድርጅቶች [3]፦

ተ.ቁ	የድርጅቱ ስም
1	የትግራይ ሕዝብ ነፃ አውጪ ድርጅት /ሕወኃት/
2	የኢትዮጵያ ሕዝቦች ዴሞክራሲያዊ ንቅናቄ /ኢሕዴን/
3	የኦሮሞ ሕዝቦች ዴሞክራሲያዊ ድርጅት /ኦሕዴድ/
4	የኢትዮጵያ ዴሞክራሲያዊ መኮንኖች አንድነት ንቅናቄ /ኢዴመአን/
5	የኦሮሞ ነፃነት ግንባር /ኦነግ/
6	የአፋር ነፃነት ግንባር /አነግ /
7	ቤኒሻንጉል ሕዝብ ነጻነት ንቅናቂ
8	የጋምቤላ ሕዝብ ነፃነት ንቅናቂ
9	የጉራጌ ሕዝብ ዴሞክራሲያዊ ግንባር
10	የሲዳማ ሕዝብ ነፃነት ንቅናቂ
11	የእስላም ኦሮሞ ነፃ አውጪ ግንባር
12	የኦሮሞ ኦቦ ነፃ አውጪ ግንባር
13	የኦሮሞ ሕዝብ ነፃ አውጪ ግንባር
14	የሐዲያ ብሔራዊ ዴሞክራሲያዊ ድርጅት
15	የወላይታ ሕዝብ ዴሞክራሲያዊ ግንባር
16	የምዕራብ ሶማሌ ነፃ አውጪ ግንባር
17	የኢሳና ጉርጉራ ነፃ አውጪ ግንባር
18	ሆርያል

19	የኢትዮጵያ ዴሞክራሲያዊ ኅብረት
20	የኢትዮጵያ ብሔራዊ ዴሞክራስያዊ ድርጅት
21	የኢትዮጵያ ዴሞክራሲያዊ ቅንጅት
22	የኢትዮጵያ ዴሞክራሲያዊ ንቅናቄ ቡድን
23	ከአደሬ - ታዋቂ ሰው
24	ከከንባታ - ታዋቂ ሰው
25	ከኦሞ ሕዝቦች - ታዋቂ ሰው
26	ከአዲስ አበባ ዩኒቨርሲቲ
27	የላብ አደር ተወካይ

የቻርተሩ ጉባኤ አጀንዳዎች ተብለው የተቀረጹትም፦

1. የሽግግር ቻርተር ማዘጋጀት
2. የሽግግር መንግሥት መመሥረት
3. ለኤርትራ ሕዝበ ውሳኔ ማመቻቸት ነበሩ፡፡

በዚሁም መሠረት በሕወኃት አሰባሳቢነት የተመሠረተው የቻርተሩ ጉባኤ የኢትዮጵያ ሕዝብ ዋነኛ አካል የሆነውን የአማራ ሕዝብ ሙሉ ለሙሉ በማግለል ተጀምሯል፡፡በዚህ ጉባኤም የአማራን ሕዝብ ሀገር አልባ ያደረጉና መጻኢ መከራዎቹን የሚያስጀምሩ ውሳኔዎችን በማሳለፍ እነዚህኑ ውሳኔዎች የሚያስፈጽም የሽግግር መንግሥት አቋቁመዋል፡፡ በወቅቱ የሕወኃት/ ኢሕአዴግ ሊቀመንበር፣ የጊዜያዊ መንግሥቱ ፕሬዚዳንት እና የቻርተሩ ጉባኤ ሰብሳቢ የነበሩት አቶ መለስ ዜናዊ ከጉባኤው በኋላ ለዐለምአቀፍ ጋዜጠኞች በሰጡት ጋዜጣዊ መግለጫ፣ በጉባኤው የአማራ ሕዝብ ተሳትፏል ወይ? ተብለው ተጠይቀው በራሳቸው አንደበት አማራው በጉባኤው አለመወከሉን እና አለመሳተፉን ገልፀዋል፡፡[4]

በቻርተሩ ጉባኤ የተላለፉ ውሳኔዎችም: -

1. የሽግግር ቻርተር ማጽደቅ
2. የሽግግር መንግሥት ማቋቋም
3. የኤርትራ ሕዝበ ውሳኔ እንዲደረግ መስማማት ነበሩ፡

ቻርተሩ ምዕራባውያንን (የአሜሪካን መንግሥት) ለማስደሰት የዴሞክራሲ መርሖዎች ሙሉ ለሙሉ አካቶ ነበር። "በተባበሩት መንግሥታት ጠቅላላ ጉባኤ እንደ አውሮፓውያን አቆጣጠር በዲሴምበር 10 ቀን 1948 የጸደቀውንና የታወጀውን ቁጥር 217A (III) ውሳኔ መሠረት በማድረግ የግለሰብ ሰብአዊ መብቶች ያለ አንዳች ገደብ ሙሉ ለሙሉ ተከብረዋል" ይላል። በተለይም እያንዳንዱ ግለሰብ፡-

ሀ/ የእምነት፣ ሐሳብን የመግለጽ፣ የመደራጀት፣ በሰላም የመሰብሰብና የመቃወም ነጻነት አለው ይላል።

ለ/ የሌሎችን መብት እስካልተጋፋ ድረስ በማንኛውም የፖለቲካ እንቅስቃሴ ያለአንዳች ገደብ የመሳተፍና የፖለቲካ ፓርቲዎችን የማደራጀት መብት አለው ይላል። (5)

በወቅቱ የትሕነግ እና የኢሕአዴግ ሥራ አስፈፃሚ ኮሚቴ አባል የነበሩት አቶ ገብሩ አሥራት በመጽሐፋቸው እንዳሰፈሩት፣ ኢሕአዴግ ይህንን በቻርተሩ አካቶ በጎን ጥብቅ ምስጢር ብሎ ለከፍተኛ ካድሬዎቹ ባሠራጨው ጽሑፍ "ለመሳፍንትና ለውጪ ጥገኛ ኃይሎች፣ ከበርቴዎችና ለሌሎች ጭቁኖች የሚኖሯቸውን ያልተገደቡ ዴሞክራሲያዊ መብቶች እንደማይሰጣቸውና እንደ አስፈላጊነቱም ሊገደብ ይችላል" ይላል። (6)

የኢትዮጵያ የሽግግር መንግሥት መመሥረት

የቻርተሩ ጉባኤ ቻርተሩን ካጸደቀ በኋላ የሽግግር መንግሥት መሠረተ። የሽግግር መንግሥቱ ሰማንያ ሰባት መቀመጫዎች እንዲኖሩት ተወሰነ፣ በጉባኤው ከነበሩት ሰማንያ አንድ መቀመጫዎች ተጨማሪ ስድስት በመጨመር ሰማንያ ሰባት መቀመጫዎች ሆነው ተደለደሉ።(7)

የሽግግር ምክርበንቱ አባላት፦

	ድርጅት	አባል/ተወካይ	ብሔር
1	ሐረሪ ሊግ	መሐመድ አብዱራህማን	ሐረሪ
2	አፋር ነጻነት ግንባር	ሐንፍሬ አሊሚራህ	አፋር
3	አፋር ነጻነት ግንባር	መሐመድ አሊሐሚድ	አፋር
4	አፋር ነጻነት ግንባር	ዓሊ ሄለም	አፋር
5	የአገው ሕዝብ ዲሞክራሲያዊ ንቅናቄ	ተናገር ይስማው	አገው
6	የቡርጅ ሕዝብ ዲሞክራሲያዊ ድርጅት	ሄደ አንይ /ጥላሁን እንደሻው	ቡርጂ
7	የቤኒሻንጉል ሕዝብ ነፃነት ንቅናቄ	የሱፍ ሐምዲ ናሥር/አጠይብ አሕመድ	በርታ
8	የቤኒሻንጉል ሕዝብ ነፃነት ንቅናቄ	አብዱ መሐመድ አሊ/ዶ/ር መኮንን ጉሊስ	በርታ
9	የኢትዮጵያ ዴሞክራቲክ እንቅስቃሴ ቡድን	ኤፍሬም ዘሚካኤል	የራሱን ብሔር ያልገለጸ
10	የኢትዮጵያ ዴሞክራቲክ ቅንጅት	ነቢዩ ሳሙኤል	የራሱን ብሔር ያልገለጸ
11	የኢትዮጵያ ዴሞክራቲክ ኅብረት	አብርሃ ገ/መስቀል	ትግራይ
12	የኢትዮጵያ ዴሞክራሲያዊ ብሔራዊ ድርጅት	ክፍሌ ወዳጆ	የራሱን ብሔር ያልገለጸ
13	የጋምቤላ ሕዝብ ነፃነት ንቅናቄ	ጴጥሮስ አማን	አኝዋክ
14	የጋምቤላ ሕዝብ ነፃነት ንቅናቄ	ፒክ ኡጁሉ	አኝዋክ

15	የጉራጌ ሕዝብ ዴሞክራቲክ ግንባር	ዶ/ር ፊቃደ ገዳሙ	ጉራጌ
16	የጉራጌ ሕዝብ ዴሞክራቲክ ግንባር	ዶ/ር ኃይሌ ወ/ሚካኤል	ጉራጌ
17	የጌድኦ ሕዝብ ዴሞክራሲያዊ ድርጅት	አለሳ መንገሻ	ጌድኦ
18	የሀድያ ብሔረሰብ ዴሞክራሲያዊ ድርጅት	ዶ/ር በየነ ጴጥሮስ	ሀድያ
19	የሀድያ ብሔረሰብ ዴሞክራሲያዊ ድርጅት	ቴዎድሮስ ኤፍሬም	ሀድያ
20	ሆሪያል	አብዱላሂ ሀጂ ባህዱን	ሶማሌ
21	የኦሮሞ እስላማዊ ነፃነት ግንባር	ሶፊያን ጅብሪል /አህመድ አ/መጂድ	ኦሮሞ
22	የኦሮሞ እስላማዊ ነፃነት ግንባር	ሁሴን ቡኒ/አብዱልባሪ አሚን	ኦሮሞ
23	የኦሮሞ እስላማዊ ነፃነት ግንባር	መሐመድ ጨሎ	ኦሮሞ
24	የኢሳ እና ጉርጉራ ነፃነት ግንባር	ቡህ ሁሴን	ሶማሌ
25	የከንባታ ሕዝቦች ኮንግረስ	ተስፋየ ሀቢሶ	ከንባታ
26	የከንባታ ሕዝቦች ኮንግረስ	ተከተል መኪሶ እስጢፋኖስ ኃ/ጊዮርጊስ	ከንባታ
27	የከፋ አስተዳደር ሕዝቦች ዴሞክራሲያዊ አንድነት	ፊታውራሪ ዘውዴ ኦቶሮ	ከፋ
28	የከፋ አስተዳደር ሕዝቦች ዴሞክራሲያዊ አንድነት	ዶ/ር አሸናፊ ማሞ	ከፋ
29	የኦሮሞ አቦ ነፃነት ግንባር	መሐመድ ሲራጅ	ኦሮሞ

30	የኦሞቲክ ሕዝቦች ዴሞክራሲያዊ ግንባር	አሰፋ ጫቦ	ጋሞ
31	የኦሞቲክ ሕዝቦች ዴሞክራሲያዊ ግንባር	ፊታውራሪ መኮንን ዶሪ	ሐመር
32	የኦሮሞ ነፃነት ግንባር	መሐመድ አጀመል	ኦሮሞ
33	የኦሮሞ ነፃነት ግንባር	ወልደዮሐንስ ሁንዴ	ኦሮሞ
34	የኦሮሞ ነፃነት ግንባር	አብዱል ፈታህ የሱፍ	ኦሮሞ
35	የኦሮሞ ነፃነት ግንባር	ዓለማየሁ ታረቀኝ	ኦሮሞ
36	የኦሮሞ ነፃነት ግንባር	ጀማል ሮበሌ	ኦሮሞ
37	የኦሮሞ ነፃነት ግንባር	ሌንጮ ለታ	ኦሮሞ
38	የኦሮሞ ነፃነት ግንባር	አብዩ ገለታ	ኦሮሞ
39	የኦሮሞ ነፃነት ግንባር	አባቢያ አባጀበል	ኦሮሞ
40	የኦሮሞ ነፃነት ግንባር	ዲማ ነገዎ	ኦሮሞ
41	የኦሮሞ ነፃነት ግንባር	ደምሴ ከበደ	ኦሮሞ
42	የኦሮሞ ነፃነት ግንባር	ወርቅነሽ ቡልቶ	ኦሮሞ
43	የኦሮሞ ነፃነት ግንባር	ያኢ መልካ	ኦሮሞ
44	የተባበረው ኦሮሞ ሕዝብ ነፃነት ግንባር	ዋቆ ጉቱ /አባጀበል ጣሂር	ኦሮሞ
45	የሲዳማ አርነት ንቅናቄ	ወልደ አማኑኤል ዱባለ	ሲዳማ
46	የሲዳማ አርነት ንቅናቄ	ቤተና ሆጢሶ	ሲዳማ
47	የወላይታ ሕዝብ ዴሞክራሲያዊ ግንባር	ልዑለሥላሴ ቲማሞ	ወላይታ

48	የወላይታ ሕዝብ ዴሞክራሲያዊ ግንባር	ሙሉ መጃ	ወላይታ
49	የላብ አደር ተወካይ	አሰፋ ወዳጆ	ወላይታ
50	የላብ አደር ተወካይ	ተስፋዬ ገ/ኢየሱስ	ኤርትራዊ
51	የላብ አደር ተወካይ	ታደለ መብራቱ	ትግራይ
52	ዩኒቨርሲቲ	ፕሮፌሰር አሥራት ወልደየስ	አማራ
53	የምዕራብ ሶማሌ ነፃነት ግንባር	መሐመድ አጋዝ አብዲ	ሶማሌ
54	የምዕራብ ሶማሌ ነፃነት ግንባር	መሐመድ ሐሰን ካህን	ሶማሌ
55	የየም ብሄረሰብ ንቅናቄ	ወልደ ኢየሱስ ሉፌ	የም
56	ኢሕአዴግ-ኢሕዴን	ሞገስ ሀብቱ	ትግራይ
57	ኢሕአዴግ-ኢሕዴን	ካሳ ደሜ	ኦሮሞ
58	ኢሕአዴግ-ኢሕዴን	አህመድ ሀሰን	ኦሮሞ
59	ኢሕአዴግ-ኢሕዴን	ዶ/ር ከበደ ታደሰ	የራሱን ብሔር ያልገለጸ
60	ኢሕአዴግ-ኢሕዴን	ኮ/ል ኤፍሬም ገ/ሀና	ትግራይ
61	ኢሕአዴግ-ኢሕዴን	ዶ/ር ካሱ ኢላላ	ጉራጌ
62	ኢሕአዴግ-ኢሕዴን	ዳዊት ዮሐንስ	የራሱን ብሔር ያልገለጸ
63	ኢሕአዴግ-ኢሕዴን	ታምራት ላይኔ	ጉራጌ
64	ኢሕአዴግ-ኢሕዴን	በረከት ስምኦን	ኤርትራ
65	ኢሕአዴግ-ኢሕዴን	ሀላዊ ዮሴፍ	ኤርትራ
66	ኢሕአዴግ-ትሕነግ	ሰዓረ ገ/ጻዲቅ	ትግራይ
67	ኢሕአዴግ-ትሕነግ	ተካልኝ ካሳዬ	ትግራይ
68	ኢሕአዴግ-ትሕነግ	ታደሰ ደበሱ	ትግራይ

69	ኢሕአዴግ-ትሕነግ	ዘመዳ ሀጎስ	ትግራይ
70	ኢሕአዴግ-ትሕነግ	ትዕበ መስፍን	ትግራይ
71	ኢሕአዴግ-ትሕነግ	በርሃ ኃ/ሚካኤል	ትግራይ
72	ኢሕአዴግ-ትሕነግ	ዶ/ር ገብርአብ በርናባስ	ትግራይ
73	ኢሕአዴግ-ትሕነግ	ሙሉጌታ ዐለምሰገድ	ትግራይ
74	ኢሕአዴግ-ትሕነግ	መለስ ዜናዊ	ትግራይ
75	ኢሕአዴግ-ትሕነግ	ስየ አብርሃ	ትግራይ
76	ኢሕአዴግ-ኦሕዴድ	ዘገየ የማነብርሃን	ኦሮሞ
77	ኢሕአዴግ-ኦሕዴድ	እንዳለ ደበሌ	ኦሮሞ
78	ኢሕአዴግ-ኦሕዴድ	አብዱል ሃሰን	ኦሮሞ
79	ኢሕአዴግ-ኦሕዴድ	ዮናታን ዲቢሳ	ኦሮሞ
80	ኢሕአዴግ-ኦሕዴድ	ሐሰን ዓሊ	ኦሮሞ
81	ኢሕአዴግ-ኦሕዴድ	ነጋሶ ጊዳዳ	ኦሮሞ
82	ኢሕአዴግ-ኦሕዴድ	ኩማ ደመቅሳ	ኦሮሞ
83	ኢሕአዴግ-ኦሕዴድ	አባዱላ ገመዳ	ኦሮሞ
84	ኢሕአዴግ-ኦሕዴድ	ኢብራሂም መልካ	ኦሮሞ
85	የኢትዮጵያ ዴሞክራሲያዊ መኮንኖች አንድነት ንቅናቄ	መሐመድ ሰዒድ	ኦሮሞ
86	የኢትዮጵያ ዴሞክራሲያዊ መኮንኖች አንድነት ንቅናቄ	ኮ/ል አሳምነው በዳኔ	ኦሮሞ

ከላይ የተጠቀሱትን ድርጅቶች እና ተወካዮቻቸውን በማካተት ያለምንም የአማራ ሕዝብ ተወካይ የሽግግር መንግሥት መሥርተዋል። የሽግግር ምክር ቤትም ምርጫ በማድረግ፡ -

1. አቶ መለስ ዜናዊን፡- የሽግግር መንግሥት ፕሬዘዳንት እና የምክር ቤት ሊቀመንበር
2. ዶ/ር ፈቃደ ገዳሙን፡- የምክር ቤት ምክትል ሊቀመንበር
3. አቶ ተስፋዬ ሀቢሶ፡- የምክር ቤት ዋና ጸሐፊ አድርገዋል።

በአቶ መለስ ዜናዊ አቅራቢነት አቶ ታምራት ላይኔን ጠቅላይ ሚንስቴር በማድረግ የፕሬዘዳንቱን፣ የሚንስትሮች ምክር ቤትን እና የጠቅላይ ሚንስትሩን ሥልጣንና ኃላፊነት በአዋጅ አጽድቋል። በዚህም መሠረት መዋቅር ዘርግቶ ሀገሪቱን ማስተዳደር ጀመረ(8)። *ከቻርተሩ መጽደቅ እና ከሽግግር መንግሥቱ ምሥረታ ጋር የተያያዘ አንድ ታሪክ ላጫውታችሁ።*

በጸረ-አማራ ኃይሎች ትብብር ውስጥ ዋነኛ ተሳታፊ የነበረው እና በኋላም የሽግግር መንግሥቱ ጸሐፊ የነበረው አቶ ተስፋዬ ሀቢሶ የከንባታ ሕዝቦች ኮንግረስ የሚባል ደርጅት መሥርቶ የመሠረተውን ድርጅት ሊያስተዋውቅ ከንባታ ወደሚገኘው ዱራሜ ከተማ ይሄዳል። በትልቅ አዳራሽ የአገሩን ሕዝብ ሰብስቦ "እንኳን ደስ ያላችሁ! የከንባታ ሕዝብ የራሱን ዕድል በራሱ በመወሰን ከፈለገ የራሱን ነፃ ሀገር መመሥረት ይችላል" ይላቸዋል። ሕዝቡም በጸጥታ ካዳመጠ በኋላ፣ አንድ የሀገር ሽማግሌ ተነስተው እንዲህ አሉት፡- "በአገራችን አጋሰስ ፈረስ (አጋሰስ ፈረስ ማለት የፈዘዘ እንደ አህያ ለጭነት እንጂ ለግልቢያ የማይሆን ማለት ነው) ለመሸጥ የሚፈልግ አንዳንድ ተንኮለኛ ሰው ወደ ገበያ ከመውሰዱ በፊት አጋሰሱን አረቄ ይግተዋል። አረቄ የተጋተው አጋሰስ ይሰክርና በመቁነጥነጥ ለግልቢያ የሚሆን ሰንጋ ፈረስ መስሎ ቁጭ ይላል። እናም እናንተ አረቄ እንደተጋተው አጋሰስ ፈረስ ናችሁ። የከንባታ ሕዝብ መሬቱ ጠባብ ሕዝቡ ብዙ ነው፣ ሰፊ እና ትልቅ የሆነችውን አገሩን ኢትዮጵያን ይመርጣል" ብለው መልሰውለታል።

የክልሎች ምሥረታ እና አከላለል

አስተሳሰብ፡- የሽግግሩ መንግሥት ቻርተር ላይ በግልጽ እንደሰፈረው ኢትዮጵያ የተለያየ ሀገር የነበሩ ብሔሮችን ጨፍልቃ የያዘች ሀገር በመሆኗ እያንዳንዱ ብሔር በመጀመሪያ የራሴ የሚለውን ሀገር (ክልል) መያዝ የሚገባው መሆኑን በማመን የተደረገ አከላለል ነው፡፡

አንድ የአስተዳደርም ይሁን የነፃ ሀገር ድንበር ሲሠራ እና ሲከለል መሠረታዊ መርሖዎችን መስፈርት ማድረግ እንደሚገባው ይታወቃል፡፡ እንደዚሁም እነዚህ መስፈርቶች በሕዝብ ቆጠራ፣ በታሪክ እና በሌሎች ጥናቶች መደገፍ ይገባቸው ነበር፡፡ የሽግግር ምክር ቤቱ ግን ለአከላለሉ መነሻ ሊሆኑ ይችሉ የነበሩትን የ1976 ዓ.ም የሕዝብ እና ቤት ቆጠራ ውጤትን እንዲሁም በኢትዮጵያ ብሔረሰቦች ጥናት ተቋም የተሠራውን የኢትዮጵያን የብሔረሰቦች አሰፋፈር የሚያሳየውን ጥናት የምክር ቤቱን አባል ድርጅቶች ብቻ የሚጠቅም ካልሆነ በቀር እንደማይቀበል ወስኗል፡፡[9]

ይሄን ተከትሎ ያለምንም መነሻ ጥናትና ሰነድ እና የሕዝብ ውይይት የአማራን ሕዝብ መጤ እና ሰፋሪ፣ ሌላውን ሕዝብ ነዋሪ ባለቤት በማድረግ የምክር ቤቱ አባል ድርጅቶች (የጸረ-አማራ ኃይሎች ትብብር) የራሴ የሚሉትን በሙሉ ተቀራምተው ወስደዋል፡፡ በሽግግር መንግሥቱ የተሳተፉ የብሔር ነፃ አውጪ ድርጅቶች በማኒፌስቷቸው እና ባወጧቸው ሰነዶች የራሳችን ግዛት የሚሉትን ካርታ ስለው የመጡ ነበሩ፡፡ (ለምሳሌ፡- ሕወኃት፣ ኦነግ፣ ምሶኦነግ ወዘተ) በመሆኑም የሽግግር ምክር ቤቱ ይሄን ከማስፈጸም የዘለለ ዓላማ አልነበረውም፡፡

ምክር ቤቱ ይሄን ለማስፈጸም አሥር አባላት ያሉት የክልል ምርጫ ኮሚቴ የሚባል አቋቋመ፡፡ ይሄ ኮሚቴ ጉዳዩን አይቶ በብሔርና በቋንቋ ላይ ተመስርቶ እንዲሠራ መመሪያ ተሰጠው፡፡ ኮሚቴው አገሪቱን በአሥራ አራት ክልሎች በመከፋፈል የእያንዳንዱን ክልል ባለቤትነት ለብሔሮች እና ብሔረሰቦች ሰጥቷል፡፡ ይሄ አከላለል የክልሎችን ስፋት እና ይዘት ለመወሰን በየወረዳው ተወካይ አስመርጦ የክልሎቹን ሸንጐ ለመመሥረት አቅዶ ሰርቷል፡፡

የሽግግር መንግሥቱ የክልል ምርጫ ኮሚቴ አባላት (10)

ተ.ቁ	ድርጅት	ተወካይ	ብሔር
1	ኦነግ	አብዩ ገለታ	ኦሮሞ
2	ሲአን	ወ/አማኑኤል ዱባለ	ሲዳማ
3	ምሶ ኦነግ	መሐመድ ሐሰን	ሶማሌ
4	ኢሕዴን	ዳዊት ዮሐንስ	ያልተገለጸ
5	አሞቲክ	ፊታውራሪ መኮንን ዶሪ	ሐመር
6	ወህዴግ	ልዑል ሥላሴ ቲማሞ	ወላይታ
7	የተባበረው ኦሮሞ ነፃነት ግንባር	አባጀበል ጣሂሮ	ኦሮሞ
8	ሕወኃት	ዶ/ር ገብረአብ በርናባስ	ትግራይ
9	ጉህነን	ዶ/ር ኃይሌ ወ/ሚካኤል	ጉራጌ

የተከለሉት አስራ አራት ክልሎች የአማራውን ሕዝብ ለማወናበድ መጀመሪያ ላይ በቁጥር ተጠርተዋል::(11)

ተ.ቁ	ክልሉ	የክልሉ ባለቤት
1	አንድ	ትግራይ/ሳሆ/ኩናማ
2	ሁለት	አፋር
3	ሦስት	አማራ/አገው
4	አራት	ኦሮሞ
5	አምስት	ሶማሌ

ተ.ቁ	ክልሉ	የክልሉ ባለቤት
6	ስድስት	ጉምዝ፥ በርታ፥ ኮሞ፥ ሰሜን ማኦ፥ ደቡብ ማኦ፥ ቤኒሻንጉል፥ ሽናሻ
7	ሰባት	ጉራጌ፥ ሀድያ፥ ከንባታ፥ አላባ፥ ጠምባሮ፥ የዋሣ
8	ስምንት	ሲዳማ፣ ጌዴኦ፣ ቡርጂ፣ አማሮ (ኮይራ)
9	ዘጠኝ	ወላይታ፣ ዳውሮ፣ ኮንታ፣ አይዳ፣ ገዋዳ፣ መሎን፣ ጐፋ፣ ዘይሴ፣ ገበዝ፣ ቡሳ፣ ኮንሶ፣ ጊዶሌ
10	አሥር	ባስኬቶ/ሙርሲ/አሪ/ሐመር/ኤርቦሬ/ዳሰነች/ኛንጋቶም
11	አሥራ አንድ	ከፊቾ፣ ናኦ፣ ዲዚ፣ ሱርማ፣ ዘልማም፣ ሞቻ
12	አሥራ ሁለት	አኙዋክ፣ ኑዌር፡ ሽኮ፣ መሰንገ
13	አሥራ ሦስት	አደሬ
14	አሥራ አራት	አዲስ አበባ

የሽግግር መንግሥቱ በክልል ምርጫ ቋሚ ኮሚቴው አማካኝነት የትኛው መሬት ምን ክልል ይሁን ብሎ ከወሰነ በኋላ አዋጅ ቁጥር 11/1984 ዓ.ም የብሔራዊ እና የወረዳ ምክር ቤቶች አባላት ምርጫ አስፈጻሚ ኮሚሽን ለማቋቋም የወጣ አዋጅ በማውጣት የሽግግር መንግሥት የምርጫ ኮሚሽን ሥራ አስፈጻሚ ኮሚቴ በመሰየም ወረዳዎችን ወደ ክልሎች ከልሏል።[12]

የሽግግሩ መንግሥት የምርጫ ኮሚሽን ሥራ አስፈጻሚ

ተ.ቁ	ድርጅት	ዓባል/ተወካይ	ብሔር
1	ኦነግ	አለማየሁ ታረቀኝ	ኦሮሞ
2	አደሬ	መሐመድ አብዱራህማን	አደሬ
3	ኦሕዴድ	ዶ/ር ነጋሶ ጊዳዳ	ኦሮሞ
4	ትሕነግ	ዶ/ር ገብረአብ ባርናባስ	ትግራይ

5	ኦነግ	አባቢያ አባጆበል	ኦሮሞ
6	ኢሕዴን	ዳዊት ዮሐንስ	ያልታወቀ
7	ጉሀነን	ዶ/ር ኃይሌ ወ/ሚካኤል	ጉራጌ
8	ምሶኦነግ	መሐመድ ሀሰን	ሶማሌ
9	ሀብዴድ	ዶ/ር በየነ ጴጥሮስ	ሀድያ
10	ላብአደር-ተወካይ	አሰፋ ወዳጆ	ወላይታ

ይህ የምርጫ ኮሚሽን ወረዳዎችን ለማካለል ሥልጣን ሳይሰጠው ምርጫውን በማከናወን ሰበብ ለክልሎች የወረዳ ምደባ አድርጓል(13, 14)::የክልል አከላለል ጉዳይና የወረዳዎች የክልል ምደባ ከተጠናቀቀ በኋላ የወረዳ እና የክልል ምክር ቤቶችን ለማቋቋም ተደረገ በተባለው የይስሙላ ምርጫ፦

- ❖ ከክልል ሦስት ውጪ የሚኖረው አማርኛ ተናጋሪ ሕዝብ የፖለቲካ ሥልጣን እንደማይመለከተው፣ ስለዚህም በከተሞች ምርጫ አንድ የገጠር ነዋሪ እንደ ሦስት የከተማ ነዋሪ እንዲቆጠር፣ ምክንያቱም የከተማ ነዋሪው አማራ ስለሆነ የሚል ውሳኔን በማሳለፉ(15)

- ❖ በዚህ የአማራ ሕዝብ እና የኢትዮጵያን ዕጣ ፈንታ በወሰነው የክልል አከላለል ላይ የአማራን ሕዝብ እወክላለሁ የሚል የይስሙላ ድርጅት እንኳ ያልተሳተፈ ሲሆን ነፃ አውጪ ድርጅቶች የእኔ የሚሉትን ክልል ከወሰዱ በኋላ የአማራ ብለው ከተዉት ክልል ውጪ የሚኖረውን ከ20 ሚሊዮን በላይ አማራ ነፍጠኛ፣ ሰፋሪ እና መጤ በማለት በገዛ አገሩ ሰብአዊ መብቱን በመግፈፍ በአዋጅ ወደ ሀገር አልባነት አውርደውታል::(16)

- ❖ የአማራ ክልል ተብሎ ከተከለለው ክልል ውጪ የሚኖረው የአማራ ሕዝብ ራሱን የማስተዳደር፣ በቋንቋው የመጠቀም፣ በቋንቋው ፍርድ ቤት የመገልገል፣ የመንግሥት ሥራ የመያዝ በአጠቃላይ የባለ ሀገርነት መብቱን ተገፏል::(17)

የነፃነት ሰልፍ

በዚህ የክልል አከላለል ወቅት አማራ በሽግግር መንግሥቱ ያልተወከለ በመሆኑ ይህ አከላለል በአማራ ሕዝብ ላይ በአስገዳጅነት ሊተገበር አይችልም። በዚህ የክልል አከላለል የጸረ-አማራ ኃይሎች ትብብር የአማራ ሕዝብ ዐፅመ ርስት የሆኑትን ወልቃይትን፣ ጠለምትን፣ ራያን፣ መተከልን፣ ሙሉ ሸዋን፣ አዲስ አበባን ወስዷል። በዚህ የሽግግር ወቅት የጸረ-አማራ ኃይሎች ትብብርን በዋነኛነት ይመራ የነበረው የኢሕአዴግ ሥራ አስፈጻሚ የብሔር ጥንቅር የሚከተለውን ይመስላል፦

ተ.ቁ	ድርጅት	የሥራ አስፈፃሚ አባል	ብሔር
1	ትሕነግ	መለስ ዜናዊ	ትግራይ
2	ትሕነግ	ተወልደ ወልደማርያም	ትግራይ
3	ትሕነግ	ዓባይ ፀሐዬ	ትግራይ
4	ትሕነግ	ስብሀት ነጋ	ትግራይ
5	ትሕነግ	ስዩም መስፍን	ትግራይ
6	ኢሕዴን	ታምራት ላይኔ	ጉራጌ
7	ኢሕዴን	አዲሱ ለገሰ	አማራ/ኦሮሞ
8	ኢሕዴን	በረከት ስምዖን	ኤርትራ
9	ኢሕዴን	ተፈራ ዋልዋ	ሲዳማ
10	ኢሕዴን	ታደሰ ካሳ	ትግራይ
11	ኦሕዴድ	ዶ/ር ነጋሶ ጊዳዳ	ኦሮሞ
12	ኦሕዴድ	ኩማ ደመቅሳ	ኦሮሞ
13	ኦሕዴድ	ሀሰን አሊ	ኦሮሞ
14	ኦሕዴድ	ዮናታን ዴቢሳ	ኦሮሞ

15	ኦሕዴድ	ድሪባ ሀሪቆ	ኦሮሞ
16	ደኢሕዴን	አባተ ኪሾ	ሲዳማ
17	ደኢሕዴን	ደረጄ ዳኬጉቾ	ከፋ
18	ደኢሕዴን	ደበበ አበራ	ከፋ
19	ደኢሕዴን	ማርቆስ ሴራንጎ	ሀድያ
20	ደኢሕዴን	ማቴዎስ ማንታሞ	ከንባታ

ሕገ መንግሥቶቹ

ሕገ መንግሥት (የፌደራል ሕገ መንግሥት)

በ1984 ዓ.ም. ሰኔ ወር ላይ የጸረ-አማራ ኃይሎች ትብብር በደነገገው መሠረት ምንም የአማራ ወኪል የሌለበት የሽግግር ምክር ቤት የሕገ መንግሥቱን የማርቀቅ እና የማጸደቅ ሂደቱን በባለቤትነት አካሂዷል። ለሕገ መንግሥቱ ዝግጅት የተቀመጠው ፍኖት፡-

- የሽግግር ምክር ቤቱ የሕገ መንግሥት አርቃቂ ኮሚሽን ይሰይማል።
- ኮሚሽኑ ረቂቅ ሕገ መንግሥቱን ለተወካዮች ምክር ቤት ያቀርባል።
- የሽግግር ምክር ቤቱ ረቂቅ ሕገ መንግሥቱን ካጸደቀው በኋላ ለውይይት ወደ ሕዝብ ይላካል።

አርቃቂ ኮሚሽኑ፡-

ሰኔ 14 ቀን 1984 ዓ.ም. ተቋቁሟል። የኮሚሽኑ አባላት የሽግግር ምክር ቤት አባላት እና የተቋቋመው መንግሥት አካላት ናቸው። ኮሚሽኑ ረቂቁን አዘጋጅቶ ለሽግግር ምክር ቤቱ አቅርቧል። ምክር ቤቱም ረቂቁን ተወያይቶበት ሕገ መንግሥታዊ ጉባኤ ለተባለው አካል ልኳል።

በሽግግር ምክር ቤቱ በረቂቁ ላይ ውይይት ሲደረግ ሰብሳቢው መለስ ዜናዊ በሰብሳቢነቱ ሌሎቹን ማከራከር እና ማወያየት ሲገባው አቋም ይዞ በመከራከሩ የተሳሳተ አመራር የነበረው ውይይት ነበር።

ሕዝባዊ ውይይት፡-

ኮሚሽኑ በመላው ኢትዮጵያ በየቀበሌው በረቂቅ ሕገ መንግሥቱ ላይ ማብራሪያ ተሰጥቶ ሕዝቡ ተወያይቶበታል ቢልም በወቅቱ በሕገ መንግሥት ጉባኤ ላይ የተሳተፉ ሰዎች እንደገለጹት ለስብሰባው የወጣው ሰው ቁጥር በጣም አነስተኛ ነበር። አንድ ተሳታፊ እንደገለጹት “አሥራ ሰባት ሺህ ነዋሪ ባለበት ቀበሌ ለውይይት የወጣው 119 ሰው ብቻ ሲሆን፣ አምስት ሺህ ነዋሪ ባለበት ቀበሌ 32 ሰው ብቻ ነበር የመጣው፤ ምንም ሰው ያልመጣበት ቀበሌም ነበር።” (ሻለቃ አድማሴ ዘለቀ) [18]

የሕገ መንግሥቱ ጉባኤ፡-

ከሁሉም ወረዳ ተደረገ በተባለ ምርጫ 520 ሰዎች የሕገ መንግሥት ጉባኤ አባላት ሆነው ተመርጠዋል። እንደ ጉባኤው ሰብሳቢ ዶ/ር ነጋሶ ጊዳዳ ምስክርነት 85% የኢሕአዴግ አባላት ነበሩ።[19] ጉባኤው ዶ/ር ነጋሶ ጊዳዳን ሰብሳቢ በማድረግ በአሥር ዋና ዋና አጀንዳዎች ዙሪያ አሥር ዐቢይ ኮሚቴዎችን በማቋቋም ሰብሳቢዎችን መርጧል። እነዚህም፡-

ተ.ቁ	የኮሚቴ ስም	ሰብሳቢ	ብሔር
1	የሰብአዊ እና ዲሞክራሲያዊ መብት	አረጋሽ አዳነ	ትግራይ
2	የብሔር ብሔረሰቦች መብት	ዶ/ር አብዱል መጂድ ሁሴን	ሶማሌ
3	የንብረት እና የኢኮኖሚ መብት	ግርማ ብሩ	ኦሮሞ
4	የፌደራል እና የክልል የሥልጣን ክፍፍል	ሐሰን አሊ	ኦሮሞ

5	የፕሬዘዳንት እና የጠ/ሚ ጉዳይ	የሱፍ መሐመድ	አደሬ
6	የፍርድ ቤቶች ጉዳይ	አሕመዲን ኢብራሂም	ኦሮሞ
7	የብሔራዊ ፖሊሲ መብቶች	ታደሰ ካሳ	ትግራይ
8	የታክስ እና የግብር ጉዳዮች	መሐመድ ሐሰን	ጉራጌ
9	የሕገ መንግሥት ቅርፅ	አበአሊ ፍላቴ	በርታ
10	የሴቶች ጉዳይ	እንወይ ገ/መድኅን	አማራ

የሕገ መንግሥታዊው ጉባኤ ውይይቶች ናሙና (20)

ሀ/ የግዛት ወሰን፦ የኢትዮጵያ ፌደራል አባሎች የግዛት ወሰናቸውን ራሳቸው በፈቃደኝነት ይወስናሉ።

- የክልሎቹን ዳር ድንበር የሚወስነው ባለቤቱ የክልሉ ሕዝብ እና የሚወክለው የክልል ምክር ቤት ነው።
- የኢትዮጵያ የግዛት ወሰን ቀይ ባሕርን ያካትታል የሚባለውም ተረት መሆኑ ተገልጿል።

ለ/ ሰንደቅ ዓላማ፦

- "ሰንደቅ ዓላማው ጨርቅ ነው።" ሐሰን አሊ
- "በሰንደቅ ዓላማው ስም ብዙ በደል ደርሷል፤ የነፍጠኛው የመጨቆኛ መሳርያ ነበር።" ተቀባወርቅ አስረሱ
- "የኢትዮጵያ ሰንደቅ ዓላማ በጦርነት ደም የፈሰሰበት፤ ምላስ፣ እጅና እግር የተቆረጠበት፤ ገዥ መደቦች ራሳቸውን ያስከበሩበት፤ የሌሎችን መብት ያፈኑበት፤ የአፈናና የባርነት መሳሪያ ነው" ሐጂ መሐመድ መንዛ

ሐ/ ቋንቋ

አማርኛ በሌሎች አካባቢዎች የተነገረው በአቅኚነት ነው የተባለ ሲሆን፤ ባለፉት ሥርዓቶች ሕዝቦች በራሳቸው ቋንቋ እንዳይግባቡና እንዳይማሩ ከፍተኛ አድልዎ ይደረግባቸው ነበር ተብሎ ተገልጿል። በነፍጠኛው ሥርዓት የቋንቋዎች ዕድገት የተገደበበት፣ ሰዎች የራሳቸውን ቋንቋ ለመጠቀም የሚያፍሩበት፣ ለቋንቋዎች የወፍ ቋንቋ እና የመሳሰሉ ስሞች እየተሰጠ ተናጋሪዎቹ በአስተርጓሚ ይጠቀሙ ነበር ተብሎም ሰፊ ማብራሪያ ተሰጥቷል። ነገር ግን የፌደራሉ አባል ክልሎች የየራሳቸው የሥራ ቋንቋ የሚኖራቸው ሆኖ አማርኛ የፌደራል መንግሥቱ የሥራ ቋንቋ ይሆናል ተብሏል።

መ/ የራስን ዕድል በራስ መወሰን እስከ መገንጠል

ይህ አጀንዳ ሲቀርብ የተሰጡ አስተያየቶች ናሙና፡-

- «ይህ አንቀጽ በሕገ መንግሥት አይካተት የሚሉ የኢትዮጵያን አንድነት በጥብቅ የሚቃወሙና ኢትዮጵያ እንድትበታተን የሚያስቡ ግለሰቦች ናቸው» (አሊ አብዶ- ከሶማሌ)
- «የመገንጠል መብትን የሚቃወሙ ባለፉት ሥርዓቶች ከፍተኛ ጥቅም ያገኙ የነበሩ ናቸው» (ፍትዊ ገ/መስቀል- ከትግራይ)
- «መገንጠል የሚለውን ቃል እወደዋለሁ፤ አከብረዋለሁ፤ ከሁሉ የበለጠ ልዩ ደስታ ይሰጠኛል። ለቀጣይ ጊዜም ዋስትና በመሆኑ አምንበታለሁ። ይሄ ስሜትና እምነት የእኔ ብቻ ሳይሆን 99% የሆነው የኢትዮጵያ ሕዝብ ስሜት ነው» (አባተ ኪሾ- ከሲዳማ)
- «በሕዝቦች ላይ በትር አንስተው ነገር ግን ራሳቸው ምሳቸውን የተቀበሉበትና ሞት አፋፍ ላይ የሚገኙት ያለቀላቸው የነፍጠኛ ገዢ መደቦች፣ ዛሬም የፈለጉትን ያህል ቢያወሩም 'የሞተ አህያ ጅብ አይፈራም' ሆኖ እንጂ ምንም ማድረግ አይችሉም» (አዲሱ ለገሰ- ኢሕዴን)

  «የትግራይ ሕዝብ የሰሊጥ መሬት ስላገኘ ተደስቷል የሚል አስተያየት መቅረቡን አስታውሳለሁ፤ የወልቃይት ጠገዴ ሕዝብ ወደ ትግራይ ተከለለ የሚባለው

የነፍጠኞችና የግዛት አምላኪዎች እንጂ የጭቁኑ የጐንደር ሕዝብ ጥያቄ አይደለም» (ዓለምሰገድ ገ/አምላክ- ትግራይ)

ሠ/ የመንግሥት የመሬት ባለቤትነት

ሰነዱ፣ መሬት የመንግሥትና የሕዝብ የጋራ ሀብት ይሆናል የሚል ሲሆን፤ መሬት ይሸጥ ይለወጥ ማለት ገበሬው መሬት መግዛት ስለማይችል ነፍጠኛ እና ትምክህተኛ መሬቱን በግዢ ሰብስቦ ይያዘው ማለት ነው ተብሎ በጉባኤው ተብራርቷል።

በዚህ መሠረት አማራን በማውገዝ እና በመሳደብ የተጀመረው በጸረ-አማራ ኃይሎች ትብብር የተዘጋጀው የሕገ መንግሥት ጉባኤ "በነፍጠኞች መቃብር ላይ ይሄ ሕገ-መንግሥት ጸድቋል" በሚለው የአቶ መለስ ዜናዊ ንግግር ተቋጭቶ ኅዳር 29 ቀን 1987 ዓ.ም ጸድቋል።

የክልል ሕገ መንግሥታት

በዋናነት የፌደራሉ ሕገ መንግሥት ግልባጮች ሲሆኑ በሁሉም ሕገ መንግሥቶች ነዋሪውን ሕዝብ ለሁለት በመክፈል የክልሉ ባለቤት እና ሌላውን ደግሞ መጤ በማለት ለሕዝቡ ደረጃ ያወጣለታል።

ማሳያ፡-

ሀ/ የአፋር ክልል ሕገ መንግሥት [21]፦ 1994 ዓ.ም አንቀጽ 8 ንዑስ አንቀጽ -1 "የኤፌድሪ ሕገ መንግሥት የበላይነት እንደተጠበቀ ሆኖ፤ የአፋር ሕዝብ የብሔራዊ ክልሉ መንግሥት የበላይ ሥልጣን ባለቤት ነው"

ለ/ ቤኒሻንጉል ጉምዝ ሕዝብ [22]፦ 1995 ዓ.ም ሕገ መንግሥት መግቢያ አንቀጽ-2። "በክልሉ የሚኖሩ ሌሎች ሕዝቦች የሚታወቁ ቢሆኑም የክልሉ ባለቤት ብሔር ብሔረሰቦች በርታ፣ ጉምዝ፣ ሽናሻ፣ ማኦ እና ኮሞ ናቸው።"

ሐ/ የጋምቤላ ክልል [23]፦ 1995 ዓ.ም አንቀጽ 9 ንዑስ አንቀጽ 1 "የጋምቤላ ሕዝቦች ብሔራዊ ክልላዊ ሕዝብ የክልሉ ብሔራዊ መንግሥት የበላይ ሥልጣን ባለቤቶች ናቸው። "

መ/ የኦሮሚያ ክልላዊ መንግሥት [24]፦1994 ዓ.ም - አንቀጽ 8 "የኦሮሞ ሕዝብ የክልሉ መንግሥት የበላይ ሥልጣን ባለቤት ነው።"

ሠ/ የደቡብ ብሔሮችና ብሔረሰቦች ሕዝቦች ክልላዊ መንግሥት (25)፦1994 ዓ.ም አንቀጽ 8 "የደቡብ ብሔሮች፣ ብሔረሰቦችና ሕዝቦች የክልሉ መንግሥት የበላይ ሥልጣን ባለቤቶች ናቸው።"

ሸ/ የሶማሌ ክልል ሕገ መንግሥት (26)

194 አንቀጽ 9፦ "የሶማሌ ሕዝብ የክልሉ የበላይ ሥልጣን ባለቤት ነው።" እንግዲህ በዚህ መልኩ ነው የአማራ ሕዝብ መጤ፣ ሰፋሪ፣ ትምክህተኛ፣ ነፍጠኛ ተብሎ የሀገር ባለቤትነቱን በሕግ የተቀማው። ለዚህም ነው የአማራ ሕዝብ ከሌሎች ብሔር ብሔረሰቦች እኩል የሀገር ባለቤት አይደለም የምንለው።

4. የጸረ-አማራ ኃይሎች የተገለጹ መነሻ ነጥቦች እና አቋሞች

በፖለቲካው በኩል፦

- ኢትዮጵያ በአማራ ቅኝ ገዢ ቡድን በኃይል የተመሠረተች ሀገር ነች።
- ኢትዮጵያ የብሔር ብሔረሰቦች እሥር ቤት ነች።
- ኢትዮጵያ የቋንቋና ሃይማኖታዊ ጭቆና ይደረግባት ነበር።
- የኢትዮጵያ ታሪክ የተባለው ተረት ተረት ነው።
- ከ1983 ዓ.ም በፊት የተደረጉ የሕዝብ ቆጠራዎችና የጥናት ሰነዶች ተቀባይነት የላቸውም።
- የኢትዮጵያ ሰንደቅ ዓላማ የግፍ እና የመከራ ምልክት ነው፤ ስለዚህ ይሄ መፍረስ አለበት፣ የቀደመውን ትርክት በአዲስ ጸረ-አማራ ትርክት መቀየር እና የማስረጽ ዘመቻ መከናወን አለበት።
- ክልለን ከሰጠነው ክልል ውጪ የአማራ ሕዝብ የፖለቲካ መብት የለውም፤ ውክልናም ሊኖረው አይገባም።

  በዚህ መሠረት፣ በሁሉም ክልሎች ምክር ቤቶች አማራው አንድም የፖለቲካ ወኪል እንዳይኖረው ያደረገ ሥርዓት መሥርተዋል።

በኢኮኖሚው በኩል፦

- የአማራው ሕዝብ የኢኮኖሚ የበላይነት እንዲይዝ ምቹ ሁኔታ ተፈጥሮለት ቆይቷል።
- መሬት የግል ይሁን ከተባለ አማራ የገጠሩን መሬት በሙሉ ገዝቶ ይወስደዋል።
- በከተሞች ያሉትን የመኖሪያ እና የንግድ ተቋማትን በሙሉ አማራ ተቆጣጥሯቸዋል።
- የመንግሥት መሥሪያ ቤት ሠራተኞች በሙሉ አማሮች ናቸው።
- ይሄንን የማስተካከል ሥራ መሥራት ይገባል። ሠራተኛ ማባረር፣ መሬትን የመንግሥት ማድረግ፣ አማራውን ማፈናቀል፣ ማስጨነቅና ዕረፍት መንሳት ይገባል።

በማኅበራዊ በኩል፦

- የኢትዮጵያ ኦርቶዶክስ ተዋሕዶ ቤተ ክርስቲያን የነፍጠኛው መንገድ ማቅኛ መሣሪያ ነች።
- ሌሎች ሃይማኖቶች የሚስፋፉበት መንገድ መመቻቸት አለበት።
- በትምህርት በኩል ለብሔሮችና ለብሔረሰቦች ቅድሚያ መስጠት ይገባል።

በሕግ አንፃር፦

- ጸረ-አማራ የሆኑትን የፌደራል እና የክልል ሕገ መንግሥታት ማዘጋጀት።
- የአስተዳደር፣ የፍትሕ፣ የፖሊስ ተቋማትን በጸረ-አማራ መንፈስ ቀርፆ ማሰማራት።
- የአማራን ሕዝብ ከፖለቲካ፣ ማኅበራዊ እና ኢኮኖሚያዊ ሥራዎች ውጪ ማድረግ።

ምዕራፍ አራት

ምን ተፈጠረ? (ጸረ-አማራ ተግባራት)

አማራን የማጥላላት ዘመቻ

ርክት፡-

- ኢትዮጵያ የአማራ ቅኝ ነች።
- ኢትዮጵያ የብሔር ብሔረሰቦች እሥር ቤት ነች።
- በነፍጠኛው ሥርዓት የብሔር ብሔረሰቦች ከፍተኛ ግፍና በደል ተፈፅሟል። በተለይም ዐፄ ቴዎድሮስን፣ ዐፄ ምኒልክን እና ዐፄ ኃይለሥላሴን በማጥላላት።
- የኢትዮጵያ ታሪክ የፈጠራ እና ተረት ተረት ነው። የታሪክ ቡትቶ ነው።
- ይህ የአማራ ቅኝ ፈርሶ አዲስ ሥርዓት እንገነባለን፤ በፈለግን ጊዜ ደግሞ ነፃ ሀገር ለመሆን እንገነጠላለን።

  ኢትዮጵያ ብዙ ነፃ አገሮች (ትግራይ፣ አፋር፣ ኦሮሚያ፣ ሶማሌ፣ ጋምቤላ፣ ቤኒሻንጉል፣ ወዘተ . . .) በፈቃዳቸው የሚመሠርቷት እንጂ አንድ ወጥ ሀገር አይደለችም።

- ይሄን ለማስፈጸም የመንግሥትን ኃይል መያዝ ብቻውን በቂ አይደለም። አማራው መጤ ሰፋሪ መወገድ አለበት፤ የአማራው ጫንቃ መሰበር አለበት፤ አንገቱን መድፋት አለበት።

የትርክቱ የማስፋፊያ መንገዶች፡-

በሕወኃት መሪነት የተመሠረተው የጸረ-አማራ ኃይሎች ትብብር በተለያዩ መድረኮች፣ በመገናኛ ብዙኃን፣ በታላላቅ የሕዝብ ስብሰባዎች ይህንን ትርክት ማሰራጨት ጀመረ፡፡

- የሽግግሩ ምክር ቤት አባል ድርጅቶች እንወክላቸዋለን በሚሏቸው አካባቢዎች፣ የኢሕአዴግ አባል ድርጅቶች በሚያስተዳድሯቸው በመላ ኢትዮጵያ ባሉ ወረዳዎች እና በሁሉም ቀበሌዎች ሕዝባዊ ስብሰባዎች በመጥራት የአማራን ሕዝብ እንደ “የክፋት ሁሉ ምንጭ” አድርገው የሚያሳዩ በጣም ጸያፍ ቅስቀሳዎች በካድሬዎች አማካኝነት ተደርገዋል፡፡
- እነዚህን ቅስቀሳዎች በአካል ተገኝተው የተሳተፉ ብዙ ሺህ ምስክሮች አሉ፡፡ የቅስቀሳዎቹ ዓላማም በአማራ ሕዝብ ላይ የዘር ፍጅት እንዲፈጸም ማነሳሳት ነበር፡፡ በዚሁ ቅስቀሳ የኢሕአዴግ ዋነኛ መሪዎችም ተሳትፈዋል፡፡

በመገናኛ ብዙኃን፡- በማስታወቂያ ሚኒስቴር ሥር የሚገኙ የመገናኛ ብዙኃንን በመጠቀም በኢትዮጵያ ቴሌቪዢን የአማርኛ፣ የኦሮምኛ እና የትግርኛ ፕሮግራሞች ይህንን የጥላቻ ፖለቲካ ከመጠን በላይ ነዝተዋል፡፡ በኢትዮጵያ ሬዲዮ የአማርኛ፣ የኦሮምኛ እና የትግርኛ ፕሮግራሞች፣ በኢትዮጵያ ፕሬስ ድርጅት በሚዘጋጁ አዲስ ዘመን እና በሪሳ ጋዜጦችን በመጠቀም ጸረ-አማራ ትርክቱን የማስፋፋት ሥራ ተሠርቷል፡፡ በግል በተፈቀዱ ጋዜጦች በሰይፈ ነበልባል፣ ኡርጂ እና በመሳሰሉ ጋዜጦች የዘር ፍጅት ቅስቀሳ በስፋት ተከናውኗል፡፡ (27) አማራን የማክፋፋት ዘመቻውን ለማጠናከር ብዙ መጻሕፍት ተጽፈውለታል፡፡ በእነ ዶ/ር ሀብተማርያም አሰፋ፣ በአነ አቶ በላይ ግደይ፣ በነ ዶ/ር ሰለሞን አንቋይ፣ በእነ ገብረ ኪዳን ደስታ እና ተስፋዬ ገብረ አብ በተባሉ ጸሐፊዎች እንዲሁም በኢሕአዴግ ፕሮፖጋንዳ ክፍል ሥር የሚታተሙ እፎይታ መጽሔት እና ተራሮችን ያንቀጠቀጠ ትውልድ በሚል በሚወጡ

ተከታታይ መጻሕፍት አማካኝነት በአማራ ሕዝብ ላይ የዘር ፍጅት እንዲፈጸም ሰፊ ቅስቀሳ ተሠርቷል:: [28]

የኢሕአዴግ መሪዎች ንግግር

መለስ ዜናዊ፦ «በሐረርጌ በደኖ ስለተፈጸመው እልቂት ተጠይቆ ሲናገር “የኢትዮጵያ ብሔሮች እና ብሔረሰቦች ከነፍጠኛው ጋር ሂሳብ የማወራረድ ሥራ እየሠሩ ነው::”

ታምራት ላይኔ:- የሶማሌ ክልላዊ መንግሥት ሲመሠረት የተናገረው፦ “ትላንት ሶማሌ ራሱን ማስተዳደር አይችልም፣ ሽርጣም ሲልህ ነበር፤ አሁን ጊዜው ያንተ ነው በለው፤ አሳየው::”

በአሰላ ሕዝባዊ ስብሰባ ላይ፦ “ከክልሉ ውጪ የሄደ አማራ ሊገዛ ሊጨቁን የመጣ በመሆኑ በሉት::”

ተፈራ ዋልዋ:- “አማራ የጐርፍ ውኃ እየጠጣ ጸበል ነው የሚል ሕዝብ ነው::”

ጸረ-አማራ ሐውልቶች:-

የአማራ ሕዝብ ሌላውን የኢትዮጵያ ሕዝብ ይጨቁን ነበር የሚለውን የሐሰት ትርክት ለማጽናት የሚጠቁሉት ሐውልቶች በኢሕአዴግ ተቀርጸው ተተክለዋል፦

- የትግራይ ሰማዕታት ሐውልት
- የአማራ ሰማዕታት ሐውልት
- የአኖሌ ሐውልት
- የጨለንቆ ሐውልት
- የኦሮሞ ሰማዕታት ሐውልት

የትግራይ ሰማዕታት ሐውልት:- [29] ትሕነግ ባደረገው ጸረ–አማራ ትግል ለተሰው የትሕነግ ወታደሮች መታሰቢያ የተገነባ ነው::

የአማራ ሰማዕታት ሐውልት፡- ሀውልቱ የተሠራው የሞቱ የኢሕዴን ታጋዮችን ለማሰብ ነው የተባለ ሲሆን፣ በዋናነት አንገቱን እና መሳሪያውን ቁልቁል የደፋ የአማራ ሰው ተቀርጾበታል።

የአኖሌ ሐውልት፡- ሀውልቱ "የቡርቃ ዝምታ" በተባለው በተስፋዬ ገብረአብ ልብወለድ መጽሐፍ ላይ ያለውን አኖሌ የተባለውን ገጸ ባሕርይ ለማሰብ የተሠራ ነው። በልብ ወለድነት የተጻፈውን ነፍጠኛው የኦሮሞን ጡት ቆርጧል የሚለውን ቀጥታ በመውሰድ የተቆረጠ ጡት ተቀርፆ ተቀምጧል። በሙዚየሙ ውስጥ ደግሞ የኦርቶዶክስ ቤተ ክርስቲያን ከበሮ፣ መቋሚያ፣ ጸናጽል "የጠላት መሳሪያ" ተብሎ ተቀምጧል። (30)

የጨለንቆ ሐውልት፡- ዐፄ ምኒልክ ሐረርጌን ለመያዝ ሲዘምቱ ከሐረር ገዥ ከአደሬው ከአሚር አብዱላሂ ጋር ያደረጉትን መጠነኛ ጦርነት በማግዘፍ የኦሮሞ ሠራዊት በውጊያው ሙሉ ለሙሉ ተፈጅቷል በማለት ዐፅም ተሰብስቦ የተቀመጠበት ነው። (31)

ታሪክ

የኢትዮጵያ የታሪክ ትምህርት ከመደበኛ ማስተማሪያነት እንዲታገድ የተደረገ ሲሆን የአድዋ ድል መቶኛ ዓመት በዓል አከባበር ላይ የተነሣው ነገር ደግሞ አሰቂኝም አስገራሚም ነበር። ለበዓሉ በተዘጋጀ የፓናል ውይይት ላይ የሥርዓቱ አገልጋይ የሆነው እንድሪያስ እሸቴ "ምኒልክ አድዋ ሄዶ አልተዋጋም፤ እንዲያውም ከአዲስ አበባ አልተነሣም፤ ጦርነቱን ተዋግቶ ያሸነፈው የትግራይ ሕዝብ ነው" ማለቱ የታሪክ ምጸት ሆኖ ዛሬ ድረስ ይታወሳል።

የብሔራዊ ክልሎች መዝሙሮች

የክልል መዝሙሮች የየክልሎቹ ሕፃናትና ወጣቶች በየቀኑ እንዲዘምሯቸው የሚደረጉ ጥላቻን፣ ጸረ-አማራነትን በትውልዱ ልብ ውስጥ ለመትከል እንዲያስችሉ ታስበው የተዘጋጁ ናቸው።

የትግራይ ክልል ብሔራዊ መዝሙር (የአማርኛ ትርጉም)

የማንወጣው ተራራ
የማንሻገረው ወንዝ የለም
ፍጹም ወደ ኋላ የለም
መስመሩ ነው ኃይላችን
ሕዝብ ነው ኃይላችን
በጭራሽ አንሸነፍም
በፀሐይ ሀሩር እና በቁር
ነፍሳችን ውኃ ይጥማት
ዐለት ይሁን ትራሳችን
ዋሻ ይሁን ቤታችን
ሌትም ቀንም ጉዞ፤ ይድከመንም ይራበንም
ሆኖም መስመር ነው ኃይላችን
ሕዝብ ነው ኃይላችን
በፍጹም አንሸነፍም
የጦር መሳሪያ መርዝ፤ ፋሽስታዊ ንዳድ
ሚሊዬን ጠላቶቻችን ፊታችን ላይ ይጉረፉ
መስዋዕትነት፤ መቁሰል እና ኪሳራም እንከፍላለን

የከፋ መከራ ቢመጣ ወደን እንከፍላለን

መስመር ነው ኃይላችን

ሕዝብ ነው ኃይላችን

በዚህ ሁሉ ጉዞ ግን አሸናፊዎች እኛ ነን።

የኦሮሚያ ክልል መዝሙር (የአማርኛ ትርጉም)

ኦሮሚያ (2) የትልቅ ሕዝብ ታሪክ እናት

የኦሮሞዎች እምብርት፣ የገዳ ሥርዓት አዳራሽ

የሕግና ሥርዓት መሬት፣ የጨፌ ኦዳ እናት

የብልጽግና ልምላሜ፣ ሁሉን አብቃይ እናት

የመቶ ዓመት ዕድፍ፣ በደማችን አጠብንልሽ

በብዙ ዕልፍ ዕልቂት፤ ሰንደቅ ዓላማችንን ከፍ አደረግን

ደስ ብሎናል ደስ ይበልሽ፣ ሥልጣንን መልሰን አገኘን

ሰላምና ዲሞክራሲ የሰብአዊነት መብት

አስተማማኝ ልማት፤ ዘላቂ ልማት

ከሕዝቦች ጋር ሰላምና ፍቅር

ለመኖር ዋስትና ትልቅ ዓላማ አድርገን

ኃይላችንን አሰባስበን ተነስተናል ተማመኚብን

ኦሮሚያ አብቢ፤ ለምልሚና ኑሪ።

አገራዊ ተቋማትን ማፍረስ

ሀ/ የጸጥታ ተቋማት

“የቀድሞው መከላከያ ሠራዊት ምድር ጦር፣ አየር ኃይል፣ ባሕር ኃይል ሕዝብን ሲጨፈጭፍ የኖረ በመሆኑ፣ የውጊያ አቅሙ በኢሕአዴግ ተፈትኖ የወደቀ በመሆኑ መበተን አለበት፣ የደህንነት ተቋሙም እንደዚሁ መበተን አለበት”(32) ተብሎ በመወሰኑ በቁጥር ከግማሽ ሚሊዮን በላይ የሆነ የኢትዮጵያ ሠራዊት ከሥራ ተሰናብቷል። በዚህም በእነርሱ ላይ ጥገኛ የነበረ እስከ 3 ሚሊዮን የሚገመት ቤተሰባቸው ለረሃብና ለእርዛት እንዲሁም ለስደት ተዳርጓል።

ለ/ የመንግሥት የልማት ድርጅት

ብዙ ሰው የሚቀጥሩ የነበሩ ግዙፍ የመንግሥት የልማት ድርጅቶች እንደ የኢትዮጵያ ሕንጻ ኮንስትራክሽን፣ የጣና በለስ ፕሮጀክት፣ የኢትዮ ኮርያ ፕሮጀክት ወዘተ . . . ተዘግተው ሠራተኞቹ እንዲበተኑ ተደርጓል።

ሐ/ ከሥራ ማባረር

አዲስ በተመሠረቱት ክልሎች በአፋር፣ በሶማሌ፣ በኦሮሚያ፣ በደቡብ፣ በጋምቤላ፣ በቤኒሻንጉል ክልሎች በነባር የመንግሥት መዋቅር ከዋና መሥሪያ ቤት እስከ ወረዳ ድረስ ተቀጥረው ይሠሩ የነበሩ በመቶ ሺህ የሚቆጠሩ የአማራ ተወላጅ ሰዎች በመዋቅር ማስተካከያ ሰበብ ከሥራ ተባረዋል።

ይህ ተቋማትን የማፍረስና አማሮችን የኑሮ ዋስትና የማሳጣት ዘመቻ፣ በሚሊዮን የሚቆጠሩ ቤተሰቦችን ሕይወት የነካ፣ በረሃብ እና በእርዛት የቀጣ፣ ብዙዎች ራሳቸውን እንዲያጠፉ፣ ለጐዳና ሕይወትና ለሴተኛ አዳሪነት እንዲዳረጉ ያደረገ ዐለምን ላጥለቀለቀው የአማራ ሕዝብ ስደት መጀመር ዋነኛ ምክንያት ሆኖ ይታወሳል።

የፖለቲካ ውክልና እና የሥራ ዕድል

የመንግሥት የሹመት ቦታዎች በሙሉ ከአማራው የተወሰዱ ሲሆን በኢሕአዴግ አደረጃጀት ውስጥ ያሉ አገልጋይ የአማራ ተወላጆች ሳይቀር ከምክትልነት እንዳያልፉ ተደርጓል። የሙያ ብቃት የሚጠይቁ ቦታዎችን ሳይቀር ማንበብና መጻፍ በቅጡ የማይችሉ የብሔር ብሔረሰቦች ወኪሎች ሞሉት። የሥርዓቱ ቁንጮ መለስ ዜናዊ "መሀይምም ቢሆን ዓላማችንን እስከደገፈ ድረስ ሚኒስቴር እናደርገዋለን" ብሎ እንደተናገረው፣ ጥላቻና ድንቁርና የወለደው ሥርዓት ተፈጠረ።

በሽግግሩ ወቅት የሚኒስትሮች ካቢኔ ጥንቅር (33)

ተ.ቁ	ስም	ኃላፊነት	ብሔር
1	መለስ ዜናዊ	ፕሬዝዳንት	ትግራይ
2	ፈቃደ ገዳሙ (ዶ/ር)	ምክትል ፕሬዝዳንት	ጉራጌ
3	ተስፋዬ ሀቢሶ	ጸሐፊ	ከንባታ
4	ታምራት ላይኔ	ጠቅላይ ሚኒስትር	ጉራጌ
5	ዘገየ አስፋው	ግብርና ሚኒስትር	ኦሮሞ
6	ልዑል ሥላሴ ቲማሞ	ባህልናስፖርት ሚኒስትር	ወላይታ
7	አዳነች ኪዳነ ማርያም (ዶ/ር)	ጤና ጥበቃ ሚ/ር	ከንባታ
8	አራጋው ጥሩነህ	ቤቶችና ከተማ ልማት ሚኒስትር	አማራ
9	ነጋሶ ጊዳዳ (ዶ/ር)	ማኅበራዊ ሚኒስትር	ኦሮሞ
10	ዲማ ነገዎ	ማስታወቂያ ሚኒስትር	ኦሮሞ
11	ኢብሳ ጉተማ	ትምህርት ሚኒስትር	ኦሮሞ

12	ስየ አብርሃ	መከላከያ ሚኒስትር	ትግራይ
13	ስዩም መስፍን	ውጭ ጉዳይ ሚኒስትር	ትግራይ
14	ኩማ ደመቅሳ	ሀገር ግዛት ሚኒስትር	ኦሮሞ
15	ሽፈራው ወልደሚካኤል	ፍትሕ ሚኒስትር	ሲዳማ
16	ኢዘዲን አሊ	ማዕድን ሚኒስትር	አደሬ
17	በላቸው መክበብ	ትራንስፖርት ሚኒስትር	ኦሮሞ
18	አህመድ ሁሴን	ንግድ ሚኒስትር	ኦሮሞ
19	ወልደማርያም ጉተማ	ገንዘብ ሚኒስትር	ኦሮሞ
20	በቀለ ታደሰ	ኢንዱስትሪ ሚኒስትር	ያልታወቀ
21	ሀሰን አብደላ	የመንግሥት እርሻና ቡናና ሻይ ሚኒስትር	አፋር

የሕዝብ ቆጠራ

በአገራችን የመጀመሪያው የሕዝብ ቆጠራ በደርግ መንግሥት በ1976 ዓ.ም የተደረገ ሲሆን የውጤቱም ማጠቃለያ የሚከተለውን ይመስላል። አጠቃላይ የሕዝብ ቁጥር 42,061,699 ሲሆን[34]፣ ይህም የኤርትራን ሕዝብ ያጠቃልላል። ዋና ዋና ብሔሮች ቁጥር፦

ተ.ቁ	ብሔር	ቁጥር	በመቶኛ
1	ኦሮሞ	12,092,340	28.7%
2	አማራ	11,944,204	28.4%

3	ትግራይ ትግርኛ	4,107,684	9.8%
4	ጉራጌ	1,196,414	3.7%
5	ሶማሌ	1,559,779	4.6%
6	ሲዳማ	1,297,471	3.1%
7	ወላይታ	1,099,801	2.6%

በፕሮፌሰር ብርሃኑ አበጋዝ እና በሞረሽ ወገኔ የአማራ ማኅበር አማካኝነት በኢትዮጵያ ማዕከላዊ ስታትስቲክስ መሥሪያ ቤት በ1994 G.C. እና በ2007 G.C. በተደረጉት ሀገር አቀፍ የሕዝብ ቆጠራዎችን በማነጻጸር በተሠራው ጥናት በአማካይ 4.9 ሚሊዬን የአማራ ሕዝብ (በቁጥር ከትግራይ ሕዝብ ወይም ከሶማሌ ክልል ሕዝብ የሚበልጥ) የደረሰበት ሳይታወቅ ቀርቷል። ይሄ በዐለም አቀፉ አሠራር፣ በሳይንስ ወይም በምንም ዓይነት መንገድ ሊገለጽ የማይችል ሰፊ ምርመራን የሚሻ በአማራ ሕዝብ ላይ በኢሕአዴግ አስተዳደር የተፈጸመውን ሁለንተናዊ የዘር ፍጅት የሚያመለክት፤ በተለይም የአማራን ሕዝብ ቁጥር ሆን ብሎ ለማሳነስ የተሠራውን ደባ ያጋለጠ ኩነት ነው። የማዕከላዊ ስታስትቲክስ ባለሥልጣን ዋና ዳይሬክተር በፖርላማ ቀርበው ያረጋገጡትም ይሄንኑ ነው። (35)

ክልል	1994	2007	2015	በቁጥር የጨመረው	በመቶኛ የጨረ
ኢትዮያ	53,477,265	73,750,932	90,078,000	30,600,735	68%
አዲስ አበባ	2,112,737	2,739,551	3,273,000	1,160,263	55%
አፋር	1,106,383	1,390,273	1,723,000	616,617	56%
አማራ	13,834,297	17,221,976	20,40,000	6,566,703	47%
ቤኒሻንል	460,459	784,345	1,005,000	544,541	118%

ድሬዳዋ	251,864	341,834	440,000	188,136	75%
ጋምቤላ	181,862	307,096	409,000	227,138	125%
ሐረሪ	131,139	183,415	232,000	100,861	77%
ኦሮሞ	18,732,523	26,993,933	33,692,000	14,959,475	80%
ሶማሌ	3,152,704	4,445,219	5,453,000	2,300,296	73%
ትግራይ	3,136,267	4,316,988	5,056,000	1,919,733	61%
ደቡብ	10,377,028	14,929,548	18,276,000	7,898,972	76%

የሕዝብ ቁጥር (1994 G.C. -2015 G.C.) [36]

- ❖ የኢትዮጵያ ሕዝብ ቁጥር በ68% አድጓል
- ❖ የአማራ ሕዝብ ቁጥር በ47% አድጓል
- ❖ የኦሮሞ ሕዝብ ቁጥር በ80% አድጓል

ዓመታዊ የሕዝብ ዕድገት ፦

የኢትዮጵያ ሕዝብ	3.4%
የኦሮሞ ሕዝብ	4%
የደቡብ ክልል ሕዝብ	3.8%
የአማራ ክልል ሕዝብ	2.4%

የወንድወሠን አስፋ

አንድምታው፦

ከተፈጥሮ እና ከሳይንሳዊ አሠራሮች ባፈነገጠ መልኩ የአማራ ሕዝብ ቁጥር በትሕነግ/ኢሕአዴግ መንግሥታዊ ደባ እንዲቀንስ እና በአማራው በሥነልቦናው፤ በፖለቲካዊና ኢኮኖሚያዊ ጥቅሞቹ ላይ ተጽዕኖ ለማድረስ ሲባል ሆን ተብሎ በተንኮል እና በሴራ የተሠራ ነው፡፡ ይሄን ዓይን ያወጣ ደባ ያቀነባበረው የኢሕአዴግ ስታትስቲክስ መሥሪያ ቤት ሥራ እንደሚከተለው ይታያል፡፡

የሕዝብ ቆጠራ ግመታ (projection) በማዕከላዊ ስታትስቲክስ መሥሪያ ቤት [37, 38]

ዓመት	አማራ	ትግሬ	ኦሮሞ	አጠቃላይ
1984	12,055,250 (28.28 %)	4,149,679 (9.73%)	12,387,664 (29.06%)	42,616,876
1994	16,007,933 (30.1%)	3,284,568(6.2%)	17,080,318 (32.1%)	53,477,265
2007	19,867,817 (26.9%)	4,483,776 (6.1%)	25,488,344 (34.5%)	73,918,505
2015	20,399,004	5,055,999	33,691,991	90,076,012

የ1984 እ.ኤ.አ ቆጠራ (ኤርትራ + ትግራይ) የያዘ ነው፡፡

128

የአማራ ሕዝብ መፈናቀል እና ስደት

በጸረ-አማራ ኃይሎች ትብብር የተጀመረው አማራን የማክፋፋትና የማስጠላት ዘመቻ ውጤት ያስገኘው በአጭር ጊዜ ውስጥ ነበር። የታጠቁ የብሔር ድርጅቶች ጸረ-አማራነታቸውን ለማሳየት ፋክክር ውስጥ ገቡ።

ሕወኃት በወልቃይት፣ በጠገዴ እና በራያ መጠነ ሰፊ ማፈናቀል ያደረገ ሲሆን [39] በኢሰመጉ ሪፖርት መሠረት ደግሞ እነት ድርጅቱ ኦሕዴድ በአርሲ፣ በሐረርጌ፣ በሸዋ፣ በወለጋ፣ በጅማ ብዙ አማሮችን አፈናቅሏል[40]። በየወረዳው አዲስ አበባን ጨምሮ ጽ/ቤት የከፈተው ኦነግ ሰዎችን በማሰር፣ በመግረፍና በማሰቃየት በሚሊዮን የሚቆጠሩ አማሮች እንዲፈናቀሉ አድርጓል።

በአማራ ሕዝብ ላይ የተፈጸመው የዘር ፍጅት

በጸረ-አማራ ኃይሎች ትብብር የተጀመረው ዘመቻ የመጨረሻ ውጤቱ የዘር ፍጅት በመሆኑ ትሕነግ/ኢሕአዴግ ሥልጣን ላይ በነበረባቸው 27 ዓመታት በሚከተሉት አካባቢዎች በአማራው ሕዝብ ላይ የዘር ፍጅት ተፈጽሟል። የቀረቡት ቁጥሮች በናሙና ደረጃ ብቻ ያለውን ሁኔታ የሚጠቁሙ መሆናቸውን ያጤኗል። [41,42,43,44]

በሽግግር ወቅት የተፈጸመው የዘር ፍጅት

በዘመነ ትሕነግ/ኢሕአዴግ በአማራ ሕዝብ ላይ በተለያዩ የሀገሪቱ ክፍሎች የዘር ፍጅት ድርጊቶች ተፈጽመዋል። ጥቂቶቹን ብቻ ላይቼ እንደሚከተለው ለማቅረብ እሞክራለሁ፦

ሐረርጌ

የምሥራቅ ሐረርጌ የዘር ፍጅት

ዳራ፦

- ቻርተሩ ጸደቀ፣ የሽግግር መንግሥት ተመሠረተ።
- ጸረ-አማራ ዘመቻ በመንግሥት ሚዲያ፣ በሕዝባዊ ስብሰባዎች ተሰበከ።
- አማራው የሚኖርባቸው ቦታዎች ተለዩ፣ ማኅበራዊ አደረጃጀቱ ተጠና።
- የፖለቲካ ድርጅቶቹ መዋቅራቸውን ዘረጉ
  - ኦነግ/ኦሮሞ ነፃነት ሠራዊት
  - የኦሮሞ ነፃነት እስላማዊ ግንባር

ፍጅቱ የተፈጸመበት ወቅት፦ ከነሐሴ 24 ቀን 1983 እስከ መጋቢት 27 ቀን 1984 ዓ.ም.

ፍጅቱ የተፈጸመባቸው ቦታዎች፦

	ሀረዋጫ ከተማ	8	ኩርፋ ጨሌ	15	ቀርሳ	22	አሬሌ
2	ሀለያቁሬገደል	9	ወተር	16	በዴሳ	23	ቡርቃ
3	ኤልኩ ጉድጓድ	10	ደሮባ	17	ፈዲስ	24	ሆዳቆሬ -ገደል

4	ዲማ (የኦነግ ኮማንዶ ማሰልጠኛ)	11	ድሬዳዋ	18	አይጠግቤ ጉድጓድ	25	መልካ ቡሎ
5	ሸዋ በር	12	ጅሌቻ	19	ፈርዳ	26	ደደር-ወበር
6	ገነሜ	13	በደኖ እንቁፍቱ	20	ዳጉ	27	አርበረክ ቴ
7	ግራዋ	14	ላንጌ	21	ጨረቻ	28	ጨለንቆ

የቅስቀሳ ዘመቻው፡- በ1983 ሐምሌ እና ነሐሴ በትሕነግ እና በኦነግ ጸረ-አማራ ቅስቀሳዎች በምሥራቅ ሐረርጌ ዞን ሁሉም ወረዳዎች እና ቀበሌዎች ተደርጓል፡፡

የቅስቀሳው ፍሬ ነገር፡-

- አማራው ከአካባቢው መባረር አለበት፡፡
- እኛ ከአማራዎች ጋር እርስ በእርስ መጨራረስ አንፈልግም፡፡ ዕድሜ ልካችንን አብረን እንኖራለን በማለት የጭፍጨፋውን ጥሪ አንቀበልም ያሉትን የአገር ሽማግሌዎች ኢሕአዴግ ገደላቸው፡፡
- ከሐምሌ 18 ቀን ጀምሮ በጋራሙለታ አውራጃ ነዋሪ የነበሩ አማሮችን ትጥቅ የማስፈታት ዘመቻ በሕወኃት-ኢሕአዴግ ተካሄደ፡፡
- ትጥቅ ማስፈታቱን ተከትሎ በምሥራቅ ሀረርጌ ዞን የአማራ ሕዝብ የዘር ፍጅት በነሐሴ 24 1983 ዓ.ም. ተጀመረ፡፡
- የወቅቱ የኢሕአዴግ ምክትል ሊቀመንበርና ጠቅላይ ሚኒስትር የነበረው ታምራት ላይኔ በአማራ ሕዝብ ላይ የዘር ፍጅት እንዲፈጸም በማሰብ፣ በድሬዳዋ በአንድ ስብሰባ አዳራሽ ኢሳዎችን፣ አፋሮችን፣ አርጎባዎችን እና ኦሮሞዎችን ሰብስቦ "ግመል ጎታች እና

ሽርጣም ሲልህ የነበረውን ነፍጠኛ ለምን ዝም ትለዋለህ?" ማለቱ ይታወሳል።

የአገዳደል ዓይነት፡-

- በሰው ልጅ ታሪክ ይደረጋል፣ ይፈጸማል ተብሎ ሊታሰብ የማይችል ዘግናኝ ዘዴዎችን በመጠቀም የዘር ፍጅቱ ተፈጽሟል።
- እጅና እግር አስሮ ወደ ገደል በመወርወር፣
- በገጀራ በማረድ፣ አንገትን በመቅላት፣
- ወደ ገደል ከነሕይወት በመወርወር፣
- አካላትን አንድ በአንድ በመቆራረጥና ለራሳቸው መልሶ በማብላት፣
- እስከ አንገት ድረስ በጉድጓድ ቀብሮ፣ ከአንገት በላይ ብቻ በማስቀረት በድንጋይ ደብድቦ በመግደል፣
- መጨረሻው በማይታወቀው የእንቁፍቱ ገደል እጅን በገመድ፣ ዓይንን በጨርቅ በማሰር በጥይት እየመቱ፣ በሜንጫ አንገት እየበጠሱ ወደ ገደል መጣል፣
- ሆድን በሳንጃ ዘርግፎ ወደ ገደል በመጨመር፣ ጡት በመቁረጥ፣
- በዱላ ቀጥቅጠው፣ በገመድ ከመኪና ጋር አስረው በመጎተት ሰውነትን በጣጥሶ በመግደል፣
- በደነዘ ቢላዋ ገዘግዞ በማረድ፣
- የሰውን ቆዳ በቁሙ በመግፈፍ፣
- መሬት ለመሬት ሬሳ በመጎተት፣

- የኮማንዶ መለማመጃ በማድረግ (በሕይወት ያለ አማራን አቁመው እንዴት እንደሚገደል በማሳየት) በርካታ አማራዎች ሰማዕትነት ተቀብለዋል።

በማዕከላዊ ዐቃቤ ሕግ እና የእነ አብዱልቃድር መሐመድ ጉዳይ የመዝገብ ቁጥር 01392 ላይ እንደ ተቀመጠው "በሀረዋጫ ከተማ በሚገኘው ፖሊስ ጣቢያ በእሥር ላይ የነበሩ ስማቸው ያልታወቁ 21 አማሮችን በጭነት መኪና በመጫን መልካ ቡሎ ወረዳ፣ ሸዋ በር በሚገኘው የኦነግ ኮማንዶ ማሰልጠኛ ወስደው እጃቸውን የኋሊት የፊጥኝ በማሰር የኦነግ ወታሮች በአጭር ዱላ ጉሮሮን በማፈን እና አየር እንዳያገኙ በማድረግ ያለ ጥይት ሰው እንዴት እንደሚገደል እንዲለማመዱባቸው አሠልጣኙ የመጀመሪያውን ሰው በመግደል አሳያቸው። በዚህ መሠረት ተማሪዎቹ የቻሉትን ገድለው ሲያቅታቸው አሰልጣኙ እየጨረሰ ሲያስተምራቸው እንደነበር ተመስክሯል።"

በኦነግ /እኦነግ የተዘጋጁ ማጎሪያ ካምፖች

ተ.ቁ	ማጎርያ ቦታ
1	በደኖ እሥር ቤት
2	ቡርቃ ኦነግ እሥር ቤት
3	አኒያ ገነሜ ኦነግ እሥር ቤት
4	ገንታ የኦነግ እሥር ቤት
5	ወተር የኦነግ አሥር ቤት

የተፈጁ ሰዎች፡-

- ✓ ቁጥሩ በውል ሊታወቅ ያልቻለ አያሌ ሰው ተፈጅቷል።
- ✓ በቀድሞው የጋራ ሙለታ አውራጃ እና ከላይ በተጠቀሱት ወረዳዎችና ቀበሌዎች የዘር ፍጅቱ ተፈጽሟል።

- ✓ ወደ ሐረር እና ድሬዳዋ በመኪና ይጓዙ የነበሩ ሰዎች ተይዘው ወደ ገደል ተወርውረዋል፡፡
- ✓ ቁልቢ ገብርኤልን ለማንገሥ በታኅሣሥ ወር 1984 ዓ.ም. ተጓዥ ምዕመናን ተይዘው ወደ ገደል ተወርውረዋል፡፡
- ✓ በኦነግ እሥር ቤቶች የነበሩ አማሮች በሙሉ ተፈጅተዋል፡፡

የምዕራብ ሐረርጌ የዘር ፍጅት

ፍጅቱ የተፈጸመባቸው ቦታዎች፡-

ገለምሶ ከተማ	ገቦ
ገለምሶ ወረዳ	ደርኩ
ሀብሩ ወረዳ (ጥርሶ ገደል)	ዱቤ
ሀርዲም (ጉባቆሪቻ ወረዳ)	ዲክቻ
ወፊ	ወይኒ ጉዶ
ዳንሴ	ወይኒ ቀሎ
አንጫር	አሰቦት ገዳም
በልበልቲ	ኩርባ ጀርቲ ገደል

የአገዳደል ዓይነት፡-

- በሜንጫ አንገት በመቁረጥ፤
- በገደል በመወርወር፤
- በቢላዋ በማረድ፤

- የገዛ ሰውነትን ቆራርጦ በማብላት፤
- በሚስማር ግንድ ላይ በመቸንከር እና በመስቀል፤ ብልትን እና አካላትን በመቆራረጥ።

የዘር ፍጅቱ የተፈጸመበት ወቅት፡- ከሰኔ እስከ ነሐሴ 1984 ዓ.ም

የዘር ፍጅቱን ማን ፈጸመው? ኦነግ/እኦነግ

የተፈጁ ሰዎች፡-

- በ1985 ዓ.ም በሀብሩ ጥርሶ ገደል በተደረገ ለቀማ ብቻ 16 ጆንያ የራስ ቅል ተሰበሰቧል።
- በሰኔ 1984 ዓ.ም. ጀምሮ በምዕራብ ሐረርጌ የሚገኙ አማራዎች እየተለቀሙ ተወሰዱ። በሀብሩ ወረዳ "ጥርሶ ገደል" እየታረዱ ተጣሉ።
- በደረኩ፣ በዱቤ፣ በሀርዲም፣ በበልበልቲ፣ በዲክቻ፣ በወይኒ ጉዶ፣ በወይኒ ቀሎ እና በአሰቦት ገዳም ያሉ አማሮች በስለት ታርደው ወደ ገደል ተወርውረው ተፈጁ።
- በአጠቃላይ በዚህ ፍጅት ከ10,000 -15,000 የሚደርስ ሰው እንዳለቀ ይገመታል።

አርሲ

የአርሲ የዘር ፍጅት፡- የአርሲውን የዘር ፍጅት ሙሉቀን ተስፋው በ“የጥፋት ዘመን” መጽሐፍ፣ እንዲሁም ሰንደሮስ ግብሬ “አጋሚዶ” በሚለው ያልታተመ መጽሐፍ ብዙ ዝርዝሮችን አቅርበዋል። በተጨማሪም በወቅቱ በኢትዮጵያ ሰብአዊ መብት ጉባኤ የወጡ ሪፖርቶችም የችግሩን ጥልቀት ማሳያዎች ናቸው ።

ፍጅቱ የተፈጸመባቸው በታዎች፡-

አርባ ጉጉ አውራጃ	ጀጁ ወረዳ፣ ጎዳና ወረዳ፣ ጎሎልቻ ወረዳ፣ ጉና ወረዳ፣ አስቦ ወረዳ፣ ጮሌ ወረዳ
ጀጁ ወረዳ ቀበሌዎች	አቡሌ፣ መርቲ፣ ወንጀሎ ቀርሳ፣ አማራ ጋራ፣አቡሌ ጊዮርጊስ፣ አቡሌ መከ ጉራቻ፣ መሶ ገደል ጊዮርጊስ

በስድስቱም ወረዳዎች ዘርፊ ብዙ የቤት ንብረት ውድመት፣ ዘረፋ እና የዘር ፍጅት ተፈጽሟል። ከ30,000 በላይ ሰው የተፈናቀለ ሲሆን ለምሳሌ ያህል በጀጁ ወረዳ ከሚገኙት 47 ቀበሌዎች ውስጥ 45ቱ ሙሉ ለሙሉ ወድመዋል፣ ተቃጥለዋል።

የዘር ፍጅቱ የተፈጸመበት ወቅት፡- ከመስከረም 1984 ዓ.ም. እስከ ሰኔ 1984 ዓ.ም. ድረስ።

የዘር ፍጅቱን ማን ፈጸመው፦

- ኦሕዴድ፣ ሕወኃት/ኢሕአዴግ
- ኦነግ

የዘር ፍጅቱ አፈጻጸም፡-

- ከጥቅምት 1984 ዓ.ም. ጀምሮ በይፋ የአማራን ሀብት ወረሱ። "አማራ ለቆ ይውጣ" የሚል ቅስቀሳ ተጀመረ። አማራ መሳሪያህን አስረክብ፣ ትጥቅ ፍታ ተባለ።
- ጥቅምት 21 ቀን 1984 ዓ.ም. በአማራ ሕዝብ ላይ በይፋ በኦሕዴድ/ኢሕአዴግ ጦርነት ታወጀ።
- እስከ መጋቢት 1984 ድረስ በቀጠለው ጦርነት 45 መንደሮች በእሳት ጋዩ፤ በዚህም ከፍተኛ የዘር ፍጅት ተፈጸመ።
- የአርባ ጉጉ አውራጃ ነዋሪ ሕዝብ አገሩን ለቆ አዋሽን ተሻገረ።

- በዘር ፍጅቱ የትሕነግ ሠራዊት ለመሳተፉ በቂ ማስረጃ አለ።

የአገዳደሉ ዓይነት፡-

- ቤት ዘግቶ በማቃጠል፣
- በአንካሴ ወግቶ ወደ ገደል በመጣል፣
- በጅምላ በጥይት በመረሸን፣
- በቆንጨራ በመጨፍጨፍ፣
- ከነሕይወታቸው ወደ ገደል በመጣል፣
- ከአቦምሳ ወደ ናዝሬት ሲሄዱ አስወርዶ በመግደል፣

የተፈጁ ሰዎች፡- በዚህ መረጃ እንዳይወጣ ተደርጎ በተፈጸመው መንግሥታዊና ሥርዓታዊ የዘር ፍጅት የሚቾቹን ቁጥር ማወቅ በጣም አስቸጋሪ ነው። ከተፈናቀሉ ሰዎች በተሰበሰበ መረጃ የአንድ ሺህ ስድስት መቶ ሠላሳ ሁለት (1,632) የተገደሉ ሰዎች ስም ተሰበስቧል።

ተ.ቁ	ቦታ	የተፈጁ ሰዎች
	ጀጁ	104
	ጉና	500
	አቦምሳ	250
	ጎዳና	6
	ጎሎልቻ	13
	መርቲ	110
	አሰኮ/ጮሌ	474

	አሼ	25
	መሶ	80
	አርሲ ነገሌ	60
	ኮፈሌ	10
	ጠቅላላ	1,632

ጉራፈርዳ

የጉራፈርዳው እልቂት፡-

ፍጅቱ የተፈጸመባቸው ቦታዎች፦

ደቡብ ክልል/ቤንች ማጂ ዞን/ጉራፈርዳ ወረዳ፡፡ ጉራፈርዳ ወረዳ ቀበሌዎች፦

ኮመታ	ኩኪ	ጋሊቃ
ኩጃ	ሾፒ	አለጋ
በርጂ	ዊቃ	ቢፍቱ
አቶዋ	አይቃ	
ቢታ	ከነአን	

ፍጅቱ የተፈጸመበት ወቅት ፡- 1998/2003/2004/2007 ዓ.ም.

ፍጅቱን ማን ፈጸመው?

- የጉራፈርዳ ወረዳ አስተዳደር

- የጉራ ፈርዳ ወረዳ ፖሊስ
- የጥቁር ሕዝቦች ነጻ አውጪ የተባለው ስብስብ ናቸው።

አገዳደል፦

- በጥይት በመረሸን
- በቤት ውስጥ ዘግቶ በመረሸን
- በገጀራ በመቆራረጥ።

የዘር ፍጅቱ አፈጻጸም፦

- የጉራ ፈርዳ ወረዳ አስተዳደር የአማሮችን መሳሪያ እንዲወርስ ተደረገ።
- ለመዠንገር፣ ለመኤኒት እና ለሸኮ ሰዎች መሳሪያ አስታጠቋቸው።
- ከዚያም "የጥቁር ሕዝቦች ነጻ አውጪ ግንባር" ብለው አደራጇቸው።
- እቅዱ በቢፍቱ፣ በኮመታ እና አቶዋ ቀበሌዎች የሚኖሩ አማሮችን ሙሉ ለሙሉ ለመጨረስ ነበር።
- በአካባቢው በሰፈራ የመጡ የኦሮሞ፣ የትግራይና የከምባታ ተወላጆች አልተነኩም።
- 22,000 ሰው ተፈናቅሏል።

የተፈጀው ሰው ብዛት፦

600 ሰው ተገድሏል

የምሥራቅ ወለጋ ፍጅት:-

ፍጅቱ የተፈጸመበት ቦታ:- የምሥራቅ ወለጋ ዞን ወረዳዎች/በሁሉም ቀበሌዎች

ሲሬ	አቢ ዶንጎሮ	ጊዳ ኪረሙ
ጉትን	አዋሮ	ደኖ

ፍጅቱ የተፈጸመበት ወቅት:- ከሰኔ 1992 ዓ.ም. እስከ ኅዳር 1993 ዓ.ም.

ፍጅቱን የፈጸመው:-

- ወረዳ መስተዳድሮች ያስተባበሩት ታጣቂ፣
- የወረዳ መስተዳድር አካላት፣
- መከላከያ ሠራዊት፣
- የኦሮሚያ አድማ በታኝ፣
- የኦሮሚያ ፈጥኖ ደራሽ ፖሊስ፣

አገዳደል:-

- ቤት ዘግቶ ማቃጠል፣
- በጥይት መረሸን፣
- በሞርታር፣ በላውንቸር እና በመትረየስ መደበደብ፣

ቅስቀሳ:-

- "አማራ ወደ አገርህ ግባ" በወረዳ መስተዳደር አካላት በሞንታርቦ የተደረገ ቅስቀሳ፤

- 14,000 ሰው ተፈናቅሏል።

የተፈጀው ሰው፡-

- ሰኔ 1992 ዓ.ም 52 ሰው (40 የተቃጠሉ ሕፃናት)
- ኅዳር 1993 ዓ.ም 1,100 ሰው ተፈጅቷል።

ቤኒሻንጉል ጉምዝ

የቤኒሻንጉል ፍጅት

ፍጅቱ የተፈጸመበት ቦታ፡-

- መተከል ዞን ሁሉም ወረዳዎች በተለይ በፓዌ
- ወንበራ ወረዳ ቡለን

ፍጅቱ የተፈጸመበት ወቅት፡-

- መጀመሪያ፡ ግንቦት 1984-ሰኔ 1985 ዓ.ም.
- ሁለተኛ፡ ግንቦት 8/9-2007 ዓ.ም.

ፍጅቱን የፈጸመው፡- የመተከል ዞን አመራር ያስተባበረው የጉምዝ እና የሽናሻ ታጣቂ

የፍጅቱ አፈጻጸም፦

- በመጀመሪያው በግንቦት 1984 ዓ.ም. አድኖ በመግደል፣ መንደር በማቃጠል፣ በፓዌ በገበያ ላይ የነበረውን ሕዝብ በመትረየስ ከቦ በመጨፍጨፍ
- ሁለተኛው ግንቦት 8/9 -2007 ዓ.ም. በገጀራ እና በቢላዋ በማረድ፣ በመርዛማ ቀስት በመንደፍ

የተፈጀው ሰው፡-

- በመጀመሪያው ከ10,000 በላይ አማሮች ተፈጅተዋል።
- በሁለተኛው ከ160 በላይ አማሮች ታርደዋል።

ወልቃይት

የወልቃይት የዘር ፍጅት

በወልቃይት፣ በጠገዴና በጠለምት ከ1972 ዓ.ም. ጀምሮ የተካሄደው በመሠረቱ መዋቅራዊ የዘር ፍጅት ነው።ሕወኃት ጸረ–አማራ ፕሮግራም ይዞ የተነሣ ጠባብ ብሔርተኛ የሆነ ድርጅት ነው። ሕወኃት በ1968 ዓ.ም. እንደተቋቋመ ባወጣው የመጀመሪያው ማኒፌስቶ (ፍኖተ መርሕ) ጸረ-አማራ ዓላማውን እንዲሚከተለው አስቀምጦታል፡-

"ትግራይ በዐፄ ዮሐንስ ዘመነ መንግሥት ኃይሏ በርትቶ በአካባቢዋ የነበሩትን ነገሥታት በቁጥጥሯ ሥር አውላ ነበር። ይሁን እንጂ ዐፄ ዮሐንስ ከሞቱ በኋላ በዳግማዊ ምኒልክ አማካኝነት ትግራይ በሸዋው ማእከላዊ ግዛት ሥር ወደቀች። ከዚህ ጊዜ በኋላ ነው የአማራው የመሳፍንት ቡድን እና ተከታዮቹ የትግራይን ነጻነት ገፈው የሕዝቧን አንድነት ያናጉት። ግልጽና ስውር በሆኑ ዘዴዎቹም (ሸዋዊ ዘዴዎች) የትግራይ ሕዝብ በድንቁርና፣ በበሽታ እና በረሃብ አዘቅት ውስጥ እንዲሰምጥ አድርገውታል። በተለይም ትግሬነቱን በፍጥነት እንዲክድና ያለውድ በግድ "አማራ ለማድረግ" ያልሞከሩት ዘዴ የለም። መሬቱ ተቆራርሶ ስለተወሰደበት እና የተደራረበ ጭቆና ስለደረሰበት አገሩን ጥሎ ተሰደደ። በአጠቃላይ በአሁኑ ጊዜ ትግራይ ነጻነቷን የተገፈፈች፣ መሬቷ ተቆራርሶ የተወሰደባት እና የተወሳሰበ ችግር የደቀሰው ሕዝብ የሚኖርባት ጭቁን ብሔር ናት።" (44)

ሕወኃት ይህንን ጸረ–አማራ ፍላጎቱን ለማስፈጸም በተጨማሪም ለትግራይ ለም መሬት ለማስገኘት እና ወደ ሱዳን መውጫ የመገናኛ ኮሪደር ለመፍጠር ሲል የወልቃይት፣ ጠገዴ እና ጠለምትን አካባቢዎች ከ1972 ዓ.ም. ጀምሮ በወታደራዊ ኃይል ይዞ ቆይቷል። ይህንን አካባቢ የትግራይ አካል ለማድረግም

ሲል ከተጠቀሰው ጊዜ ጀምሮ መጠነ ሰፊ ጸረ–አማራ የሆነ የማጥላላት ዘመቻ አካሂዷል። በተጨማሪም በነዋሪው አማራ ሕዝብ ላይ መዋቅራዊ ዘረኝነትን በማስፈን የዘር ፍጅት ፈጽሟል።

ትሕነግ በፈጠረው ጸረ–አማራ ትርክት፡- አማራ ነፍጠኛ ነው፤ አማራ ገዥ መደብ ነው፤ አማራ ጨቋኝ ነው በማለት አማራ ጠል ማኅበረሰብ በመፍጠር የተሳካ ሥራ አከናውኗል። ዐለም ሰገድ ዓባይ የተባለ የትግራይ ተወላጅ በሠራው የሦስተኛ ዲግሪ መመረቂያ ጽሑፍ ላይ እንደጠቀሰው፣ በ1990 ዓ.ም. በመረብ ወንዝ ሰሜንና ደቡብ በኩል በትግራይና በኤርትራ የሚኖረውን ትግርኛ ተናጋሪ ሕዝብ ተንተርሶ በሠራው ጥናት ላይ እንደተጠቀሰው ለጥናቱ ተሳታፊዎች ካቀረበላቸው ጥያቄዎች መካከል አንዱ "በታሪክ ቁጥር አንድ ጠላቴ ብላችሁ የምታስቡት ሀገር ማን ነው? ብሎ ላነሳው ጥያቄ "86% ኤርትራ ውስጥ የሚገኙ ትግርኛ ተናጋሪዎች ለእኛ ቁጥር አንድ ጠላታችን ቱርክ፣ ጣሊያን፣ እና እንግሊዝ ናቸው ብለው ሲመልሱ፣ 82.1% የሚሆኑት የትግራይ ተወላጆች ደግሞ ቁጥር አንድ ጠላታችን አማራ ነው ብለው መልሰዋል" (45)

ሕወኃት ከትግራይ ብዙ ሰዎችን በማምጣት በወልቃይት፣ ጠገዴ፣ እና ጠለምት ያሰፈረ ሲሆን ይህንን በሰፈራ የመጣ የትግራይ ማኅበረሰብ ለይቶ ልዩ ተጠቃሚ በማድረግ ተቋማዊ ዘረኝነትን (በጤና፣ በትምህርት፣ በምጣኔ ሀብት፣ በባህል ወዘተ) በማስፈን፣ ኢ-ፍትሐዊነትን በማንገሥ ሥርዓታዊ ዘረኝነትን እውን አድርጓል።

- ለሰፋሪው ማኅበረሰብ ዘመናዊ ሆስፒታል ሲገነባ ለአማራው ማኅበረሰብ የፈራረሱ የጤና ኬላዎችን አቅርቧል።
- የሕክምና ሪፈራል ወደ መቀሌ ብቻ በማድረግ የአማራ ሕዝብ በዘረኛ የሕክምና ባለሙያዎች እንዲሰቃይ አድርገዋል።
- በአማርኛ ቋንቋ ትምህርት እንዳይሰጥ አድርገዋል።
- የአማራውን ሕዝብ የእርሻ መሬት በመንጠቅ ለትግራይ ተወላጆች አከፋፍለዋል።

- ቅይድ የገበያ ሥርዓት (Monopoly) በመፍጠር ቤተሰባዊ በሆነ ሁኔታ የትግራይ ባለሁብቶች ኢኮኖሚውን እንዲቆጣጠሩ አድርገዋል፡፡
- ለአማራ ተወላጆች የኢንቨስትመንት ፈቃድ በመከልከል፣ መሬት ባለመስጠትና ብድር እንዳያገኙ በማድረግ ስር የሰደደ ዘረኝነትን አጽንተዋል፡፡

  በወልቃይት ጠገዴ እና ጠለምት መጠነ ሰፊ የሆነ የአማራን ሕዝብ የማሰር የመደብደብና የዘር ፍጅት ተግባር ተፈጽሞበታል፡፡[46]

በወልቃይት ጠገዴ እና ጠለምት የተፈጸመው የዘር ፍጅት፡-

የአገዳደል ዘዴዎች፡-

- በጥይት በመረሸን፤
- ከእነ ሕይወት ወደ ገደል በመወርወር፤
- በመርዝ በመግደል፤
- ከእነ ሕይወቱ ካንገት በታች በጉድጓድ በመቅበር፤ ጨው ነስንሶ በከብት አስግጦ በመግደል፡፡

በጥናት የተገኙ የሕወኃት አማራን የማሰሪያ፣ የማጎሪያ እና የማሰቃያ ቦታዎች

በወልቃይትና ሁመራ አካባቢ ያሉ	በትግራይ ክልል ያሉ አማራ የሚታሰርና የሚሰቃይባቸው ቦታዎች
ሁመራ ሆስፒታል	አጸረጋ
ማይካድራ	ደጎ ድጉኝ (ደደቢት አጠገብ)
በረከት	በለሳ ማይሀማቶ
ትርካን	ባህላ

ምንምኄ	ጻኢ (ተንቤን አካባቢ)
ደጄና	ማይቅንጣል
ገሐነም (ግህንብ)	አዲበቅሎ
አድኖ	ደደቢት
ቃሌማ	
ፍልውሃ	
ደማ	
ሰይጣን መጣያ	

በዚህ ሰፊ ጥናት እና የዘር ፍጅት ምርመራ በሚያስፈልገው ድርጊት እስካሁን ከ20 በላይ የጅምላ ቀብር ቦታዎች ተገኝተዋል። ግህንብ በሚባለው ቦታ ከ59,000 (ሃምሳ ዘጠኝ ሺህ) በላይ አማሮች መፈጀታቸውን የጎንደር ዩኒቨርስቲ በሠራው ጥናት ጠቅሷል። (47)

የጅምላ ቀብር የተገኘባቸው እና የዘር ፍጅት ከተፈጸመባቸው ቦታዎች መካከል የሚከተሉት ጎላ ብለው የሚታዩ ናቸው፦

- ጠለምት/ ሰቢየ ቀበሌ
- ጠለምት/ፍዬል ውሃ
- ማይጠብሪ
- ኢድሪስ
- ደጄና
- የሽሬ የጉድጓድ እሥር ቤት

- ምን ምኔ እመን-አላምንም ገደል
- ገሀነም (ግሀንብ)
- ትርካን

ስደት

በማጠቃለያው በመላ አገሪቱ በሰፈነው ጸረ-አማራ ኃይሎች ትብብር፦

- በተደረገው ጸረ-አማራ የሚድያ ዘመቻ
- በተበተነው የመከላከያ ሠራዊት
- በተበተነው የደህንነት ተቋም
- ከሥራ በተባረሩት የመንግሥት ሠራተኞች
- ከሥራ በተባረሩት የመንግሥት የልማት ድርጅቶች ሠራተኞች

በመላ አገሪቱ በተደረገው ጸረ-አማራ ግድያና ርሸና የተነሣ በማሊዮን የሚቆጠሩ ቤተሰቦች የኑሮ ዋስትናና ደህንነት በማጣታቸው መኖሪያ ቀያቸውን ለቀው ተሰደዱ፡፡ በጣም ብዙ አባቶችና እናቶች ለልመና ለሴተኛ አዳሪነት ተዳርገው በዘመኑ በነበረው የኤች አይቪ ኤድስ ተለክፈው ረገፉ፤ የቀሩት በከተሞች አሰቃቂ የመከራ ኑሮ እንዲገፉ ተገደዱ፡፡ የቀሩት እንደ ጨው ዘር በመላው ዐለም ተበተኑ፡፡

በአግባቡ ያልተጠና፣ ያልተመዘገበ፤ ያልታወቀ የአማራ ሕዝብ ስደት መላውን ዐለም አፍሪካን፤ እሲያን፣ ሰሜን አሜሪካን እና አውሮፓን አዳረሰ፡፡ ዛሬ አማሮች በዐለም ባሉ ትንንሽ የደሴት አገሮች ሳይቀር በመላው ዐለም ተበትነው ይኖራሉ፡፡

የአማራ ሕዝብ አስተዳደር በዘመነ ሕወኃት/ኢሕአዴግ

ክልል ሦስት ተብሎ የተከለለውን ክልል እንዲያስተዳድር የተመደበው በተለምዶ የሕወኃት የአማርኛ ዲፓርትመንት ተብሎ የሚጠራው ኢሕዴን (የኢትዮጵያ ሕዝቦች ዲሞክራሲያዊ ንቅናቄ) የሚባለው ድርጅት ነበር። ይህ ድርጅት ኢሕአፓ ከሚባለው ድርጅት ተነጥለው በወጡ 37 ሰዎች ትግራይ ውስጥ በትሕነግ የተቋቋመ ድርጅት ነው:: (48)

ይሄንን ድርጅት የሚመሩት ሰዎች ወይም የሥራ አስፈፃሚ ኮሚቴው ሙሉ ለሙሉ አማራ ያልሆኑ እንደውም በአደባባይ የአማራን ሕዝብ በማንቋሸሽ እና ክብረ ነክ ንግግር በመናገር የሚታወቁ ሰዎች ናቸው:: ሥራቸውን ሲጀምሩ "ከክልል ሶስት ውጪ የሚኖረው አማራ የኢትዮጵያ ብሔር ብሔረሰቦች ጠላት ነው" ያሉ ሲሆን ለአገዛዝ እንዲመቻቸው የአማራን ሕዝብ "ጨቋኝ አማራ" እና "ጭቁን አማራ" ብለው ለሁለት ከፍለውት ነበር።

የኢሕዴን ሥራ አስፈጻሚ፦

ተ.ቁ	ስም	ብሔር
1	ታምራት ላይኔ	ጉራጌ
2	አዲሱ ለገሰ	አማራ/ኦሮሞ
3	በረከት ስምኦን	ኤርትራ
4	ተፈራ ዋልዋ	ሲዳማ
5	ህላዊ ዮሴፍ	ኤርትራ
6	ታደሰ ካሳ	ትግራይ
7	እንወይ ገ/መድህን	አማራ

ኢሕዴን በበረሀ እያለ ከሰሜን ወሎ፤ ከዋግ ህምራ እና ከሰሜን ጐንደር አካባቢዎች አርሶ አደር ወጣቶችን በመመልመል በካድሬነት አሰልጥኗል። ወጣቶቹን ሲያሰለጥን ድርጅታዊ ፕሮግራሙን ሳይገልጥ፣ ጸረ-አማራነቱን ሳይገልጥ ትግሉ አስከፊውን የደርግ ሥርዓት ለመጣል ብቻ እንደሆነ አድርጐ በማቅረብ የማታለል ተግባር ፈጽሟል። (49)

ኢሕአዴግ አዲስ አበባ ከገባ በኋላ የድርጅቱ ድብቅ ማንነት በመገለጡ ብዙዎቹ በበረሀ አብረውት የነበሩ ወጣቶች ጥለውት ወጥተዋል።

1. ካድሬ

ከዚያም በተከታታይ ባደረጋቸው የካድሬ ምልመላዎች የሚከተሉትን ዘዴዎች በመጠቀም የክልሉን ሕዝብ ለመግዛት የሚያስችሉትን ሰዎች አዘጋጅቷል።

የኢሕዴን የካድሬ ምልመላ ቀዳማይ መስፈርት፡-

- ✓ ማኅበራዊ መሠረት (አርሶ አደር)
- ✓ የሥነ ምግባር ጉድለት (እንደ ሁኔታው የሚገለባበጥ ማንነት ያለው)
- ✓ ትምህርት ያልጨረሰ /ምሁር ጠል/ የተማረ ግን ምሁራዊ ትምክህት የሌለው
- ✓ የገንዘብ ጉጉት ያለው/ በኑሮው የማደግ ጉጉት ያለው
- ✓ ለሥልጣን ጉጉት ያለው
- ✓ ከአመራር ጋር ዝምድና ያለው
- ✓ ታዛዥ/ተላላኪ

የኢሕዴን የካድሬ ምልመላ ሁነኛ መስፈርት

ሀ/ የኢሕአዴግን ፕሮግራም የተቀበለ

- ሕገ መንግሥቱን የተቀበለ

- የአማራ ሕዝብ ሌሎች ብሔሮችን ይጨቁን ነበር የሚለውን የሚቀበል
- ኢትዮጵያ ውስጥ የቋንቋ፣ የብሔርና የሃይማኖት ጭቆና ነበር ብሎ የሚቀበል
- የራስን ዕድል በራስ የመወሰን መብትን እስከ መገንጠል የተቀበለ፡፡

ለ/ ሌሎች ብሔሮች በአማራ ተበድለው በመቆየታቸው የተሻለ ዕድል ሊሰጣቸው ይገባል ብሎ የሚያምን፡፡

ሐ/ በኢሕአዴግ ውስጥ የትግራይ የበላይነት አለ ብሎ የማያምን፣ የሕወኃት በመንግሥት፣ በፓርቲ እና በሠራዊቱ ውስጥ ጐላ ብሎ መታየት ምክንያቱ በዐለምአቀፍ ኀዳዊነት እና የተሻለ የትግል ልምድ ስላላቸው ነው ብሎ የሚቀበል፡፡

መ/ ትምክህትን ለመዋጋት ቁርጠኛነት ያለው፡፡

ሠ/ የኢትዮጵያን ታሪክ የታሪክ ቡቱቶ የሚል፡፡

በእነዚህ መስፈርቶች አነስተኛ፣ መካከለኛ እና ከፍተኛ ካድሬ ብሎ በመመልመል፣ እጅግ ከፍተኛ የአእምሮ አጠባ አድርጐ ማንነቱን እንዲጠላ በማድረግ፣ እንጥፍጣፊ አማራነት ውስጡ እንዳይቀር አድርጐ በጸረ-አማራ አመለካከት ከሞላው በኋላ የሥራ ስምሪት ይሰጠዋል፡፡ ከዚያም በተከታታይ በሚደረጉ ተከታታይ ግምገማዎች ሥነልቦናውን በመስለብ ፍጹም ታዛዥ አድርጐ ያሰለጥነዋል፡፡

2. የክልሉ አወቃቀር

ክልሉ በ136 ወረዳዎች፣ በ3800 ቀበሌዎች በ10 ዞኖች ተዋቅሮ የነበረ ሲሆን፣ ከሌሎች ክልሎች በተለየ መልኩ የብሔረሰብ አስተዳደር ዞኖች አዋቅሯል፡፡

1. አዊ ብሔረሰብ አስተዳደር

2. ዋግ ብሔረሰብ አስተዳደር

3. ኦሮሞ ብሔረሰብ አስተዳደር

4. አርጎባ ልዩ ወረዳ

የክልሉ ዋና ከተማ ባሕርዳር ሲሆን ክልሉ ሲመሠረት የነበሩት ዞኖች፡-

ተ.ቁ	ዞን
1	ሰሜን ጎንደር
2	ደቡብ ጎንደር
3	ሰሜን ወሎ
4	ደቡብ ወሎ
5	ሰሜን ሸዋ
6	ምሥራቅ ጎጃም
7	ምዕራብ ጎጃም
8	አዊ ብሔረሰብ አስተዳደር
9	ዋግ ብሔረሰብ አስተዳደር
10	ኦሮሞ ብሔረሰብ አስተደደር

3.የአማራን ሕዝብ ወታደራዊ ባህልና ማንነት ማምከን

ሀ/ ክልሉ ሲመሠረት የመጀመሪያ ሥራ ያደረገው ታዋቂ፣ ባላባት እና ማኅበረሰቡ በጀግንነት የሚያውቃቸውን የማኅበረሰቡ ምልክት የሆኑ ሰዎችን በሽፍታ ስም መላውን ክልል በማሰስ እና በመመንጠር እጅግ ብዙ ሰዎችን ፈጅቷል።

ለ/ ኢሕአዴግ አዲስ ባዋቀረው ሠራዊት ውስጥ የሚገኙ የአማራ ብሔር ተወላጆች የመኮንንነት ማዕረግ እንዳያገኙ በማገድ፣ በማዕረግ ከሻለቃ በላይ እንዳያድጉ በሰበብ በማስወገድ ለምሳሌ በተለያዩ ወቅቶች የሚነሡ የፖለቲካ ኩነቶችን ተጠቅሞ ግምገማ በማድረግና በማስወገድ።

1. በመጀመሪያው ግምገማ /የደሴ ግምገማ/ (50)

2. በ1997 ዓ.ም. ከቅንጅት ምርጫ በኋላ

ሐ/ **ትጥቅ ማስፈታት፦** የአማራ ሕዝብ በባህሉ የራሱ ጠመንጃ ባለቤትና ከመሳሪያው ጋር ጥብቅ ቁርኝት ያለው ሕዝብ ነው። ኢሕዴን ሕዝቡ አያት ቅድመ አያቱ አድዋ የዘመቱበትን ለማስታወሻ የተቀመጡ ኋላ ቀር መሳሪያዎችን ሳይቀር ለቅሞ ወስዶ ለሕወኃት አስረክቧል። ጦር፣ ጋሻ፣ ጐራዴ፣ ሳይቀር በመውሰድ ሕዝቡን ታሪክ አልባ፣ ማስታወሻ አልባ አድርጐታል። በተከታታይ በሚደረጉ አሰሳዎች ወደ ኋላ ጩቤና ዱላ ሳይቀር እንደ ጦር መሳሪያ እየተቆጠረ መሳሪያውን ተገፍፏል።

ወጣቶች ከመሳሪያ ጋር ትውውቅ እንዳይኖራቸው በማድረግ በየቀበሌው ታጣቂ ብሎ የመደባቸው ሰዎች ላይ ጥብቅ ቁጥጥር ሲያደርግ ቆይቷል። መሣሪያ መያዝ የግድ በሆነባቸው የድንበር አካባቢዎች ሳይቀር አማራው መሣሪያውን ሲገፈፍ ሌሎች ብሔሮች ግን ባህላቸው ነው እየተባለ ትጥቃቸውን ሳይገፈፉ ቆይተዋል።

መ/ **ከፖለቲካ ተሳትፎ ማግለል፦** የአማራ ሕዝብ የፖለቲካ ውክልና በሁሉም ክልሎች እንዳይኖረው ከተደረገ በኋላ፣ በተቃዋሚ ፓርቲነት የሚደራጁ ፓርቲዎችን በማፈን፣ ተሳታፊዎችን በማሰር፣ በማሰቃየት እና በመግደል የአማራ ሕዝብ የፖለቲካ ትግልን እርም ብሎ እንዲተው ለማድረግ ተሞክሯል። (መአህድን፣ አዴፓን፣ ቅንጅትን፣ አንድነትን፣ ሰማያዊ ፓርቲን ወዘተ ተቀላቅለው ይሳተፉ የነበሩ የአማራ ተወላጆች የደረሰባቸውን ስቃይ ያጤኗል)።

የአማራ ወጣቶች እና ምሁራን የመሪነት ልምድ እንዳያገኙ አበክሮ በመሥራት ከሞያ ማኅበራት፣ መንግሥታዊ ካልሆኑ ድርጅቶች፣ ከንግድ

ማኅበራት የአመራርነት ሚና እንዳይወስዱ በማሸማቀቅ ዐለም አቀፍ በሆኑ ተቋማት ለመሪነት ሲመረጡ በዜግነታቸው አስፈላጊ የሆነውን የመንግሥት ድጋፍ በመከልከል የአማራን ሕዝብ ገፍተዋል። ለምሳሌ ለዐለም የቴሌኮም ኅብረት መሪነት ተመርጠው የነበሩትን እና የኢትዮጵያ መንግሥት ድጋፍ ተጠይቆ አማራ በመሆናቸው ብቻ መለስ ዜናዊ የተቃውሞ ደብዳቤ የጻፈባቸውን ኢንጅነር ተረፈ የራስ ወርቅን ማንሣት አንዱ ምሳሌ ነው።

ኢንጅነር ተረፈ የራስወርቅ እና የዐለም ቴሌኮሙኒኬሽን ድርጅት መሪነት

ኢንጅነር ተረፈ የራስወርቅ (ነፍስ ኄር) በሞያቸው ዐለም አቀፍ ዕውቅናን ካገኙ ኢትዮጵያውያን መካከል ዋነኛው ናቸው። ኢንጅነር ተረፈ በአንኮበር ከካህናትና ከአርበኛ ቤተሰቦች የተወለዱ ናቸው። በአዲስ አበባ ትምህርታቸውን ተከታትለው በቀዳማዊ ኃይለሥላሴ ዩኒቨርሲቲ በመግባት በከፍተኛ ማዕረግ ትምህርታቸውን ጨርሰዋል። ቀጥሎም ወደ አሜሪካ ሀገር ኒውዮርክ በመሄድ የኤሌክትሪክ ምህንድስና ሞያን ተምረው ሲጨርሱ ወደ አገራቸው ተመልሰዋል።

በኢትዮጵያ የቴሌኮሚኒኬሽን መሥሪያ ቤት ሥራ በመጀመር በወቅቱ በላቲን ፊደል ብቻ መልዕክት ይተላለፍበት የነበረውን ቴሌ ፕሪንተር ለማስቀረት አዲስ በአማርኛ ፊደላት የሚሠራ ቴሌፕሪንተር ዲዛይን አድርገው በሥራ ላይ አውለዋል። ቀጥሎም የዐለም አቀፍ ቴሌኮሚኒኬሽን አንድነት ድርጅትን በመቀላቀል የድርጅቱን የአፍሪካ ክፍል መርተዋል። የአፍሪካን ቴሌኮሚኒኬሽን ዘርፍ ለማሳደግ በየሀገሩ የቴሌኮሚኒኬሽን ሙያ ማሰልጠኛዎች እንዲከፈቱ ብዙ አስተዋፅኦ ያደረጉ ሲሆን በቅኝ ግዛት ዘመን የነበረውን የሁሉም አፍሪካ አገሮች የግንኙነት መስመር በፓሪስ፣ በለንደን፣ በሮምና በብራስልስ የነበረውን በማስቀረት በኩል ከፍተኛ አስተዋፅኦ አድርገዋል። በዐለም የቴሌኮሚኒኬሽን ድርጅት ከፍተኛ ኃላፊነታቸው ከአፍሪካ በተጨማሪ የቻይና እና የጃፓን የቴሌኮሚኒኬሽን ሥራ ከፍተኛ እድገት እንዲያሳይ በማድረጋቸው ይታወቃሉ።

የዐለም ቴሌኮሚኒኬሽን አንድነት ድርጅት በየተወሰነ ጊዜ ዋና ዳይሬክተር ይመርጣል። ለዋና ዳይሬክተርነት ብቃት ኣላቸው ተብለው የብዙ አገራት

ድጋፍ ያላቸው ኢንጅነር ተረፈ የራስወርቅ ነበሩ። በእጩነት ቀርበው ሲወዳደሩ የኢትዮጵያ መንግሥት ድጋፍ አስፈላጊ የነበረ በመሆኑ ድርጅቱ ጉዳዩን ገልፆ በወቅቱ ለነበረው የሕወኃት መንግሥት ደብዳቤ ጻፈ። የወቅቱ ጠቅላይ ሚኒስቴር አቶ መለስ ዜናዊ ለደርጅቱ በጻፈው ደብዳቤ የኢንጅነር ተረፈ የራስወረቅን እጩነት እንደሚቃወመው ገልፆ ፅፏል። በተጨማሪም 170 ለሚሆኑ አባል አገራት ቴሌግራም አድርጎላቸዋል። የኢንጅነር ተረፈ የራስወርቅ ኃጢአት ሆኖ የተገኘው አማራ መሆናቸው ብቻ ነበር። በወቅቱ ሌሎች አገሮች ድጋፍ ሰጥተው የራሳቸው ዕጩ ሊያደርጓቸው ቢጠይቋቸውም ኢንጅነር ተረፈ ፈቃደኛ ሳይሆኑ ቀርተዋል። ኢንጅነር ተረፈ በጡረታ ዘመናቸው በአንኮበር የዐፄ ምኒልክን ቤተመንግሥት አሳድሰዋል። (51)

ሠ/ ወግና ባህልን ማስጣል

- ነባርና ታዋቂ የቦታ ስያሜዎችን በመቀየር የገጠር ቀበሌዎችን ነባር ስያሜያቸውን ወደ ቁጥር መቀየር (ዛሬ አንድን ከገጠር የመጣ ወጣት ሀገርህ የት ነው? ብትሉት ቀበሌ 09 ብሎ ሊመልስ ይችላል።)

- የማኅበረሰቡን የሠርግ፣ የተዝካር፣ የሰንበቴ እና ሌሎች ማኅበራዊ እና ሃይማኖታዊ ኩነቶችን በማጥላላት፣ እንዳይደረጉ እገዳ በመጣል ወግና ባህሉን የማስጣል ሥራ ሠርተዋል።

- የአማራን የባህል አልባሳት ወደ አቡጀዲ እና የፋብሪካ ጨርቆች ለመቀየር በመሞከር፣ በሙዚቃ ዝግጅቶች ላይ የባህል አልባሳቱን በመተካት አማራን እንደ ሕዝብ ለማጥፋት ሞክሯል። የአማራን ሕዝብ ቱባ ባህል የሆነውን የጸጉር ሥራ እና ጥልፍ ቀሚሶች፣ ዕጀ ጠባቦች፣ ካባና ላንቃ እንዲቀር ለማድረግ በሰፊው ተሠርቷል። በ1950ዎቹ እና 60ዎቹ በልዕልት ተናኜወርቅ የሚመራው የኢትዮጵያ ሴቶች በጎ አድራጎት ማኅበር ያዘጋጀውን ዘመናዊ የጥልፍ ዲዛይኖች የትግራይ አድርጎ ለማሳየት ተሞክሯል።

❖ ጾምን እና ሃይማኖታዊ በዓላትን ለማዳከም የተለያዩ እርምጃዎችን በመውሰድ ለምሳሌ የመንግሥት ተቋማት ግብዣ ሲያደርጉ በጾም ቀን የፍስክ ምግብ በማቅረብ፣ በሃይማኖታዊ በዓላት ቀን ስብሰባ በመጥራት ሃይማኖታዊ እሴትን ለማዳከምና ለማስጣል ሕወኃት/ኢሕአዴግ ሰፊ ሥራ ሠርቷል።

❖ ጫት መቃም ለሱስ የሚያጋልጥ እና ለአእምሮ ሕመም የሚያጋልጥ መሆኑ በተለያዩ ጥናቶች የተረጋገጠ ነው። በአማራ ክልል ከደቡብ ወሎ ዞን ውጪ ጫት መቃም የማይታወቅ እና የተነቀፈ ተግባር ነበር። ሕወኃት በትግራይ ክልል ጫት መቃምን እና ጫት መትከልን በሕግ ሲከለክል ኢሕዴን በአማራ ክልል የጫት ተክል ገንዘብ በቀላሉ የሚያስገኝ ተክል ነው ብሎ በማስተማር፣ ገበሬው በከተሞቹ ዙሪያ እንዲተክሉ በማበረታታት የጫት ሱስ በክልሉ እንዲስፋፋ ከፍተኛ አስተዋፅኦ አድርጓል። (52)

ረ/ ራስ ጠልነት

ከክልሉ ውጪ ያሉ በሚሊዮን የሚቆጠሩ አማሮች በሥራ አጥነት በሚፈተኑበት ወቅት ክልሉ በየዓመቱ ከሚቀጥራቸው አዲስ ተመራቂዎች 30 በመቶ የሚሆነውን በኮታ ለትግራይ ተወላጆች እንዲሰጥ በቀላጤ ወስኖ በተግባርም አውሎ ነበር።

ሰ/ ኢንቨስትመንት

ለኢንቨስትመንት መስፋፋት አስፈላጊ የሆነው የኤሌክትሪክ ኃይል እንዳይቀርብ በማድረግ የአማራን ክልል ለትግራይ ኢንዱስትሪዎች ጥሬ ዕቃ አቅራቢ እንዲሆኑ የማድረግ ሥራ ተሰርቷል። በትግራይ ለተተከሉ ግዙፍ ፋብሪካዎች የኤሌክትሪክ ኃይል ለማቅረብ ሲባል የአማራ ሕዝብ ጌጥና ከፍተኛ የቱሪስት መስህብ የነበረው የጢስ አባይ ፏፏቴ ለትግራይ የኃይል ምንጭ ሆኖ እንዲያገለግል ሲባል የውኃ አቅጣጫው ተቀይሷል።

ሸ/ ዘረፋ

ትሕነግ/ኢሕአዴግ ከደርግ ጋር በሚዋጋበት ዘመንም ሆነ አሸንፎ የመንግሥት ሥልጣን ከያዘ በኋላ እጅግ መጠነ ሰፊ ዝርፊያ ፈጽሟል።

- በጐጃም እና በጐንደር የመንግሥት መሥሪያ ቤቶች ንብረት የነበሩ ከ345 በላይ ተሽከርካሪዎችን ሱዳን ወስዶ ሸጧቸዋል።

- የቴክኒክና ሞያ ማሰልጠኛ ማሽኖችን ነቅሎ በመውሰድ ትግራይ ላይ ተክሏል። (ለምሳሌ በዳባት ከተማ የነበረውን ቴክኒክና ሙያ ት/ቤት ማሽኖች ነቅሎ ማይጨው ላይ ተክሏል) በወቅቱ የት/ቤቱ ዳይሬክተር የነበረው የኢህዴኑ አያሌው ጐበዜ ማሽኖቹን በመንቀልና በመጫን ዋናው ተዋናይ ነበር። አያሌው ለዚህ ውለታው በኋላ ላይ የአማራ ክልል ርእሰ መስተዳድር ሆኖ ተሾሞ ነበር።

- የጣና በለስ ፕሮጀክት ሀብትና ንብረቶችን ዘርፎ ወደ ትግራይ ወስዷል።

- ለጐንደር እና ለዐለም ከተማ የኃይል ምንጭነት የተተከሉ ግዙፍ ጄነሬተሮችን ነቅሎ ወደ ትግራይ ወስዷል።

- እነዚህን እና ሌሎች እጅግ ብዙ ሀብት ዘርፎ በመሸጥ የራሱን ግዙፍ ኩባንያዎች ገንብቶበታል።[53] በፕራይቬይታይዜሽን ስም የመንግሥት ድርጅቶችን በርካሽ ዋጋ ገዝቷል። በመጨረሻም የአገሪቱን ሀብት ዘርፎ ሲጨርስ፣ በኢትዮጵያ ስም ትልልቅ ፕሮጀክቶችን እሠራለሁ በሚል ሰበብ 27 ቢሊዮን ዶላር ተበድሮ ገንዘቡን ዘርፎ በመከፋፈል ጠፍቷል። [54,55]

ቀ/ የድንበር እና የማንነት ጉዳዮቹ

የአማራ ክልልን በመጀመሪያ ያስተዳድር የነበረው ኢሕዴን በኋላም ይዘቱን ሳይቀይር ስሙን ወደ ብአዴን የቀየረው ድርጅት በዋናነት የሚታወቀው ከአጐራባች ክልሎች የድንበር ጥያቄ ሲነሳበት (buffer zone) በማለት ጥያቄ የተነሣበትን መሬት ትቶ በመውጣት ለጠያቂው በመስጠት ነው። ጥቂት ማሳያ የሚሆኑት፡ -

❖ የሱዳን መንግሥት ሰፊ ወረራ በማድረግ አርሶ አደሮችን ገድሎ ንብረት ሲያቃጥል የብአዴን መልስ ዝምታ ነበር።

❖ የትግራይ ክልል "ግጨው" የሚባለውን ወደ 20,000 ሄክታር መሬት ልውሰድ ብሎ ሲጠይቅ የብአዴን መልስ መስማማት ነበር (በዚህ ጉዳይ የአካባቢው ነዋሪ ከፍተኛ ተቃውሞ በማሥነሳቱ ሕወኃት በመቀሌ፣ ብአዴን በባሕር ዳር ስብሰባ ተቀምጠው የነበረ ሲሆን፣ ትሕነግ ወቅታዊ ሁኔታውን ገምገሞ የይገባኛል ጥያቄውን ትቼዋለሁ መሬቱ የአማራ ነው ብሎ ሲወስን፣ ብአዴን በበኩሉ መሬቱ የትግራይ ነው ብሎ ወሰነ። ሕወኃት የብአዴንን መግለጫ ከሰማ በኋላ የብአዴንን ምስክርነት በመቀበል መሬቱን ወስዷል)።

❖ የቤኒሻንጉል ክልል በመተከል ዞን ፓዌ የአማራ ልዩ ዞን ነው ብሎ የወሰነውን ብአዴን አያስፈልገኝም ብሎ ሠርዞታል።

❖ በሰሜን ሸዋ ዞን የኤፍራታና ግድም ወረዳ ከተማ የነበረችውን ሰንበቴ ከተማንም እንዲሁ ለኦሮሞ ብሔረሰብ አስተዳደር ሰጥቷል።

❖ ከቆቦ እስከ ሰሜን ሸዋ በረኸት ድረስ ከሕግ ውጪ በአፋር ክልል ለሚነሱ የመሬት ይገባኛል ጥያቄዎች የሁልጊዜ መልሱ ወደ ኋላ ትቶ ማፈግፈግ ነበር።

በ/ የጤና አገልግሎት (56)

የአማራ ክልል እጅግ ደካማ እና ጸረ–አማራ የጤና አገለግሎት ያለው ነው። የሞት መጠን ከሌሎች ክልሎች ጋር ሲወዳደር ከፍተኛ ነው። የእናቶችና ሕፃናት ሞት ከፍተኛ ነው። በተጨማሪም የክልሉ የወሊድ መከላከያ ሽፋን ከሌሎች ጋር ሲወዳደር ከፍተኛ ነው።

የአማራ ክልል የጤና ሥርዓት ኃላፊዎች የፖለቲካ አመራር ሰጪዎች እንጂ ባለሙያዎች መሆን የለባቸውም ተብሎ በየደረጃው ጤና ጣቢያዎች፣ ሆስፒታሎች፣ የወረዳ ጤና ጽ/ቤቶች፡ የዞን ጤና መምሪያዎች እና የክልሉ ጤና ቢሮ ሙሉ ለሙሉ በካድሬዎች እንዲመራ ተደርጓል። ለጤናው ዘርፍ የተመደበው ሀብት ለፖለቲካ ሥራ ይውላል። የጤና ኤክስቴንሽን ሠራተኞች ሴቶችን የማደራጀት እና የመቆጣጠር የፖለቲካ ሥራ ላይ ይሰማራሉ።

ለምሳሌ ያህል የሕፃናትን መቀንጨር ለመከላከል ሲባል በእርዳታ ሰጪዎች የሚሰጠውን አልሚ ምግብ ስርጭት ለፖለቲካ ሥራ ይጠቀሙበታል። ማለትም አልሚ ምግቡን ለማግኘት እናቶች በኢሕአዴግ አንድ ለአምስት መዋቅር መደራጀት ግዴታቸው እንዲሆን ሲደረግ ቆይቷል።

ከዘመነ ኢሕአዴግ በፊት የጤና ተቋማት ስርጭት በአገሪቱ ተቀራራቢ ነበር። ትሕነግ/ኢሕአዴግ ሥልጣን ከያዘ በኋላ ግን ከሌሎች ክልሎች ጋር ሲነጻጸር የጤና ማዕከላት ግንባታ በአማራ ክልል እጅግ በጣም አነስተኛ ነው። የተወሰኑ ማነጻጸሪያዎችን ብንወስድ በትግራይ ክልል አንድ ሆስፒታል ለአርባ አምስት ሺህ (45,000) ሰዎች፣ በኦሮሚያ ክልል ደግሞ አንድ ሆስፒታል ለሁለት መቶ ሺህ (200,000) ሰዎች አገልግሎት ይሰጣሉ። በአማራ ክልል ግን አንድ ሆስፒታል ለአንድ ሚሊዮን ሁለት መቶ ሺህ (1,200,000) ሰዎች አገልግሎት እንዲሰጥ ተደርጓል። በዚህ ለንጽጽር እንኳን የማይበቃ የሁለት የተለያዩ ዐለማት የሚመስል ድርጊት ትሕነግ/ኢሕአዴግ ለአማራ ሕዝብ ያለውን ከፍተኛ ጥላቻ የገለጠበት ነው። ወደ ኋላ ላይ ጉዳዩ አምባን በመሳሰሉ የአማራ ሕዝብ አደረጃጀቶች ሲጋለጥ ኢሕአዴግ በፍጥነት በየአካባቢው የጭቃ ቤቶችን በማሠራት ውኃ፣ መብራትና መጸዳጃ ቤት የሌላቸውን ቤቶች ሆስፒታል እና ጤና ጣቢያ እያለ በዘመቻ ሰይሟል።

የመጀመሪያ ደረጃ ሆስፒታል ለመቶ ሺህ ሰው ምጣኔ፦

አማራ	1: 1,218,844
ኦሮሚያ	1: 222,050
ደቡብ	1: 564,059
ትግራይ	1: 45,996

በትሕነግ/ኢሕአዴግ ዘመን በአማራ ሕዝብ ላይ ከተፈጸሙ ሥርዓታዊ እና መዋቅራዊ በደሎች ውስጥ፣ ትሕነግ ሥልጣን እንደ ያዘ በክልሉ የነበረውን የወባ መቆጣጠሪያ ፕሮግራም በመሰረዙ የተነሣ የተከሰተው ከፍተኛ የወባ ወረርሽኝ እና ዘግናኝ ዕልቂት ነው።

ከብዙ በጥቂቱ ሌሎች እንደ የእናቶች ሞት መጠን፣ የወሊድ ቁጥጥር እና በአዮዲን የበለጸገ ጨው ስርጭትን የመሳሰሉ አገልግሎቶችን እና ፕሮግራሞችንም ስንመለከት በአማራ ሕዝብ ላይ ሲፈጸም የኖረው ሥርዓታዊ እና መንግሥታዊ ጥቃት ወለል ብሎ ይታየናል። በራሱ በኢትዮጵያ ጤና ሚኒስቴር ስታትስቲክስ መሠረት 23% የኢትዮጵያ ሕዝብ ይኖርበታል የሚባለው የአማራ ክልል በእናቶች ሞት ግን 38.4% ድርሻ አለው።

በአማራ ክልል የእርግዝና መከላከያ ስርጭት ከ2000 ዓ.ም እስከ 2011 ዓ.ም. በነበሩት አስር ዓመታት ከሌሎች ክልሎች በተለየ ሁኔታ በየአምስት ዓመቱ ከ100% በላይ ይጨምር ነበር። አንድ ለአምስት አደረጃጀቶችን በመጠቀም፣ ለአካለ መጠን ያልደረሱ ታዳጊ ወጣት ተማሪዎችን የወሊድ መከላከያ መርፌ በመውጋት እንዲሁም በልማት ድርጅት ስም የተመዘገቡ አልማን የመሳሰሉ የገዢው ፓርቲ ክንዶችን በመጠቀም የአማራን ሕዝብ ቁጥር የመቀነስና የማምከን ዘርፈ ብዙ ሥራ ሲከናወን ኖሯል።

በአዮዲን የበለጸገ ጨው ስርጭትን በተመለከተ አዮዲን ለሕፃናት የአእምሮ ዕድገት ወሳኝ የሆነ ንጥረ ነገር ነው። ይሄንን ንጥረ ነገር ከምግብ ጨው ጋር አዋሕዶ ማቅረብ ደግሞ የፌዴራል ጤና ሚኒስቴር ከሚከታተላቸው ጉዳዮች ዋነኛው ነው። ሕወኃት/ኢሕአዴግ በሚከተለው አማራ-ጠል ፖሊሲ ምክንያት በአዮዲን የበለጸገ ጨው ስርጭት በአማራ ክልል በየዓመቱ እየቀነሰ ሲሄድ በትግራይ ክልል እየጨመረ ሄዷል። የአዮዲን እጥረት የአእምሮ ዝግመትን ያስከትላል።

በዘመኑ የነበረው የጸረ-አማራ ኃይሎች ትብብር ሁነኛ አካላት

ትሕነግ

ስያሜ፡- የትግራይ ሕዝብ ነፃ አውጪ ግንባር (ትሕነግ)

የተመሠረተበት ቀን፡- የካቲት 11 ቀን 1967 ዓ.ም. ደደቢት ትግራይ

የሚመራበት አስተሳሰብ፡-

- ✓ የማርክሲዝም ሌኒኒዝም ርእዮት ተከታይ ነው።

- ✓ ትግራይ ከፍተኛ ጭቆና ስለሚደርስበት መታገል ያስፈልጋል።
- ✓ ትግራይን የሚጨቁነው አማራ ነው።
- ✓ አማራ ጨቋኝ፣ ጨፍላቂ በመሆኑ ማኅበራዊ ዕረፍት ማግኘት የለበትም።
- ✓ ምንም ማስረጃ ሳያቀርብ የአማራ ሕዝብ ሸዋዊ ዘዴዎችን በመጠቀም የትግራይ ሕዝብን በድሏል ይላል።
- ✓ የብሔር መብት እስከ መገንጠል ድረስ
- ✓ በትጥቅ ትግል መብትን ማስከበር፣ ዓላማን ማስፈጸም
- ✓ የመጨረሻ ግቡ ታላቋን የትግራይ ሪፐብሊክ ማቋቋም ነው።

አደረጃጀቱ፡-

- ✓ ወታደራዊ
- ✓ መረጃ
- ✓ የውጭ ግንኙነት
- ✓ እርዳታ ማስተባበሪያ (ማኅበረ ረድኤት ትግራይ)
- ✓ የብዙኃን ማኅበራት (የወጣቶ፣ የሴቶች፣ . . .)
- ✓ ካድሬ ማሰልጠኛ ትምህርት ቤት
- ✓ ፕሮፓጋንዳ (ሬድዮ፣ ጋዜጣ፣ ኪነት፣ . . .)
- ✓ ክፍለ ሕዝብ፡- ሕዝብ አስተዳደር
- ✓ ትዕምት፡- ትግራይን መልሶ ማቋቋም (የቢዝነስ ተቋማት)
- ✓ እሥር ቤት (ሀለዋ ወያኔ)፡- የምርመራ፣ የማሰቃያ፣ የግድያ ሥራዎች ማስተባበሪያ

✓ የትሕነግ ጽ/ቤት፦ የድርጅቱ ማዕከል

አሠራሩ፦

- ✓ ጸረ-አማራ ኃይሎችን ማስተባበር፤ መምራት
- ✓ በወታደራዊ ኃይል ሥልጣን መያዝ እና ጸረ-አማራ ሥርዓት መትከል
- ✓ የመረጃ፤ የዲፕሎማሲ እና የሚዲያ ኃይል ማደራጀት
- ✓ ከፍተኛ የገንዘብ አቅም መፍጠር
- ✓ የአማራውን ሕዝብ በጸረ-አማራ ትርክት ዕረፍት መንሳት
- ✓ ወልቃይትንና ራያን ቀምቶ ወደ ትግራይ መከለል።

በውጤቱ፦

- ✓ በትግራይ እና በአማራ ሕዝብ መካከል የነበሩትን የታሪክና የሃይማኖት ተጋሪነት፤ የኢትዮጵያ አንድነት ወራሽነት፤ የጋብቻ እና የባህል ትስስር በመሻር ዘመን ተሻጋሪ ጠላትነትን መሥርቷል።
- ✓ ኢትዮጵያን የባሕር ወደብ አሳጥቷል።
- ✓ የብሔር ፖለቲካን በኢትዮጵያ አስፍኗል።
- ✓ የአማራ ጠላትነትን አስፋፍቷል።
- ✓ ጸረ-አማራ ኃይሎችን አስተባብሯል።
- ✓ ጸረ-አማራ የፕሮፓጋንዳ ዘመቻ አቅዶ አስፈጽሟል።
- ✓ የአማራን ሕዝብ ከሥራ እና ከቤት ንብረቱ አፈናቅሏል።
- ✓ በአማራ ሕዝብ ላይ የዘር ፍጅት ፈጽሟል አስፈጽሟል።

- ✓ የአማራን ሕዝብ ርስቶች ወልቃይትን፣ ጠገዴን፣ ራያን በኃይል ነጥቋል፡፡
- ✓ የአማራን ሕዝብ ርስቶች ሸዋን፣ አዲስ አበባን፣ መተከልን ወዘተ በመንጠቅ ለሌሎች አማራ-ጠል አጋር አካላት አከፋፍሏል፡፡
- ✓ ኢትዮጵያን በመዝረፍ በተጨማሪም በአገሪቱ ስም ገንዘብ ተበድሮ በመዝረፍ የራሱን ኪስ አድልቧል፡፡
- ✓ ከኢትዮጵያ ታሪካዊ ጠላቶች ጋር በመተባበር የሀገር ክህደት ፈጽሟል፡፡

የትሕነግ መሥራቾች እና የመጀመሪያዎቹ አባላት (ናሙና)፦

አረጋዊ በርሄ	ገሰሰ አየለ	ተወልደ ወ/ማርያም
ግደይ ዘርዐጽዮን	ስዬ አብርሃ	ዐለምሰገድ ገ/አምላክ
ሥዩም መስፍን	መለስ ዜናዊ	ገብሩ አሥራት
አባይ ፀሐዬ	ዑቁባዝጊ በየነ	አርከበ ዕቁባይ
ስብሐት ነጋ	አውዐሎም ወልዱ	

የወንድወሠን አሰፋ

ኦሕዴድ/ኦሮሞ ብልጽግና ፓርቲ

ስያሜ፡-

- የኦሮሞ ሕዝብ ዴሞክራሲያዊ ድርጅት
- የኦሮሞ ብልጽግና ፓርቲ

የተመሠረተበት ቀን፡- መጋቢት 17 ቀን 1982 ዓ.ም. ደራ ሰሜን ሸዋ

የመሥራቾች የተወሰኑት ዝርዝር፦

	ደራ ላይ በምሥረታው የነበሩ	ከምሥረታ በኋላ የተቀላቀሉ
1	ምናሴ ወልደዮሐንስ (አባዱላ)	ነጋሶ ጊዳዳ (ዶ/ር)
2	ታዬ ተክለማርያም (ኩማ)	ሀሰን አሊ
3	ኢብራሂም መልካ	ዱባለ ጃሌ
4	አትንኩት ደበሌ	ግርማ ብሩ
5	ዮናታን ዲቢሳ	አልማዝ መኮ
6	ድሪባ ሀሪቆ	ሂሩት ቢራሳ
7	ብርሃኑ ጁላ	ደግፌ ቡላ
8	የማነ ብርሃኔ	ሱፍያን አህመድ
9	ጌታቸው በዳኔ	ጀማል አብዱልቃድር
10	ዳኛቸው ሽፈራው	አሊ አብዶ
11	ያሲን ሁሴን	አህመዲን ኢብራሂም
12	አበራ ኃይሉ	አደም ኢብራሂም (ዶ/ር)
13	ዳባ ደበሌ	
14	አለማየሁ አቶምሳ	
15	ኢተፋ ቶላ	
16	በቀለ በዳዳ	
17	ሱሌይማን ደደፎ	

የሚመራበት አስተሳሰብ፡-

- የኦሮሞ ብሔርተኛ ድርጅት ነው፡፡

- ፊውዳሊዝምን፣ ኢምፔርያሊዝምን እና ካፒታሊዝምን በጠላትነት ፈርጇል።
- የኦሮሞ ሕዝብ የብሔር ጭቆና አለበት፤ እርሱን ለማስወገድ እሠራለሁ ብሏል።
- የኦሮሞ ሕዝብ የተጨቆነው በአማራ ነው ይላል።
- የምኒልክ ወረራ የፊውዳል መስፋፋት ነው ይላል።
- የኦሮሞ ሕዝብ የራሱን ዕድል በራስ የመወሰን መብት እስከ መገንጠል ሊከበርለት ይገባል ይላል።

በአደረጃጀቱ፡-

- የካድሬ ማሰልጠኛ ትምህርት ቤት
- የኦሕዴድ ጽ/ቤት
- የዞን፣ የወረዳ፣ የቀበሌ፣ የተቋም እና የፓርቲ መዋቅር
- በትሕነግ ሠራዊት ዕዝ ስር የሚንቀሳቀስ ወታደራዊ ሠራዊት
- ሚድያ
- እርዳታ ማስተባበሪያ፥ የኦሮሚያ ልማት ማኅበር እና ዲንሾ የሚባል ትልቅ የቢዝነስ ድርጅት አለው።

አሠራር፡-

- የኦሮሚያ ክልላዊ መንግሥትን በመመሥረት
- ኦሮሚኛ በላቲን ፊደል እንዲጻፍ በማድረግ
- ጸረ-አማራ የሆነ የሚድያ ዘመቻ በማቀናበርና በማሠራጨት
- ካድሬዎቹን እና አባላቱን አማራ-ጠል አድርጎ በማሰልጠን

- በከፍተኛ ምዝበራና ዝርፊያ ላይ በመሰማራት

በውጤቱ፡-

- የመንግሥት ሥልጣን (የጸጥታ፣ የኢኮኖሚ፣ የፖለቲካ፣ የሚዲያ፣ . . .) እና ተቋማትን ሙሉ ለሙሉ ተቆጣጥሯል።
- ከፍተኛ ምዝበራና ዝርፊያ እየፈጸሙ ነው።
- የአማራን ሕዝብ አፈናቅሏል።
- በአማራ ሕዝብ ላይ የዘር ፍጅት ፈጽሟል።

ኦሮሞ ነፃነት ግንባር (ጥቂት ስለ ኦነግ)

የተመሠረተበት ቀን፡- ሰኔ 11 ቀን 1976 እንደ አውሮፓውያን አቆጣጠር፣ በአንድ ግለሰብ መኖሪያ ቤት ውስጥ በአዲስ አበባ በተደረገ ጉባኤ ተመሠረተ።

መሥራች አባላት፦

መገርሳ በሪ*	ሌንጮ ለታ	አብዩ ገለታ	ኩለኔ ጉዲና	ገዳ ገመዳ
አቦማ ምትኩ	ገላሳ ዲልቦ	አብርሃም ለታ	ታደሰ ኤባ (ዶ/ር)	ዘገየ አስፋው ***
ሙሔ አብዶ	ዲማ ነገዎ	አዲሱ ቶሎሳ	አባቢያ አባጆበል	አባስ ቢያ
ይገዙ በንቲ	ጉዲናቱምሳ** (ቄስ)	ኢብሳ ጉተማ	ለይኩን ብርሃኑ	ክንፈሚካኤል ሁንዴሳ
ባሮ ቱምሳ	ፊቃዱ ዋቅጅራ	ጸጋዬ ነመራ	ተርፋ ዲባባ	አህመድ ቡና
ሁንዴ ታቂ	ሀሰን ኢብራሂም			

* መገርሳ በሪ በወቅቱ የባሌ ክፍለ ሀገር ምክትል አስተዳዳሪ የነበረ

** ቄስ ጉዲና ቱምሳ የመካነ ኢየሱስ ቤተ ክርስቲያን ፕሬዝዳንት የነበረ

*** ዘገየ አስፋው አሁን የአገራዊ ምክክር ኮሚሽን ኮሚሽነር

አመራር፡- ጉባኤው መገርሳ በሪን የመጀመሪያው ሊቀመንበር አድርጎ ሲመርጥ ገዳ ገመዳን ደግሞ ምክትል ሊቀመንበር አድርጎ መርጧል። እንዲሁም የሚከተሉትን ሰዎች በስራ አስፈፃሚነት መርጧል።

መገርሳ በሪ (በሪሶ ወቤ)	ሙሄ አብዶ	ይገዙ በንቲ
ገዳ ገመዳ	ገላሳ ዲልቦ	ባሮ ቱምሳ
አቦማ ምትኩ	ዲማ ነገዎ	ሌንጮ ለታ

የመጀመሪያዎቹ የኦነግ ሊቀመንበር መገርሳ በሪ እና ምክትሉ ገዳ ገመዳ ከሌሎች ሰባት የፖለቲካና ወታደራዊ አመራሮች ጋር ኦጋዴን ወስጥ ልዩ ስሙ ሺነጋ በተባለ ቦታ በምዕራብ ሶማሌ ነፃ አውጪ ግንባር ተይዘው ተገደሉ። ከዚህ ድርጊት በኋላ ኦነግ ረዘም ያለ ጊዜ ወስዶ መልሶ መቋቋም በማድረግ አዲስ ስራ አስፈፃሚ፣ሊቀመንበርና ምክትል ሊቀመንበር መርጧል። ይሄ አዲሱ ስራ አስፈፃሚ በ1983 ዓ.ም. የቻርተሩ ጉባኤ ተሳታፊ እና የሽግግር መንግሥቱም አካል በመሆን የተወሰነ ጊዜ ሠርቷል።

አዲሱ የኦነግ ሥራ አስፈጻሚዎች የሚከተሉት ናቸው (በቁጥር 15 ናቸው)፡-

ዮሐንስ በንቲ (ገላሳ ዲልቦ)	ሙሊስ ገዳ	ገመቺስ ዳባ
ዮሐንስ ለታ (ሌንጮ ለታ)	ፍሬው ኢብሳ (ዳውድ ኢብሳ)	አባቢያ አባጀበል
ዮሐንስ ነገዎ (ዲማ ነገዎ)	አብዩ ገለታ	አብርሃም ለታ (አባ ጫላ)
በቀለ ደዋኖ	ኢብሳ ጉተማ	ጀማል ሮበሌ
ዘገየ አስፋው		

የኢጭአት ካድሬ እና የካቲት 66 የፖለቲካ ትምህርት ቤት መምህር የነበረው ዮሐንስ በንቲ (ገላሳ ዲልቦ) የኦነግ ሊቀመንበር ሆኖ ዮሐንስ ለታን (ሌንጮ ለታ) ደግሞ ምክትል ሊቀመንበር አድርጎ መርጧል። ኦነግ ከሽግግር መንግሥቱ

ከወጣ በኋላ ሞቃድሾ ላይ ባደረገው ግምገማ እና ስብሰባ ገላሳ ዴልቦን በመሻር ዳውድ ኢብሳን ሊቀመንበር አድርጎ በመሾም ዋና ጽ/ቤቱን አስመራ ላይ አቋቋመ። ገላሳ ዲልቦ በጉባኤው ውሳኔ ባለመስማማት የኦነግ የሽግግር ወቅት አመራር በማለት ስራ አስፈፃሚውን ክፍሎ የራሱን ቡድን አቋቋመ። ነገሩን ለማሳጠር በ2010 ዓ.ም. ትሕነግ/ኢሕአዴግ ከሥልጣን ተባሮ ኦነግ ወደ አገር ቤት እንዲገባ ሲጋበዝ አምስት ድርጅቶች ሆኖ ነበር።

1. ኦነግ በዳውድ ኢብሳ የሚመራ
2. የኦነግ የሽግግር ወቅት አመራር በገላሳ ዲልቦ የሚመራ
3. የኦሮሞ ዴሞክራቲክ ግንባር በሌንጮ ለታ የሚመራ
4. አባኦ-ጂጂረማ (የኦነግ የለውጥ ቡድን) በጀነራል ከማል ገልቹ የሚመራ
5. አባኦ-ቶኮሜ (የኦነግ የአንድነት ቡድን) በጀነራል ኃይሉ ጎንፋ የሚመራ

በዳውድ ኢብሳ የሚመራው ኦነግ ወደ አዲስ አበባ ሲገባ በሶስት መስመር ሊታገል አቅዶ ነበር የመጣው

1. በሕጋዊና ሰላማዊ መንገድ ተመዝግቦ ለመስራት
2. በመንግሥት መዋቅር ውስጥ ለመስረግ
3. በትጥቅ ትግል ጉልበትን ለማፈርጠም

በመሆኑም ከኤርትራ ሲወጣ የሰራዊቱን የተወሰነ ክፍል በድሪባ ኩምሳ (ጃል መሮ) መሪነት ወደ ወለጋ የላከ ሲሆን የፖለቲካ መሪዎችን እነ ዱጋሳ በከኮን ደግሞ ወደ ኡጋንዳ ልኳል። ዱጋሳ በከኮ እና ጓደኞቹ ኦነግ ከፍተኛ አመራር (OLF high command) በማቋቋም በአሁኑ ሰዓት በኦሮሚያ ክልል የሚንቀሳቀሰውን የኦሮሞ ነፃነት ሰራዊት ይመራሉ ተብሎ ይገመታል። የተወሰኑ ከፍተኛ አመራሮቹም ዱጋሳ በከኮ፣ ድሪባ ኩምሳ (ጃል መሮ)፣ ሰኚ ነጋሳ (ጃል ሰኚ)፣ ገመቹ አቦዬ እና ጅሬኛ አያና ናቸው።

ኦነግ በተለያየ ቅርፅ ቢደራጅም የአስተሳሰብ ይዘቱ ግን ተመሳሳይ ነው። በፖለቲካ ፕሮግራሞቻቸው እንደተመለከተው፦

- ✓ የኦሮሞ ሕዝብ በሰፋሪ ቅኝ ግዛት ስር ነው። (Settler Colonialism)
- ✓ አማራው በዐፄ ምኒልክ አማካኝነት ኦሮሞን በቅኝ ግዛት ይዟል
- ✓ የፖለቲካ ማዕከላት የሆኑ ከተሞችን በኦሮሚያ በማቋቋም በቅኝ ገዝቷል
- ✓ አማራው ከፍተኛ የሆነ ዝርፊያ እና ምዝበራ በኦሮሞ ሕዝብ ላይ አድርሷል
- ✓ የኦሮሞ ሕዝብ በማንነቱ እንዲያፍር ተደርጓል
- ✓ ኦሮሞ ኦሮሚያ የምትባል ነፃ ሀገር መመሥረት አለበት
- ✓ የአማራ ነገሥታት ያደረጉት የመሠረተ ልማት፣ የከተሞች ምሥረታ፣ የትምህርት፣ የጤና እና የልማት ሥራዎች የተሠሩት ለኦሮሞ ሕዝብ ተብለው ሳይሆን ከራሳቸው ጥቅም አንፃር ብቻ ነው።

አደረጃጀቱን ስንመለከት ፖለቲካዊውን አደረጃጀት ከላይ ያየነው በመሆኑ እንለፈው እና በወታደራዊ አደረጃጀቱ የኦሮሞ ነፃነት ሰራዊት፣ የተለያዩ ሸኔ ተብለው በተለምዶ የሚጠሩ ወታደራዊ ክፍልፋዮች፣ አባ ቶርቤ እንዲሁም እስላማዊ የኦሮሞ ነፃነት ሠራዊት የሚባሉ አደረጃጀቶች አሉት።

ከዚህ በተጨማሪ በርከት ያሉ ሞያዊ እና ጉዳይ ተኮር የሆኑ የብዙኃን ማኅበራት እና ድጋፍ ሰጪ ስብስቦች አሉት። የኦሮሞ ጥናት ተቋም፣ የኦሮሞ ተማሪዎች ማኅበር፣ የኦሮሞ የሕግ ባሙያዎች ማኅበር፣ ሜጫና ቱለማ ማኅበር፣ እንዲሁም ለኦሮሞ መሪዎች የጋራ አጀንዳ ለመቅረጽ እና ለመቀናጀት ይረዳል በሚል ተቋቁሞ የነበረው ጋዲሳ አገንሳ ኦሮሞ (የኦሮሞ መሪዎች መሰባሰቢያ ጥላ) ይጠቀሳሉ።

የዚህ ስብስብ አሠራር በዋናኛነት የኦሮሚያ ነፃነትን በወታደራዊ ኃይል ማረጋገጥ፣ ሰፋሪ የሚሉትን አማራ በኃይል መደምሰስ እንዲሁም የመንግሥትን ሥልጣንና መዋቅር መቆጣጠር ናቸው::

በውጤቱም ሲታይ ይህ የኦነግ ስብስብ ኦሮሚያ የሚባል ክልል እንዲመሠረት አድርገዋል፣ የላቲን ፊደል የኦሮሚኛ ቋንቋ ፊደል እንዲሆን አድርገዋል:: ጸረ-አማራ ትርክት ፈጥረው ቀስቅሰዋል፣ የኦሮሞ ሕዝብ ከሌሎች ኢትዮጵያውያን ጋር ያሉትን የጋራ እሴቶች ለማጥፋት ሠርቷል:: ዝርፊያ፣ የንብረት ውድመት እና አስገድዶ መድፈር በአማራ ሕዝብ ላይ ፈጽመዋል:: ዘግናኝ ግድያ በመፈጸም፣ በእሳት በማቃጠል፣ በስለት በማረድ እና በገደል በመወርወር በአማራ ሕዝብ ላይ የዘር ፍጅት ፈጽመዋል፣ እየፈጸሙም ነው::

የጸረ-አማራ ኃይሎች ትብብር ዋነኛ መሪዎች

1. የትሕነግ ማዕከላዊ ኮሚቴ
2. የኢሕአዴግ ሥራ አስፈፃሚ
3. የኦነግ ሥራ አስፈፃሚ

1. የሕወኃት ማዕከላዊ ኮሚቴ (57)

ስየ አብርሀ	መለስ ዜናዊ	ብርሃነ ገ/ክርስቶስ	ዐለምሰገድ ገ/አ/ክ
ፃድቃን ገ/ተንሳይ	ስዩም መስፍን	አዳስ ዐለም ባሌማ	ሰለሞን ተስፋዬ
ታደሰ በርሄ	ዓባይ ፀሐዬ	ጸጋየ በርሄ	አብርሃ ካህሳይ
አበበ ተ/ሃይማኖት	አውአሎም ወልዱ	አረጋሽ አዳነ	ገ/መስቀል ኃይሉ
ሐየሎም አርአያ	ሙሉጌታ ገ/ሕይወት	ዓባይ ወልዱ	ስብሐት ነጋ
ሳሞራ የኑስ	ሙሉጌታ ዐለምሰገድ	ሐሰን ሽፋ	ቴዎድሮስ ሐጐስ
ታደሰ ወረደ	ቢተው በላይ	ገብሩ አስራት	አርከበ ዕቁባይ
ጌታቸው አሰፋ	ክንፈ ገ/መድኅን	ተወልደ ወ/ማርያም	አባዲ ዘሞ

2. የኢሕአዴግ ሥራ አስፈጻሚ (58)

ሕወኃት	መለስ ዜናዊ፣ ተወልደ ወ/ማርያም፣ ስየ አብርሃ፣ ዐለምሰገድ ገ/አምላክ፣ ገብሩ አሥራት
ብአዴን	አዲሱ ለገሰ፣ ታደሰ ካሳ፣ በረከት ስምኦን፣ ህላዌ ዮሴፍ፣ ተፈራ ዋልዋ
ኦሕዴድ	ነጋሶ ጊዳዳ፣ ኩማ ደመቅሳ፣ ዓሊ አብዶ፣ ሐሰን አሊ፣ ዮናታን ደቢሳ
ደኢሕዴግ	አባተ ኪሾ፣ ካሱ ኢላላ፣ ደረጀ ዳኬጐቾ፣ ደበበ አበራ፣ ማቴዎስ ማንታሞ

3. የኦነግ ሥራ አስፈጻሚ፦

1	ገላሳ ዲልቦ (ዮሐንስ በንቲ)
2	ሌንጮ ለታ (ዮሐንስ ለታ)
3	ዲማ ነገዎ (ዮሐንስ ነገዎ)
4	አብዩ ገለታ
5	ኢብሳ ጉተማ
6	ዘገየ አስፋው
7	አባቢያ አባጆቢር
8	ጉተማ ሐዋዝ (ጀማል ሮበሌ)
9	በቀለ ደዋኖ
10	ሙሊስ ገዳ
11	ገመቺስ ዳባ
12	ፍሬው ኢብሳ (ዳውድ)
13	አባ ጫላ ለታ (አብርሃም ለታ)

<u>የክፍል ሁለት ማጣቀሻ</u>

1. የለንደኑ ድርድር አሻግሬ ይግለጡ ኢሳት ቃለ ምልልስ: https://youtu.be/DtSaRo6XfhY
2. ቴዎድሮስ ተክለአረጋይ "ፍልስምና: ሌንጮ ለታ ቃለ ምልልስ"፣ 2013 ዓ.ም፣ ገፅ 10-39
3. ስሜነህ ኪሮስ፣ "ምስጢር በአማርኛ"፣ 2015 ዓ.ም፣ ገፅ 26-67
4. የመለስ ዜናዊ ቃለ ምልልስ ስለ አማራ ውክልና: https://youtu.be/Jkh6jg0ree4
5. የኢትዮጵያ ሰላማዊና ዴሞክራሲያዊ የሽግግር ጉባኤ ቻርተር፣ ሐምሌ 15፣ 1983 ዓ.ም፣ አዲስ አበባ፣ ነጋሪት ጋዜጣ ቁጥር 1.
6. ገብሩ አሥራት፣ "ሉዐላዊነትና ዴሞክራሲ በኢትዮጵያ"፣ 2007 ዓ.ም.፣ ገፅ 148
7. ስሜነህ ኪሮስ፣ "ምስጢር በአማርኛ"፣ 2015 ዓ.ም. ገፅ 31-44
8. አዲስ ዘመን፣ ሐምሌ 16፣ 18፣ 24፣ 1983 ዓ.ም.
9. የኢትዮጵያ የሽግግር መንግሥት ተወካዮች ምክር ቤት 7ኛ መደበኛ ስብሰባ ቃለጉባኤ፣ ገፅ 5፣ 21/12/83
10. የኢትዮጵያ የሽግግር መንግሥት ተወካዮች ምክር ቤት 5ኛ መደበኛ ስብሰባ ቃለጉባኤ፣ 25/11/83
11. የኢትዮጵያ የሽግግር መንግሥት ተወካዮች ምክር ቤት 16ኛ መደበኛ ስብሰባ ቃለ ጉባኤ፣ መስከረም 22/24/27፣ 1984 ዓ.ም.
12. አዋጅ ቁጥር 11/1984 ዓ.ም.
13. የኢትዮጵያ የሽግግር መንግሥት ተወካዮች ምክር ቤት 31ኛ መደበኛ ስብሰባ ቃለ ጉባኤ
14. ስሜነህ ኪሮስ፣ "ምስጢር በአማርኛ"፣ 2015 ዓ.ም.፣ ገፅ 123
15. የኢትዮጵያ የሽግግር መንግሥት ተወካዮች ምክር ቤት 20ኛ መደበኛ ስብሰባ ቃለ ጉባኤ፣ ታኅሣሥ 20፣ 22፣ 25፣ 27፣ 1984 ዓ.ም.

16. የኢትዮጵያ የሽግግር መንግሥት ተወካዮች ምክር ቤት 30ኛ መደበኛ ስብሰባ ቃለጉባኤ፣ ታኅሣሥ 24፣ 1984 ዓ.ም.

17. ስሜነህ ኪሮስ፣ "ምስጢር በአማርኛ"፣ 2015 ዓ.ም.፣ ገፅ 271-300

18. የሕገ መንግሥቱ ጉባኤ ቃለ ጉባኤ

19. ዳንኤል ተፈራ፣ "ዳንዲ የነጋሶ መንገድ"፣ ሰኔ 2003 ዓ.ም.፣ ገፅ 189-190

20. የሕገ መንግሥቱ ጉባኤ ቃለ ጉባኤ

21. የአፋር ክልል ሕገ መንግሥት፣ 1994 ዓ.ም

22. የቤኒሻንጉል ጉምዝ ሕዝብ ሕገ መንግሥት፣ 1995 ዓ.ም፣ አዋጅ ቁጥር 3/1995

23. የጋምቤላ ክልል ሕገ መንግሥት፣ 1994 ዓ.ም

24. የኦሮሚያ ክልላዊ መንግሥት ሕገ መንግሥት፣ 1994 ዓ.ም

25. የደቡብ ብሔሮች፣ ብሔረሰቦችና ሕዝቦች ክልል ሕገ መንግሥት፣ 1994 ዓ.ም

26. የሶማሌ ክልል ሕገ መንግሥት፣ 1994 ዓ.ም

27. ዳንኤል ተፈራ፣ "ዳንዲ የነጋሶ መንገድ"፣ ሰኔ 2003 ዓ.ም. ገፅ 14

28. ሀብተማርያም አሰፋ,፣"የኢትዮጵያ ታሪክ ጥያቄዎችና ባህሎች"፣ 1986 ዓ.ም፣ ገፅ 676-693

29. ገብሩ አሥራት፣ "ሉአላዊነት እና ዴሞክራሲ በኢትዮጵያ"፣ ገፅ 334

30. ተስፋዬ ገብረአብ፣ " የቡርቃ ዝምታ"፣ 1992 ዓ.ም፣ ገፅ 31፣ 32,33፣ 52፣ 53፣ 59፣ 65

31. የጨለንቆ ሐውልት

32. የኢትዮጵያ የሽግግር መንግሥት ተወካዮች ምክር ቤት 7ኛ መደበኛ ቃለ ጉባኤ፣ 2/12/1983 ዓ.ም

33. አዲስ ዘመን ጋዜጣ, "የሽግግሩ መንግሥት ሚኒስትሮችን ሾመ" ነሐሴ 6፣ 1983 ዓ.ም

34. ማዕከላዊ ስታትስቲክስ ባለሥልጣን፣ 1976 ዓ.ም ሕዝብና ቤቶች ቆጠራ ውጤት

35. Two point million Amharas missing Confirmed in parliament: https://youtu.be/F9r_S-iBY7I

36. Amhara professionals union, "International organizations Leadership Recuritment policies", April 2017

37. ዝኒ ከማሁ፣ ገፅ 42

38. ዝኒ ከማሁ፣ ገፅ 44

39. የጎንደር ዩኒቨርሲቲ፣ "ወረራና መዋቅራዊ ዘር ማጥፋት በወልቃይት-ጠገዴ እና በጠለምት,፣ የምርምር ውጤት"፣ 2014 ዓ.ም ገፅ 116-179

40. ሙሉቀን ተስፋው፣ "የጥፋት ዘመን"፣ 2008 ዓ.ም፣ ገፅ 52-168

41. ዝኒ ከማሁ፣ ገፅ 52-168

42. ስሜነህ ኪሮስ፣ "ሚስጢር በአማርኛ"፣ 2015 ዓ.ም፣ ገፅ 197-244

43. ኢሰመጉ ሪፖርቶች፣ 1ኛ፣ 2ኛ፣ 3ኛ መግለጫዎች፣ 17/3/84,5/6/84,9/11/84

44. የህወሃት የመጀመሪያው ማኒፌስቶ፣ 1968 ዓ.ም

45. Alemseged Abay,"Identity Jilted", 1998 G.C.

46. ጎንደር ዩኒቨርስቲ፣ "ወረራና መዋቅራዊ ዘር ማጥፋት በወልቃይት ጠገዴ እና ጠለምት". ነሐሴ 2014 ዓ.ም

47. ዝኒ ከማሁ

48. አከለ አሳዬ፣ "ያልተንበረከኩት የኢሕዴን/ ብአዴን የትግል እና የድል ጉዞ"፣ 2006 ዓ.ም,፣ገፅ 476-480

49. ሲሳይ መንግስቴ፣ "በሴራ የተፈተነች ሕይወት"፣ 2011 ዓ.ም፣ ገፅ 68-73

50. አንዳርጋቸው ጽጌ፣ "ነጻነትን የማያውቅ ነጻ አውጪ"፣ 1997፣ ገፅ xiv

51. አናርጅ እናውጋ /ከአቶ ተረፈ ራስወርቅ (ኢንጅነር) ጋር የተደረገ የመጨረሻ ክፍል ቆይታ - ክፍል 5፣ https://youtu.be/KbNl0XuRltY

52. Amhara professionals union, "International organizations Leadership Recuritment policies", April 2017

53. ዳንኤል ተፈራ፣ "ዳንዲ የነጋሶ መንገድ"፣ ሰኔ 2003 ዓ.ም፣ ገፅ 141

54. አክሎግ ቢራራ፣ "ድርጅታዊ ምዝበራ"፣ 2011 ዓ.ም፣ ገፅ 316-372

55. ጸጋዬ ጠማለው፣ "ማን ይናገር የነበረ፣ ማን ያርዳ የቀበረ"፣ 2000 ዓ.ም፣ ገፅ 124-129፣ 206-207

56. አምባ ጥናትና ምርምር ክፍል,"የአማራ ክልል ሕዝብ ጤና አጠባበቅ ባለፉት ዓመታት"፣ ጥቅምት 2011 ዓ.ም

57. ገብሩ አሥራት፣ "ሉአላዊነት እና ዴሞክራሲ በኢትዮጵያ"፣ ገፅ 210

58. ዝኒ ከማሁ፣ ገፅ 163

ክፍል ሦስት

የአማራ ሕዝብ ሀገር አልባነት እና የተፈጸመው መንግሥታዊ የዘር ፍጅት በዘመነ ብልጽግና ፓርቲ

ምዕራፍ አምስት፡- ዝግጅት

ኦሮሞ-መር የብልጽግና ፓርቲ

ከሐምሌ 2008 ዓ.ም ጀምሮ የተቀጣጠለው የአማራ ወጣቶች እንቅስቃሴ ከሌሎች ኃይሎች በተለይም ከኦሮሞ ወጣቶች ትግል ጋር የተናበበ ይሁን እንጂ ዋነኛውን መስዋእትነት የአማራ ወጣቶች በመክፈል የትሕነግ ሥርዓት መጋቢት 2010 ዓ.ም ወደቀ። በኋላ በኢሕአዴግ ውስጥ በተፈጠረው ክፍፍል እና በአሜሪካ መንግሥት ግፊት የትሕነግ ሥርዓት ተወግዶ ኦሕዴድ ወደ መሪነት መጣ።

ኦሕዴድ "የለማ ቡድን" (Team Lemma) በሚባል ሽፋን ዐቢይ አህመድን መሪ አድርጎ የጠቅላይ ሚኒስትርነትን እና የኢሕአዴግ መሪነትን ጨበጠ። ትንሽ ጊዜ ወስዶ የአራቱን ድርጅቶች (ትሕነግ፣ ብአዴን፣ ኦሕዴድ፣ ደኢሕዴን) ግንባር በማፍረስ አጋር ድርጅቶችን

የነፃነት ሰልፍ

(የአፋር፣ የሶማሌ፣ የሐረሪ፣የጋምቤላ፣ የቤኒሻንጉል) ጨምሮ፣ አንድ ወጥ የሚመስል በውስጡ ግን የኦሕዴድን መዋቅር ያቆየ ፓርቲ መሥርቷል። እስቲ በዝርዝር እንየው!

ኢሕአዴግ በቅርጹ በአራቱ ድርጅቶች ጥምረት የተፈጠረ ግንባር ነው። በተባባሪ አባልነት ደግሞ ታዳጊ ክልሎቹን የሚያስተዳድሩትን ድርጅቶች ይዟል። በአሠራሩ አራቱ አባል ደርጅቶች እኩል አባል በማዋጣት የጠቅላላ ጉባኤ የሚሰይሙ ሲሆን፣ ከጠቅላላ ጉባኤው በየድርጅቶቹ የተወከሉ አባላት (በእኩል ድርሻ) የኢሕአዴግን ምክር ቤት ይመሠርታሉ። አሁንም እኩል አባላት በማዋጣት የኢሕአዴግን ሥራ አስፈጻሚ ይመርጣሉ። በአፈጻጸም ግን ትሕነግ ዋና ካድሬዎችን የኢሕአዴግ ማዕከል ተብሎ በሚጠራው የድርጅቱ ዋና ጽሕፈት ቤት ውስጥ በማስቀመጥ ሁሉንም ድርጅቶች በፈላጭ ቆራጭነት ይመራል።

ብልጽግና ሲመሠረት ግን፡-

- ✓ አራቱን የኢሕአዴግ አባል ድርጅቶችን እና አጋሮቹን በመጋበዝ አንድ ወጥ ፓርቲ ለማቋቋም ወጥኗል።
- ✓ በሐሳብ ደረጃ ብልጽግና የብሔር ፓርቲ አይሆንም ተብሎ ነበር።
- ✓ ብሔርተኝነትን እና ኢትዮጵያዊነትን አጣጥሞ የሚይዝ የኢትዮጵያ አገራዊ ብሔርተኝነትን አጀንዳ የሚያስፈጽም ነው ተብሎም ነበር።

የብልጽግና ፓርቲ ሲዋቀር፡-

- ✓ የጠቅላላ ጉባኤው አንድ ሺህ አባላት ይኖሩታል።
- ✓ የጠቅላላ ጉባኤ አባልነት ግን ለየአባል ድርጅቶች በኮታ ይደለደላል።
- ✓ የኦሮሞ ብልጽግና 400 መቀመጫዎች (40%) በኮታ ይሰጠዋል።
- ✓ የአማራ ብልጽግና 240 መቀመጫዎች (24%) በኮታ ይሰጠዋል።
- ✓ የማዕከላዊ ኮሚቴ እና የሥራ አስፈፃሚ ኮሚቴ አባልነት ግን በኮታ ሳይሆን በምርጫ ይመረጣል።

በውጤቱ፡-

- ✓ የኦሮሞ ብልጽግና ያልፈለገው ሰው ወይም ድርጅት ወደ ማዕከላዊ ኮሚቴ እና ሥራ አስፈጻሚ መግባት እንዳይችል አድርጎታል።
- ✓ በዚህም የተነሣ ራሳቸውን አክስመው ብልጽግናን የተቀላቀሉ ፓርቲዎች ከውሳኔ ሰጪነት ወደ ፈጻሚነት ወርደዋል።
- ✓ የኦሮሞ ብልጽግና በፓርቲ ጠቅላይነት በሁሉም ክልሎች የመሾም፣ የመሻር፣ ሁሉን የመቆጣጠር የአድራጊ ፈጣሪነት ሥልጣን ወስዷል።
- ✓ ትሕነግ የብልጽግና ፓርቲ አባል አልሆንም ብሎ ጸንቷል።

የጸረ-አማራ ኃይሎች ትብብር

በኦሕዴድ/ኢሕአዴግ የተመራው የለውጡ መንግሥት ጸረ-አማራ ዕቅዱን ለማሳካት በሚከተሉት ዓላማዎች ዙሪያ ጸረ-አማራ ኃይሎችን አስተባብሮ ነው ሥራ የጀመረው።

ዓላማዎች፡-

- ✓ በኢትዮጵያ ጸረ-አማራ የሆነ የኩሽ ሕዝቦች ትብብር መመሥረት፣
- ✓ ሙሉ ሸዋን፣ አዲስ አበባን፣ መተከልን፣ ወሎን ወደ ኦሮሚያ መጠቅለል፣
- ✓ የኢትዮጵያን ሕዝብ አያይዘው የኖሩ (over arching) ተቋማትን፣ ባህል፣ ታሪክ፣ ሃይማኖት (በተለይም የኢ/ኦ/ተ/ቤ/ክ) ወዘተ . . . ማጥፋት፣
- ✓ ኦሮሚያን ከአማራ ሕዝብ ማጽዳት (የዘር ማጽዳት መፈጸም)፣
- ✓ የኢትዮጵያን የደለበ ሀብት መዝረፍ፣
- ✓ ታላቋን የኦሮሚያ ሪፐብሊክ ማዋለድ ናቸው።

የነፃነት ሰልፍ

አባሳቱ፡-

i. **የፖለቲካ ድርጅቶች**

- ✓ የኦሮሞ ብልጽግና ፓርቲ
- ✓ በኦሮሞ ብልጽግና ፓርቲ ውስጥ የተጠቃለለው ኦዴግ
- ✓ የኦሮሞ ነጻነት ግንባር
- ✓ የኦሮሞ ነፃነት ሠራዊት
- ✓ የኦሮሞ የፖለቲካ ድርጅቶች የጋራ መድረክ የሆነው ጋዲሳ ኦሮሞ
- ✓ የብልጽግና ወንጌል አደረጃጀቶች
- ✓ ፖለቲካዊ እስልምና
- ✓ ሌሎች ተባባሪ የብሔር ደርጅቶች

ii. **የሚድያ ተቋማት**

- ✓ ኦሮሞ ሚድያ ኔትወርክ (OMN)
- ✓ ኦሮሞ ብሮድካስቲንግ ኔትወርክ (OBN)
- ✓ ፕራይም ሚድያ
- ✓ ኩሽ ሚድያ
- ✓ ኬሎ ሚድያ
- ✓ ኤል ቲቪ
- ✓ ኦሮሞ ብሮድካስቲንግ ሰርቪስ (OBS)
- ✓ ኡቡንቱ ሚድያ

- ✓ አዲስ ስታንዳርድ
- ✓ ቤተ ሸዋ
- ✓ ኢትዮጵያ ብሮድካስቲንግ ኮርፖሬት
- ✓ በሪሳ ጋዜጣ

iii. **ማኅበራት**

- ✓ የኦሮሞ የሕግ ባለሙያዎች ማኅበር
- ✓ የኦሮሞ ተማሪዎች ማኅበር
- ✓ የኦሮሞ ጥናት ተቋም
- ✓ የኦሮሞ ጋዜጠኞች ማኅበር

iv. **የማኅበረሰብ አንቂዎች** (Activists)

ጀዋር መሐመድ	ስዩም ተሾመ	ቤተልሔም ታፈሰ
እያስጲድ ተስፋዬ	ሙኒራ አብዱራህማን	መስፍን ፈይሳ
ጸጋዬ አራርሳ	አህመዲን ጀበል	አበበ ቶላ
ሕዝቅኤል ገቢሳ	ዮናታን አክሊሉ	ናትናኤል መኮንን
ብርሃነ መስቀል ሰኚ	ደረጀ ገረፋ	አፈንዲ ሙተቂ
ብርሃኑ ሌንጂሶ	ገረሱ ቱፋ	ካሚል ሸምሱ

V. ዘፋኞች/አርቲስቶች

ሀጫሉ ሁንዴሳ	ታደለ ገመቹ	ገላና ጋሮምሳ
ጫላ ቡልቱሜ	አሊ ቢራ	ኢቲቃ ተፈሪ
አንዱዐለም ጎሳ	ልጅ ያሬድ (ያሬድ ዘላለም)	ጸጋዬ ደንደና
ዮሰን ጌታሁን		

የዚህ ጸረ-አማራ ኃይሎች ትብብር አባላት አንዳንድ ጊዜ እርስበርሱ የማይስማማ እና የሚካሰስ ነው። የጋራ አጀንዳው በሆነው አማራን የማጥፋት ተግባር ላይ ግን እጅግ ተቆራኝቶ እና ተናቦ የሚሠራ መሆኑ በየጊዜው ታይቷል።

በአማራ ሕዝብ ላይ የዘር ፍጅት ለመፈፀም የተደረገው ዝግጅት

ዓላማዎቹን ለማሳካት የብልጽግና ፓርቲ "ማሳመን እና ማደናገር" (Convince and Confuse) ስትራቴጂ እና ልዩ ልዩ ታክቲኮችን ይጠቀማል።ለዓላማው ታማኝ በመሆን እያንዳንዱን ዓመት እንደ አምስት ዓመት በመውሰድ አጀንዳውን ለማስፈጸም በትጋት ይሠራል። (1)

- ❖ በአማራ ሕዝብ እና ኢትዮጵያዊ ነኝ በሚለው ሕዝብ ላይ የአእምሮ አጠባ ማካሄድ (Mass Hypnotism)
- ❖ እጅግ አማላይ የሆኑ ኢትዮጵያ፣ ኢትዮጵያ የሚሉ ንግግሮችን ለሕዝብ በማድረግ ሕዝቡን ማሳመን
- ▪ ለማ መገርሳ "ኢትዮጵያዊነት ሱሴ ነው"
- ▪ ዐቢይ አህመድ
- ✓ "ኢትዮጵያ ታላቅ ሀገር ነበረች
- ✓ ዐቢይ የኢትዮጵያን ታላቅነት ያምንበታል።

- ✓ ዐቢይ ኢትዮጵያን ይወዳታል
- ✓ ዐቢይ እያለ ኢትዮጵያ አትፈርስም"

- ❖ ከብሔርተኛው ኦሕዴድ/ኢሕአዴግ የወጡት እነዚህ ካድሬዎች ለኢትዮጵያ አንድነት ቆመናል ሲሉ ሕዝቡ የሚፈልገውን ስለነገሩት በቀላሉ ተቀብሏቸዋል።
- ❖ የተወሰኑት የንግግሮቻቸው መልእክት፡-

- ስንኖር ኢትዮጵያዊ ስንሞት ኢትዮጵያ እንሆናለን።
- ኢኮኖሚያችን አድጓል።
- ኢትዮጵያ አትፈርስም።
- ሰላም ሰፍኗል።
- ግጭቶቹ ከቁጥጥራችን ውጭ አይደሉም።
- አገራዊ ምክክር እናደርጋለን።
- ለሁሉም መስማት የሚፈልገውን ይናገራሉ።
- ያልተጻፉ ፖሊሲዎችን እንደ አቅጣጫ ያሳያሉ።
- እንደመር (እንዴት እንደሆነ ባይታወቅም)።
- በፈተና ውስጥ ብንሆንም እንሻገራለን።
- አደጋዎችን ወደ እድል እንቀይራለን።
- ሕብረ ብሔራዊነት፣
- ሰላምን ማጽናት፣
- ኢትዮጵያ ትሻገራለች።

- ❖ በመጀመሪያዎቹ ወራት የሕዝብን ቀልብ ለመግዛት ሲሉ

- የፖለቲካ እስረኞችን ፈተዋል።

- ከተቃዋሚ ፓርቲዎች ጋር መርሕን ያልተከተለ ዕርቅ አድርገዋል (ግንቦት ሰባት፣ ኦነግ፣ ኦጋዴን ነፃ አውጪ ወዘተ)።
- የሁለቱ ሲኖዶስ ዕርቅ ሲፈጸም በመጨረሻ ላይ በመግባት ያስታረቁ መስለዋል።
- በጎረቤት አገራት ዕሥር ላይ የነበሩ ዜጎችን አስፈትተዋል።
- በአሜሪካ እና በአውሮፓ እጅግ አማላይ ጉባኤዎችን ከዳያስፖራው ጋር አድርገው ድጋፍ ሰብስበዋል።
- ለረጅም ዓመታት ኢሕአዴግን ሲዋጉ የነበሩ ኢሳትን የመሳሰሉ ሚዲያዎችን በቁጥጥራቸው ሥር አውለዋል።
- ታዋቂ ታጋዮችን ያሰባሰቡ ተቃዋሚ የፖለቲካ ፓርቲዎችን (ኢዴፓ፣ ሰማያዊ ወዘተ ...) ጠቅልለው ለኦሮሞ ብልጽግና ታማኝ ተቃዋሚ የሆነ ኢዜማ የተባለ ፓርቲ እንዲመሠረት አድርገዋል። ታዋቂ ሰዎችን በወዳጅነት ይዘዋል።
- ከኤርትራ መንግሥት ጋር ባልተለመደ ሁኔታ ፈጣን ዕርቅ በመፈጸም ዐለም አቀፍ ትኩረት ስበዋል።

❖ በቀጣዮቹ ጊዜያት ጥቃቅን ጉዳዮች ላይ የሚያተኩሩ ቀላል ፕሮጀክቶች ላይ የሕዝቡን ቀልብ በመሰብሰብ ዓላማቸውን በፍጥነት እያስፈጸሙ ይገኛሉ። ብልጭልጭ እና ውበት ላይ ያተኮሩ በአጭር ጊዜ ደራሽ ፕሮጀክቶችን ይሠራሉ።

- የሌማት ትሩፋት
- የፈረሱ ቤቶችን መጠገን
- ማዕድ ማጋራት
- የከተማ ውበት/አረንጓዴ አሻራ
- ሸገር ዳቦ
- የበጋ መስኖ

- የሕፃናት መጫዎቻዎች፣ ፏፏቴዎች
- ገቢታ ለሀገር (የሪዞርቶችና የፓርኮች ሥራ)

❖ **ብልጽግና የተነሣበትን አማራን የመፍጀት ዓላማውን ሲያስፈጽም**

- በአማራ ሕዝብ ላይ መፈናቀልና የዘር ፍጅት ሲፈጸም እንዳላየ እንዳልሰማ በመሆን፣
- ኢትዮጵያን አፍራሽ፣ ጸረ-አማራ ንግግራቸውን በኦሮምኛ ቋንቋ በመናገር፣ በበታች ባለስልጣናት በነ ሽመልስ አብዲሳ፣ በነ አዳነች አቤቤ በማስነገር ነው።

የዘር ፍጅቱን ለማነሣሣት የተጻፉ መጻሕፍትና ይዘታቸው፦

1. የመጽሐፉ ርእስ፡- Yaya Amantiif Eenyumma [(2)]

   አዘጋጅ፡- የኖርዌይ ዋቄፈና ማኅበር

   የመጽሐፉ ይዘት፡-

- አማራ የሚባል ማኅበረሰብ "ነፍጠኛ" የተባለ ሥርዓት እንደ መሠረተ ይናገራል።
- ይህ ነፍጠኛ የተባለው የግዛት ሥርዓትም ኦሮሞ ላይ የዘር ማጥፋት ወንጀል እንደፈጸመ፣ ኦሮሞን ሰብሮ 150 ዓመታት እንደገዛ ይናገራል።
- ኦርቶዶክሳዊት ቤተ ክርስቲያን የኦሮሞን ሃይማኖት (ዋቄፈና)፣ የኦሮሞን ባህል ቋንቋ እና ሥርዓት እንዳጠፋች ይናገራል።

2. የመጽሐፉ ርእስ፡- Seenaa Eenyumma Oromo (2014) [(3)]

   አዘጋጅ፡- ደርቤ ደምሴ

   የመጽሐፉ ይዘት፡-

- የኦርቶዶክስ ተዋሕዶ ቤተ ክርስቲያን ከአማራ ጋር ሆነው ኦሮሞን አጥፍተዋል። ስለዚህ አሁን አማራ እና ቤተ ክርስቲያኗ ከኦሮሚያ ክልል መጥፋት አለባቸው።

3. የመጽሐፉ ርእስ፡- Ilaalcha Oromo; Barro amantaa, Sirna Bulchinsaafi Seenaa Oromo (2016) (4)

   አዘጋጅ፡- ደርቤ ደምሴ ቦኮ (የሜጫና ቱለማ መረዳጃ ማኅበር የቀድሞ መሪ)

   የመጽሐፉ ይዘት፡-

- አማራ የሚባል ጎሳ ኦሮሞን እና ሌሎች የኩሽ ሕዝቦችን እንደገደለ፣ በባርነት እንደገዛ እና ማንነቱን እንዳሳጣው ይናገራል።

4. የመጽሐፉ ርእስ፡- የኦሮሞ የማንነት ታሪክ (5)

   አዘጋጅ፡- ደርቤ ደምሴ

   የመጽሐፉ ይዘት፡-

- አማራ ኦሮሞን በባርነት እንደ ገዛውና ዘሩን እንዳጠፋው ይናገራል።

5. የመጽሐፉ ርእስ፡- Gubbo Seenaa (6)

   አዘጋጅ፡- ምስጋኑ ጉልማ ኢረና

   የመጽሐፉ ይዘት፡-

- አማራ በዐፄ ምኒልክ የኦሮሞን ጡት የቆረጠ የኦሮሞ ጠላት እንደሆነ ያትታል።

6. የመጽሐፉ ርእስ፡- Safuu Biyaa Keessa (1984) (7)

   አዘጋጅ፡- ዳፋ ጃሞ

   የመጽሐፉ ይዘት፡-

- አማራ የሚባል ጎሳ ኦሮሞን እና ሌሎች የኩሽ ሕዝቦችን እንደገደለ፣ በባርነት እንደገዛ፣ ማንነቱን እንዳሳጣው ይናገራል።
- የክርስትና ሃይማኖት የሴማውያን የበላይነት ማስቀጠያ መንገድ እንደሆነ ይገልጻል።

7. የመጽሐፉ ርእስ፡- The History of Arsi (1880-1835) (1982) [8]

አዘጋጅ፡- አባስ ሀጂ

የመጽሐፉ ይዘት፡-

- የምኒልክ ጦር አርሲን አጥፍቷል፤ ጡት ቆርጧል።
- የራስ ዳርጌን ጦር መሳርያ የባረከችው ቤተ ክርስቲያን ናት።

8. የመጽሐፉ ርእስ፡- Ethiopia: The Era of princes: The challenge of Islam and the reunification of the Christian empire 1769-1855 [9]

አዘጋጅ፡- አቢር ሞርደካይ

የመጽሐፉ ይዘት፡-

- የምኒልክ ሠራዊት አርሲን አጥፍቷል፤ ጡት ቆርጧል።

9. የመጽሐፉ ርእስ፡- Islam and Muslim Community of Goma (2006) [10]

አዘጋጅ፡- አማን ሰይፈዲን

የመጽሐፉ ይዘት፡-

- የጌራ እና ጎማን ሙስሊም ኦሮሞ ያጠፋችው ኦርቶዶክስ ቤተ ክርስቲያን ናት።
- ኦርቶዶክስ የነፍጠኛ ሥርዓትን ደግፋና ባርካ ኦሮሞን አጥፍታበታለች።
- ኦርቶዶክስ ጸረ-ሙስሊም ናት።

10. የመጽሐፉ ርእስ፡- The Survival and Reconstruction of Oromo National Identity (1996) [11]

አዘጋጅ፡- መኩሪያ ቡልቻ

የመጽሐፉ ይዘት፡-

- ነፍጠኛው ቤተ ክርስቲያንን በመጠቀም የኦሮሞን ሥነልቦና ጎድቷል፤ አጥቅቷል።

11. የመጽሐፉ ርእስ፡- Contours of Emergent and Ancient Oromo Nation: Dilemma in Ethiopian Politics (2011) (12)

    አዘጋጅ፡- መኩሪያ ቡልቻ

    የመጽሐፉ ይዘት፡-

- ነፍጠኛው ቤተ ክርስቲያንን በመጠቀም የኦሮሞን ሥነልቦና ጎድቷል፤ አጥቅቷል።

12. የመጽሐፉ ርእስ፡- ኦሮሚያ የተደበቀው የግፍ ታሪክ፣ 1986 (13)

    አዘጋጅ፡- ወልደ ዮሐንስ ወርቅነህና ገመቹ መልካ

    የመጽሐፉ ይዘት፡-

- ነፍጠኛ የተባለው የአማራ ቡድን በኦሮሞ ላይ የዘር ማጥፋት ወንጀል እንደ ፈጸመ፣ በባርነት እንደ ገዛው፣ በወረራ እና ቅኝ ግዛት ሲያሰቃየው እንደነበር ይናገራል።
- አሁን ኦሮሚያ ላይ የቀረው ጸረ-ኦሮሞ ተቋም የኢትዮጵያ ኦርቶዶክስ ተዋሕዶ ቤተ ክርስቲያን እንደሆነች ይናገራል።

13. የመጽሐፉ ርእስ፡-Sima Gadaa Tuulamaa, caamsaa bara 2006/2014) (14)

    አዘጋጅ፡- የኦሮሚያ ባህል እና ቱሪዝም ቢሮ

    የመጽሐፉ ይዘት፡-

- የኦሮሞን የገዳ ሥርዓት ያጠፋው አማራ ነው ይላል።

14. የመጽሐፉ ርእስ፡- Seenaa Uummata Oromoo (15)

አዘጋጅ፡- ፕሮፌሰር ተሰማ ተኣ (አ/አ/ዩ መምህር)

የመጽሐፉ ይዘት፡-

- አማራው ኦሮሞን እና የኩሽ ሕዝብን በቅኝ ግዛት ይዟል፡፡
- አማራው የኦሮሞን መሬት በወረራ ይዟል፤ የዘር ፍጅት ፈጽሟል፡፡

15. የመጽሐፉ ርእስ፡- Bu'aa bahii Qabsoo Uummata Oromoo (2014 A.D) (16)

አዘጋጅ፡- ዶ/ር ጌታቸው ጅጊ

የመጽሐፉ ይዘት፡-

- አማራ ኦሮሞን የሰበረ ነው፤ ቤተ ክርስቲያንን በመጠቀም የኦሮሞን ማንነት አጥፍቷል፡፡
- አማራ እና ኦርቶዶክሳውያን ከኦሮሚያ ውስጥ መጥፋት አለባቸው፡፡
- የኦሮሞ ልጆች የኦርቶዶክስ ቤተ ክርስቲያንን ንብረት ነጥቀው የዋቄፈና አምልኮ ቦታ ማድረግ አለባቸው፡፡
- ኦሮሞዎች ከአማራዎች ጋር መጋባት የለባቸውም፤ የተጋቡም መፋታት አለባቸው፡፡
- ከአማራ ላይ ዕቃ መግዛት፣ ለእነሱ መሸጥ፣ ቤት ማከራየት እና የመሳሰሉት ፍጹም ሊከለከሉ ይገባል፡፡
- አማራን ከኦሮሚያ ጠራርጎ ማስወጣት አለብን፡፡
- አማራን ያልገደለ ኦሮሞ መኖር የለበትም፤ ኦሮሞነቱን ማጣት አለበት ይላል፡፡

16. የመጽሐፉ ርእስ፡- Minilikii fi Oromiyaa (17)

አዘጋጅ፡- አሰፋ አበበ

የመጽሐፉ ይዘት፡-

- ቤተ ክርስቲያን የኦሮሞ ሕዝብ ጠላት ናት፡፡

- ዐፄ ምኒልክ ኦሮሚያን በቅኝ ግዛት ይዘው የዘር ፍጅት ፈጽመዋል፡፡

17. የመጽሐፉ ርእስ፡-Seenaa Uummata Oromoo Hundee irraa hanga armaatti (1995) (18)

አዘጋጅ፡- ጀቤሳ እጀታ

የመጽሐፉ ይዘት፡-

- ኦሮሞን የሰበረ አማራ እና የክርስትና ሃይማኖት ነው፡፡
- የኦሮሞ ጠላት አማራ እና የክርስትና ሃይማኖት ነው፡፡

18. የመጽሐፉ ርእስ፡- Ka'umsa Seenaa Abiishee Garbaa fi Gootota Oromoo biroo (2012) (19)

አዘጋጅ፡- ግንባር ነገራ

የመጽሐፉ ይዘት፡-

- አማራ ከቤተ ክርስቲያን ጋር በመሆን የኦሮሞን ጀግና በአሰቃቂ አገዳደል ገደለው፡፡
- ነፍጠኛ የኦሮሞ ጠላት ስለሆነ ከቤተ ክርስቲያን ጋር ሆኖ ሆሮ ጉዱሩን አወደመ፡፡

19. የመጽሐፉ ርእስ፡- የኦሮሞ ሕዝብ ታሪክ (1993) (20)

አዘጋጅ፡- ብርሃኑ ለሜሶ እና ታቦር ዋሚ

የመጽሐፉ ይዘት፡-

- አማራ የኦሮሞ ጠላት ነው

20. የመጽሐፉ ርእስ፡- The Sixteenth Century Oromo Presence in mediveal Christian Kingdom of Ethiopia (1994) (21)

አዘጋጅ፡- መሐመድ ሀሰን

የመጽሐፉ ይዘት፡-

- አማራው ኦሮሞን አጥፍቷል።

21. የመጽሐፉ ርእስ፡- Menelik's Conquest of Harar, 1887 and its effect on the Political Organization of the Surrounding Oromo (1980) [22]

አዘጋጅ፡- መሐመድ ሀሰን

የመጽሐፉ ይዘት፡-

- ምኒልክ ኦሮሞን አጥፍቷል።

22. የመጽሐፉ ርእስ፡- ኦሮሚያ (1982) [23]

አዘጋጅ፡- ገዳ መልባ

የመጽሐፉ ይዘት

- ነፍጠኛው አማራ ኦሮሞን ቅኝ ገዝቷል።

- አማራ የጥንቱን ሥርዓት ለመመለስ ኦርቶዶክስ ቤተ ክርስቲያንን እየተጠቀመ ነው።

23. የመጽሐፉ ርእስ፡- Seenaa Mootota Leeqaa Naqamtee (1989) [24]

አዘጋጅ፡- ሙሉቀን ወልደገብርኤል

የመጽሐፉ ይዘት፡-

- የነቀምት ኦሮሞ አገዛዝ የወደቀው በነፍጠኛው ነው።

24. የመጽሐፉ ርእስ፡- የኦሮሞ ሕዝብ ትግል ከየት ወዴት [25]

አዘጋጅ፡- አባዱላ ገመዳ

የመጽሐፉ ይዘት፡-

- ነፍጠኛው ከኦርቶዶክስ ቤተ ክርስቲያን ጋር ተቀናጅቶ የኦሮሞን መሬት ቀምቷል፤ ሕዝቡን ሲጨቁን ነበር።

25. የመጽሐፉ ርእስ፦ Fighting against Injustice of the state and Globalization [26]

   አዘጋጅ፦ አሰፋ ጃለታ

   የመጽሐፉ ይዘት፦

   - የታሪክ ጥናት በሚል የቀረበ ነው።

   - አማራ የሚባለው ማኅበረሰብ መጤ፣ ስደተኛ፣ ከመካከለኛው ምሥራቅ (የመንና ፍልስጥኤም) የመጡ መጤዎች እና ኢትዮጵያውያንን በማሳደድ፣ በመደምሰስና በማጥፋት ቦታውን የተቆጣጠሩ ሕዝቦች ናቸው ይላል።

   - አማራ የኦሮሞን ሕዝብ እና ሌሎች ሕዝቦችን በባርነት የገዛ፣ የራሱን ማንነት በሌሎች የኦሮሞ እና የደቡብ ሕዝቦች ላይ የጫነ፣ የዘር ማጥፋት ወንጀል የፈጸመ ነው ይላል።

26. የመጽሐፉ ርእስ፦ The Making of the Oromo Diaspora: A historical Sociology of Forced Migration (2002) [27]

   አዘጋጅ፦ መኩሪያ ቡልቻ

   የመጽሐፉ ይዘት፦

   - ኦሮሞ የተሰደደው በነፍጠኛው ምክንያት እንደሆነ፣

   - ነፍጠኛ ኦሮሞን ከመሬቱ አፈናቅሏል ይላል።

27. የመጽሐፉ ርእስ፦ Flight: Causes of mass Exodus from Ethiopia (1988) [28]

   አዘጋጅ፦ መኩሪያ ቡልቻ

   የመጽሐፉ ይዘት፦

- ኦሮሞ የተሰደደው በነፍጠኛው ምክንያት እንደሆነ፣
- ነፍጠኛ ኦሮሞን ከመሬቱ እንዳፈናቀለው ይገልጻል።

28. የመጽሐፉ ርእስ፡- The Ethiopian state at the crossroads: Decolonization or disintegration (1999) (29)

አዘጋጅ፡- ሌንጮ ለታ

የመጽሐፉ ይዘት፡-

- የነፍጠኛ መንግሥት የአማራ መንግሥት እንደሆነ፣
- የነፍጠኛው (አማራው) መንግሥት የኦሮሞን መሬት በቅኝ ግዛት እንደያዘ፣
- ኦርቶዶክስ ቤተ ክርስቲያን የቅኝ ግዛቱ አእምሮ እንደሆነች

29. የመጽሐፉ ርእስ፡- The Oromo and the Christian Kingdom of Ethiopia 1300-1700 (2017) (30)

አዘጋጅ፡- አሊ መሐመድ ሀሰን

የመጽሐፉ ይዘት፡-

- አማራ ከሥርዓቱ ተጠቃሚ እና የሥርዓቱ መሥራች ሲሆን ሥርዓቱም ጸረ-ኦሮሞ ነበር።

30. የመጽሐፉ ርእስ፡- Urban Growth in Ethiopia 1887-1974 from the Foundation of Finfine to Demise of the First Imperial Era (2017) (31)

አዘጋጅ፡- ጌታሁን በንቲ

የመጽሐፉ ይዘት፡-

- አማራ ኦሮሞን አፈናቅሎ ከተማ ሠርቷል።

31. የመጽሐፉ ርእስ፡- Addis Ababa Migration and the Making of a Multi Ethinic Metropolis 1941-1974 (2007) (32)

አዘጋጅ፡- ጌታሁን በንቲ

የመጽሐፉ ይዘት፦

- አማራ ኦሮሞን አፈናቅሎ ከተማ ሰርቷል።

32. የመጽሐፉ ርእስ፡- Sacred knowledge of the Oromo of The Horn of Africa (2020) [33]

    አዘጋጅ፡- ዶ/ር ገመቹ መገርሳ እና አኔሳ ካሳሞ

    የመጽሐፉ ይዘት፦

- ነፍጠኛ ሥርዓት የአማራ እንደሆነ፣
- አማራ የሚባል አታላይና የማይታመን ሕዝብ እንደሆነ፣

    ለኦሮሞ ነጻ መውጣት የነፍጠኛው ሥርዓት (አማራ) መጥፋት እንዳለበት።

33. የመጽሐፉ ርእስ፡- The Horn of Africa as common Homeland: the state and self-determination in era of Heightened Globalization (2010) [34]

    አዘጋጅ፡- ሌንጮ ለታ

    የመጽሐፉ ይዘት፦

- የኦሮሞ ትግል የመጠቃት ትግል እንደሆነ፣
- ጥቃቱን ያደረገው ደግሞ የአማራ ኤሊትና የነፍጠኛው ሥርዓት እንደሆነ፣
- የአማራ ኤሊቱ የሚመራው በካህናት (የኦርቶዶክስ ቤተ ክርስቲያን) እንደሆነ ገልጿል።

34. የመጽሐፉ ርእስ፡- Invention of Ethiopia: The making of dependent Colonial state in Northeast Africa (1990) [35]

አዘጋጅ፡- ሆሎኮምብ ቦኔ እና ሲሳይ ኢብሳ

የመጽሐፉ ይዘት፡-

- ኢትዮጵያ የሚባል ስም በኃይለ ሥላሴ እንደወጣ፣
- ኢትዮጵያ የሚለው ፎርጅድ ስም እንደሆነና የአሁኗን ኢትዮጵያ እንደማይመለከት፣
- የአሁኗን ኢትዮጵያ የመሠረቱት የኩሽ ሕዝቦች እንደሆኑና ሴማውያን (አማራዎች) መጤዎች እንደሆኑ ይገልጻል።

35. የመጽሐፉ ርእስ፡- የኦሮሞ ኩሻዊነት [36]

አዘጋጅ፡- ብሩ ጸጋዬ

የመጽሐፉ ይዘት፡-

- የኩሽ ሕዝቦች ጥንታዊነት፣
- ቤተ ክርስቲያን (ኦርቶዶክስ) የሴማውያን የበላይነት ማስቀጠያ እንደሆነች፣
- አማራዎች መጤዎች እንደሆኑና የኩሻውያንን መሬት እንደወረሩ፣

ሕዝቡን በማፈናቀል ማንነቱን እንዳጠፉ፣

36. የመጽሐፉ ርእስ፡- ግዝትና ግዞት [37]

አዘጋጅ፡- ኦላና ዞጋ (አየለ ዘውገ)

የመጽሐፉ ይዘት፡-

- አማራዎች ኦሮሞ ትምህርት እንዳይማር በሴራ ወደኋላ ሲያስቀሩት እንደነበር፣
- የአማራ የበላይነትን ለማስቀጠል ኦሮሞ ራሱን እንዳያውቅ በሴራ ወደ ኋላ ሲጎትቱት እንደነበር፣

37. በኦሮሞ ምርምር መጽሔት (Journal of Oromo Studies) የተዘጋጁ እና የተሠራጩ ጸረ-አማራ ሠነዶች

Journal of Oromo Studies Vol 1&2 (38,39)

Journal of Oromo Studies Vol 3&4 (40,41)

Journal of Oromo Studies Vol 5&6 (42,43)

Journal of Oromo Studies Vol 7&8 (44,45)

Journal of Oromo Studies Vol 9&10 (46,47)

Journal of Oromo Studies Vol 11&12 (48,49)

Journal of Oromo Studies Vol 13&14 (50,51)

Journal of Oromo Studies Vol 15&16 (52,53)

Journal of Oromo Studies Vol 17&18 (54,55)

Journal of Oromo Studies Vol 19&20 (56,57)

Journal of Oromo Studies Vol 21&22 (58,59)

Journal of Oromo Studies Vol 23&24 (60,61)

Journal of Oromo Studies Vol 25 (62)

የመጽሔቶቹ አጠቃላይ ይዘት:-

❖ አማራ የኦሮሞ ጠላት ነው:: አማራ ኦሮሞን፦

- ወሯል
- የዘር ፍጅት ፈጽሟል
- መሬት ነጥቋል

- ማንነት አጥፍቷል
- ገዳን አፍርሷል
- ቅኝ ገዝቷል
- ሃይማኖቱን ጭኗል
- ደን ጨፍጭፏል

38. **የገዳ ምርምር መጽሔት** (Gada Journal)

- Vol.1 No 1. (2018) [63]

ይዘት፡- የኦሮሞን ሀገር በቀል ዕውቀት አማራው ሲያጠፋ ሲሞክር ነበር

- Vol.1 No2.(218) [64]

ይዘት፡- አማራው የኦሮሞን ሃይማኖት እና የገዳ ሥርዓት ሲያጠፋ እንደነበር

- Vol.2 No1 (2019) [65]

ይዘት፡-

✓ አማራው የኦሮሞን ስም፣ የቦታ ስም እና መሰል ምልክቶችን ሲያጠፋ ነበር።

✓ አፋን ኦሮሞ እንዳይስፋፋ ሲያግዱ ነበር።

- Vol.2 No2 (2019) [66]

ይዘት፡-

✓ የአማራ የበላይነት አሁንም በከተማ አካባቢ አለ።

✓ የኦሮሞ ልጆች አማራ ለመሆን አፋን ኦሮሞ መማር እንደማይፈልጉ ይሄም ደግሞ የአማራው የሥነ ልቦና የበላይነት ስላለ እንደሆነ ይገልፃል።

- Vol.3 No1 (2020) [67]

ይዘት፡-
- ✓ የጎማ ኦሮሞ መንግሥት በአማራ እንደ ጠፋ፤
- ✓ የሐረርጌ ማንነት የጠፋው በአማራው ገዥ መደብ እንደሆነ፤
- Vol.4 No1 [68]

ይዘት፡-
- ✓ የየጁ ኦሮሞ በአማራ እንደ ጠፋ፤
- ✓ ይህ አማራ ደግሞ የክርስቲያን መንግሥት እንደሆነ፤
- ልዩ እትም(2021) [69]

ይዘት፡-
- ✓ በአድዋ ላይ የተዋጋው ኦሮሞ እንደሆነና አማራው የኦሮሞን ድል እንደቀማ ይተነትናል።

መንግሥታዊ እና ሥርዓታዊ ጸረ-አማራ ዘመቻ በመንግሥት ጋዜጦች

በአማራ ሕዝብ ላይ የዘር ፍጅት ለመፈጸም በብልጽግና ፓርቲ መሪነት የተደረጉ መንግሥታዊ እና ሥርዓታዊ አማራን እንደ ሰይጣን የማሳየት ዘመቻ በመንግሥት ጋዜጦች

I. በኦሮሚያ ባህልና ቱሪዝም ቢሮ በተከታታይ የታተሙ ኦሮሚያ ውስጥ የሚሰራጩ መጻሕፍት እና መጽሔቶች፡-

- ✓ Seenaa Oromo Hanga jaarraa 16faa (2004) [70]
- ✓ Sirna Gadaa: Siyaasa Oromoo Tuulamaa, Jildi iffaa (2000) [71]
- ✓ Waraqaa Kora Seenaa Biyyoolessaa (2007) [72]
- ✓ Seena Oromoo Hanga Jarraa 20ffaa Jildii 2ffaa (2008) [73]

✓ Sirna Gadaa Tuulamaa,Caamsaa Bora 2006/2014 (74)

የጽሑፎቹ ይዘት አማራውን ሴማዊ በማለት የቀረውን የኢትዮጵያ ሕዝብ ኩሻዊ ብሎ በመለየት ኩሻዊው ዘር ሴማዊ በተባለው የአማራ ሕዝብ ላይ በናዚያዊ ርዕዮት የዘር ፍጅት እንዲፈጸምበት የማጥላላት ዘመቻ አካሂደዋል። እነዚህ መጽሔቶች በመንግሥት ቢሮ፣ በመንግሥት በጀት የተዘጋጁ፣ የታተሙ እና የተሠራጩ ናቸው።

ይዘታቸው፡-

- ✓ አማራው/ነፍጠኛው ሴማዊ እና መጤ ነው
- ✓ አማራው የገዳን ሥርዓት አጥፍቷል
- ✓ አማራው የኦሮሞን መሬት ነጥቋል
- ✓ አማራው ኦሮሞን ከፋፍሏል
- ✓ አማራው የዘር ፍጅት ፈጽሟል
- ✓ በኢትዮጵያ ወስጥ የሴማውያን የበላይነት ነበር የሚሉ ናቸው።

II. **በኦሮሚያ ፕሬዘዳንት ቢሮ የሚታተም ዓመታዊ መጽሔት**

✓ Imala:Jildi 01,Lakkofsa 01,Eebla 2014 (75)

ይዘቱ፡-

- ✓ ነፍጠኛው የኦሮሞን መሬት ወስዷል
- ✓ ሴማዊ የሆነው አማራ የኩሽ ሕዝቦችን ፈጅቷል
- ✓ አማራ የኦሮሞን ሕዝብ ሰብሮታል

III. በኢትዮጵያ ፕሬስ ድርጅት ሥር "በሪሳ" የተባለ በኦሮሚኛ ቋንቋ የሚዘጋጅ መንግሥታዊ ጋዜጣ ያደረገውን አማራን የማጥላላት ዘመቻ ናሙና የሚከተለውን ይመስላል (ከመጋቢት፣ 2012 ዓ.ም- መጋቢት 2014 ዓ.ም):-

ተ.ቁ	የበሪሳ ጋዜጣ የኅትመት ቀን	ይዘት
1	መጋቢት 19፣ 2012 ዓ.ም፣ ገጽ 16	አማራው ከራስ ወ/ሥላሴ ክፍለ ኢየሱስ ጋር ሆኖ ኦሮሞን ሲጨፈጭፍ ነበር። ኦሮሞን ከመጨፍጨፍ አልፈው የእስልምናንና የኦሮሞን ስም ስላጠለሹ ለግብፅ ጳጳስ 500 ወቄት ወርቅ ሰጥተውታል። (76)
2	መጋቢት 26፣ 2012 ዓ.ም፣ ገጽ 11	አማራ የየጁ ኦሮሞን ዘር አጥፍቷል (77)
3	ግንቦት 22፣ 2012 ዓ.ም፣ ገጽ 16	"... የክርስቲያን መንግሥት ዓላማ የኩሽን ዘር አገውን፣ ቤጃንና ኦሮሞን ዘር መፍጀት፣ ሥልጣን ማሳጣትና እምነቱን ማስፋፋት ነበር። (78)
4	ሐምሌ 04፣ 2012 ዓ.ም፣ ገጽ 13	ልጅ ኢያሱ ከሥልጣን እንዲወርድ የተደረገው ኦሮሞ በመሆኑ ነው። (79)
5	ሐምሌ 18፣ 2012 ዓ.ም፣ ገጽ 13	የኦሮሞ ብሔር ከኢትዮጵያ ውጭ በስደት እንደመጣ በፖርቱጋል ወታደሮች እና በኦርቶዶክስ ቤተ ክርስቲያን የተቀነባበረ የስም ማጥፋት ተሠራጨ። (80)
6	ጥር 15፣ 2013 ዓ.ም፣	መስቀልና ሰንደቅ ዓላማ ግንኙነት ሳይኖራቸው፣ በሃይማኖት በዓላት ሰንደቅ ዓላማን በአደባባይ ማቆም ለሃይማኖቱ ተብሎ ሳይሆን ሌላ የፖለቲካ ዓላማ ስላለው ነው። ግእዝ መጥፋት ይገባዋል። (81)

ተ.ቁ	የበሪሳ ጋዜጣ የኅትመት ቀን	ይዘት
7	ጥር 22፣ 2013 ዓ.ም፣ገጽ 7	የይፋት ሱልጣኔት ከአማራ ጋር ሆኖ ኦሮሞን ከይዞታቸው አፈናቀሉ፤ ስማቸውንና ማንነታቸውን ወደ አማራ እንዲለውጡ ተገደዱ:: (82)
8	ጥር 29፣ 2013 ዓ.ም፣ ገጽ 18	አህመድ ግራኝ ጀግናና በኦሮሞ ሕዝብ ዘንድ ተወዳጅ ስለሆነና የጅሃድ ዘመቻ ስላስፋፋ ሊደነቅ ይገባዋል:: (83)
9	የካቲት 06፣ 2013 ዓ.ም፣ ገጽ 17	አማራ የዚህ ሀገር ነዋሪ ሳይሆን ኦሮሞን ስደተኛ ይላል:: የኦሮሞን ታሪክ እና ባህል ማጥፋት በአማራ መሪዎች ለረጅም ጊዜ ሲካሄድ የቆየ ነው:: (84)
10	የካቲት 20፣ 2013 ዓ.ም፣ ገጽ 16	በኦሮሞ ላይ የሌሎች ባሕልና እምነት ተጫነባቸው:: (85)
11	ግንቦት 28፣ 2013 ዓ.ም፣ ገጽ 13	የኢት. ኦርቶዶክስ ቤ/ክ መጻሕፍት የኦሮሞ ብሔርን ኩሽ፣ መንደባይ፣ ባዕድ፣ አረመኔ እና ጋላ ብለው ይገልጻሉ..." (86)
12	ሰኔ 05፣ 2013 ዓ.ም፣ ገጽ 17	ነፍጠኛ እምነቱን ያልተቀበለውን የማጥፋትና የማፈናቀል ተግባር ይፈጽሙበት እንደ ነበር ታሪክ ይነግረናል:: (87)
13	ሰኔ 12፣ 2013 ዓ.ም፣ ገጽ 13	የኦሮሞ ሀብት በአማራው ሲዘረፍ ኖሯል:: (88)
14	ሰኔ 19፣ 2013 ዓ.ም፣ ገጽ 12	ዘመናዊ መሳሪያ ወደዚህ ሀገር ከገባ በኋላ የኦሮሞ ሰብአዊ መብትና እምነቱን ሲረግጡ ኖረዋል:: (89)

ተ.ቁ	የበረሳ ጋዜጣ የኅትመት ቀን	ይዘት
15	ሐምሌ 10፣ 2013 ዓ.ም፣ ገጽ 06	የኢትዮጵያ ገኘሮዎች ኢትዮጵያ የሚል ስም ሰሜኑን ክፍል ብቻ እንደሚወክል ሲገልጹ ቆይተዋል:: (90)
16	ሐምሌ 17፣ 2013 ዓ.ም፣ ገጽ 17	በኦሮሞ ላይ ሲፈጠር የነበረ ተጽእኖ በፖለቲካና በእምነቱ ላይ ነው:: (91)
17	ነሐሴ 01፣ 2013 ዓ.ም፣ ገጽ 06	አባ ባሕርይ የጻፈው የኦሮሞ ታሪክ ሐሰተኛ ታሪክ ነው፣ ማንነትን የማጥፋት ሥራ ነው:: (92)
18	መጋቢት 24፣ 2014 ዓ.ም፣ ገጽ 10 "…	በቦሩ ሜዳ ኦሮሞ በገፍ ክርስትና እንዲቀበል ተደረገ::(93)
19	ነሐሴ 08፣ 2013 ዓ.ም፣ ገጽ 11	"የኦሮሞ እንቅስቃሴ እንደ ሀገር ማፍረስ ይታያል፣ ከፈጣሪ እንደ ተላከ መቅሰፍት ያዩታል…" (94)

ተ.ቁ	የበሪሳ ጋዜጣ የኅትመት ቀን	ይዘት
20	ነሐሴ 15፣ 2013 ዓ.ም፣ ገጽ 13	የፖለቲካና የእምነት ተጽዕኖ በኦሮሞ ላይ ለሁለት ምዕተ ዓመት ተካሔዶ ነበር፤ የኦሮሞ የገዳ ማዕከል ቀስ በቀስ ወደ መደ ወላቡ እንዲዛወር ተደረገ፣ የክርስቲያን መንግሥት የግዛት ማስፋፋት በኩሽ ዘር ላይ ለ5 ምዕት ዓመታት ተጽእኖ ፈጥሮበት ነበር… ” (95)
21	ነሐሴ 29፣ 2013 ዓ.ም፣ ገጽ 13	ሴም ወደ ኢትዮጵያ ከመምጣቱ በፊት በመጀመሪያ ነዋሪዎች በኩሽ፣ ኦሮሞ ይኖርበት ነበር (96)
22	መስከረም 08፣ 2014 ዓ.ም፣ ገጽ 10	ከ4ኛ ቅድመ ልደተ ክርስቶስ በፊት ሰሜን ኢትዮጵያ ኦሮሞ ይኖር ነበር (97)
23	መስከረም 15፣ 2014 ዓ.ም፣ ገጽ 13	የጥምቀት በዓል ላይ አርማ የሌለው ሰንደቅ ዓላማ ይዞ የተገኘ አካል ላይ እርምጃ ሊወሰድ ይገባል (98)
24	የካቲት 19፣ 2014 ዓ.ም	የኦርቶዶክስ ክርስትና የኦሮሞን ባህል እና እምነት ተቃውመው ሲሰድቡ ቆዩ (99)
25	መስከረም 22፣ 2014 ዓ.ም፣ ገጽ 11	“… የአቢሲኒያ መንግሥት ከዱሮ ጀምሮ የኦሮሞ ታሪክ፣ ማንነት፣ በተለይ ፊንፊኔን ለማጥፋት ታጥቀው ሲሠሩ እንደ ነበረ የታወቀ ነው…” “… ከወረራ በኊላ የኦሮሞ የገዳ ማእከልና ሆረ ፊንፊኔ ተነጥቆ የቤተ ክርስቲያን፣ የገዳም፣ የቤተ መንግሥትና የጦር ካምፕ ሆነ… ” (100)

ተ.ቁ	የበረሳ ጋዜጣ የኅትመት ቀን	ይዘት
26	መስከረም 15፣ 2014 ዓ.ም፣ ገጽ 13	"... ይኩኖ አምላክ በመንዝ የመንዝ አምባ ገብርኤል ከመሥራቱ በፊት መንዝ (ትርጉሙ መንዙማ ነው) የሼኮች መንዙማ የሚከናወንበት ነበር..." (101)

በብልጽግና ፓርቲ በሚመራው መንግሥት፣ በመንግሥት በጀት የሚዘጋጁ በእነዚህ ጋዜጦችና መጽሔቶች ከ2012 ዓ.ም እስከ 2014 ዓ.ም ድረስ ያለ ምንም ዕረፍት የአማራን ሕዝብ በማጥላላት እና በማክፋፋት የኦሮሞ ሕዝብ እና እነሱ ኩሻዊ የሚሉት ሕዝብ ተነሥቶ የዘር ፍጅት እንዲፈጽም የሚያደርግ የሚዲያ ዘመቻ አከናውነዋል። ከላይ የቀረቡት የተመረጡ ናሙናዎች ብቻ ሲሆኑ ዘመቻው የተከናወነው በ126 የበረሳ ጋዜጦች እትም መሆኑ ይታወቃል። በዚህ የዘመቻ ወቅት ጸረ-አማራ የሆነ ፍጹም ልብወለድ የጥላቻ ታሪክ ተፈጥሮ ተሠራጭቷል።

በብልጽግና ፓርቲ ከፍተኛ መሪዎችና በጸረ-አማራ ኃይሎች የተደረጉ ጸረ-አማራ ንግግሮች

ሽመልስ አብዲሳ (የኦሮሚያ ክልል ፕሬዝዳንት)

- ✓ "ነፍጠኛው ከ150 ዓመት በፊት የሰበረን እዚህ ቦታ ነው፣ በሰበረን ቦታ ላይ ሰብረነዋል።" (መስቀል አደባባይ የመጀመሪያው ኢሬቻ ሲከበር የተናገረው)
- ✓ "ብልጽግና የኦሮሞ ነው፤ እኛን እንዲመስል አድርገን ነው የሠራነው።"
- ✓ "ባሕርዳር ተሻግረን ቁማሩን አሸንፈን መጥተናል፤ ያመነውን አሳምነን ያላመነውን አደናግረን መጥተናል።"

- ✓ "እነሱ የሚጮሁት ምን እየሠራን እንደሆነ ስለሚያውቁ ነው! ያልቅሱ ሶፍት ስጧቸው"
- ✓ "ነፍጠኛው እኩልነትን እንደ መሸነፍ ይቆጥረዋል::"
- ✓ "የአማርኛ ቋንቋ ከሁሉም ክልሎች እንዲቀንስ እያደረግን ነው::"

ዐቢይ አህመድ (የኢትዮጵያ ጠቅላይ ሚኒስትር/የኦሮሞ ብልጽግና ፓርቲ ሊቀመንበር)

- ✓ "ለአንድ ክልል ብለን ሕገ መንግሥት አናሻሽልም::"
- ✓ "ለተፈጁት ሰዎች ጥላ እንዲሆናቸው ዛፍ ትከሉ::"
- ✓ "አስተማሪ/ሐኪም አስመጥተን መሬት ሰጥተን መልሰን ውጡልን ከምንል መጀመሪያውኑ እንዳይመጡ ማድረግ::"
- ✓ "አዲስ አበባ ላይ ከፍተኛ ኦሮሞ ጠል ኃይል አለ::"
- ✓ "የአማራ ብሔርተኝነት በጣም አደገኛ ኃይል ነው::"
- ✓ "መንግሥታችን ተነካ ብሎ የኦሮሞ ሕዝብ ከቡራዩ እየመጣ ነው::"
- ✓ "ሞት ብርቅ አይደለም፣ አሜሪካም ሰው ይሞታል::"
- ✓ "ሀጫሉ ሲሞት ውድ ነፍስ አጥተናል::"

"የምኒልክ ልጆችን ከሀብት፣ የዮሐንስ ልጆችን ከሥልጣን ገፍተን አስወጥተናቸዋል፤ ድጋሚ አይመለሱም::"

ጀዋር መሐመድ

"እኔ የተወለድኩበት አካባቢ ዘጠና ዘጠኝ በመቶ ሙስሊም ነው፤ በዚያ አካባቢ ያለ ክርስቲያን ቀና ብሎ መናገር አይችልም፣ አንገቱን በሜንጫ እንለዋለን::"

በቀለ ገርባ

- ✓ "አማራ እንዳታገቡ፣ ያገባችሁ ፍቱ፣ አማርኛ ከሚናገር አትግዙ አትሽጡ::"
- ✓ "የአዲስ አበባ ሕዝብ ሥነልቦና የለውም::"

ለማ መገርሳ

"የአዲስ አበባን ዲሞግራፊ መቀየር አለብን።"

መራራ ጉዲና

- ✓ "የኢትዮጵያ ታሪክ የደብተራ ድርሰት ነው።"
- ✓ "ምኒልክ ጨፍጫፊ ነው።"

አንጋሳ ኢብራሂም (የፓርላማ አባል)

"የአዲስ አበባ ልጅ የሴተኛ አዳሪ ልጅ ነው፣ የኮንደም ትራፊ ነው።"

ዘላለም ሙላቱ

"አዲስ አበባ ከርሷን ሞልታ ፊርሷን ኦሮሚያ ላይ ነው የምትጥለው።"

ጸጋዬ አራርሳ

- ✓ "አማራ ወራሪ ነው፣ የዘር ፍጅት ፈጽሟል።"

ኮ/ል ገመቹ አያና

- ✓ "ጎንደርና ጎጃም ባለቤት አላቸው፣ አማራ አገሩ ደብረ ብርሃን አካባቢ ብቻ ነው። "

ቤተልሔም ታፈሰ

- ✓ "አረንጓዴ ቢጫ ቀይ ሰንደቅ ዓላማ የጠንቋይ ቤት ምልክት ነው።"

በጸረ-አማራ ኃይሎች የተዘጋጁ ጸረ-አማራ ዘፈኖች

ዘፈን 1 (102)

ጃል ጂኒ ዲና (የትግል ስም)

በዚህ ትግል ብዙ ታጋዮች አጥተናል

ከፍተኛ መስዋዕትን ከፍለን ለዚህ ቀን ደርሰናል

ጉዟችን ወደ ፊንፊኔ ነው

በል ግባ ወቦ የጠላትህን ሥር ነቃቅለው

ነፃ ስንወጣ እኛ የመሬታችን ባለቤት የምንሆነው

ታሪክ የሠራ ስሙ መቼም አይረሳም

ከሰሜን ከደቡብ ከምሥራቅና ምዕራብ ከሁሉም ስፍራ

ጠላትህን አደባየው እንዳያንሠራራ

ጥሎ መውደቅ በትግል ያለ ነው

ተዋግተን አዋግተን ግብ መድረሻው

የአባቶቻችንን ገድል

እውነት አሸንፋ እንድናስቀጥል

ተዋግቼ አዋጋለሁ እኔ ዛሬን

ከወደቅኩም ተቀበለኝ ጠብመንጃዬን

የባርነትን ድልድይ መሻገሪያው ነው ደምና አጥንትህ

ጠላት ሰባብሮ አፈራርሶ እንዳይጥልህ

ዘመን ያመጣብህን ዘመን እስኪወስድልህ

ተሳሥረን ስንሆን እንደ ሠንሠለት

ከዘመን ቀድማ ትገባለች እውነት

አዎን ሀቅ ቀድማ ትገባለች

መዋደድ ትገባለች

አዎን እውነት ትገባለች

የኔ አንበሳ ማንም አያስደነግጥህም

ማንም አያሸብርህም

በጠላቶቻችን ላይ ሆነህ አንበሳችን

አንተ ነህ ሠላምን የምታመጣ ላገራችን

ጀግናው ተነሳ ከያለህበት

ትግልን አስበልጥ ከናትህ ቤት ወተት

ታጠቅ ዝመት ይህ ብቻ ነው ምርጫችን

ጠላትን መምቻ መበታተኛችን

ጠላትን ማጥፊያችን

ጀግናዬ ዙሪያህን ተከበሀል

ታዲያ ምን ይሻልሀል

አዎን መዋጋት ይሻልሀል

አዎን መተኮስ ይሻልሀል

አዎን እሱ ይሻልሀል።

ዘፈን 2 (103)

Warra Boolee by Sona Takele

እፍረት አታውቅም ራሷን ከፍ አድርጋ አዲስ አበባ ትላለች ትላንት መጥታ (x 2)

በቀላሉ የመጣ መሰላት የሆነ ነገር ረስታ አዲስ አበባ ትላለች

አራት ኪሎ ትላለች ትላንት መጥታ

የወሌ ነብር የንብ አንድነት ነክታ

አዲስ አበባ ትላለች አራት ኪሎ ትላለች ትላንት መጥታ

አባት ባለው አገር ባለ ሀገር ትሆናለች መጥታ

አዲስ አበባ ዞር በል ወደዛ

አራት ኪሎ ትላለች ትላንት መጥታ

ፍቺ የሌለው ህልም አራት ኪሎን ተመኘች አዲስ አበባ አለች ደሞ (x 2)

አራት ኪሎ ትላለች ትላንት መጥታ (x 2)

አዲስ አበባ

ኦሆኦሆ ኤሄኤሄ

ድመት አንበሳን ተፎካከረች

ኦሆኦሆ ኤሄኤሄ

ድመት አንበሳን ተፎካከረች

እፍረት አታውቅም ራሷን ከፍ አርጋ አዲስ አበባ ትላለች ትላንት መጥታ፡፡ (x 2)

ዘፈን 3 [104]

Ayyaana Jedhanii- ጸጋዬ ደንደና

በዓል ነው እያሉ ሦስት መቶ ቀናትን

ሥራ ከልክለውን

እነርሱ ልመና ለምደው መሥራት አይፈልጉም

እነዚያ ክፉ ሰዎች፤ እነዚያ ሰሜነኞች

በየት አርሰን እናምርት በዓል እያከበርን

በየት በልተን እንጠርቃ የላሞቻችን ውጤት እየጾምን

አምላክ ከላያችን አንሣልን፥ ያን ቆሻሻ ደብተራ

የፈጣሪ ዛፍ ኦዳን ማየት የተጸየፋችሁ x2

እናንተ ምን አገኛችሁ ድንጋይ የምትስሙ x6

ኦዳ በበቀበለት ዛፍ አርባ ድስት ይዛችሁ ገብታችሁ x2

ገብረ ሐና ሆይ ብልጠትህን ተው በሰው ሀገር ላይ ማዘዝ

የሙሴ ልጅ ሆይ ብልጠት ተው፤አንድ ጊዜ ብልጥ ሆነህ ነበር

ደብተራ ሆይ ብልጠት ተው፤አንድ ጊዜ ብልጥ ሆነህ ነበር

ሁለተኛ ካላረስህ በስተቀር ዳቦ ፈትፍተህ አትበላም x6

ቅዱስ ቅዱስህን ተው ሥጋና እና ወተትህን ብላ x2

ከባዕዳብ ሃይማኖት ጋር ሞኞ አትሟዘዝ x6

እኛ የኩሽቲክ ዘር ነን፥ ሐበሻነት የለብንም x2

ስላለፈው ፈጣሪ ይቅር ይበለን፤ ሁለተኛ መስቀል አንሳለምም x6

ምዕራፍ ስድስት

በአማራ ሕዝብ ላይ የታወጀው የዘር ማጥፋት አፈጻጸም

የአማራን ሕዝብ የፖለቲካ ውክልና ማሳሳት/ማጥፋት

የብልጽግና ፓርቲ ሥራ አስፈፃሚ የብሔር ስብጥር			
ተ.ቁ	የሥራ አስፈጻሚ አባል	የመጡበት ድርጅት	ብሔር
1	ዐቢይ አህመድ (ዶ/ር)	ኦሕዴድ	ኦሮሞ
2	ሽመልስ አብዲሳ	ኦሕዴድ	ኦሮሞ
3	ፍቃዱ ተሰማ	ኦሕዴድ	ኦሮሞ
4	ዓለሙ ስሜ (ዶ/ር)	ኦሕዴድ	ኦሮሞ
5	ጫልቱ ሳኒ	ኦሕዴድ	ኦሮሞ
6	አወሉ አብዲ	ኦሕዴድ	ኦሮሞ
7	ሳዳት ነሻ	ኦሕዴድ	ኦሮሞ
8	አዳነች አቤቤ	ኦሕዴድ	ኦሮሞ
9	ኢዮብ ተካልኝ (ዶ/ር)	ኦሕዴድ	ኦሮሞ
10	ቢቂላ ሁሪሳ (ዶ/ር)	ኦሕዴድ	ኦሮሞ

የነፃነት ሰልፍ

የብልጽግና ፓርቲ ሥራ አስፈፃሚ የብሔር ስብጥር			
ተ.ቁ	የሥራ አስፈጻሚ አባል	የመጡበት ደርጅት	ብሔር
11	አብርሃም በላይ (ዶ/ር)	የትግራይ ተወላጅ፣ በሞጋሳ ኦሮሞ ሆኖ ገዳ አላና የተባለ*	
12	ነጋሽ ዋጌሾ (ዶ/ር)	ደኢሕዴን	ዳውሮ
13	ፀጋዬ ማሞ	ደኢሕዴን	ከፋ
14	ሙፈሪያት ካሚል	ደኢሕዴን	ስልጤ
15	ተስፋዬ በልጅጌ	ደኢሕዴን	ጎፋ
16	ርስቱ ይርዳው	ደኢሕዴን	ጉራጌ
17	ተስፋዬ ይገዙ	ደኢሕዴን	ወላይታ
18	ጥላሁን ከበደ	ደኢሕዴን	ጋሞ
19	መለሰ ዐለሙ	ደኢሕዴን	ሀድያ
20	ሞገስ ባልቻ	ደኢሕዴን	የም
21	ደስታ ሌዳሞ	ደኢሕዴን	ሲዳማ
22	ፍጹም አሰፋ (ዶ/ር)	ደኢሕዴን	ሲዳማ
23	አብርሃም ማርሻሎ	ደኢሕዴን	ሲዳማ
24	አሻድሌ ሀሰን	የኢሕአዴግ አጋር ድርጅት	በርታ
25	ጌታሁን አብዲሳ	የኢሕአዴግ አጋር ድርጅት	ጉምዝ
26	ኹመድ ኡጁሉ	የኢሕአዴግ አጋር ድርጅት	አኝዋክ

የብልጽግና ፓርቲ ሥራ አስፈፃሚ የብሔር ስብጥር			
ተ.ቁ	የሥራ አስፈጻሚ አባል	የመጡበት ድርጅት	ብሔር
27	ተንኳይ ጆክ	የኢሕአዴግ አጋር ድርጅት	ኑዌር
28	አርዲን በድሪ	የኢሕአዴግ አጋር ድርጅት	ሐረሪ
29	አረፋ መሐመድ	የኢሕአዴግ አጋር ድርጅት	
30	አወል አርባ	የኢሕአዴግ አጋር ድርጅት	ኣፋር
31	ሐጂ ኢሴ አደም	የኢሕአዴግ አጋር ድርጅት	አፋር
32	አሌማ አቡበከር	የኢሕአዴግ አጋር ድርጅት	አፋር
33	ሀሊማ ሀሰን	የኢሕአዴግ አጋር ድርጅት	ሶማሌ
34	ሙስጠፌ መሐመድ	የኢሕአዴግ አጋር ድርጅት	ሶማሌ
35	አህመድ ሽዴ	የኢሕአዴግ አጋር ድርጅት	ሶማሌ
36	አደም ፋራህ	የኢሕአዴግ አጋር ድርጅት	ሶማሌ
37	ተመስገን ጥሩነህ	ብአዴን	አማራ
38	ይልቃል ከፋለ (ዶ/ር)	ብአዴን	አማራ
39	ሰማ ጥሩነህ (ዶ/ር)	ብአዴን	አማራ
40	መላኩ አለበል	ብአዴን	አማራ
41	ዓይናለም ንጉሴ	ብአዴን	አማራ
42	ሊያ ታደሰ (ዶ/ር)	አዲስ	ትግራይ

ማጠቃለያ

ተ.ቁ	የመጡበት ድርጅት	ድርሻ	በመቶኛ
1	ኦሕዴድ	11	26%
2	ደኢሕዴን	12	29%
3	የኢሕአዴግ አጋር ድርጅቶች	13	31%
4	ብአዴን	5	12%
5	ሌሎች	1	2%
6	**ጠቅላላ**	42	100%

የሚኒስትሮች ምክር ቤት አባላት ጥንቅር (በብሔር)

ተ.ቁ	የስም ዝርዝር	መሥሪያ ቤት	ብሔር
1	ሙፈሪያት ካሚል	ሥራና ክህሎት ሚኒስትር	ስልጤ/ኦሮሞ
2	ሀብታሙ ኢተፋ	ውሀና ኢነርጂ ሚኒስትር	ኦሮሞ
3	ዶ/ር ኤርጎጌ ተስፋዬ	ሴቶችና ማኅበራዊ ጉዳይ ሚኒስትር	ሀድያ
4	ዶ/ር በለጠ ሞላ	ኢኖቬሽን እና ቴክኖሎጂ ሚኒስትር	አማራ
5	ዶ/ር ጌዴዎን ጢሞቲዎስ	ፍትሕ ሚኒስትር	ከንባታ/ኦሮሞ
6	ዶ/ር ሀብታሙ	ማዕድን ሚኒስትር	አማራ

	ተገኝ		
7	መላኩ አለበል	ኢንዱስትሪ ሚኒስትር	አማራ
8	ካሳሁን ጎፌ	ንግድና ቀጠናዊ ትስስር ሚኒስትር	ኦሮሞ
9	ቀጄላ መርዳሳ	ባህልና ስፖርት ሚኒስትር	ኦሮሞ
10	አይናለም ንጉሴ	ገቢዎች ሚኒስትር	አማራ
11	ናሲሴ ጫሊ	ቱሪዝም ሚኒስትር	ኦሮሞ
12	አህመድ ሽዴ	ገንዘብ ሚኒስትር	ሶማሌ
13	ብናልፍ አንዱዐለም	ሰላም ሚኒስትር	አማራ
14	ጫልቱ ሳኒ	የከተማና መሠረተ ልማት ሚኒስትር	ኦሮሞ
15	ዶ/ር ፍጹም አሰፋ	ፕላን ሚኒስትር	ሲዳማ
16	ዶ/ር አብርሃም በላይ	መስኖና ቆላማ አካባቢዎች ሚኒስትር	ትግራይ
17	ዶ/ር ግርማ አመንቴ	ግብርና ሚኒስትር	ኦሮሞ
18	ዶ/ር ለገሰ ቱሉ	የመንግሥት ኮሚኒኬሽን ሚኒስትር	ኦሮሞ
19	ሀና አርዓያሥላሴ	ፍትሕ ሚኒስትር	ትግራይ
20	ዶ/ር መቅደስ ዳባ	ጤና ሚኒስትር	ኦሮሞ
21	አይሻ መሐመድ	መከላከያ ሚኒስትር	አፋር
22	ፕ/ር ብርሃኑ ነጋ	ትምህርት ሚኒስትር	ጉራጌ
23	ዶ/ር ዐለሙ ስሜ	ትራንስፖርት ሚኒስትር	ኦሮሞ

ስብጥሩ በመቶኛ ሲሰላ

ብሔር	ኦሮሞ	አማራ	ሌሎች
በቁጥር	9	5	9
በመቶኛ	39%	22%	39%

የሚኒስትር ዴታዎች የብሔር ጥንቅር

ተ.ቁ	የሚኒስትር ዴኤታ ስም	ሚ/ር መሥርያ ቤት	ብሔር
1	ሰለሞን ሶካ	ሥራና ክህሎት ሚኒስቴር	ኮንሶ
2	ተሻለ በሬቻ (ዶ/ር)	ሥራና ክህሎት ሚኒስቴር	ኦሮሞ
3	አሰግድ ጌታቸው	ሥራና ክህሎት ሚኒስቴር	ኦሮሞ
4	ነቢያ መሐመድ	ሥራና ክህሎት ሚኒስቴር	አላባ
5	አስፋው ዲንጋሞ	ውኃና ኢነርጂ ሚኒስቴር	ሀዲያ
6	ሡልጣን ወሊ	ውኃና ኢነርጂ ሚኒስቴር	ኦሮሞ
7	አብርሃም አዱኛ	ውኃና ኢነርጂ ሚኒስቴር	ትግራይ
8	ሙና አህመድ	ሴቶችና ማኅበራዊ ጉዳይ	ኦሮሞ
9	ሁርያ አሊ	ሴቶችና ማኅበራዊ ጉዳይ	ትግራይ
10	አለሚቱ ዑመድ	ሴቶችና ማኅበራዊ ጉዳይ	አኙዋክ

11	ባይሳ በዳዳ (ዶ/ር)	ኢኖቬሽን እና ቴክኖሎጂ ሚኒስቴር	ኦሮሞ
12	ይሽሩን አለማየሁ(ዶ/ር)	ኢኖቬሽን እና ቴክኖሎጂ ሚኒስቴር	ወላይታ
13	ምስጋኑ አረጋ	የውጭ ጉዳይ ሚኒስቴር	ጉራጌ
14	ብርቱካን አያኖ	የውጭ ጉዳይ ሚኒስቴር	ኦሮሞ
15	ሚሊዮን ማቲዎስ	ማዕድን ሚኒስቴር	ሲዳማ
16	መሐመድ ራፊዕ አባራያ	ማዕድን ሚኒስቴር	ኦሮሞ
17	ሐሰን መሐመድ	ኢንዱስትሪ ሚኒስቴር	ሶማሌ
18	ታረቀኝ ቡልልታ	ኢንዱስትሪ ሚኒስቴር	ኦሮሞ
19	ፍስሀ ይታገሱ	ንግድና ቀጠናዊ ትስሥር ሚ/ር	ኦሮሞ
20	እንዳለው መኮንን	ንግድና ቀጠናዊ ትስሥር ሚኒስቴር	አማራ
21	መስፍን ቸርነት	ባህልና ስፖርት ሚኒስቴር	ዱዚ
22	ወርቅነሽ ብሩ	ባህልና ስፖርት ሚኒስቴር	ኦሮሞ
23	ነፊሳ አልመሀዲ	ባህልና ስፖርት ሚኒስቴር	በርታ
24	መሠረት መስቀሌ	ገቢዎች ሚኒስቴር	ከፋ
25	ተስፋዬ ቱሉ	ገቢዎች ሚኒስቴር	ኦሮሞ
26	ስለሺ ግርማ	ቱሪዝም ሚኒስቴር	አማራ
27	ሌንሳ መኮንን	ቱሪዝም ሚኒስቴር	ኦሮሞ
28	ኢዮብ ተካልኝ	ገንዘብ ሚኒስቴር	ኦሮሞ

29	ሰመሪታ ሰዋሰው	ገንዘብ ሚኒስቴር	አማራ
30	ከይረዲን ተዘራ (ዶ/ር)	ሰላም ሚኒስቴር	ስልጤ
31	ቸሩጌታ ገነነ	ሰላም ሚኒስቴር	ጉራጌ
32	ፋንታ ደጀን	የከተማና መሠረተ ልማት ሚኒስቴር	አማራ
33	ወንድሙ ሴታ	የከተማና መሠረተ ልማት ሚኒስቴር	ወላይታ
34	ሔለን ደበበ	የከተማና መሠረተ ልማት ሚኒስቴር	ከፋ
35	ነመራ ገበየሁ (ዶ/ር)	ፕላን እና ልማት ሚኒስቴር	ኦሮሞ
36	ጥሩማር አባተ	ፕላን እና ልማት ሚኒስቴር	አማራ
37	ስዩም መኮንን	ፕላን እና ልማት ሚኒስቴር	አማራ
38	ሶፍያ ካሳ (ዶ/ር)	ግብርና ሚኒስቴር	ኦሮሞ
39	መለስ መኮንን	ግብርና ሚኒስቴር	አማራ
40	ኢያሱ ኤልያስ (ፕ/ሮ)	ግብርና ሚኒስቴር	ጎፋ
41	ፍቅሩ ረጋሳ (ዶ/ር)	ግብርና ሚኒስቴር	ኦሮሞ
42	ከበደ ደሲሳ	የመንግሥትኮሙኒኬሽን ሚኒስቴር	ኦሮሞ
43	ሰላማዊት ካሳ	የመንግሥት ኮሙኒኬሽን ሚኒስቴር	አማራ

44	ተስፋዬ ዳባ	ፍትሕ ሚኒስቴር	ኦሮሞ
45	በላይሁን ይርጋ	ፍትሕ ሚኒስቴር	አማራ
46	ኤርሚያስ የማነ ብርሃን (ዶ/ር)	ፍትሕ ሚኒስቴር	
47	ኮራ ጡሹኔ	ትምህርት ሚኒስቴር	ኦሮሞ
48	አየለች እሸቴ	ትምህርት ሚኒስቴር	አማራ
49	አየለ ተሾመ (ዶ/ር)	ጤና ሚኒስቴር	አማራ
50	ደረጀ ዱጉማ (ዶ/ር)	ጤና ሚኒስቴር	ኦሮሞ
51	ማርታ ሉዊጂ	መከላከያ ሚኒስቴር	ወላይታ
52	አህመዲን መሐመድ (ዶ/ር)	መከላከያ ሚኒስቴር	ኦሮሞ
53	ደንጌ ቦሩ ኮሲ	ትራንስፖርት ሚኒስቴር	ኦሮሞ
54	ባሬአ ሐሰን ባሬአ	ትራንስፖርት ሚኒስቴር	ሶማሌ

ስብጥሩ በመቶኛ ሲታይ

ብሔር	ኦሮሞ	አማራ	ሌሎች
በቁጥር	23	11	21
በመቶኛ	44%	20%	36%

የ75 የፌዴራል መንግሥት ድርጅቶች መሪዎች በብሔር ጥንቅር

ተ.ቁ	የመሥሪያ ቤቱ ስያሜ	የዋና ኃላፊው ስም	ብሔር
1	የፌዴራል ፖሊስ ኮሚሽን	ደመላሽ ወልደሚካኤል	ኦሮሞ
2	ሰው ሠራሽ አስተውሎት	ወርቁ ጋቸና	ኦሮሞ
3	ኢንሳ	ትዕግስት ሃሚድ	አማራ
4	የኢትዮጵያ ኤሌትሪክ አገልግሎት	አሸብር ባልቻ	ኦሮሞ
5	አየር ኃይል	ጀነራል ይልማ መርዳሳ	ኦሮሞ
6	ጉምሩክ ኮሚሽን	ደበሌ ቃበቶ	ኦሮሞ
7	ጸረ-ሙስና ኮሚሽን	ሳሙኤል ኡርካቶ	ወላይታ
8	ኢትዮጵያ ዱር እንሰሳት ልማትና ጥበቃ ባለሥልጣን	ኩመራ ዋቅጅራ	ኦሮሞ
9	ንግድ ባንክ	አቢ ሳኖ	ኦሮሞ
10	ህዳሴ ግድብ	ክፍሌ ሆሮ	ኦሮሞ
11	ኮሚኒኬሽን ባለሥልጣን	ባልቻ ሬባ	ኦሮሞ
12	ኢትዮ ኢንጂነሪንግ ግሩፕ	ሱለይማን ደደፎ	ኦሮሞ
13	የፌዴራል ቤቶች ኮርፖሬሽን	ረሺድ ከማል	ኦሮሞ
14	ኢትዮጵያ ስፔስ ሳይንስ እና ጂኦስፓሽያል	አብዲሳ ይልማ	ኦሮሞ
15	የፍትሕና ሕግ ኢንስቲትዩት	ደግፌ ቡላ	ኦሮሞ
16	ባቡር ኮርፖሬሽን	አብዲ ዘነበ	ኦሮሞ

ተ.ቁ	የመሥሪያ ቤቱ ስያሜ	የዋና ኃላፊው ስም	ብሔር
17	የማሪታይም ባለሥልጣን	አብዱል ሽምሱ	ኦሮሞ
18	ማዕከላዊ ስታትስቲክስ ኤጀንሲ	በክር ሻሌ	ኦሮሞ
19	የመንግሥት ግዥ ባለሥልጣን	ሐጂ ኢብሳ ገንዶ	ኦሮሞ
20	ኢትዮጵያ ስፔስ ሳይንስ	ግፋ ወሰን ዴሲሳ	ኦሮሞ
21	የኢትዮጵያ ዳያስፖራ ኤጀንሲ	ዶ/ር መሐመድ እንድሪስ	ኦሮሞ
22	የኢትዮጵያ ቡናና ሻይ ባለሥልጣን	ዶ/ር አዱኛ ደበላ	ኦሮሞ
23	የኢትዮጵያ ግብርና ባለሥልጣን	ድሪባ ኩማ	ኦሮሞ
24	የኢትዮጵያ ባዮ እና ኢመርጂንግ ቴክኖሎጂ	ዶ/ር ካሳሁን ተስፋዬ	ኦሮሞ
25	የኢትዮጵያ ደረጃዎች ኢንስቲቲዩት	ዶ/ር መሠረት በቀለ ቡታ	ኦሮሞ
26	ሥነ-ልክ ኢንስቲትውት	ዶ/ር አብዱ አባጊቤ	ኦሮሞ
27	የኢትዮጵያ ኮንስትራክሽን ባለሥልጣን	መስፍን ነገዎ	ኦሮሞ
28	የሲቪል ማኅበረሰብ ባለሥልጣን	ሳምሶን ቢራቱ	ኦሮሞ
29	የፌዴራል ከፍተኛ ፍርድ ቤት	ሌሊሴ ደሳለኝ	ኦሮሞ
30	የስደተኞች እና ተመላሾች አገልግሎት	ጠይባ ሁሴን	ኦሮሞ
31	ኮተቤ የትምህርት ዩኒቨርሲቲ	ዶ/ር ብርሃነ መስቀል ጠና	ኦሮሞ
32	የኢንተርፕረነርሺፕ ኢንስቲትዩት	አብዱልፈታህ የሱፍ	ኦሮሞ
33	የውጭ ግንኙነት ስትራቴጂያዊ ጉዳዮች ኢንስቲቲዩት	ጃፋር በድር	ኦሮሞ

ተ.ቁ	የመሥሪያ ቤቱ ስያሜ	የዋና ኃላፊው ስም	ብሔር
34	የምግብ፣ የመድሃኒት ቁጥጥር ባለሥልጣን	ሐሩን ገርባ	ኦሮሞ
35	የመድሃኒት አቅራቢ አገልግሎት	ዶ/ር አብዱልቃደር ገልገሎ	ኦሮሞ
36	የኢትዮጵያ ጂኦሎጂካል ኢንስቲትዩት	ኢጃራ ተስፋዬ	ኦሮሞ
37	ኬሚካል ኢንዱስትሪ ኮርፖሬሽን	ዶ/ር ሁንዴሳ ደሳለኝ	ኦሮሞ
38	ስኳር ኮርፖሬሽን	ወዮ ሮባ	ኦሮሞ
39	የኢትዮጵያ መድን ድርጅት	ነፃነት ለሜሳ	ኦሮሞ
40	የኢትዮጵያ ንግድ ሥራዎች ኮርፖሬሽን	አቻ ደምሴ	ኦሮሞ
41	የኢትዮጵያ ባሕር ትራንስፖርት እና ሎጀስቲክ አገልግሎት	ሮባ መገርሳ	ኦሮሞ
42	ኢታማጆር ሹም	ፊልድ ማርሻል ብርሃኑ ጁላ	ኦሮሞ
43	አየር ኃይል	ሌ/ጀነራል ይልማ መርዳሳ	ኦሮሞ
44	መከላከያ መረጃ መምርያ	ጀነራል ጌታቸው ጉዲና	ኦሮሞ
45	መከላከያ ሎጂስቲክስ	ሌ/ጀነራልአብዱራህማን አስማኤል	ኦሮሞ
46	መከላከያ ፋወንዴሽን	ብ/ጀነራል ደረጀ መገርሳ	ኦሮሞ
47	መከላከያ ሰሜን ምእራብ ዕዝ	ሌ/ጀነራል ብርሃኑ በቀለ	ኦሮሞ
48	መከላከያ ደቡብ ዕዝ	ሜ/ጀነራል ሰለሞን ኢተፋ	ኦሮሞ

ተ.ቁ	የመሥሪያ ቤቱ ስያሜ	የዋና ኃላፊው ስም	ብሔር
49	ብሔራዊ መረጃና ደህንነት አገልግሎት ምክትል ዳይሬክተር	ሲሳይ ቶላ	ኦሮሞ
50	ፖሊሲ ጥናት ኢንስቲቲዩት	ፍቃዱ ጸጋ	ኦሮሞ
51	The Armauer Hansen Research Institute (AHRI)	ፕሮፌሰር አፈወርቅ ካሱ	ዳውሮ
52	አደጋ መከላከል	ዶ/ር ሽፈራው ተክለማርያም	ሀድያ
53	ኢሚግሬሽን	ሰላማዊት ዳዊት	ሲዳማ
54	የሀገር አቀፍ ፈተናዎችና ምዘና ኤጀንሲ	ሽፈራው ሽጉጤ	ሲዳማ
55	የኢትዮጵያ ኅብረተሰብ ጤና ኢንስቲቲዩት	ዶ/ር መሳይ ኃይሉ ዳንጊሶ	ሲዳማ
56	ብሔራዊ መረጃና ደህንነት አገልግሎት	ሬድዋን ሁሴን	ስልጤ
57	የአፍሪካ ልህቀት አካዳሚ	ዛዲግ አብርሀ	ትግራይ
58	የኢትዮጵያ አዕምሯዊ ንብረት ባለሥልጣን	ወልዱ ይመስል	ትግራይ
59	ብሔራዊ መረጃና ደህንነት አገልግሎት ምክትል ዳይሬክተር	ታዜር ገብረ እግዚአብሔር	ትግራይ
60	ምክትል ኢታማጆር ሹም	ጀነራል አበባው ታደሰ	አማራ
61	የኢትዮጵያ ብዝኃ ሕይወት ኢንስቲቲዩት	መለሰ ማርዮ	ወላይታ
62	ሲቪል ሰርቪስ ዩኒቨርሲቲ	ዶ/ር ፍቅሬ ደሳለኝ	ወላይታ

ተ.ቁ	የመሥሪያ ቤቱ ስያሜ	የዋና ኃላፊው ስም	ብሔር
63	መከላከያ ምዕራብ ዕዝ	ሌ/ጀነራል መሰለ መሠረት	ሲዳማ
64	ጠቅላይ ፍርድ ቤት	ቴዎድሮስ ምሕረት	ጉራጌ
65	ሲቪል ሰርቪስ	ዶ/ር መኩሪያ ኃይሌ	ጉራጌ
66	ብሔራዊ መረጃና ደህንነት አገልግሎት ምክትል ዳይሬክተር	ርስቱ ይርዳው	ጉራጌ
67	ብሔራዊ ባንክ	ማሞ ምሕረቱ	አማራ
68	ኢትዮጵያ ዜና አገልግሎት	ሰይፈ ደርቤ	አማራ
69	ብሮድካስት ባለሥልጣን	መሐመድ እንድሪስ	አማራ
70	አየር መንገድ	መስፍን ጣሰው	አማራ
71	ልማት ባንክ	ዶ/ር ዮሐንስ አያሌው	አማራ
72	የኢትዮጵያ ሲቪል አቬሽን	ጌታቸው መንግሥቴ	አማራ
73	ቅርስ ጥበቃ ባለሥልጣን	አቶ አበባው አያሌው	አማራ
74	የኢትዮጵያ ሥራ አመራር ኢንስቲቲዩት	ዶ/ር ንጉሴ ምትኩ	አማራ
75	መከላከያ ትምህርትና ስልጠና	ሌተና ጀነራል ይመር መኮንን	አማራ
76	መከላከያ ምሥራቅ ዕዝ	ሌተና ጀነራል መሐመድ ተሰማ	አማራ

ብሔር	በቁጥር	በመቶኛ
ኦሮሞ	50	67%
አማራ	11	14%
ሌሎች	14	19%

ፌዴራል ፖሊስ መሪዎች

ተ.ቁ	የኃላፊ ስም	የሥራ ድርሻ	ኃላፊነት	ብሔር
1	ኮሚሽነር ጀነራል ደመላሽ ገ/ሚካኤል	የፌ/ፖ/ዋና ኃላፊ	ዋና ኃላፊ	ኦሮሞ
2	ም/ኮሚሽነር ጀነራል መላኩ ፋንታ	ወንጀል መከላከል ኃላፊ	ኃላፊ	ኦሮሞ
3	ም/ኮሚሽነር አበራ ሁንዴ	ወንጀል መከላከል ኦፕሬሽን	ኃላፊ	ኦሮሞ
4	ረ/ኮሚሽነር አህመድ አብደላ	ወንጀል መከላከል ኦፕሬሽን	ም/ኃላፊ	ኦሮሞ
5	ረ/ኮሚሽነር እሸቱ ፊጣ	የፌ/ፖሊስ ሎጀስቲክስ	ኃላፊ	ኦሮሞ
6	ረ/ኮሚሽነር ቱፋ	የፌ/ፖሊስ ወንጀል መከላከል ፋይናንስ	ኃላፊ	ኦሮሞ
7	ኮማንደር ኢጃራ	በወ/መ የኮማንዶና ልዩ ኦፕሬሽን	ም/ኃላፊ	ኦሮሞ
8	ኮማንደር ኢብራሂም	በወ/መ ኮማንዶ ልዩ ኦፕሬሽን	ኃላፊ	ኦሮሞ
9	ኮማንደር ጎሹ	የቦሌ ኤርፖርት	ኃላፊ	ኦሮሞ

	አብደታ	ፓሊስ መምሪያ		
10	ኮማንደር ባደግ	የዲፕሎማቲክ እና ቪአይፒ መምሪያ	ም/ኃላፊ	ኦሮሞ
11	ጀይላን አብዲ	የፌ/ፖሊስ ሕዝብ ግንኙነት	ኃላፊ	ኦሮሞ
12	ረ/ኮሚሽነር አንሻ ቶላ	የወ/መ ጸረ-ኮንትሮባንድ እና የሁሉም ፈጥኖ ደራሽ	ምኃላፊ	ኦሮሞ
13	ም/ኮ/ጄ ዘላለም መንግሥቴ	የወንጀል ምርመራ	ኃላፊ	አማራ
14	ም/ኮ ሙለታ	የወንጀል ምርመራ	ም/ኃላፊ	ኦሮሞ
16	ኮማንደር አዱኛ ረጋሳ	የሽብር እና ሙስና ምርመራ	ም/ኃላፊ	ኦሮሞ

የፌዴራል ፖሊስ የብሔር ስብጥር በመቶኛ

ኦሮሞ	93.33 %
አማራ	6.67 %
ሌሎች	0%

በአማራ ሕዝብ ላይ የተፈጸመው መፈናቀል፣ ውድመት እና የዘር ፍጅት

የአማራ ሕዝብ የዘር ፍጅት አጠቃላይ ሁኔታ

በአማራ ሕዝብ ላይ ላለፉት ሦስት ዐሥርት ዓመታት ሥርዓታዊ እና መንግሥታዊ በሆነ ሁኔታ ጸረ-አማራ ስብከቶች ሲሠራጩ፣ አማራ ማለት የክፋት ሁሉ ምንጭ የሆነ አውሬ ተደርጎ ሲሳል ሰንብቷል። ከፖለቲካዊ ተሳትፎ፣ ከኢኮኖሚ ተጠቃሚነት እና ማኅበራዊ ሕይወት እንዲገለል ተደርጓል። እንዲህ ተደርጎ ከተለየ በኋላ በማንነቱ እየታደነ የዘር ፍጅት ተፈጽሞበታል።

የዘር ፍጅት ሊፈጸም በታሰበባቸው ቦታዎች ሁሉ አስቀድሞ ነዋሪው የአማራ ሕዝብ በመንግሥት አስተዳደር ትጥቅ እንዲፈታ ተደርጓል። ስልክ፣ ኢንተርኔት፣ ትራንስፖርት እንዲቋረጥ ተደርጓል። በአካባቢው የሚገኝ የመከላከያ ሠራዊት፣ የፖሊስ ኃይል እንዲወጣ ከተደረገ በኋላ የዘር ፍጅቱ ይፈጸማል። በብዙ ቦታዎች የመንግሥት የጸጥታ ኃይሎች የዘር ፍጅቱ ቀጥተኛ ተካፋዮችና ፈጻሚዎች ናቸው። የዘር ፍጅቱ ከተፈጸመ በኋላ አካባቢውን ዘግቶ በመያዝ መረጃ እንዳይወጣ የመንግሥት አካላት ይከላከላሉ። በጅምላ የቀብር ሥርዓት አከናውነው አካባቢውን ያጸዳሉ፣ ተፈናቃዮችን ሰው በማያገኛቸው እና ቁጥጥር በሚደረግባቸው ማጎሪያዎች የእስረኛ ያክል ያስቀምጧቸዋል።

በዚህ በትልቅ እቅድና ዝግጅት በሚፈጸም የዘር ፍጅት ውስጥ የተፈጁትን ሰዎች ቁጥር በትክክል ማስቀመጥ አስቸጋሪ ነው። በመጀመሪያ ፍጅቱ ሥርዓታዊ እና መንግሥታዊ በመሆኑ መረጃው እንዳይወጣ ከፍተኛ መከላከል ይሠራል፤ ሁለተኛ አሁንም በየዕለቱ የዘር ፍጅቱ እየተፈጸመ ነው። በብዙ ወረዳዎች ሙሉ መንደሮች ተጠርገው ስለሚፈጁ እና ለወሬ ነጋሪ የሚተርፍ ሰው ስለማይኖር መረጃውን የሚያደርስ ሰው የለም። ስለዚህ ይህ የዘር ፍጅቱን የሚፈጽመው ሥርዓት ተወግዶ በገለልተኛ አካል የተሟላ ምርመራ እና ጥናት ሊሠራበት ይገባል።

የዘር ፍጅቱ አፈጻጸም አካላዊ እና በስታትስቲክስ ተብሎ ሊገለጽ ይችላል። ለምሳሌ አካላዊ የዘር ፍጅት (Physical Genocide) ስንል፡-

- በመሳሪያ በጅምላ በመፍጀት
- ለበሽታ በማጋለጥ (ተፈናቃዮችን ወባማ በሆኑ ስፍራዎች በማስፈር)
- የሕክምና አገልግሎት በመከልከል (የወባ መከላከያ ፕሮግራምን በማቋረጥ)
- መሠረታዊ አገልግሎቶችን በመከልከል
- በግዳጅ የወሊድ መከላከያ እንዲወስዱ በማድረግ
- በግዳጅ ከመኖሪያ ሰፈር በማፈናቀል

እንደዚሁም የሕዝቡን ቁጥር አውቆ በመቀነስ ወይም ወደ ሌላ ወገን በመጨመር ስታትስቲካል የዘር ማጥፋት ይፈጸማል። ለምሳሌ ያክል በግዳጅ ማንነታቸውን እንዲክዱ፣ የሌላ ብሔር ማንነት እንዲላበሱ በማድረግ በሕዝብ ቆጠራ ወቅት ሳይቆጥሩ በማለፍ ስታትስቲካሊ አንድ ሕዝብ ማንነቱን እንዲያጣ ይደረጋል። ለምሳሌ ያክል የኢትዮጵያ ስታትስቲክስ ባለሥልጣን ዋና ሥራ አስኪያጅ በፓርላማ ቀርበው በሕዝብ ቆጠራ ወቅት ሁለት ሚሊዮን አምስት መቶ ሺህ (2,500,000) የአማራ ሕዝብ የት እንደገባ ሳይታወቅ እንደቀረ ተሳልቀው አቀርበዋል። [1]

ባለፉት 6 ዓመታት ከ2010 ዓ.ም እስከ 2016 ዓ.ም እጅግ ብዙ የአማራ ሕዝብ የተፈጀ ሲሆን የዘር ፍጅቱ መንግሥታዊ በመሆኑ፣ ፍጅቱ እየተፈጸመ ያለባቸው ቦታዎች እጅግ ብዙ በመሆናቸው እና የጦርነት ቀጠና በመሆናቸው፣ እንዲሁም የመገናኛ ዘዴዎች በመቋረጣቸው ድርጊቱን ለመሰነድ አስቸጋሪ አድርጎታል። የዘር ፍጅት ፈጻሚው ሥርዓት ተወግዶ ነጻ እና ገለልተኛ በሆነ አካል ምርመራና ጥናት እስኪደረግ ድረስ ግን የተለያዩ ዘዴዎችን በመጠቀም ግምቶቹን መውሰድ ተችሏል።

- ከ1983 ዓ.ም እስከ 2016 ዓ.ም ባሉት ዓመታት ከሁለት ሚሊዮን አምስት መቶ ሺህ እስከ ስድስት ሚሊዮን (2,500,000 - 6,000,000) የሚቆጠር አማራ እንደ ተፈጀ ይገመታል።
- በዘመነ ኦሮሞ ብልጽግና ከ2010 እስከ 2016 ዓ.ም ድረስ ከ50,000 እስከ 80,000 ሊደርስ የሚችል አማራ እንደተፈጀ ይገመታል።

- በአስቸኳይ ጊዜ አዋጅ ሥር በሚገኘው የአማራ ክልል ውስጥ ላለፈው አንድ ዓመት ውስጥ 11,093 ሰዎች ተገድለዋል። 21,183 ሰዎች ቀላልና ከባድ የአካል ጉዳት ደርሶባቸዋል፣ 100,000 ሰዎች ታስረዋል።

- በአሁኑ ሰዓት በስደተኛ ካምፖች የሚኖሩ 945,471 አማራ ተፈናቃዮች ይገኛሉ።

  እስካሁን በተፈጸመው እና እየተፈጸመ ባለው የአማራ የዘር ፍጅት ውስጥ የመንግሥት ተሳትፎ፡-

- ጸረ-አማራ ትርክት ፈጥሮ በማሰራጨት እና ፍጅት እንዲፈጸም በመቀስቀስ

- ፍጅቱ በተፈጸመባቸው ወረዳዎች የመገናኛ ዘዴዎችን ስልክ እና ኢንተርኔት በማቋረጥ

- ከፍጅቱ ለማምለጥ የሚሸሸውን ሕዝብ መንገድ ዘግቶ አግቶ በመያዝ

- ነዋሪው አማራ ራሱን መከላከል እንዳይችል በመንግሥት ኃይል ትጥቅ በማስፈታት

- የተፈናቀሉ ሰዎች ወደ አዲስ አበባ እንዳይገቡ በመከልከል

- የዘር ፍጅቱ መፈጸሙን በመካድ፣ በማቃለል፣ ሐዘንን ባለመግለጽ

- የዘር ፍጅቱን አብሮ በመፈጸም።

- ከዚህ በመቀጠል በዘመነ ኦሮሞ-መር የብልጽግና መንግሥት በአማራ ሕዝብ ላይ ከተፈጸሙ የዘር ፍጅቶች ውስጥ የተወሰዱ ናሙናዎችን ወስደን እንመልከት። ናሙናዎቹ የሚከተሉት ናቸው። ናሙናው 3100 የተፈጁ አማሮችን የሚያሳይ ነው።

I. በሶማሌ ክልል የተፈጸመው የአማራ ሕዝብ የዘር ፍጅት

II. በሲዳማ ክልል የተፈጸመው የአማራ ሕዝብ የዘር ፍጅት

III. በደቡብ ክልል የተፈጸመው የአማራ ሕዝብ የዘር ፍጅት

IV. የማይ ካድራው የአማራ ሕዝብ እልቂት

V. የቤኒሻንጉል የአማራ ሕዝብ እልቂት

VI. ጀዋር መሐመድ “ተከብቤአለሁ” በማለቱ የተፈጸመ የዘር ፍጅት

VII. በሀጫሉ ሁንዴሳ መገደል የተነሣ የተፈጸመው የዘር ፍጅት

VIII. በኦሮሞ ነጻነት ሠራዊት የተፈጸመ የአማራ ሕዝብ የዘር ፍጅቶች

IX. የአማራ ክልል ከተሞች ውድመት።

I. በሶማሌ ክልል የተፈጸመው የአማራ ሕዝብ የዘር ፍጅት (105,106)

ድርጊቱ የተፈጸመበት ወቅት፡- ይህ የዘር ፍጅት የተፈጸመው በሐምሌ ወር 2010 ዓ.ም ነው

የድርጊቱ ጠንሳሽ፡- የድርጊቱ አቀናባሪ እና ጠንሳሽ የክልሉ መንግሥት ሲሆን፤ ሙሉውን የዘር ፍጅት የመራው ደግሞ የክልሉ መንግሥት ፕሬዚዳንት አብዲ ኢሌ ነው።

- ዓላማው፡- ከኢትዮጵያ ተገንጥለን ታላቋን ሶማሊያን እንቀላቀላለን፣ አማራ ጠላታችን ነው፤ ነዳጃችንን ሊወስዱብን ነው። በመሆኑም ክልሉን ከአማራ ተወላጆች እና ከኦርቶዶክስ ክርስትና አማኞች ማጽዳት አለብን፤ ንብረታቸውን ማውደም እና መዝረፍ አለብን የሚል ነው።

የድርጊቱ ፈጻሚ፡- የድርጊቱ ፈጻሚዎች የክልሉ ልዩ ኃይል እና “ሂጎ” የሚባለው የወጣቶች ቡድን ነው።

- የክልሉ ልዩ ኃይል አምስት ክፍለ ጦሮች ያሉት በጣም የሰለጠነ እና የተደራጀ ኃይል ነው። ከባድ መሳሪያዎች ጭምር የታጠቀ ነው።

- ሄጎ የተባለው የወጣቶች ቡድን በክልሉ መንግሥት በተዘጋጀለት ሰነድ እና የበጀት ድጋፍ የተቋቋመ ነው።

ቅስቀሣ፡- የዘር ፍጅቱ ከመፈጸሙ በፊት ሄጎ እና ዋሄገን የሚባሉ የፌስ ቡክ ገጾች ተዘጋጅተው ሰፊ ቅስቀሳ አድርገዋል። ይህ ዝግጅት ሲደረግ የፌዴራል መንግሥቱ የተሟላ መረጃ ነበረው። ክልሉ በጀት በመመደብ 4,058 ሞባይል ስልኮችን ገዝቶ ለሄጎ ቡድን መሪዎች አከፋፍሏል። ጸረ-አማራ ቅስቀሳው በስፋት ከመካሄዱም በላይ የጥቃቱ ዒላማ ባልሆኑ ቤቶች ላይ CMS/ONLF የሚል ምልክት ተደርጎባቸዋል።

አፈጻጸም፡-

- የጥቃቱ ዒላማዎች ራሳቸውን መከላከል እንዳይችሉ ቅድሚያ አማራውን ትጥቅ የማስፈታት ሥራ በክልሉ ልዩ ኃይል ተፈጽሟል፡፡
- ለሄጎ የወጣቶች ቡድን በክልሉ መንግሥት ትጥቅ ተሰጥቷል፡፡
- የክልሉ ልዩ ኃይል ዩኒፎርሙን በመልበስ ለሄጎ ሽፋን በመስጠት ተባብረዋል፤ አብረውም የመግደል እና የማውደም ሥራ ሠርተዋል፡፡
- ቤት ለቤት በመሄድ ግድያ ተፈጽሟል፡፡
- መብራት እንዲጠፋ ተደርጓል፡፡
- የግለሰብ ቤቶችን፣ የንግድ ድርጅቶችን፣ ባንኮችን፣ የሸቀጣ ሸቀጥ ሱቆችን፣ የልብስ ሱቆችን፣ የሕንጻ መሳሪያ መሸጫዎችን፣ ምግብ ቤቶችን እና ተሽከርካሪዎችን ዘርፈዋል አቃጥለዋል፡፡
- ንብረቱን ለመከላከል የሞከረ በሶማሌ ልዩ ኃይል በጥይት ተመትቷል፡፡
- የሚገድሏቸውን ሰዎች አስከሬን እያነሳ የሚጭን መኪና በክልሉ መንግሥት ተዘጋጅቶ ነበር፡፡
- የተዘረፉ ንብረቶችን የሚጭን መኪናም ተዘጋጅቶ ነበር፡፡

ጥቃቱ የተፈጸመበት ቦታ፡- ጅጅጋ እና ደጋ ሀቡር ከተሞች

ውጤቱ፡-

- 59 ሰዎች ተገድለዋል፡፡
- 266 ሰዎች የአካል ጉዳት ደርሶባቸዋል፡፡
- አራት መቶ አሥራ ሁለት ሚሊዮን ብር (412,000,000) የሚያወጣ ንብረት ተዘርፏል፤ ተቃጥሏል፡፡
- ሁለት አብያተ ክርስቲያን ተቃጥለዋል፡፡

ተጠያቂነት፡- የክልሉ ፕሬዚዳንት አብዲ ኤሌ እና አባሪዎቹ ታስረው የነበረ ቢሆንም ክሱ ተቋርጦላቸው በነጻ ተሰናብተዋል።

II. በሲዳማ ዞን የተፈጸመው የአማራ ሕዝብ የዘር ፍጅት *(107)*

ድርጊቱ የተፈጸመበት ወቅት፡- በሐምሌ 11 እና 12 ቀን 2011 ዓ.ም ነው።

የድርጊቱ ጠንሳሾች፡- የድርጊቱ ጥንስስ የተከናወነው በሲዳማ ዞን አመራሮች እና የሲዳማ ዞን ልሂቃን ነው።

ዓላማው፡- የሲዳማ ክልል የመሆን ጥያቄ መልስ ማግኘት አለበት፣ መልስ ካላገኘ በ11/11/11 ዓ.ም በጉልበት የራሳችንን የራስ ገዝ አስተዳደር እንመሠርታለን ብለው አውጀው ነበር። አማራውን እና ኦርቶዶክስ ቤተ ክርስቲያንን መዝረፍና ማውደም ዋነኛው ዓላማቸው ነው።

ፈጻሚው፡- ኤጀቶ የተባለ የሲዳማ የወጣቶች ቡድን ጉዳዩን በባለቤትነት የያዘ ነው። ይህ ቡድን በሲዳማ ዞን አስተዳደር የተደራጀ እና በበጀት የሚደገፍ ነው። በኩሽ ትብብር ስም ደግሞ በጀዋር መሐመድ የስትራቴጂ እና የአመራር ድጋፍ ይደረግለታል። ድርጊቱ ሲታቀድ እና ሲፈጸም የደቡብ ክልል መንግሥትም፣ የፌዴራል መንግሥትም ያውቁ ነበር። ጉዳዩን ለመከላከል ያደረጉት ነገር የለም።

ቅስቀሳ፡- በማኅበራዊ ሚዲያ ስለ11/11/11 በሰፊው ቅስቀሳ ተደርጎለታል።

አፈጻጸም፡-

- ❖ 7 አብያተ ክርስቲያን ተቃጥለዋል።
- ❖ እጅግ ብዙ የአማራ ቤቶች ተቃጥለዋል።
- ❖ ሀብት ንብረት ወድሟል፣ ዘረፋ ተካሂዷል።
- ❖ ቤት ለቤት በመሄድ ጅምላ ግድያ ተካሂዷል።
- ❖ ዘግናኝ የአገዳደል ስልቶችን ኤጀቶ አስተዋውቋል።
  - ○ በገጀራ በመክተፍ
  - ○ የወንዶችን ብልት በመስለብ

- በድንጋይ ወግሮ ጨፈላልቆ በመግደል
- ከአስከሬን ላይ የወርቅ ጥርስ ለመውሰድ የአስከሬን ጥርስ መንቀል
- ሆስፒታል ውስጥ በመግባት የበሽተኛን አንገት በገጀራ መቁረጥ።

ጥቃቱ የተፈጸመበት ቦታ፡-

❖ አገረ ሰላም፣ አዋሳ ዙሪያ፣ ኡራ ወረዳ፣ በና ዙሪያ ወረዳ፣ ሁላ ወረዳ፣ ጭሮኒ ወረዳ፣ ጭሮኒ

ውጤቱ፡-

❖ አርባ ዘጠኝ (49) ሰው ተገድሏል።

❖ ብዙ ሰው የአካል ጉዳት ደርሶበታል።

❖ ሀብት ንብረት ወድሟል።

❖ ሰባት አብያተ ክርስቲያናት ወድመዋል።

III. በደቡብ ክልል የተፈጸመው የአማራ ሕዝብ የዘር ፍጅት

ደቡብ ብሔር ብሔረሰቦችና ሕዝቦች ክልላዊ መንግሥት/ደቡብ ኦሞ ዞን/አሪ ወረዳ

ጉዳዩ የተፈጸመበት ወቅት፡- 2014 ዓ.ም መጋቢት ወር [108]

ጉዳዩ የተፈጸመበት ቦታ፡- አሪ ወረዳ

የጉዳዩ አስተባባሪ፡- የወረዳው አስተዳደር/የአሪ ብሄረሰብ ልሂቃን

የተገደሉ ሰዎች፡- ስድስት

የተገደሉበት መንገድ፡- በድብደባ

የደረሰ ውድመት፡- ብዙ ሱቆችና መኖሪያ ቤቶች ተቃጥለዋል።

የጉዳዩ ፈፃሚ፡- የተደራጁ ወጣቶች

ደቡብ ብሔር ብሔረሰቦችና ሕዝቦች ክልላዊ መንግሥት/አማሮ ልዩ ወረዳ/ጉማይዴ

ጉዳዩ የተፈጸመበት ወቅት፡- 2013 ዓ.ም (ለብዙ ወራት የቆየ) [109]

ጉዳዩ የተፈጸመበት ቦታ፡- አማሮ ልዩ ወረዳ /ጉማይዴ/ ሶስት ቀበሌዎች

የጉዳዩ አስተባባሪ፡- የደቡብ ክልል ልዩ ኃይል

የተገደሉ ሰዎች፡- ሠላሳ

የተገደሉበት መንገድ፡- በጥይትና በድብደባ

የደረሰ ውድመት፡- ብዙ ሱቆችና መኖሪያ ቤቶች ተቃጥለዋል

የጉዳዩ ፈፃሚ፡- የተደራጁ ወጣቶች

IV. ማይካድራ/ወልቃይት

በማይካድራ የተፈጸመ የአማራ ሕዝብ እልቂት [110,111,112,113]

ድርጊቱ የተፈጸመበት ወቅት፡- ጥቅምት 30 ቀን 2013 ዓ.ም ከቀኑ 8፡00 ስዓት እስከ ሌሊቱ 9፡00 ስዓት ድረስ ነው።

የድርጊቱ ጠንሳሽ፡- ሕወኃት፣ የሕወኃት የፀጥታ አካላት፣ የአካባቢው የጥጸታ ኃላፊዎች

ዓላማው፡- አካባቢውን ሙሉ በሙሉ ከአማራ ማጽዳት

ፈጻሚው፡- ፖሊሶች፣ ነጋዴዎች፣ ኢንቨስተሮች፣ የሃይማኖት አባቶችም ተሳትፈውበታል። ሐውዜን እና ሳምረ የሚባሉ የትግሬ ወጣቶች ቡድን ዋነኞቹ የዘር ፍጅቱ ፈጻሚዎች ነበሩ።

ቅስቀሳ፡- ለሰባት ቀናት ያክል ሐውዜን እና ሳምረ የተባሉት ገዳይ ቡድኖች ማይካድራ ከተማ ውስጥ በሚገኘው ሴንትራል ትምህርት ቤት ስልጠና ተሰጥቷቸዋል። በየዕለቱ በሬ እየታረደላቸው የዘር ፍጅቱን እንዲፈጽሙ ተዘጋጅተዋል፣ አደረጃጀትም ተሰርቶላቸዋል። በቀን ለእያንዳንዳቸው ሦስት ሺህ ብር አበል ተከፍሏቸዋል።

የወንድወሠን አሰፋ

አፈጻጸም፡- ጥቅምት 28 ቀን 2013 ዓ.ም ጀምሮ የሐውዜን እና የሳምረ ቡድን አባላት በአማራዎች ቤት በመዞር መታወቂያ ወረቀት በመጠየቅ ግለሰቡ አማራ ከሆነ መታወቂያውን ይነጥቁት ነበር። የዘር ፍጅቱን ለመፈጸም እንዲቻል 800 ገጀራ መጥቶ ለገዳዮቹ የተከፋፈለ ሲሆን ግድያውም ቤት ለቤት በመሄድ በገጀራ፣ በካራ፣ በፋስ እና በሌሎች ስለታማ ነገሮች ተፈጽሟል።

የሚገደሉትን ሰዎች ስም ዝርዝር ከቀበሌ አመራሮች ጋር ተባብረው ያዘጋጁት መሆኑ ተረጋግጧል። የግድያው አፈጻጸም በማረድ፣ በመጨፍጨፍ እና ጋዝ አምጥቶ በማቃጠል ናቸው። ከግድያው በኋላ አስከሬኖቹን በትራክተር ጋሪ በመጫን ከከተማው ውጪ ባሉ ሸለቆዎች ውስጥ በጅምላ ቀብረዋል።

ድርጊቱ የተፈጸመበት ቦታ፡- ወልቃይት፣ ማይካድራ ከተማ

ውጤቱ፡-

- ❖ አሥር (10) የጅምላ መቃብሮች ተገኝተዋል።
  - ○ አቡነ አረጋዊ ቤተ ክርስቲያን አጠገብ
  - ○ ምድረ ገነት መውጫ
  - ○ በረከት መውጫ
  - ○ በአከር መውጫ
  - ○ ሁመራ መውጫ
  - ○ ልጉዲ መውጫ
  - ○ መቻች አጠገብ
  - ○ ሴንትራል
  - ○ ከተማው ውስጥ
  - ○ ኢድሪስ

❖ የተገደሉ ሰዎች፡- በተገኘ የጅምላ መቃብር

○ አንድ ሺህ አምስት መቶ ሀያ አምስት(1,525) የተገደሉ

❖ ሰማንያ አንድ (81) የአካል ጉዳት የደረሰባቸው።

V. የመተከል የዘር ፍጅት (114,115,116)

i. ወቅቱ፡- ከታኅሣሥ 13-14 ቀን 2013 ዓ.ም

ፈፃሚ፡- የቤኒሻንጉል ሕዝቦች ነፃነት ንቅናቄ፤ 500 ታጣቂዎች

የጉዳቱ መጠን፡-

✓ የሞቱ - 222 ሰዎች

✓ የተፈናቀሉ - 40,000 ሰዎች

አገዳደል፡- በጥይት፣ በቀስት፣ በእሳት በማቃጠል

ii. ወቅቱ፡- ቅዳሜ ኅዳር 5 ቀን 2013 ዓ.ም

ፈፃሚ፡- የቤኒሻንጉል ሕዝቦች ነፃነት ንቅናቄ

የጉዳቱ መጠን፡-

✓ የሞቱ - 34 ሰዎች

ማስታወሻ፡-በአውቶቡስ የተሳፈሩ ሰዎችን ከመኪና አስወርዶ በመፍጀት

iii. ወቅቱ፡- መስከረም 2013 ዓ.ም

ፈፃሚ፡- የቤኒሻንጉል ሕዝቦች ነፃነት ንቅናቄ፤ 500 ታጣቂዎች

የጉዳቱ መጠን፡-

✓ የሞቱ: 45 ሰዎች

iv. ወቅቱ፡- ጥቅምት 2013 ዓ.ም

ፈፃሚ፡- የቤኒሻንጉል ሕዝቦች ነፃነት ንቅናቄ፤ 500 ታጣቂዎች

የጉዳቱ መጠን፡-

የሞቱ: 14 ሰዎች

v. ወቅቱ፡- ማክሰኞ፣ ጥር 4 2013 ዓ.ም

ፈፃሚ፡- የቤኒሻንጉል ሕዝቦች ነፃነት ንቅናቄ፤ 500 ታጣቂዎች

የጉዳቱ መጠን፡-

የሞቱ - 82 ሰዎች

የቆሰሉ - 22

vi. ወቅቱ፡- ዓርብ፣ ሰኔ 30፣ 2015 ዓ.ም

ፈፃሚ፡- የቤኒሻንጉል ሕዝቦች ነፃነት ንቅናቄ፤ 500 ታጣቂዎች

የጉዳቱ መጠን፡-

የሞቱ: 17 ሰዎች

የተፈናቀሉ: 101,000 ሰዎች ተፈናቅለዋል።

አገዳደል:

- ✓ አንገት በመቁረጥ፣ ሰውነትን በመቆራረጥ፣ የሰው ስጋ በመብላት፤
- ✓ የስድስት ወር ልጅ በስለት ታርዳ ተገድላለች።

VI. ጀዋር መሐመድ ተከብቤያለሁ በማለቱ የተፈጸመው የዘር ፍጅት፡- (117)

ድርጊቱ የተፈጸመበት ወቅት፡- ከጥቅምት 12 እስከ 14 ቀን 2012 ዓ.ም

የድርጊቱ ጠንሳሽ፡- የድርጊቱ ጠንሳሽና አቀነባባሪ የኦሮሞ አክቲቪስት የነበረው ጀዋር መሐመድ ሲሆን ድርጊቱን ከማስጀመር ጀምሮ የዘር ፍጅቱን ለማስቆምም መመሪያ የሰጠው እሱ ነው፡፡

ዓላማው፡- ዋነኛ ዓላማው አማራን ከኦሮሚያ ማጽዳት፣ ሀብትና ንብረቱን ማቃጠል ማውደም ነው፡፡ አጋጣሚውን ዘርፈ ብዙ ዘረፋ ለማድረግም ተጠቅመውበታል፡፡ መነሻው ቄሮ የሚባለውን የወጣቶች ቡድን ያደራጀው እና የሚመራው ጀዋር መሐመድ ከኦሮሞ ብልጽግና መሪዎች ጋር ውዝግብ ውስጥ ገብቶ ነበር፡፡ ጀዋር መሐመድ በመንግሥት የጸጥታ ኃይሎች ተከብቤአለሁ በማለት ለቄሮ ጥሪ አስተላልፏል፡፡ ቤተልሔም ታፈሰ "እኔና የኤልቲቪ ሚስጢሮቼ" በሚለው መጽሐፏ ከገፅ 77 እስከ 83 ባሉት ገፆች የዓይን ምስክርነቷን እንደሰጠችው፡፡ ከብዙ ጉዳት በኋላ በኦሮሞ ሽማግሌዎች በተደረገ ሽምግልና ጀዋር ከኦሮሞ ብልጽግና መሪዎች ጋር ከታረቀ በኋላ የዘር ፍጅቱን አስቁሟል፡፡

ፈጻሚው፡- የዘር ፍጅቱን የፈጸመው በዋነኛነት ቄሮ ተብሎ የሚጠራው የኦሮሞ ወጣቶች ቡድን ነው፡፡ ቄሮን ያደራጀነው እኛ ነን ሲል የኦሮሚያ ክልል ፕሬዚዳንት አቶ ሽመልስ አብዲሳ የተናገረ ቢሆንም ጀዋር መሐመድም በቄሮ ቡድን ውስጥ ከፍተኛ ተሰሚነት እንዳለው ታይቷል፡፡ በዚህ የዘር ፍጅት የኦሮሚያ ፖሊስ፣ የኦሮሚያ ልዩ ኃይል፣ እና የኦሮሚያ መስተዳደር አካላት ተሳትፈዋል፡፡

ቅስቀሳ፡- ጉዳዩ ኦ.ኤም.ኤን (OMN) በሚባለው የጀዋር መሐመድ ሚዲያ ሰፊ ቅስቀሳ ተሰርቶለታል፡፡ በርካታ የኦሮሞ አክቲቪስቶች የዘር ፍጅቱን በማጋጋል እና በማራገብ ሰርተዋል፡፡ በተጨማሪም በግል የማኅበራዊ ሚዲያ ገጾች ቅስቀሳ ተደርጓል፡፡

አፈጻጸም፡-

- በጥይት በመደብደብ፣ በገጀራ በመቆራረጥ፣ በእሳት በማቃጠል
- አስከሬን መሬት ላይ በመጎተት፣ አካልን አንድ በአንድ በመቆራረጥ
- የእርጉዝ ሆድ በሳንጃ በመቅደድ
- ዘረፋ፣ ቤት ማቃጠል፣ ቤት በማውደም
- የንግድ ሱቆች፣ ሆቴሎች፣ ተሽከርካሪዎችን በማቃጠል፡፡

ጥቃቱ የተፈጸመበት ቦታ፡-

ምዕራብ አርሲ፣ ምሥራቅ ሐረርጌ፣ ምዕራብ ሐረርጌ፣ ምሥራቅ ሸዋ፣ አዲስ አበባ ዙሪያ እና ባሌ።

ውጤቱ፡-

- 86 ሰዎች ተገድለዋል።
- ቁጥራቸው ያልታወቀ በሺህ የሚቆጠሩ ሰዎች ቀላልና ከባድ የአካል ጉዳት ደርሶባቸዋል።
- አንድ ቢሊዮን አንድ መቶ ሃምሳ ሚሊዮን (1,150,000,000.00) ብር የሚገመት ንብረት ወድሟል (ቤት በማቃጠልና በንብረት ዝርፊያ)።

VII. በሀጫሉ ሁንዴሳ መገደል የተነሣ የተፈጸመው የዘር ፍጅት (118,119,120)

ድርጊቱ የተፈጸመበት ወቅት፡- ሰኔ 22 እና 23 ቀን 2012 ዓ.ም

የድርጊቱ ጠንሳሽ፡- አርቲስት ሀጫሉ ሁንዴሳ በአዲስ አበባ ከተማ ተገድሎ ተገኘ። የመጀመሪያው ዜና ከተነገረ በኋላ በጀዋር መሐመድ ባለቤትነት የሚመራው የኦ.ኤም.ኤን (OMN) ቴሌቪዥን "ሀጫሉን የገደለው ነፍጠኛ ነው" የሚል ቅስቀሳ ሌሊቱን ሙሉ አካሄደ። በተጨማሪም ልዩ ልዩ አክቲቪስቶች እና የመንግሥት ባለስልጣናት ቅስቀሳ አካሂደዋል። የአገሪቱም ጠቅላይ ሚኒስትር ዐቢይ አህመድ "በሀጫሉ ሞት ውድ ነብስ አጥተናል" በማለት በእሳቱ ላይ ቤንዚን አርከፍክፈዋል።

ዓላማው፡- አጋጣሚውን በመጠቀም ኦሮሚያን ከአማራ ማጽዳት፣ የአማራን ቤት ማቃጠል፣ ሀብትና ንብረት ማውደም እንዲሁም ዘረፋ መፈጸም ናቸው።

ፈፃሚው፡- ድርጊቱን በዋናነት የፈጸመው ቄሮ የሚባለው የኦሮሞ ወጣቶች ቡድን፣ የኦሮሚያ ፖሊስ፣ የኦሮሚያ ልዩ ኃይል እንዲሁም በተለያዩ እርከን የሚገኙ የኦሮሚያ መስተዳደር አካላት ናቸው።

የነፃነት ሰልፍ

ቅስቀሳ፡- የዘር ፍጅት ቅስቀሳው፣ "ነፍጠኛው ነው ሀጫሉን የገደለው" በሚል መሪ ቃል፣ ያለማቋረጥ በሶሻል ሚዲያ እና በኦ.ኤም.ኤን ሚዲያ ተደርጓል።

አፈጻጸም፡- በዚህ የዘር ፍጅት የተሻለ መረጃ መሰብሰብ ተችሏል።

የአገዳደል ዘዴዎች፡- (እንደ ኢሰመጉ 147ኛ ልዩ የሰብአዊ መብት ዘገባ)፡-

- ብልታቸውን በመስለብ አፋቸው ውስጥ በመክተት መግደል፣
- ጡታቸውን በመቁረጥ ደብድበው መግደል፣
- የሰውነት ክፍላቸውን ተራ በተራ በመቁረጥ መግደል፣
- ቆራርጠው ከገደሏቸው በኋላ መሬታችን ላይ አይቀበርም ብሎ መክልከል፣
- አርዶ በመግደል ቀብር በመከልከል አስከሬኑን በአውሬ ማስበላት፣
- ከገደሉ በኋላ አካላቸውን ቆራርጦ ለውሾች መስጠት፣
- ከፖሊስ ጣቢያ አውጥተው በመንግሥት ቢሮ ውስጥ መግደል፣
- ሐኪም ቤት ለሕክምና ገብተው ተጨፍጭፈው የተገደሉ፣
- በገጀራ ታርደው ከተገደሉ በኋላ መጸዳጃ ቤት የተጨመሩ፣ አንገትን በመቁረጥ በአሰቃቂ ሁኔታ መግደል፣
- አስከሬን መሬት ለመሬት መጎተት፣
- አስከሬን ወደ ገደል በመወርወር፣
- ከድብደባ በኋላ ከነሕይወታቸው በመቅበር፣
- አስገድደው ከደፈሯቸው በኋላ በመግደል፣
- አስገድዶ ደፍሮ በሽታ ማስተላለፍ፣
- አሰቃቂውን ግፍ በማየት ያበዱ፣
- የቤተሰባቸውን ደም በግድ የተጋቱ እና ያበዱ፣

- በድብደባ አካል ጉዳተኛ የሆኑ፣
- ዓይኖቻቸውን የታወሩ፣
- እግርና እጃቸውን የተቆረጡ፣
- በድብደባ የጀርባ አጥንታቸው በመጎዳቱ ሽባ ሆነው ሠርተው መብላት የማይችሉ፣
- ሚስማር በተሰካበት እንጨት መቀጥቀጥ፣
- በፋስ ጭንቅላትን መፍለጥ፣
- በዱላ ቀጥቅጦ መግደል በመሳሰሉት ሊሰሚቸው እንኳ የሚዘገንኑ ግፎች ተፈጽመዋል፣ የዘር ማጽዳት ተካሂዷል።

የመንግሥት አካላት ተሳትፎ

- የመከላከያ ሠራዊት አካላት "ሕዝቡን እንድከላከል አልታዘዝኩም" በማለት ቆሞ በማየት፣
- ባለስልጣናቱ "ምንም ችግር የለም" በማለት የተዛባ መረጃ በማስተላለፍ፣
- እንዲያውም የክልሉ ፕሬዝዳንት አቶ ሽመልስ አብዲሳ እልቂት እየተፈጸመ እንደሆነ ሌሊት ደውሎ ለነገረው የሻሸመኔ ከተማ ከንቲባ "ምን አገባህ? አርፈህ ተኛ" በማለት የድርጊቱ ተባባሪ በመሆን፣
- ገዳዮችን በማበረታታት፣ ጥቃቱን በማቀነባበር፣ በማስፈራራት፣
- ሸሽተው ቤተ ክርስቲያን የተጠለሉ ሰዎች ላይ አስለቃሽ ጪስ በመተኮስ፣
- ማይክራፎን ይዞ የዘር ፍጅት በመቀስቀስ፣
- ስለ እልቂቱ የመንግሥት ሚዲያ ሳይዘግብ ቀርቷል፣
- እልቂቱ ሲፈጸም እና ቤት ንብረት ሲወድም የኦሮሚያ ፖሊስ እና ልዩ ኃይል ቆሞ ሲመለከት ነበር። የኦሮሚያ ልዩ ኃይል በግድያው ተሳትፏል።

- የኦሮሚያ ኮሚኒኬሽን ቢሮ በ29/11/2012 ዓ.ም ባወጣው መግለጫ የዘር ፍጅቱን የሚዘግቡ ሚዲያዎችን አስጠንቅቋል።

ጥቃቁ የተፈጸመበት ቦታ፡-

- ባሌ
- አርሲ
- ምዕራብ ሐረርጌ
- ምዕራብ አርሲ በተለይም ሻሸመኔ
- ምሥራቅ ሸዋ
- ደቡብ ምዕራብ ሸዋ

ውጤቱ፡-

- አንድ መቶ ስልሳ ሰባት (167) ሰዎች የሞቱ
- ሠላሳ ስምንት (38) ሰዎች ከባድ የአካል ጉዳት
- ሃያ ዘጠኝ (29) ሰዎች ቀላል ቁስል
- ሰባት ሺህ ሰዎች (7000) ተፈናቅለዋል።
- አምስት ቢሊዮን ብር (5,000,000,000.00) የሚገመት የንብረት ውድመት ደርሷል።

እርቀ ሰላም ሞገስ (121)

በወቅቱ እየተፈጸመ የነበረውን ዘግናኝ ድርጊት መገንዘብ እንዲቻል የአንዲት እኅታችንን ታሪክ ልንገራችሁ። በ2014 ዓ.ም በኢ.ይ.ኤ.ይስ አርምሞ ተዘጋጅቶ በታተመው መዘገበ ሰማዕታት ቅፅ 1፣ ገጽ 186-194 ላይ እንደተጻፈው።

እርቀ ሰላም ሞገስ ታኅሣሥ 10 ቀን 1973 ዓ.ም በምዕራብ ሐረርጌ ውስጥ መሰላ በተባለ ከተማ ተወለደች። እጅግ በጣም ቅን፣ ትሁትና ታዛዥ የሆነች ልጅ ነበረች። ገና በልጅነቷ አባቷ በመሞታቸው እንዲሁም እናቷ ደካማ በመሆናቸው ሁለት ወንድሞቿን እና

አንዷት እኅቷን ለማሳደግ ገና በልጅነቷ አነስተኛ በሆነ የንግድ ሥራ ላይ በመሰማራት የቀን ሥራ በመሥራት ትታትር ነበር። በዚህ የተነሣ ለሦስት ዓመታት ትምህርቷን አቋርጣ የነበረ ሲሆን በኋላ ግን ትምህርቷን ጨርሳ ኮሌጅ ገብታ በመምህርነት ሞያ ተመርቃ ሥራ ይዛለች።

በጣም መንፈሳዊ የሆነች ነዳያንን የምትመግብ፣ እስረኞችን የምትጠይቅ፣ የታመሙትን የምትጎበኝ መልካም ሴት ነበረች። ትዳር ከያዘች በኋላም ሦስት ሴቶችና አንድ ወንድ ልጅ ወለደች። የመጨረሻ ልጇን ወልዳ ገና የ15 ቀን አራስ እያለች ኅዳር 2 ቀን 2012 ዓ.ም ቄሮ በቡድን መጥቶ በተኛችበት በድንጋይ፣ በዱላ፣ በሰይፍ ቆራረጣት። በጦርም ጎኗን ወግተው ገደሏት።

VIII. በኦሮሞ ነፃ አውጪ ሠራዊት የተፈጸሙ የዘር ፍጅቶች (ምዕራብና ሰሜን ኦሮሚያ)

ድርጊቱ የተፈጸመበት ወቅት፡- ከሚያዚያ 2012 ዓ.ም ጀምሮ 2013፣ 2014፣ 2015፣ 2016 እስከ አሁን ድረስ (በአሁኑ ወቅትም በመፈጸም ላይ ያለ)።

የድርጊቱ ጠንሳሽ፡- የድርጊቱ ጠንሳሾች ላለፉት 150 ዓመታት "የኦሮሞ ሕዝብ በአማራ ሰፋሪ ቅኝ አገዛዝ (Settler Colonialism) ሥር ነው ያለው። የአማራ ሕዝብ የኦሮሞን ሕዝብ ቅኝ ገዝቶታል። ስለዚህ ከኦሮሚያ ውስጥ አማራው ተጠርጎ መውጣት አለበት። የዘር ፍጅት ሊፈጸምበት ይገባል" የሚሉ በኦሮሞ ነጻነት ግንባር ስም በተለያየ ቅርጽና ይዘት የተደራጁ ጸረ-አማራ ስብስቦች ናቸው

የድርጊቱ ፈጻሚ፡- ከፖለቲካ ክፍሉ ጎን ለጎን የተደራጀው በኦሮምኛ (ወራና አዳ ቢሉሱ ኦሮሞ) ወይም የኦሮሞ ነጻነት ሠራዊት የሚባለው ነው። ይህ ሠራዊት በ1969 ዓመተ ምሕረቱ የሶማሊያ ወረራ ወቅት በሶማሊያው መሪ በዚያድ ባሬ ሥር ተሰልፎ ኢትዮጵያን ሲዋጋ ቆይቶ ሶማሊያ በመሸነፏ የተነሣ የኦነግ ሠራዊት መከፋፈል አጋጥሞት የተበተነ ኃይል ነው።

በደርግ ዘመን አነስተኛ መሰባሰብ በማድረግ ዋና ጽሕፈት ቤቱን በካርቱም አድርጎ በአሶሳ አካባቢ ይንቀሳቀስ ነበር። በወቅቱ የሠራዊቱ መሪ የዛሬው የኦነግ ሊቀመንበር ፍሬው

ኢብሳ (ዳውድ ኢብሳ) ነበር። በደርግ ዘመን የኦሮሞ ነጻነት ሠራዊት ከሕወኃት ጋር በመቀናጀት በአሶሳ በነበሩ አማሮች ላይ የዘር ፍጅት ፈጽሟል።

ኦነግ ከትሕነግ/ኢሕአዴግ ጋር በመሆን በመሠረቱት የሽግግር መንግሥት የኦሮሞ ነጻነት ሠራዊት ብዙ ተቀናሽ የቀድሞ ሠራዊት አባላትን በመቀበል አቅሙን በከፍተኛ ደረጃ አሳደገ። በወቅቱ የሠራዊቱ መሪ አብርሃም ለታ (አባ ጫላ ለታ) ነበር። በሽግግር ወቅት ይህ ሠራዊት በምዕራብ ሐረርጌ፣ በምሥራቅ ሐረርጌ፣ በአርሲ፣ በባሌ፣ በጅማ እና በወለጋ መጠነ ሰፊ የዘር ፍጅት ፈጽሟል። ይህንንም ድርጊቱን በይፋ በአደባባይ አምኗል። ኦነግ ከሽግግር መንግሥቱ ከወጣ በኋላ አብዛኛው ሠራዊቱ ተማረከ። የተረፈው ደግሞ በውጊያ ተሸንፎ ተሰደደ። መልሶ መቋቋም ያደረገው ቡድን በኤርትራ ከለላ ተሰጥቶት ከሁለት አሥርት ዓመታት በላይ በኤርትራ ቆይታ አድርጓል። የኦሮሞ ብልጽግና መንግሥት ሥልጣን ሲይዝ በተደረገ፣ ይዘቱ ግን ግልጽ ባልሆነ ስምምነት ከነሙሉ ትጥቁ ወደ ሀገር ውስጥ ገብቶ በካምፖች እንዲቀመጥ ተደረገ።

የኦሮሞ ነፃነት ሠራዊት ወደ ኢትዮጵያ ከተመለሰ በኋላ ብዙም ሳይቆይ ካምፑን ለቆ ወጣ። ወታደራዊ ካምፖችን በቤንች ማጂ ዞን፣ በሆሮ ጉድሩ ዞን በጃርቴ ወረዳ፣ በምዕራብ ወለጋ በጉሊሶ ወረዳ፣ በጉጂ፣ በምሥራቅ ሸዋ በቦርጨታ አካባቢ እንዲሁም በአማራ ክልል ኦሮሞ ብሔረሰብ ዞን ውስጥ አቋቋመ። በዩኒቨርሲቲ ተማሪዎች ላይ በማተኮር በኅቡዕም በይፋም ከፍተኛ ምልመላ አካሄደ።

ሠራዊቱ ቅንጅት በመፍጠር ድሪባ ኩምሳን (ጃል መሮ) መሪው አድርጎ መርጧል። በመንግሥት መዋቅር ውስጥ ያሉት የኦሮሞ ብልጽግና መሪዎችም ዓላማውን ስለሚጋሩት ብዙ ነገር አመቻችተውለታል። በአጭር ጊዜ ከአሥራ ሰባት በላይ ባንኮችን በመዝረፍ የገንዘብ አቅሙን ያጠናከረ ሲሆን፣ በመከላከያ ሚኒስቴር ልዩ ትእዛዝ ተገዝቶ "ሪፐብሊካን ጋርድ" የጠቅላይ ሚኒስትሩ ልዩ ዘብ ብቻ የታጠቀውን ድራጎኖቭ ስናይፐር ጠመንጃ (Dragonov Sniper Rifles) እንዲታጠቅ አድርጓል። ተደጋጋሚ የሰራዊት ምረቃ ሲያከናውን የነበረው የኦሮሞ ነፃነት ሠራዊት ሀብትና ገንዘብ የሚያሰባስቡለት የኦሮሞ ዳያስፖራ ድጋፍ ሰጪ አካላትም አደራጅቷል።

ዓላማው፡-

የኦሮሞ ነፃነት ሠራዊት ዓላማ ከኢትዮጵያ መከላከያ ሠራዊት ወይም ከኦሮሚያ ልዩ ኃይል ጋር መዋጋት አይደለም። የሠራዊቱ ዓላማ ምንም ትጥቅ የሌለውን ማሳውን የሚያርሰውን የአማራ ገበሬ፣ ለልጆቿ ምግብ የምታበስልን የአማራ እናት፣ በእናታቸው

እቅፍ ያሉ ሕፃናትን እንዲሁም በከተሞች ነዋሪዎች የሆኑ የአማራ ተወላጆች ላይ የዘር ፍጅት መፈጸም፣ ሀብት ንብረታቸውን ማውደም ነው። በሚሊዮን የሚቆጠሩትን የአማራ ተወላጆች እንዲሰደዱ በማድረግ ከአማራ ሕዝብ የጸዳ ኦሮሚያን መፍጠር ነው።

ቅስቀሳው፡-

በመግቢያው እንደተጠቀሰው ሥርዓታዊ እና መንግሥታዊ በሆነ ሁኔታ በአማራ ሕዝብ ላይ የዘር ፍጅት እንዲፈጸም አውድማውን ማመቻቸት ነው። በግል እያንዳንዱ የኦሮሞ ነፃነት ሠራዊት አባል የአማራ ተወላጆችን እንደ ሰው እንዳያይ ተደርጎ መሰልጠኑ በድርጊቱ ታይቷል። በተጨማሪም በመንግሥት የመገናኛ ብዙኃን፣ በኦሮሚኛ ዘፋኞች፣ በማኅበራዊ ሚዲያ እና በኦሮሞ አክቲቪስቶች ከፍተኛ ቅስቀሳ ተደርጓል።

አፈጻጸም፡-

- ✓ በሚያዝያ 15 ቀን 2012 ዓ.ም በጅማ ዞን ሊሙ ኮሳ ወረዳ፣ ቀጨ ቲርቲራ ቀበሌ አርሶ አደሮችን በመፍጀት፣ ቤት ንብረታቸውን በማቃጠል የዘር ፍጅቱን ጀመረ።
- ✓ በጥቅምት 2013 ዓ.ም በቤንች ማጂ፣ በሆሮ ጉድሩ ጃርቴ ወረዳ፣ በምዕራብ ወለጋ፣ ጉሊሶ ወረዳ ከሚገኙት ወታደራዊ ቤዞቹ በመነሣት በተጠቀሱት ወረዳዎች የሚገኙ ያልታጠቁ አማራዎች ላይ የዘር ፍጅት፣ ቤት ንብረት ማውደም እና ማፈናቀል አደረገ።
- ✓ በኅዳር 2013 ዓ.ም በቤኒሻንጉል እና በምሥራቅ ወለጋ ወታደራዊ ቤዝ በማቋቋም የዘር ፍጅቱን አስፋፋ።
- ✓ ከመጋቢት 2013 ዓ.ም ጀምሮ በቤኒሻንጉል፣ በሆሮ ጉድሩ፣ በቄሌም ወለጋ፣ በምዕራብ እና ምሥራቅ ወለጋ በሁሉም ወረዳዎችና ቀበሌዎች የዘር ፍጅት፣ የንብረት ውድመት፣ እገታና ማፈናቀል እያደረገ ኖረ። መንግሥት በወቅቱ ሕዝቡን እንዲከላከል ተጠይቆ "ኃይል የለኝም" የሚል መልስ መስጠቱም ይታወቃል።
- ✓ ሚያዝያ 2013 ዓ.ም ወደ ምዕራብ ሸዋ ዞን መስፋፋት በማድረግ መጠነ ሰፊ የዘር ፍጅቱን አከናወነ።

- ✓ በጥቅምት 2014 ዓ.ም የኦሮሞ ነፃነት ሠራዊት የዘር ፍጅት ሰሜን ሸዋ ገርበ ጉራቻ ከተማ ደረሰ። ጥር፣ የካቲት እና ሚያዝያ 2014 ዓ.ም ደራ ወረዳ ወረ ጃርሶ ወረዳ ላይ የዘር ፍጅት፣ የንብረት ውድመት እና ማፈናቀል ጀመረ።
- ✓ በሰኔ 2014 ወደ ጋምቤላ ክልል ኢታንግ ልዩ ወረዳ ድረስ በመዝለቅ የአማራ ተወላጆች ላይ የዘር ፍጅቱን አስፋፋ።

የዘር ፍጅቱ የተፈጸመባቸው እና እየተፈጸመባቸው ያሉ ወረዳዎች፡-

1. ጅማ ዞን፡- ሊሙ ኮሳ፡ ሊሙ ሰቃ፡ ሲግሞ ሰጠማ፡ ጌራ፣ ጅማ ከተማ ዙርያ፣ ሰኮሩ፣ የም ልዩ ወረዳ፣ ጎማ፣ ቶባ ወረዳዎች።
2. ኢሉባቦር ዞን፡- አልጌ ሳቺ፣ ዳሪሙ፣ ገቺ፣ ሲቦ፣ ደዴሳ ወረዳዎች
3. ሰሜን ሸዋ (ኦሮሚያ)፡- ወረ ጃርሶ፣ ኤጀሬ፣ ገርበ ጉራቻ፣ ደራ፣ ጎሐ ጽዮን ወረዳዎች
4. ምዕራብ ሸዋ፡- ግንደ በረት፣ አቡና ግንደ በረት፣ ጀልዱ፣ ባኮትቤ፣ ጨልያ፣ እንጭኒ፣ ጀባት፣ ኖኖ፣ ኤጀርሳ ላፎ፣ ዳኖ ወረዳዎች
5. ምሥራቅ ሸዋ፡- አድአ፣ አዳማ፣ ወንጂ፣ ሊበን ጭቋላ (ዝቋላ)
6. ምሥራቅ ወለጋ፡- ሊሙ ወረዳ፣ ጊዳ አያና፣ አንገር ጉትን፣ ሁሉም ወረዳዎች
7. ምዕራብ ወለጋ፡- ጉሊሶ፣ ጊምቢ፣ ሁሉም ወረዳዎች
8. ሆሮ ጉድሩ፡- ኮምቦልቻ፣ ጉድሩ፣ ዳዱ፣ ጃርቴ፣ አሞሩ ወረዳዎች
9. ቄሌም ወለጋ፡- ሐዋ ገላን፣ ሁሉም ወረዳዎች
10. ጋምቤላ ክልል፡- ኢታንግ ልዩ ወረዳ

ውጤቱ (ማሳያ ናሙናዎች)

1. **ወቅቱ፡- ሚያዝያ** 15 **ቀን** 2012 **ዓ.ም** [122]

ቦታው፡- ጅማ ዞን ሊሙ ኮሳ ወረዳ ቀጬ ቲርቲራ ቀበሌ

ፈፃሚ፡- የኦሮሞ ነፃነት ሠራዊት

ጉዳት፡- 32 ሰው ተፈጅቷል፣ ቤት ንብረት ወድሟል፣ መፈናቀል ተከስቷል።

2. **ወቅቱ፡- ጥቅምት 17 ቀን 2013 ዓ.ም** (123)

ቦታው፡- ቤንች ማጂ ዞን ሸኮ ወረዳ

ፈፃሚ፡- የኦሮሞ ነፃነት ሠራዊት

ጉዳት፡- 38 ግድያ፣ የንብረት ውድመት፣ መፈናቀል

ማስታወሻ፡- ሠራዊቱ በአካባቢው ማሰልጠኛ ነበረው። የመንግሥት የጸጥታ ኃይል ሳይከላከል ሸሽቷል።

3. **ወቅቱ፡- ጥቅምት 24-25 ቀን 2013 ዓ.ም** (124,125)

ቦታው፡- ምዕራብ ወለጋ ጊምቢ ዲላ ጎጎላ፣ ስቃ ጀርቢ ቀበሌዎች

ፈፃሚ፡- የኦሮሞ ነፃነት ሠራዊት

ጉዳት፡- 200 ሰው አልቋል። ቤት ንብረት ወድሟል፤ በአሥር ሺዎች የሚቆጠር ሕዝብ ተፈናቅሏል።

ማስታወሻ፡- በአካባቢው የሰፈረ የመከላከያ ሠራዊት ነበረ። የኦሮሞ ነፃነት ሠራዊትም በአካባቢው ነበረ። በጥቅምት 23 ቀን 2013 ዓ.ም ከሰዓት በኋላ የመከላከያ ሠራዊቱ ጓዙን በመኪኖቹ ጭኖ አካባቢውን ለመልቀቅ ተነሳ። ሕዝቡ መንገዱን ዘግቶ እባካችሁ አትውጡ ብሎ ለመናቸው። መከላከያው ለሕዝቡ "የምንወጣው ታዘን ነው" ብሎ መለሰላቸው።

ጥቅምት 24 ቀን 2013 ዓ.ም በነጋታው የኦሮሞ ነጻነት ሠራዊት አካባቢውን ተቆጣጥሮ ሕዝቡን ስበሰባ ጠራ። ሕዝቡ ስብሰባው በተጠራበት የትምህርት ቤት ግቢ ከተሰበሰበ በኋላ በመክበብ በመትረየስ ፈጃቸው። ጥቅምት 25 ቀን 2013 ዓ.ም ድረስ ሸሽተው ጫካ የተደበቁትን ሳይቀር እየለቀመ ፈጃቸው።

4. **ወቅቱ፡- ኅዳር 27 ቀን 2013 ዓ.ም**

ቦታው፡- ምሥራቅ ወለጋ ሊሙ ወረዳ መንደር 1፣ መንደር 2

ፈፃሚ፡- የኦሮሞ ነፃነት ሠራዊት

ጉዳት፦ 10 ግድያ፣ 12 እገታ፣ የንብረት ውድመት፣ መፈናቀል

ማስታወሻ፦ ድርጊቱ የተፈጸመው ከምሽቱ 5 ሰዓት ነው። በማሳ ላይ የተከመረውን ሰብል ሲያቃጥሉት ገበሬው እሳቱን ለማጥፋት እየተሯሯጠ ሲመጣ ደፈጣ ይዘው ፈጁት።

5. **ወቅቱ፦ ከመጋቢት 2 ቀን 2013 ዓ.ም ጀምሮ**

ቦታው፦ በምዕራብ እና በምሥራቅ ወለጋ ዞኖች፣ በሁሉም ወረዳዎች

ፈፃሚ፦ የኦሮሞ ነፃነት ሠራዊት

ጉዳት፦ በመጀመሪያ ምሽት በምሥራቅ ወለጋ 29 ሰዎች በቢላዋ ታርደዋል። በሁሉም ወረዳዎች ከፍተኛ ፍጅት ተፈጽሟል። የተፈጀው ሰው መጠን አልታወቀም።

ማስታወሻ፦ ይህንን የዘር ፍጅት እንዲያስቆም በሥልጣን ላይ ያለው መንግሥት በኅብረተሰቡ ተጠይቆ እንደ ተለመደው "ኃይል የለኝም" ብሏል።

6. **ወቅቱ፦ ጥር 2013 ዓ.ም እስከ ነሐሴ 2014 ዓ.ም** (126)

ቦታው፦ ምዕራብ ሸዋ ዞን፣ ግንደ በረት፣ ጀልዱ፣ ባኮትቤ፣ ኖኖ፣ ጨልያ፣ እንጭኒ እና ጅባት ወረዳዎች

ፈፃሚ፦ የኦሮሞ ነፃነት ሠራዊት

ጉዳት፦ 200 ሰው ታርዷል።

ማስታወሻ፦ የኦሮሚያ ልዩ ኃይል ጥቃቱን መከላከል እየቻለ ሳይከላከል ቀርቷል።

7. **ወቅቱ፦ ሚያዝያ 3፣ 2013 ዓ.ም**

ቦታው፦ ምዕራብ ሸዋ

ፈፃሚ፦ የኦሮሞ ነፃነት ሠራዊት

ጉዳት፦ 15 ካህናት ታርደዋል።

እማሆይ ካሣየ ታደሰ (127)

የኦሮሞ ነፃነት ሠራዊት የፈጸመውን በሰው ልጆች ታሪክ ተወዳዳሪ የሌለውን ግፍ ማሳያ እንዲሆን በምዕራብ ሸዋ ግንደ በረት ውስጥ የተፈጸመውን የእማሆይ ካሣየ ታደሰን ታሪክ ልንገራችሁ።

እማሆይ ካሣየ ታደሰ በወጣትነት ዘመናቸው ትዳር ይዘው ልጆችም ወልደው ይኖሩ ነበር። ባለቤታቸው በሕመም ምክንያት ካረፉ በኋላ ግን ወደ ጎጃም አቡነ ተክለ ሃይማኖት ገዳም ሄደው መነኮሱ። በኋላም በምዕራብ ሸዋ ዞን፣ ግንደ በረት ወረዳ፣ ጭረቻ ገቶ ቅድስት ማርያም ቤተ ክርስቲያንን ለማገልገል በአቃቢትነት በቤተ ክርስቲያን መኖር ጀመሩ።

ሚያዝያ 3 ቀን 2013 ዓ.ም የኦሮሞ ነፃነት ሠራዊት ወደ አካባቢው መጣና እንደተለመደው ካህናትን ጨምሮ ብዙ ሰው አረደ። የ72 ዓመት አረጋዊት ለሆኑት ለእማሆይ ካሣየ ግን ሌላ ዕቅድ ነበረው። ቤታቸውን በእሳት ካያያዙ በኋላ ከነሕይወታቸው ወደ እሳቱ ወረወሯቸው። እሳቸው ሲቃጠሉ እነሱ ተሰበስበው ይሳሳቁ ነበር። እንደ ዓይን ምስክሮች ገለፃ፣ እማሆይ መላ ሰውነታቸው በእሳት እየነደደ ጠላታቸውን ሳይቀር ባስደነገጠ ጀግንነት ከእሳቱ ዘለው ወጥተው የሠራዊቱን አዛዥ አንገቱን በመንከስ እያስጮሁ ወደ እሳቱ ይዘውት ገብተዋል። የሠራዊቱ አባላት ደንግጠው እሳቸውን በጥይት በመግደል አዛዣቸውን ተረባርበው አውጥተው አምቦ ሆስፒታል ሲደርስ ሞቷል።

8. **ወቅቱ፦** 2010 - 2014 ዓ.ም

ቦታው፦ ጅማ ዞን

ፈፃሚ፦ የኦሮሞ ነፃነት ሠራዊት

ጉዳት፦ ቁጥራቸው በውል ያልታወቁ ሰዎች ታርደዋል።

9. **ወቅቱ፦** 2010 - 2014 ዓ.ም

ቦታው፦ ሆሮ ጉድሩ፣ ምሥራቅ ወለጋ፣ ምዕራብ ወለጋ፣ ቄሌም ወለጋ፣ ቤኒሻንጉል

ፈፃሚ፡- የኦሮሞ ነፃነት ሠራዊት

ጉዳት፡- በሁሉም ወረዳዎች የዘር ፍጅት ተፈጽሟል። የጉዳቱ መጠን ማወቅ አልተቻለም።

10. **ወቅቱ፡- ጥቅምት** 2014 **ዓ.ም**

ቦታው፡- ምዕራብ አርሲ፣ ሄበኖ ወረዳ

ፈፃሚ፡- ቄሮ

ጉዳት፡- አምስት ሰው ተገድሏል።

11. **ወቅቱ፡- ጥቅምት** 19 **ቀን** 2014 **ዓ.ም**

ቦታው፡- ሰሜን ሸዋ፣ ገርበ ጉራቻ ከተማ

ፈፃሚ፡- ኦሮሞ ነፃነት ሠራዊት

ጉዳት፡- አንድ ሰው ተገድሏል፣ አሥራ አንድ ካህናት ታግተዋል።

ማስታወሻ፡- በገርበ ጉራቻ ከተማ ቅድስት ልደታ ቤተ ክርስቲያን በቅዳሴ ሰዓት የተደረገ ጥቃት ነው። በወቅቱ የቤተ ክርስቲያን ጥበቃ ሠራተኞች ለመከላከል ሞክረዋል። የከተማው ፖሊስም ሆነ በ500 ሜትር ርቀት ላይ በካምፑ ውስጥ የነበረው የመከላከያ ሠራዊት ጥቃቱን ለመከላከል ፍላጎት ሳያሳይ ቀርቷል።

12. **ወቅቱ፡-** 2013 **ዓ.ም** - 2014 **ዓ.ም ድረስ**

ቦታው፡- ሰሜን ሸዋ ዞን፣ ወረጃርሶ ወረዳ፣ ኤጀሬ ወረዳ

ፈፃሚ፡- የኦሮሞ ነፃነት ሠራዊት

ጉዳት፡- 15 ሰው ተገድሏል።

13. **ወቅቱ፡- ጥር** 29 **ቀን** 2014 **ዓ.ም** - **የካቲት** 28 **ቀን** 2014 **ዓ.ም**

ቦታው፡- ምዕራብ ሸዋ ዞን፣ እልፊታ፣ በኬ፣ ባኮትቤ፣ ኖኖ፣ ጅባት፣ አሉ ገላን ወረዳዎች

ፈፃሚ፡- የኦሮሞ ነፃነት ሠራዊት

ጉዳት፡- 22 ሰው በጥይትና በስለት ታርዷል።

14. ወቅቱ፡- ጥር 2014 ዓ.ም (128)

ቦታው፡- ሰሜን ሸዋ ዞን፣ ደራ ወረዳ

ፈፃሚ፡- የኦሮሞ ነፃነት ሠራዊት

ጉዳት፡- 30 ሰው ተፈጅቷል፣ 6 ሰው ታግቷል፣ ቤት ንብረት ተቃጥሏል።

ማስታወሻ፡- በቦታው ከጥቃቱ በኋላ ለጥቂት ጊዜ መከላከያ ገብቶ ወጥቷል።

15. ወቅቱ፡- የካቲት 5 ቀን 2014 ዓ.ም

ቦታው፡- ሰሜን ሸዋ ዞን፣ ወረጃርሶ ወረዳ፣ ሸንኮራ ሸሸንጎ ቀበሌ

ፈፃሚ፡- የኦሮሞ ነፃነት ሠራዊት

ጉዳት፡- 6 ሰው ገድሏል፣ 40 ሰው አግተው ወስደዋል።

ማስታወሻ፡- ለታገቱት ሰዎች ማስለቀቂያ በአንድ ሰው አንድ መቶ ሺህ ብር (100,000.00) ክፈሉን ሲሉ ቤተሰቦቻቸውን ጠይቀዋል።

16. ወቅቱ፡- ሚያዝያ 1 ቀን 2014 ዓ.ም (129)

ቦታው፡- ሰሜን ሸዋ ዞን፣ ደራ ወረዳ፣ ወሬ መነዮ ቀበሌ

ፈፃሚ፡- የኦሮሞ ነፃነት ሠራዊት

ጉዳት፡- ስድስት ሰው ገድሏል፣ 15 አፍነው ወስደዋል።

ማስታወሻ፡- ለታገቱት ሰዎች ማስለቀቂያ በነፍስ ወከፍ 500,000.00 ብር ይከፈለን ሲሉ ቤተሰቦቻቸውን ጠይቀዋል።

17. ወቅቱ፡- ሰኔ 11 ቀን 2014 ዓ.ም (130)

ቦታው፡- ምዕራብ ወለጋ ዞን፣ ጊምቢ ወረዳ

ቶሌ፣ ጃተማ፣ ጨርቆሳ፣ ጉትን ቀበሌዎች

ፈፃሚ፡- የኦሮሞ ነፃነት ሠራዊት

ጉዳት፡- 780 ሰዎች ተፈጅተዋል። 100 ሰዎች ታገቱ

ማስታወሻ፡- በዚህ ዘግናኝ የዘር ጭፍጨፋ ወቅት የ5 ቀን ጨቅላ ሕፃን በስለት ታርዳለች፣ የ9 ወር ሕፃን ደረቱን በጥይት ተመትቷል። ሠላሳ አራት ሕፃናት ያለ አሳዳጊ ቀርተዋል። የመንግሥት አካላት ጉዳዩን ለመሸፋፈን ከፍተኛ ጥረት አድርገዋል። የጅምላ ቀብር እንዲፈጸም ከማድረጋቸውም በላይ ከዕልቂቱ ተርፈው ወደ አዲስ አበባ ሲጓዙ የነበሩትን ሰባ ሰዎች አግተው ያደረሱበት ቦታ አልታወቀም። የተፈጁትን ሰዎች ቁጥር 780 ሳይሆን 338 ብለው ለማሳነስም ሞክረዋል።

18. ወቅቱ፡- ሰኔ 19 ቀን 2014 ዓ.ም

ቦታው፡-

- ጋምቤላ ክልል
- ኢታንግ ልዩ ወረዳ
- ዋንኬ፣ አኩላ ቀበሌዎች
- ፈፃሚ፡- የኦሮሞ ነፃነት ሠራዊት

ጉዳት፡- 50 ሰው ተገድሏል፣ ቤት ንብረት ወድሟል።

19. ወቅቱ፡- ሰኔ 20 ቀን 2014 ዓ.ም

ቦታው፡-

- ሰሜን ሸዋ ዞን
- ደራ ወረዳ
- ስማቸው ያልተገለጹ ሦስት ቀበሌዎች

ፈፃሚ፡- የኦሮሞ ነፃነት ሠራዊት

ጉዳት፡- ቁጥሩ ያልታወቀ ሰው ተፈጅቷል።

ማስታወሻ፡- ከጉንዶ መስቀል ወደ ሰላሌ የሚወስደው መንገድ ተዘግቷል። የኦሮሞ ነፃነት ሠራዊት በከባድ መሳርያ የታገዘ ጥቃት ፈጽሟል።

20. ወቅቱ፡- ሰኔ 27 ቀን 2014 ዓ.ም (131)

ቦታው፡-

- ቄለም ወለጋ
- ሐዋ ገላን ወረዳ

ፈፃሚ፡- የኦሮሞ ነፃነት ሠራዊት

ጉዳት፡- 120 ሰው ተፈጅቷል፤ ቤት ንብረት ወድሟል፤ ብዙ ሰው ተፈናቅሏል።

ማስታወሻ፡- በአካባቢው ሰፍሮ የነበረው የኦሮሚያ ልዩ ኃይል ጥቃቱ ሲጀመር ሸሽቶ ሄዷል። በጅምላ የተፈጁት በአብዛኛው ሴቶች እና ሕፃናት ናቸው።

21. ወቅቱ፡- ኅዳር 24 ቀን 2015 ዓ.ም (132)

ቦታው፡-

- ምሥራቅ ወለጋ ዞን
- ጊዳ አያና ወረዳ
- አንደደዲኞ፣ አንገር ጉተን ከተማ

ፈፃሚ፡- ኦሮሞ ነፃነት ሠራዊት

ጉዳት፡- መጠኑ ያልታወቀ የዘር ፍጅት፣ የንብረት ውድመት እና መፈናቀል

ማስታወሻ፡- ከአንገር ጉተን የዘር ፍጅቱን ሸሽተው ሰባት ቀን በእግር ተጉዘው ዓባይን የተሻገሩት ተፈናቃዮች የፈጀን መንግሥት ነው ሲሉ ምስክርነት ሰጥተዋል።

እነዚህ ሃያ አንድ ናሙናዎች ማሳያ ናቸው። ምንም ዓይነት መረጃ እንዳይወጣ ተዘግቶ እየተፈጸመ ያለ የዘር ፍጅት ነው። በዚህ የዘር ፍጅት የመንግሥት ተሳትፎ እንደሚከተለው ነበር፡-

- ✓ ለረጅም ጊዜ ሲከናወን የቆየው መንግሥታዊ እና ሥርዓታዊ ጸረ-አማራ ዘመቻ።
- ✓ የየወረዳው መስተዳድር አካላት የዘር ፍጅት ከመፈጸሙ በፊት የአማራውን ሕዝብ ትጥቅ ያስፈታሉ። የቴሌኮሚኒኬሽን መሥሪያ ቤት ስልክና ኢንተርኔት ያቋርጣል። የወረዳው ፖሊስ እና ሚሊሽያ መውጫ መንገዶችን ይዘጋል። በአካባቢው የሚገኝ የመከላከያ ኃይል ቀድሞ አካባቢውን ለቆ በመውጣት ሊፈጸም ለታቀደው የዘር ፍጅት አመቺ ሁኔታ በቅንጅት ይፈጥራል።
- ✓ የኦሮሚያ ልዩ ኃይል የዘር ፍጅት ፈጽሟል።
- ✓ ከዕልቂት የተረፉ ሰዎች ሲሸሹ መንገድ በመዝጋት፣ በማገት፣
- ✓ በሕዝቡ ላይ ጥቃት ሲፈጸም እያዩ ያለምንም ዕገዛ ጥሎ መሄድ፤
- ✓ የተፈጸመውን የዘር ፍጅት በመካድ፣ በማሳነስ፤
- ✓ ድርጊቱን ለመሸፋፈን በመሞከር፣ የጅምላ ቀብር በማከናወን፤
- ✓ በአካባቢው የሚገኝ የመንግሥት የጸጥታ ኃይል (መከላከያ፣ ፖሊስ ወዘተ…)

  እንዲከላከል ሲጠየቅ አልታዘዝኩም፣ ኃይል የለኝም በማለት፤
- ✓ በመንግሥት ባንኮች የእገታ ክፍያ (Ransom Payment) ሲተላለፍ እርምጃ ባለመውሰድ ናቸው።
- ✓ እንደ ደራ ባሉ የአማራው ሰሜን ሸዋ አጎራባች ወረዳዎች ጥቃት ሲፈጸም እርሶ አደሩን የሚታደግ፣ የሚያግዝ ኃይል ወደ ደራ እንዳይገባ የአማራው ሰሜን ሸዋ አስተዳደር የጸጥታ ኃይሉን፣ ሚሊሻውን እና የፖሊስ ኃይሉን ይዞ ድንበር ላይ ይጠብቃል ይከላከላል።

IX. በአማራ ክልል ከተሞች ውድመት

i. የይፋት ቀጠና ውድመትና የዘር ፍጅት

የይፋት ቀጠና መልክዐ ምድራዊ ሁኔታ

ይፋት ከቡልጋው የመገዘዝ ተራራ አንስቶ አንኮበርን፣ ሞጃን፣ ወደራን፣ አምስቱ መንዞችን ይዞ ደሴ ጫፍ አካባቢ እስከሚደርሰው የአቡዬ ሜዳ ተራራ ድረስ በተያያዘ ትልልቅ የተራራ ሰንሰለት ሥር የምትገኝ ቦታ ነች። በስምጥ ሸለቆ ውስጥ እንደ መገኘቷ በጣም ሞቃት የሆነች ቦታ ነች። የይፋት መሬት ብዙም ያልተሰባበረ ለጥ ያለ ሜዳ ሲሆን፣ ቀና ሲሉ የሚታየው የተራራ ሰንሰለት ለአካባቢው መልክዓ ምድር የተለየ ውበት ሰጥቶታል። ትልቁን የቀበና ወንዝ ጨምሮ አያሌ ወንዞች ከላይ ከደጋው የተራራ ሰንሰለት እየፈለቁ ቆላውን ይፋት እያቋረጡት ይሄዳሉ። የይፋት ቀጠና ከጣርማ በር ሥር ከምትገኘው ደብረ ሲና ጀምሮ ኮምቦልቻ ጥግ እስከምትገኘዋ መኮይ ድረስ ያለውን ቦታ የሚያጠቃልል ነው።

በውስጧ ያሉት ወረዳዎች አንጾኪያ ገምዛ፡ ኤፍራታና ግድም፣ እና ቀወት ሲሆኑ በተጨማሪም አነስ ካሉ ገበያ ከሚዋልባቸው የገጠር ከተሞች ከፍ አስካሉት ማዕከላት ድረስ ብዙ ከተማዎች አሏት። ደብረ ሲና፣ አርማንያ፣ ሸዋሮቢት፣ ዙጢ፣ ባልጪ፣ ሰንበቴ፣ አጣዬ፣ ማጀቴ፣ ካራቆሬ፣ መኮይ እና ጀውሀን የመሳሰሉ ከተሞችን አቅፋ ይዛለች።

የይፋት ቀጠና በምሥራቅ ከአፋር ጋር የሚዋሰን ሲሆን በሰሜን ምሥራቅ በኩል ደግሞ የኦሮሞ ብሔረሰብ አስተዳደር ዞን፣ በሰሜን አቅጣጫ የደቡብ ወሎ ዞን ያዋስኑታል። በተለይም የአጣዬ ከተማ ወደ መንዝ መውጫ መንገዱ ሲቀር በሁሉም አቅጣጫ በኦሮሞ ብሔረሰብ አስተዳደር ዞን የተከበበች ነች።

ማኅበራዊ እና ኢኮኖሚያዊ ሁኔታ

የይፋት ቀጠና በሸዋ ሮቢት ከተማ የሚገኘውን በአገሪቱ ትልቁ የፌዴራል ማረሚያ ቤት፣ የትንባሆ ሞኖፖል ደርጅት፣ የትንባሆ እርሻ እና በርካታ ዘመናዊ የግል እርሻዎች ያሉበት ቦታ ነው። አካባቢው ለመስኖ እርሻ የተመቸ እና አፈሩም ለም በመሆኑ በጣም

ሀብታም አካባቢ ነው፡፡ ገበሬው ዓመቱን በሙሉ የመስኖ እርሻውን ስለሚያለማ አካባቢው በአትክልት እና ፍራፍሬ ምርት የተንበሸበሸ ነው፡፡ የከብት እርባታ በስፋት ይሠራበታል፡፡ በተጨማሪም እጅግ የሞቀና የደመቀ የቱሪስት መስህብ የነበሩ የገጠር ገበያዎች በሸዋ ሮቢት፣ በሰንበቴ፣ በአጣዬ እና በማጀቴ አሉ፡፡ በገበያዎቹ የአካባቢው ማኅበረሰብ ብቻ ሳይሆን አፋሩ፣ ኦሮሞው እና አርጎባውም ጭምር ተሳታፊ በመሆን በጋራ የሚገበያይባቸው ናቸው፡፡

ደራሲ ኃይለ መለኮት መዋዕል "ጉንጉን" በሚለው ልብ ወለድ መጽሐፉ የማጀቴን ገበያ ምሳሌ አድርጎ የይፋትን ገበያዎች እንዲህ ሲል ገልጿቸው ነበር፡-

"ማጀቴ በየሳምንቱ ቅዳሜ እንደ እሳት ሞቃ እና እንደ ብርሃን ደምቃ በልዩ ልዩ ሲሳይ ትንበሸበሻለች፡፡ እህል በያይነቱ፣ ጌሾና በርበሬ፣ ማርና ቅቤ፣ ሙክትና ወጠጤ፣ የጋማና የዳልጋ ከብት፣ ሙዝና ትርንጎ፣ ልዩ ልዩ ሸቀጣሸቀጥ፣ ቅመማ ቅመምና ቡና . . . እየተጫነና እየተነዳ ከየአቅጣጫው ወደ ማጀቴ ይጎርፋል፡፡ ከደጋ እነ አዝብጤና ጎንጤ ከቆላ እነ እርገጤና ዳምጤ፣ እነ ዘቢደርና ሺምልጃሽ፣ እነ ሲራጅ እና የሱፍ፣ እነ ዘይነባና ጦይባ የሚገናኙት ማጀቴ ገበያ ነው፡፡ ቅዳሜ ቅዳሜ ገበያዋ የአነር ቆዳ ትመስላለች - ከየአቅጣጫው በሚመጣው የገበያተኛ የልብስ ዓይነት፡፡" (ኃይለ መለኮት መዋዕል፣ ጉንጉን 1982 ዓ.ም)

የጥቃቱ ምክንያት ምንድን ነው?

ይህ የይፋት ቀጠና ከ1928 እስከ 1933 ዓ.ም በተደረገው የጣልያን ወረራ ተመሳሳይ ጥቃት አጋጥሞት ነበር፡፡ አጥናፍ ሰገድ ይልማ በ2011 ዓ.ም አዘጋጅተው ባሳተሙት “የታሪክ ቅርስ እና ውርስ፣ አበበ አረጋይ (ራስ)” መጽሐፍ ከገፅ 121 እስከ 123 እንደተጠቀሰው በጣልያን ወረራ ዘመን በይፋት አጎራባች የሚኖረው የጅሌ ጎሳ ያደረሰውን ዘግናኝ ጥፋት እንደሚከተለው አቅርበውታል፡-

“ጅሌው ጫካውን እና ዋሻውን እየቀሰቀሰ ሽማግሌውን፣ ሴቶቹን እና ሕፃናትንም እየገደለ ይሰልብ ነበር፡፡ ወንዱን ብልቱን ሲሰልብ፣ ሴቶቹን ጡታቸውን ይቆርጥ ነበር፡፡ እርጉዝ ሴት ያገኙ እንደሆነ ሆዷን ቀደው ሽሉ ምን ዓይነት እንደሆነ አይቶ የሽል ብልት እንኳን ሳይቀር ይቆርጥ ነበር፡፡. . . በየቀኑ ከኅዳር ጀምሮ ታኅሣሥ ወር መጨረሻ ድረስ . . . በቀን ከሶስት መቶ እስከ አምስት መቶ ሰው ያሳርድ ነበር፡፡”

1983 ዓ.ም በሕወኃት-ኦነግ ጥምረት የተመሠረተው የሽግግር መንግሥት ክልሎችን መከለሉ ይታወሳል፡፡ ይህ ኃይል የአማራ ክልልን ሲከልል በሌሎች ክልሎች ውስጥ

ያላደረገውን "የብሔረሰብ አስተዳደር ዞን" በሚል ከይፋት ቀጠና እና ከደቡብ ወሎ ከፍሎ የኦሮሞ ብሔረሰብ ዞን ብሎ ከለለ። ይህ ቦታ ጥንት በመካከለኛው ዘመን ምድረ-ገኝ ተብሎ የሚጠራ ከባቲ እስከ ከሚሴ ድረስ ያለውን ቦታ ይመለከታል። ዞኑን ከከለሉ በኋላ የሥራ ቋንቋውን ኦሮሚኛ በማድረግ ዞኑን እንዲያስተዳድሩለት ከወለጋ እና ከአርሲ በአማራ ጥላቻ የሰከሩ ካድሬዎችን በማምጣት አስተዳዳሪ አደረጋቸው።

የብልጽግና መንግሥት ሥልጣን ከያዘ በኋላ ዞኑን ቀጥተኛ ተጠሪ የሆነበትን የአማራ ክልል በማለፍ ከኦሮሚያ ክልል ጋር በቀጥታ እየተገናኘ የኦሮሚያ ክልል አንድ ዞን የሆነ የሚያስመስል ግንኙነት ፈጥሯል። በተጨማሪም በኦሮሞ ብሔርተኞች የኦሮሚያ ክልል የሚባለው ካርታ ውስጥ ይህ የይፋት ቀጠና ተካቷል። የተደጋጋሚ ወረራው ምክንያት በአካባቢው የሚኖረውን አማራ በማስለቀቅ ከመተሀራ ጥግ ካለው ከረዩ ጋር የሚያገናኘውን ኮሪደር ለመክፈት ነው።

የድርጊቱ ጠንሳሽ

የድርጊቱ ዋና ጠንሳሽ "ወሎ የኦሮሞ ነው" የሚለውና በካርታውም ላይ አካቶ ይፋ ያደረገው ኃይል ነው። ይህ ኃይል በኦነግ፣ በኦሮሞ ነፃነት ሠራዊት፣ እና በኦሮሞ ብልጽግና ፓርቲ ጥምረት የተመሠረተ እና ታላቋን የኦሮሚያ ሪፐብሊክን ለማዋለድ የሚሠራው ቡድን ነው።

የድርጊቱ ፈፃሚ፡- የድርጊቱ ፈጻሚዎች ሁለት መልክ አላቸው።

1) በኦሮሞ ብሔረሰብ አስተዳደር ተመልምሎ፣ የማሰልጠኛ ካምፕ ተዘጋጅቶለት ለረጅም ጊዜ የሰለጠነ ታጣቂ ኃይል፣ እና
2) የኦሮሞ ነፃነት ሠራዊት ናቸው።

የጥቃቱ ዓላማ፡-

- ✓ የአካባቢው ነዋሪ የሆነውን የአማራውን ሕዝብ መፍጀት፣
- ✓ የአማራውን የኑሮ መሠረት ንግዱን እና እርሻውን ማጥፋት፣
- ✓ የአማራውን ቤት ንብረት ማውደም

ጥቃቱ የሚሸፍነው ቦታ፡-

- ከአዲስ አበባ ወደ ደሴ በሚወስደው አውራ ጎዳና 80 ኪሎ ሜትር ርዝመት እና በግራና በቀኝ ጥልቀት ያለው ነው።

ወረራዎቹ:-

1) የመጋቢት 24 ቀን 2011 ዓ.ም ወረራ [133]

የመጀመሪያው ወረራ የተደረገው የኦሮሞ ብልጽግና ሥልጣን የያዘበት ቀን በሚከበርበት መጋቢት 24 ቀን 2011 ዓ.ም ነው። ድንገት ከአጣዬ ከተማ አጠገብ ካለ ተራራ ላይ በመሆን ከተማዋ በመትረየስ እና በድሽቃ ተደበደበች። እነዚያ የታጠቁ ኃይሎች ቤት ለቤት በመሄድ የጅምላ ፍጅት ፈጸሙ፣ ሴቶችን ደፈሩ፣ የከተማውን የንግድና የመኖሪያ ቤቶች አቃጠሉ። ጥቃቱ ለሦስት ቀናት የቀጠለ ሲሆን በአካባቢው የነበረው የመከላከያ ሠራዊት ዕልቂቱን ለማስቆም የወሰደው ምንም እርምጃ የለም።

2) የመጋቢት 29 ቀን 2011 ዓ.ም ወረራ

ሁለተኛው ወረራ መጋቢት 29 ቀን 2011 ዓ.ም በማጀቴ እና በካራቆሬ ድንገት ደርሶ በመክበብ በማጀቴ 19 ሰዎችን በጅምላ በመረሸን፣ 23ቱን በማቁሰል በተመሳሳይ ቀን በካራቆሬ 17 ሰዎችን በጅምላ በመረሸን፣ ቤተ ክርስቲያን በማቃጠል፣ ቤት ንብረት በማቃጠል ዘረፋ ፈጽመዋል።

3) የመጋቢት 2013 ዓ.ም ወረራ

በዚህ ወረራ በጣም የተቀናጀና የተደራጀ እንዲሁም ዘመናዊ መሳሪያ በታጠቀ ኃይል በተፈጸመ የዘር ፍጅት ከ300 በላይ አማሮች ተፈጁ። ስድሳ ሺህ (60,000) የሚሆን ሕዝብ ቤት ንብረቱን ጥሎ ተሰደደ።

4) የሚያዝያ 7 ቀን 2013 ዓ.ም ወረራ [134,135]

የሚያዝያ ሰባቱ ዕልቂት ሙሉውን የይፋት ቀጠና የሸፈነ ሸዋ ሮቢትን፣ ዙጢን፣ አጣዬን፣ ካራቆሬን፣ ማጀቴን፣ መኮይን፣ እና ጠቅላላ የገጠር ቀበሌዎችን የሸፈነ ነበር። በጥቃቱ አጣዬ ከተማ ሙሉ ለሙሉ ወደመች። በቀሩት ቦታዎች በሺህ የሚቆጠሩ ሰዎች ተፈጁ፤ በመቶ ሺህ የሚቆጠሩት ተሰደዱ። ለቁጥር የሚያዳግቱ ቤቶች ተቃጠሉ፣ ንብረት ተዘረፈ።

5) የጥር 13 ቀን 2015 ዓ.ም ጥቃት

በሸዋ ሮቢት አቅራቢያ ነጌሶ ቀበሌ 24 የአማራ ልዩ ኃይል እና 4 የፌዴራል ፖሊስ አባላት ተገድለው በጅምላ ተቀብረዋል፡፡

6) የትሕነግ ወረራ (136)

ወረራው የተፈጸመበት ወቅት፡- ከሰኔ 2013 ዓ.ም እስከ መስከረም 2014 ዓ.ም

ወረራው የሸፈነው ቦታ፡- ሸዋ ሮቢት፣ ቀወት፣ አንጾኪያ ገምዛ፣ ደብረ ሲና፣ አጣዬ፣ ኤፍራታና ግድም፡፡ የደረሰ ጉዳት፡-

ተ.ቁ	የጉዳቱ ዓይነት	የጉዳቱ መጠን
1	የሞተ ሰው	522
2	የቆሰለ ሰው	247
3	የተቃጠሉ ትምህርት ቤቶች	95
4	የተቃጠሉ የጤና ተቋማት	16

በጥቃቱ የመንግሥት ድርሻ፡-

1) የኦሮሞ ብሔረሰብ አስተዳደር ዞን

ዞኑ በአማራ ክልል ሥር ያለ እና በጀትም የሚሰፍርለት ይሄው የአማራ ክልል መሆኑ ይታወቃል፡፡ በብሔረሰብ ዞኑ በተለይ የኦሮሞ ብልጽግና መንግሥት ሥልጣን ከያዘ በኋላ መጠነ ሰፊ የሆነ መንግሥታዊ እና ሥርዓታዊ ጸረ-አማራ ቅስቀሳዎችን አድርጓል፡፡ በተጨማሪም ጀዋር መሐመድ በተደጋጋሚ ወደ ዞኑ በመሄድ ቅሰቀሳዎችን አድርጓል፡፡ ለዚህም ውለታው የብሔረሰቡ አስተዳደር ዞኑ በከሚሴ ከተማ መሐል ግዙፍ ቢልቦርድ አሠርቶ አቁሞለታል፡፡

ወደ ኤርትራ በመሄድ የኦነግ ክንፍ አቋቁሞ ይመራ የነበረው ጀነራል ከማል ገልቹ የኦሮሞ ብልጽግና ሥልጣን ከያዘ በኋላ የኦሮሚያ ክልል ሰላምና ጸጥታ ዘርፍ ኃላፊ ሆኖ ተሾሞ ነበር። ጀነራል ከማል ገልቹ በከሚሴ የማደራጀት እና የማሰልጠን ሥራ ሲሠራ መቆየቱ የአደባባይ ምስጢር ነው።

ዞኑ የኦሮሚያ ሪፐብሊክ ካርታ ተብሎ በወጣው ካርታ ውስጥ የተካተተ ሲሆን ቀድሞ ተወስደውብኛል የሚላቸውን አካባቢዎች በኃይል የማስመለስ ፍላጎት አለው። የዞኑ መሪዎች ተከታታይ ስልጠና በማዘጋጀት ታጣቂዎችን እንዳስታጠቁ መረጃዎች አሉ። በተጨማሪም የኦሮሞ ነፃነት ሠራዊት ማዘዣውን ከሚሴ ከተማ አድርጎ በዞኑ የሚገኙ መኪኖችን በመጠቀም ሠራዊቱን፣ ሎጂስቲኩን፣ እና የሚዘርፈውን ንብረት እያመላለሱ ከሚሴ ከተማ ማከማቸታቸው የአደባባይ ምስጢር ነው።

በይፋት ቀጠና በተደጋጋሚ በተደረጉት ወረራዎች ሕዝቡን ለመከላከል በአካባቢው ሰፍሮ የነበረው የአማራ ልዩ ኃይል ይውጣልን በማለት አስነስተዋል። ወረራ በሚፈጸምበት ሰዓት የአማራ ልዩ ኃይል ወደ አካባቢው እንዳይገባ መንገድ በመዝጋት ይከላከላሉ። የአማራ ልዩ ኃይል ኮንቮይ ወደ ይፋት ቀጠና ባመራበት ሰዓት የኦሮሞ ብሔረሰብ አስተዳደር ዞን የጸጥታ አካላት ከሚሴ ከተማ ላይ በመክበብ ተኩስ ከፍተውበታል። ብዙ ማስረጃ ቀርቦባቸው በ2013 ዓ.ም መጨረሻ የዞኑ አመራሮች ክስ ተመስርቶባቸው የነበረ ቢሆንም በፌዴራሉ መንግሥት ጣልቃ ገብነት ክሱ ተቋርጧል።

2) የአማራ ክልል አስተዳደር

የአማራ ክልል አስተዳደር የወረራውን ምንነት በበቂ ለመገንዘብ የሚያስችል መረጃና ማስረጃ አልሰበሰበም። ሁልጊዜም ጥቃቶቹን ከተጠቂው ሕዝብ እኩል ነው ሰማሁ ሲል የሚደመጠው። የወረራውን መፈጸም አምኖ ድርጊቱን ሲያወግዝ ቢሰማም ደፍሮ የዘር ፍጅት ነው ብሎ በስሙ ግን አልጠራውም።

የኦሮሞ ብሔረሰብ ዞን ከሕግ አንጻር ሲታይ በአማራ ክልል ምክር ቤት መልካም ፈቃድ የተከለለ የአስተዳደር ዞን እንጂ የራስ ገዝ ክልል አይደለም። በመሆኑም የዞኑ አመራር የፈጸማቸውን ድርጊቶች የክልሉም አመራር ይጋራል። የብሔረሰብ ዞኑ በክልሉ ምክር ቤት ሥር ያለ፣ በክልሉ በጀት የሚንቀሳቀስ እንደ መሆኑ የክልሉ አመራር ዞኑን ማዘዝ አልቻልኩም የሚለው ምክንያት ተቀባይነት የለውም።

የወራሪው ኃይል አደራጆችና አስታጣቂዎች የኦሮሞ ብሔረሰብ ዞን አመራሮች በመሆናቸው በራሱ የበታች አመራሩ ሳይቀር ምስክርነት እየተሰጠ ሳለ ጉዳዩን መርምሮ አጥፊዎቹን ለሕግ ለማቅረብ ቢያንስ እንኳ አለመሞከሩ ትልቅ ክህደት ነበር።

የአማራ ክልል የይፋትን ቀጠና መቆጣጠር የሚችል በቂ የጸጥታ ኃይል እንዳለው ይታወቃል። ይሄንን የጸጥታ ኃይል በቅድመ መከላከል ዞኑን ከወረረው ኃይል የማጽዳት፣ ብሎም ሁለተኛ ጥቃቱ ሲመጣ መከላከል እየቻለ መከላከያ ሠራዊቱ ገብቶ ለወራሪው ኃይል ሽፋን እንዲሰጥ በመፍቀዱ የዘር ፍጅቱ አንድ ተዋናይ አካል አድርጎታል።

የክልሉ የጸጥታ መዋቅር፡- የክልሉ ፖሊስ፣ የሚሊሽያ ዘርፍ፣ የአድማ ብተና፣ እና ልዩ ኃይሉ እየተፈጸመ ያለውን የዘር ፍጅት እና ውድመት ለማስቆም የሚያስችል ቁመና ቢኖረውም በክልሉ መሪዎች የፖለቲካ መዋለል ምክንያት ሽባ ሆኗል።

በተለይም የአማራ ልዩ ኃይል ወረራውን ለመከላከል ከፍተኛ ጥረት በማድረግ ታሪክ የማይረሳው መስዋዕትነት ከፍሏል። ይህ ኃይል በመሪዎቹ ቁርጠኝነት ማጣት እና በክልሉ አመራር አድር ባይነት የተነሣ የራሱን አባላት በጅምላ ግድያ አጥቷል። እነዚያ ጀግኖች የአማራ ልዩ ኃይል አባላት ዘላለማዊ ክብር ሊሰጣቸው ይገባል።

3) የአማራ ክልል የሰሜን ሸዋ ዞን እና ወረዳ አስተዳደሮች

የሰሜን ሸዋ ዞን አስተዳደር መሪዎች እንዲሁም የቀወት ወረዳ፣ የአጣዬ ከተማ እና የሸዋ ሮቢት ከተማ መሪዎች ወረራው የተፈጸመው በኦሮሞ ብሔረሰብ አስተዳደር ዞን መሪዎች አቀናባሪነት እና ሽፋን ሰጪነት መሆኑን በአደባባይ መስክረዋል። ሕዝቡ ራሱን ለመከላከል ያደረገውን ጥረት ባያግዙም አላደናቀፉም። የዞን እና የወረዳ መስተዳድር አካላት በወረራው ወቅት አካባቢውን ጥለው በመሸሽ የመጀመሪያው ሆነዋል። የአካባቢው ሕዝብ የጎበዝ አለቃውን እየመረጠ ለመከላከል ባደረገው ጥረት ውስጥ ሳይታዩ ቀርተዋል።

4) የኢትዮጵያ መከላከያ ሠራዊት ድርሻ

በመከላከያ ሠራዊቱ ስምሪት መሠረት የይፋት ቀጠና በሰሜን ዕዝ ሥር የዋለ ነው። የወቅቱ የሰሜን ዕዝ አዛዥ ደግሞ ሌተና ጄኔራል ጌታቸው ጉዲና ነው። ወረራውን እና የዘር ፍጅቱን እንዲያስቆም ስምሪት የተሰጠው የመከላከያ ሠራዊት ለአጥቂዎቹ ሽፋን ሲሰጥ የሚያሳዩ አያሌ የቪዲዮ ማስረጃዎች ተገኝተዋል። ይህም ሆኖ በወቅቱ የሰሜን እዝ አዛዥ የነበረው ጄኔራል ጌታቸው ጉዲና በሰጠው መግለጫ ጥቃቱን ተራ ግጭት

አድርጎ ከማቃለሉም በላይ፣ ጥቃቱን የኦሮሞ ነፃነት ሠራዊት አልፈጸመውም ብሎ አስተባብሏል። እሱ ይህን ይበል እንጂ ጥቃቱን የፈጸመው ሌላ ቡድን ስለመሆኑም ምንም ያለው ነገር የለም።

በመጋቢት 2013 ዓ.ም በተፈጸመው እጅግ ዘግናኝ የዘር ፍጅት እና ውድመት መከላከያ ሠራዊቱ የይፋትን ቀጠና በአስቸኳይ ጊዜ አዋጅ ሥር አውሎ ኮማንድ ፖስት በማቋቋም ጄኔራል ደስታ አብቼን በአዛዥነት ሾሟል። በወቅቱ በዚሁ ኮማንድ ፖስት ሥር የተሰማራው የመከላከያ ሠራዊት እና የፌዴራል ፖሊስ የአማራውን ሚሊሻያ ትጥቅ አስፈትቶታል። የአማራው ሚሊሻያ ትጥቅ ላለመፍታት ጥቃት ይደርስብናል፣ ራሳችንን ለመከላከል ትጥቅ ያስፈልገናል ቢሉም መከላከያው እኛ ጥቃቱን እንከላከላለን ብሎ አስገድዶ ትጥቁን አስወርዶታል። ይህም ድርጊት ቀጥሎ በተደረገው ጥቃት የኦሮሞ ነፃነት ሠራዊት እና የኦሮሞ ብሔረሰብ አስተዳደር ዞን ታጣቂ የይፋትን ቀጠና ሙሉ ለሙሉ ማውደም እንዲችል አግዞታል። የመከላከያ ሠራዊት በአካባቢው ሰፍሮ እያለ ውድመቱን እና የዘር ፍጅቱን ለማስቆም የወሰደው እርምጃ የለም። የአማራ ልዩ ኃይል እርምጃ መውሰድ ሲጀምር ጣልቃ ገብቶ በማስቆም እንዲሁም ራሳቸውን የሚከላከሉ አማሮች ላይ ጥቃት በመፈጸም በወረራው ተሳትፏል።

ጥቃቱን ለመከላከል የተደረጉ ሕዝባዊ ጥረቶች

ወረራው ከመከሰቱ በፊት በነበሩት ረጅም ዓመታት በጣልያን ወረራ ዘመን ከተከሰቱ መሰል ወረራዎች በስተቀር ሕዝቡ በፍቅርና በሰላም ይኖር ነበር። ሕይወት በሰላማዊ መንገድ ቀጥሎ ስለነበር ሕዝቡ ለእንደዚህ ዓይነት ጥቃት የተደራጀ ዝግጅት አልነበረውም።

በ2011 ዓ.ም የዘር ፍጅቱ እንደ ተፈጸመ፣ የጥቃቱም ወሰን እየሰፋ ሲመጣ ያኔ በወቅቱ ለጋ በነበረው የፋኖ እንቅስቃሴ ከጎንደር በዘመቻ መጥተው የተፋለሙ፣ የዘር ፍጅቱን ለማስቆም መስዋዕትነት የከፈሉ ጀግኖች ነበሩ። በተጨማሪም ከአምስቱ የመንዝ ወረዳዎች ማለትም ከመንዝ ማማ፣ ከመንዝ ቀያ፣ ከመንዝ ጌራ፣ ከመንዝ ላሎ ምድር እና ከግሼ ራቤል የተውጣጣ የገበሬ ታጣቂ በጎበዝ አለቃው እየተመራ ጥቃቱን ለመከላከል ወደ ይፋት ቀጠና ወርዶ አስገራሚ የመከላከል ሥራ በመሥራት ወረራውን መክቶ መልሷል።

በኋላም የይፋት ቀጠና ወጣቶች በፍጥነት በመደራጀት በሸዋ ሮቢት፣ በአርማንያ፣ በራሳ፣ በአጣዬ፣ በመሀል ወንዝ፣ በማጀቴ እና መከይ ስልጠና በመውሰድ የተደራጀ ምላሽ

ሰጥተዋል። በፋኖነት በመዝመት በተከታታይ የተደረጉትን የይፋት ቀጠና ሙሉ ለሙሉ የማውደምና ወደ ኦሮሞ ብሔረሰብ አስተዳደር ዞን የመጠቅለል ሙከራዎችን አክሽፈዋል። በዚህ የይፋትን ቀጠና ከጥቃት ለመከላከል በተደረገው ጥረት የምሥራቅ አማራ ፋኖ ሁለት ሻለቃ ጦር በማዝመት ወራሪውን አይቀጡ ቅጣት በመቅጣት አሳፍሮ መመለሱም ታሪክ የማይዘነጋው ሐቅ ነው።

የደረሰው ጉዳት

በዚህ ለአሥር ጊዜያት በተደረገው የዘር ፍጅት እና አውዳሚ ወረራ እጅግ ከፍተኛ ጉዳት ደርሷል። ይሄንን አውዳሚ ወረራ እና የዘር ፍጅት ለየት የሚያደርገው ድርጊቱ የተፈጸመው በመሀል ሀገር በመሆኑ እና እያንዳንዱ ደርጊት ከተመልካች ዓይን ያላመለጠ መሆኑ ነው።

የኦሮሞ ነፃነት ሠራዊት እና የኦሮሞ ብሔረሰብ ዞን አስተዳደር ያሰማራቸው ታጣቂዎች እጅግ ዘግናኝ የሆኑ የግድያ ስልቶችን ይጠቀማሉ። በስለት ማረድ፣ በፋስ መፍለጥ፣ በጥይት መደብደብ፣ ቤት ዘግተው ከነሕይወት በማቃጠል ይገድላሉ።

ድርጊቱ የተፈጸመው በመላው ይፋት ቀጠና ቢሆንም በተለይ በአጣዬ፣ በካራቆሬ፣ በማጀቴ፣ በመኮይ አካባቢ፣ በዙጢ፣ በሸዋ ሮቢት፣ በሰንበቴ፣ በጀውሀ እና በራሳ አካባቢዎች ላይ ከፍተኛ ጥቃት ደርሷል። ከከተሞች ውጭም በሁሉም የይፋት ወረዳዎች በአንጾኪያ ገምዛ፣ በኤፍራታና ግድም፣ በቀወት አልፎም በጨፋ በሚገኙ ቀበሌዎች በሙሉ የተፈጸመ ነው። በአላላ፣ በመሀል ወንዝ፣ በነጌሶ፣ በቀጨማ፣ በቆሪ ሜዳ፣ በአለውሀ፣ በሰተቶ፣ በገተም፣ በሰላሎ እንዲሁም በካራ ለጎማ ላይ ወራሪው ኃይል ከፍተኛ ትኩረት አድርጎባቸው ከነበሩ ቀበሌዎች መካከል ዋነኞቹ ናቸው።

ወራሪው ኃይል ቤት ለቤት በመሄድ በሺዎች የሚቆጠሩ ሴቶችን፣ ሕፃናትን እና አረጋዊያንን የፈጀ ሲሆን፣ ሴቶችን አስገድዶ ከደፈረ በኋላ በማረድም ይታወቃል። ከተሞችን ሲቆጣጠር ጅምላ ግድያ ከፈጸመ በኋላ የጭነት መኪኖች አቅርቦ የእያንዳንዱን ቤት ቁስ ጭኖ ወደ ከሚሴ ከተማ የሚያጓጉዝ ሲሆን፣ በተለይ የሆቴሎች እና በሺህ የሚቆጠሩ የንግድ ተቋማት ንብረት ተለቅሞ ተጭኖ ተወስዷል። በየመኖሪያ ቤቱ እየዞረ የቡና ጀበና እና የእንጀራ መጋገሪያ ምጣድ ሳይቀር ዘርፏል።

ዝርፊያው ከተከናወነ በኋላ ቤቶቹን በእሳት የሚለኩሱ ሲሆን፣ በአጣዬ ከተማ እሳቱ እስከ ሦስት ቀን ድረስ ነድዷል። በየገጠሩ ከጅምላ ፍጅቱ በኋላ ቤቱን ከነ አስከሬኑ ያቃጥላሉ።

የገበሬው ከብቶች በሙሉ ተነድተው ወደ ኦሮሞ ብሔረሰብ አስተዳደር ዞን ተወስደዋል። ሊወሰድ ያልተቻለ እህል እሳት ተለቆበታል። አብያተ ክርስቲያናት በተለየ ትኩረት ተዘርፈዋል፤ በእሳት ነድደዋል፤ ካህናቱ በተለይ በስለት ታርደዋል። አገልግሎት ሰጪ የመንግሥት ተቋማት፣ ጤና ጣቢያዎች፣ ሆስፒታሎች እና ትምህርት ቤቶች ተዘርፈዋል፤ ተቃጥለዋል።

በአጠቃላይ በዚህ በጸረ-አማራ ኃይሎች ትብብር ታቅዶ በተፈጸመ የውድመት ወረራ እና የዘር ፍጅት የይፋት ቀጠና የሰቆቃ ምድር ሆናለች። የአማራ ሕዝብ ለታጨለት የሀገር አልባነት ጉዞም ዋና ማሳያ ተደርጋ ልትወሰድ ትችላለች።

በሰነድ የተገኘ የጉዳት መጠን ፡-

1) ወቅቱ፡- መጋቢት 11 ቀን 2013 ዓ.ም ዓርብ

- በጣም የተቀናጀና የተደራጀ እንዲሁም ዘመናዊ መሳሪያ በታጠቀ ኃይል የተፈጸመ የዘር ፍጅት ነው።
- የደረሰ ጉዳት

የሞተ	194
የቆሰለ	212
የተፈናቀለ	40,000

- ጥቃቱ የሸፈነው ቦታ፡- አጣዬ፣ ሸዋ ሮቢት
- ተፈናቃይ፡- ተፈናቃዮች በፊረድ ውሀ፣ በርጊቢ 2ኛ ደረጃ ት/ቤት፣ በመሀል ወንዝ ቀበሌ እና መሀል ሜዳ ከተማ ሰፍረዋል።

2) **ወቅቱ ሚያዝያ 7 ቀን 2013 ዓ.ም ለአንድ ሳምንት የቀጠለ ጥቃት** (137)

ወረራው የሸፈነው ቦታ፡-

አጣዬ	ካራ ለጎማ	ስለሎ	ብርብራ
ማጀቴ	ዘንቦ	ሆራ	ተሬ
አላላ	ፈረድ ውሀ	ቆሬ ሜዳ	ኩሬ በረት
ነጌሶ	አንቃር ኮበኮብ	ካራቆሬ	ጀምደር
ጀውሀ	ጎጆ ውኃ	በርግዴ	ሚጨሬ
ሸዋ ሮቢት	የሰርዶ	አጣዬ ቀበሌ 1፣ 2፣ 3	ኃይለማርያም
መንጥቅ ሸረፋ	ላይኛው አጣዬ	ቀረብሪ	አሰለል
ይሙሉ	ደለት	የለን	መኮይ
መሀል ወንዝ	ሥር ገደል	ኮረብታ	መዲና
ሸዋ ሮቢት ቀበሌ (1፣ 3፣ 4፣5፣ 6)	አንቃር	ሰፈ በረት	ወራሴ/ቆሎሞያ

የደረሰው የጉዳት መጠን

ተ.ቁ	የጉዳት ዓይነት	የጉዳት መጠን
1	የሞቱ	281
2	የቆሰሉ	363

3	የተቃጠለ ቤት	3,073
4	የወደሙ ትምህርት ቤቶች	4
5	የወደሙ ሆቴሎች(አጣዬ)	11
6	ጤና ተቋም	3
7	የውኃ ተቋም	6
8	የመንግሥት መ/ቤት	25
9	ሆቴል (አጣዬ)	11
10	የእህል መጋዘን (አጣዬ)	49
11	ሱቅ (አጣዬ)	350
12	ቤተ ክርስቲያን	7
13	በማሳ ላይ ያለ የሰብል ውድመት	1,387 ሄክታር ሰብል
14	የመስኖ ጀነሬተር	61
15	የቤት እንሰሳት	581
16	የወደሙ መኪኖች	29
17	የተቃጠለ እህል	26,364 ኩንታል

የወደሙ መኖሪያ ቤቶች ግምት (3,073)

ተ.ቁ	አካባቢ	የቤቶች መጠን	ግምት በሚሊዮን
1.	አጣዬ	1,529	558
2.	ኤፍራታ እና ግድም	1,207	524
3.	ሸዋ ሮቢት	50	20
4.	አንጾኪያ ገምዛ	47	14
5.	ቀወት	240	-

የተፈናቀለው ሕዝብ ቁጥር

ተፈናቃይ	ብዛት
መሐል ሜዳ	25,000
በርጊቢ	95,000
መኮይ	10,000
ሽዋሮቢት	23,000
ደብረ ብርሃን	100,000
ጠቅላላ	253,000

ተፈናቃዮች የተጠለሉበት ቦታ፡- መሐል ሜዳ፣ መኮይ እና ደብረ ብርሃን

ii. የምንጃር ቀጠና ውድመት (127,128,129)

ይህ ቀጠና በትልቁ በገርማማ (ከሰም) ወንዝ እና በአዋሽ ወንዝ መካከል የሚገኝ ነው። ከቆላ አንኮበር፣ ወሲልን እና መተህራን ይዞ ዝቋላ ድረስ የተዘረጋ እንዲሁም ከቡልጋ ግርጌ ከሸንኮራ አንስቶ በሞጆ እስከ ዝዋይ የሚደርሰው በጥንት ስሙ ፈጠጋር የሚባለው የአማራ ሕዝብ የጥንት ዐፅመ ርስት ነው።

ይህ ቀጠና ጥንታዊ ገዳማት እና አድባራት ያሉበት የታላቁ ንጉሥ የዐፄ ዐምደጽዮን ልጆች እነ ዐፄ ዳዊት፣ ዐፄ ይስሐቅ፡ ዐፄ ቴዎድሮስ ቀዳማዊ እና እነ ዐፄ ዘርዐ ያቆብ የተወለዱበት "ጥልቅ" የሚባለው ጥንታዊ ከተማ መገኛ ነው። የዐፄ ልብነ ድንግል ከተማ ቦካን በዚህ ቀጠና የሚገኝ ሲሆን ከግራኝ አህመድ ጋር ወሳኙ የሽንብራ ኩሬ ጦርነትም የተደረገበት ነው። በኋላም በሸዋ መሳፍንት በነመርዕድ አዝማች አስፋ ወሰን፣ በራስ ወሰን ሰገድ እና በንጉሥ ሣሕለ ሥላሴ ከ1708 ዓ.ም ጀምሮ እስከ 1840 ዓ.ም ይህን ሰፊ ቀጠና ሙሉ ለሙሉ በሸዋ ግዛት ሥር አድርገውት ኖረዋል።[138]

ከመተሀራ እስከ ዝዋይ ሐይቅ የተዘረጋው ይህ የሸዋ ክፍል ጥቅጥቅ ባሉ ጫካዎች፣ ሐይቆችና የሳር ምድር የተሸፈነ ቆላማ ቦታ ነው። የሸዋ ሕዝብ ከይፋት፣ ከተጉለት፣

የነፃነት ሰልፍ

ከቡልጋ፣ ከመርሃ ቤቴ፣ ከጅሩ ወደዚህ ቀጠና "ሸዋ ሜዳ" እየወረደ አውራሪስ፣ ቀጭኔ፣ አንበሳና ነብር የሚያድንበት፣ በጥንቱ የአማራ ሕዝብ ባህል የወንድነት ሙያ ማስመስከሪያ ምድር ነበር።

በዐፄ ምኒልክ ዘመን ምንጃር በደጃዝማች ግርማሜ፣ በረኸት ደግሞ በደጃዝማች ወልደ ገብርኤል አባ ሰይጣን ሲተዳደር ቆይቷል። ሐረርጌ ከመዘመቱ በፊት ለዚሁ ቀጠና ኩታገጠም የሆነው የሐረርጌው ጨርጨር በደጃዝማች ወልደ ገብርኤል፣ የአርሲው አርባጉጉ ደግሞ በደጃዝማች አስፋው ዳርጌ አማካኝነት ቀንቷል። በቀዳማዊ ኃይለ ሥላሴ ዘመነ መንግሥት ይሄ ቀጠና ለሁለት ተከፍሎ በየረርና ከረዩ እና ሐይቆች አውራጃ ሥር ውሏል።

ጣልያን ኢትዮጵያን ወርሮ በያዘባቸው አምስት ዓመታት ከፍተኛ የአርበኝነት ስምሪት ከተደረገባቸው ቦታዎች መካከል አንዱ ይህ ሥፍራ ነው። በደጃዝማች ፍቅረ ማርያም አባ ተጫን መሪነት በኋላም በራስ አበበ አረጋይ መሪነት ከፍተኛ የአርበኝነት ተጋድሎ ተደርጎበታል።[139,140]

ታላላቅ ውጊያዎች የተደረጉባቸው ዳንሴ፣ ወሲል፣ የሚጠቀሱ ሲሆን የአማራ ሕዝብ እጅግ መራር የግፍ ጽዋም የቀመሰባቸው ቦታዎችም ናቸው። የጣልያን ሠራዊት በአንድ የገበያ ቀን በምንጃሩ የአረርቲ ገበያ፣ ለገበያ የመጡ ገበሬዎችን አፍሶ አርባ ሁለት ሰዎችን ያለምንም ምክንያት በስቅላት የገደላቸው ሲሆን፤ በበረኸት በስድስቶ መንደር ይኖር በነበረ የአማራ ሕዝብ ላይ የፈጸመው የዘር ፍጅት ፈጽሞ የሚረሳ አይደለም!! ስንደሮስ ግብሬ ባዘጋጀው አጋሚዶ የሸዋ ፋኖዎች አስደናቂ ተጋድሎ ቅፅ-1 በሚለው ያልታተመ መጽሐፍ ገፅ 160 ላይ እንደ ተጠቀሰው ግንቦት 25፣ 1928 ዓ.ም በዚሁ ቀጠና በረኸት ወረዳ ስድስቶ ቀበሌ ወራሪው ፋሽስት ኢጣልያ የፈጸመው ድርጊት እንደሚከተለው ነው፡- በቁጥር 380 የሚሆኑ የአገር ሽማግሌዎችን ሰብስቦ በከባድ መሳርያ ከቦ ያለ እህልና ውኃ በማቆየት "ሕዝባችሁ ለጣልያን መንግሥት እንዲገዛ አድርጉ" በማለት ቢነዘንዛቸውም እምቢ በማለታቸው በመቀነት እና በወደሮ አስተሳስሮ ገበያ መዋያ በተባለ ቦታ በመትረየስ ፈጃቸው።አስከሬናቸውንም ጋዝ በማርከፍከፍ አቃጠላቸው።[141]

ነፃነት ከተመለሰ በኋላ የቀኃሥ መንግሥት የልማት ሥራዎችን የወጠነበት ቀጠና ነው። የመተሀራ እና የወንጂ የስኳር ፋብሪካዎች እንዲሁም በርካታ የግል የጥጥ፣ የቦሎቄ፣ የፍራፍሬ እርሻዎች የለሙበት ቦታ ነው። የአዋሽ፣ የአብያታ እና ሻላ ፓርኮች ተከልለው በአካባቢው በርካታ ሆቴሎችና ሪዞርቶች ተሠርተዋል። ለሀገራችን የመጀመሪያ የሆነው

የቆቃ የኃይል ማመንጫ መገኛ ቦታው ይሄው ቀጠና ነው፡፡ በዚህ አካባቢ የመተሀራ፣ የወለንጪቲ፣ የናዝሬት፣ የሞጆ፣ የመቂ፣ የዝዋይ፣ የባልጪ እና የአረርቲ ከተሞች ይገኛሉ፡፡

በዘመነ ትሕነግ/ኢሕአዴግ ክልሎች ሲከለሉ የክልል የምርጫ ኮሚቴ የሚባል ተቋቁሞ የወረዳዎች የክልል ምደባ አካሂዷል፡፡ ኮሚቴው በተለይም ምደባ ለማድረግ ተቸግሬአለሁ ብሎ ካቀረባቸው ወረዳዎች ውስጥ አንዱ ከአዋሽ-መተሀራ-ወለንጭቲ ድረስ ያሉት የቦሰት እና የፈንታሌ ወረዳዎች ነበሩ፡፡ በወረዳዎቹ በአብዛኛው የሚኖረው አማራ ቢሆንም ሦስት የከተማ ነዋሪ እንደ አንድ የገጠር ኗሪ ይቆጠራል ባሉት ውሳኔአቸው መሠረት ከመተሀራ አንስቶ በዋናው መንገድ ወለንጭቲን፣ ናዝሬትን፣ ሞጆን ይዞ ዝዋይ የሚደርሰውን ቦታ በረኸትን፣ ሽንኮራን እና ምንጃርን ብቻ በማስቀረት ወደ ኦሮሚያ ተከልሏል፡፡ (142)

ይህንን አካባቢ ሲከልሉ በምንጃር ወረዳ ሥር ያለው የአሞራ ገደል ቀበሌ አንድ ጎጥ የሆነችው "አውራ ጎዳና ከተማ" የአዲስ አበባ-ጅቡቲን መንገድ አቋርጣ ከአዋሽ ወንዝ ዳርቻ የምትደርስ አካባቢ ሳያስተውሉ በካርታ ላይ አስፍረው ከለሉ፡፡ ከተወሰነ ጊዜ በኋላ ከአዲስ አበባም ሆነ ከናዝሬት ወደ መተሐራ፣ ወደ ሀረር፣ እና ወደ ጅቡቲ ሲተላለፉ በግድ የሚያቋርጧት የአማራ ክልል የሆነች ቦታ በመኖሯ ውስጣዊ ሰላም ስላሳጣቸው ጠቅልለው ለመውሰድ ሙከራ ጀመሩ፡፡

አውራ ጎዳና

አውራ ጎዳና ከተማ በአዲስ አበባ ጅቡቲ ዋና መንገድ ላይ ከናዝሬት ወደ መተሐራ ሲሄዱ በግምት 70 ኪሎ ሜትር ላይ የምትገኝ ቦታ ነች፡፡ ቦታዋ በካርታም በአስተዳደርም በአማራ ክልል፣ በሰሜን ሸዋ ዞን በምንጃር ሸንኮራ ወረዳ በአሞራ ገደል ቀበሌ ውስጥ የምትገኝ ስፍራ ናት፡፡

ይህ አካባቢ ከሸዋ ወደ አርሲ መሸጋገሪያ ቁልፍ በሮች ያሉበት ሲሆን የአገሪቱ የደም ሥር የሆነው የአዲስ አበባ ጅቡቲ መንገድ ይተላለፍበታል፡፡ በቀድሞው አስተዳደር የሸዋ፣ የአርሲ እና የሐረርጌ ክፍለ ሀገሮች ድንበር የሚጋጠምባት ነበር፡፡ አሁን ደግሞ የአማራ፣ የኦሮሚያ እና የአፋር ክልሎች ድንበር መጋጠሚያ ቦታ ነው፡፡ በቅርብ ዓመታት የፈለቀው የፈሳሽ ሳሙና መሰል ይዘት ያለው ውኃ የያዘው የበሰቃ ሐይቅ፣ በእሳተ ገሞራ ፍንዳታ የተነሣ የተፈጠሩት የፈንታሌ ተራራ እና ሸልም ጋራ ለአካባቢው ልዩ ውበት ሰጥተውታል፡፡ የአካባቢውን መሬት የሸፈኑት በእሳተ ገሞራ ቅላጭ የተፈጠሩ ድንጋዮች አስገራሚ ናቸው፡፡ አገሩ የአዋሽ ተፋሰስ ሲሆን አዋሽን ተሻግሮ ወደ ሐረርጌው

ጨርጨር፣ ወደ አርሲው አርባጉጉ ወይም ወደ አፋሩ የአውሳ በረሀ መዝለቅ የሚቻልበት ልዩ ቦታ ነው።

ከዚህ ጋር በሚያያዝ ታሪክ በሽግግሩ ወቅት በአርሲ አርባጉጉ ነዋሪ በሆኑ አማሮች ላይ ዘግናኝ የዘር ፍጅት ሲፈጸም፣ ፍጅቱን ለመከላከል በፕሮፌሰር አሥራት ወልደየስ እና በዶ/ር ክንፈ ሚካኤል አሥራት አሳሳቢነት ታዋቂው ጀግና ተፈሪ ታደሰ የምንጃር ሽንኮራን ጀግኖች ይዞ ወደ አርሲ የዘመተው በአውራ ጎዳና በኩል ነው።

የከተማው አመሠራረት በመጀመሪያ በቦታው ትንሽ የገበሬዎች መንደር ነበረበት። የአዲስ አበባ ጅቡቲ መንገድ ሲሠራ የአውራ ጎዳና መሥሪያ ቤት ካምፕ ሠራባት። ሱቆች፣ ምግብ ቤቶች እና ብዙ አገልግሎቶችን ለአውራ ጎዳና ሠራተኞች የሚያቀርቡ ትንንሽ ንግዶች ተጀመሩ። መንገዱ ሲያልቅ የከባድ መኪና ሹፌሮች ትንሿን ከተማ "ዲቻ ኖቬ" ብለው ዳቦ ሳይቆርሱ ስም አወጡላት። ቤተ ክርስቲያን እና መስጊድ ተሠራ፤ የነዋሪዎቹም ቁጥር በመጨመሩ የአማራ ክልል መንግሥት የአንድ አንደኛ ደረጃ ትምህርት ቤት እና የአንድ የጤና ተቋም ባለቤት አደረጋት።

በሽግግሩ ዘመን በቀጠናው አዋሳኝ ቦታዎች በሽልም ጋራ፣ በኢራንቡቲ በር፣ በጮባ እና በአሩሌ ሜዳ አካባቢዎች ተደጋጋሚ ወረራ እና ማጥቃት ይደረግ ነበር። በየጊዜው እያገረሸ ወደ ሐረር የሚሄዱ መንገደኞችን ከመኪና አስወርደው መታወቂያ እያዩ እየመረጡ እስከ መግደል የደረሱ ድርጊቶች ተፈጽመዋል። በመንግሥት በኩል ለአካባቢው ማኅበረሰብ መሠረተ ልማቶች ሲዘረጉ ለምሳሌ የገጠር መንገዶች፣ መብራት፣ ውኃ ሲገባ የአውራ ጎዳናን ከተማ ብቻ ለይተው ትተውታል። የከተማው ሕዝብ ዘመኑን ሻማ በማብራት እና በጀነሬተር በመጠቀም ሲያሳልፍ፣ ውኃን በተመለከተ ደግሞ በቦቴ ውኃ በማስመጣት፣ ሲብስ ደግሞ ከአዋሽ እርጥብ አሸዋ ጭነው ከሚመጡ ከባድ መኪኖች የውኃ እንጥፍጣፊ በማጠራቀም ሲጠቀም ኖሯል።

የአውራ ጎዳና ነዋሪ በዘመነ ሕወኃት/ኢሕአዴግ ብዙ ጫና ደርሶበታል። ለምሳሌ በጥቂቱ፦

- መሠረተ ልማት እንዳይሠራለት በማድረግ መብራት፣ ውኃ፣ የማዘጋጃ ቤት አገልግሎት እንዳያገኝ በማድረግ፣
- ምርጫ በመጣ ቁጥር በኦሮሚያ ክልል ሥር ምረጡ፤ የሕዝብ ቆጠራ ሲደረግ በኦሮሚያ ሥር ተቆጠሩ እየተባሉ ሲሰቃዩ ኖረዋል።

- የብአዴን የዞን እና የወረዳ ካድሬዎች ከኦሮሚያ ክልል ባለስልጣናት ጋር በመሻረክ በአካባቢው ሕዝብ ላይ ግድያን፣ የመስጊድ ፈረሳን ጨምሮ ከፍተኛ በደል ፈጽመዋል። የተሠሩ ቤቶችን አፍርሰዋል፤ ጥርጊያ መንገድም እንዳይሠራ ከልክለዋል። የአካባቢው ነዋሪ ይህንንም ጥቃት መክቷል።

- በአማራ ክልል ዳተኝነት የተነሣ የጥርጊያ መንገድ ባለመሠራቱ ከአውራ ጎዳና ሞጆ፣ ከሞጆ አረርቲ ደርሶ መልስ 270 ኪሎ ሜትር ዙርያ ጥምጥም ለመጓዝ ይገደዱ ነበር። ሌላኛው አማራጩ ደግሞ በእግር ሙሉ ቀን መጓዝ፤ አልያም ከቅርብ ዓመታት ወዲህ በመልካ ጅሎ በኩል አድርጎ ባልሰላ መንገድ በሞተር ሳይክል መጓዝ ነው።

የምንጃር ቀጠና ጥቃት በዘመነ ብልጽግና

የጥቃቱ ወሰን፦

- ሳማ ሰንበት፣ ፍኒናጆ፣ አሞራ ገደል፣ ጮባ ቀበሌዎች
- አውራ ጎዳና ከተማ
- መተሀራ ከተማ፣ ሙሉ ምንጃር፣ እስከ ቡልጋ ጫፍ ዳንሴ በር ድረስ
- ሸንኮራ፣ በረኸት
- ወለንጭቲ፣ ቦሰት ወረዳ የገጠር ቀበሌዎች
- የናዝሬት ዙሪያ የገጠር ቀበሌዎች

የጥቃቱ ዓላማ፦

- መተሀራ አካባቢ ያለውን የከረዩ ጎሳ፣ ይፋት ቀጠና ጫፍ የኦሮሞ ብሔረሰብ አስተዳደር ዞን ውስጥ ከሚገኘው የጅሌ ጥሙጋ ጎሳ ጋር ማገናኘት።
- የኦሮሚያ ሪፐብሊክ ካርታ ብለው የሳሉትን እውን ማድረግ።
- ምንጃር ሸንኮራን፣ በረኸትን፣ አንኮበርን እና የይፋት ቀጠናን ወደ ኦሮሚያ መቀላቀል
- የአማራን ሕዝብ ዘር መፍጀት፣ ሀብት ንብረቱን መውረስ

- በቀጠናው ከፍተኛ ቁጥር ያለውን የኢቱ ጎሳን እና ሴኮ መንዶ ጎሳን ማስፈር።

የጥቃቱ ጠንሳሽ፡-

- የጸረ-አማራ ኃይሎች ትብብር
- የኦሮሚያ ክልላዊ መንግሥት
- የፌዴራል መንግሥት
- የኦሮሞ ነፃነት ግንባር

የጥቃቱ ፈጻሚ፡-

- የኦሮሞ ነፃነት ሠራዊት
- የኦሮሚያ ልዩ ኃይል
- የኦሮሚያ ክልላዊ መንግሥት ታጣቂዎች

ማሰልጠኛ ካምፖች፡-

- ቦርጨታ
- ኡርጊ ቀበሌ
- ቦሌ ቀበሌ
- ጠደቻ ቀበሌ

አፈጻጸም፡-

- የደፈጣ ውጊያ
- ተሽከርካሪ በማጥቃት
- ከብት በመዝረፍ
- መደበኛ ውጊያ በማካሄድ
- በመንግሥት ሠራዊት ከተሞችን እና መንደሮችን ተቆጣጥሮ በማውደም

ጥቃቶች፡- (ናሙና)

በመንግሥት ኃይል የታገዙ፣ መደበኛ የስንቅ እና የትጥቅ አቅርቦት በተሟላ መልኩ በቀረበለት ወራሪ ኃይል ተደጋጋሚ ጥቃቶች በዘመነ ብልጽግና ተፈጽመዋል። ቁስለኞቻቸውን በአምቡላንስ እያመላለሱ በቡድን መሳሪያ የታገዘ ጥቃት ፈጽመዋል። የአካባቢው ሕዝብ ፈጣን ምላሽ በመስጠት ወረራውን መክቷል።

1) **የመተሀራ እና አካባቢው ጥቃት** (143,144,145)

- ቤት ለቤት በመሄድ በአማራ ተወላጆች ላይ ጥቃት አድርሰዋል፣ ቤት አቃጥለዋል፣ ንብረት አውድመዋል፣ የጅምላ ግድያ ፈጽመዋል።
- በከተማው ተወላጅ የሆኑ የአማራና የአርጎባ ተወላጆች ሙሉ ለሙሉ ከተማውን ለቀው በመውጣት አዋሽ ሰባት ከተማ ሰፍረዋል።
- በፈንታሌ ወረዳ ውስጥ የሚገኙ የአማራ ሕዝብ የሚኖርባቸው ቀበሌዎችን አውድመዋል፣ የዘር ፍጅት ፈጽመዋል።

ወቅቱ፡- መጋቢት 8 ቀን 2014 ዓ.ም

ቦታ፡- ፈንታሌ ወረዳ አልጌ ቀበሌ

ፈፃሚ፡- የኦሮሞ ነፃነት ሠራዊት

ጉዳት፡- የሞተ 10፣ የቆሰለ 6 ሰው

ወቅቱ ፡- መጋቢት 17 ቀን 2014 ዓ.ም

ቦታ፡- ፈንታሌ ወረዳ አልጌ ቀበሌ

ፈፃሚ፡- የኦሮሞ ነፃነት ሠራዊት

ጉዳት፡- የሞተ 10፣ የቆሰለ 11 ሰው

ወቅቱ ፡- መጋቢት 9 ቀን 2015 ዓ.ም

ቦታ፡- መተሐራ ከተማ

ጉዳት፡- የሞተ 8፣ የቆሰለ 11 ሰው

ወቅቱ ፡- ኅዳር 12 ቀን 2015 ዓ.ም

ቦታ፡- ወለንጭቲ አካባቢ

ጉዳት፡- 17 ሰው ታግቷል

2) **የሳማ ሰንበት አካባቢ ጥቃት** (146)

ወቅቱ፡- ነሐሴ 02 ቀን 2015 ዓ.ም

ቦታ፡- ሳማ ሰንበት ቀበሌ

ውጤት፡- በአካባቢው ሕዝብ ተመክቷል፡፡

3) **የአውራ ጎዳና ከተማ መወረር** (147,148,149)

ወቅቱ፡- መጋቢት 20 ቀን 2014 ዓ.ም

ቦታ፡- አውራ ጎዳና

አፈጻጸም፡- በአንድ ሻምበል የሚመራው የኦሮሚያ ልዩ ኃይል በብዙ መኪኖች ተጭኖ በመምጣት ማክሰኞ መጋቢት 20 ቀን 2014 ዓ.ም አውራ ጎዳና ከተማን ወረረ፡፡ ከተማውን ከወረረ በኋላ ያገኘው ሰው ሁሉ ላይ መተኮስ ጀመረ፡፡ የከተማው ነዋሪ አጸፋ በመስጠት ወራሪውን ኃይል አይቀጡ ቅጣት ቀጥቶ መልሶታል፡፡

4) **የአውራ ጎዳና ከተማ ሙሉ ውድመት** (150,151)

ወቅቱ፡- መስከረም 6 ቀን 2016 ዓ.ም

ቦታ፡- አውራ ጎዳና ከተማ

አፈጻጸም፡- የኦሮሚያ ልዩ ኃይል በአሥር ሺዎች ሆኖ በመምጣት ቤት ለቤት ጥቃት በመሰንዘር የጅምላ ፍጅት ከፈጸመ በኋላ የከተማውን ሕዝብ ከቤቱ አባሮ በማስወጣት ከተማውን ሙሉ ለሙሉ በቡልዶዘር ጠርጎ አንስቶ ወታደር አስፍሮበታል፡፡

አዲስ አበባ በብልጽግና አስተዳደር ሥር

አዲስ አበባ የኢትዮጵያ የፖለቲካ፣ የኢኮኖሚ፣ የትምህርት፣ የሃይማኖት ወዘተ ዋና ማዕከል የሆነች ከተማ ነች። ከተማዋ በ1879 ዓ.ም በዐፄ ምኒልክ እና በእቴጌ ጣይቱ የተቆረቆረች ነች። የአዲስ አበባ ከተማ ነዋሪ ስምንት ሚሊዮን ገደማ ይገመታል። በ1994 ዓ.ም በተደረገው የሕዝብ ቆጠራ አብዛኛው የአዲስ አበባ ከተማ ነዋሪ የአማራ ብሔር ተወላጅ ሲሆን እንዲሁም የሌሎች የኢትዮጵያ ብሔረሰቦች መኖሪያ ናት።

በ1983 ዓ.ም ሰኔ ወር ላይ ጸረ-አማራ ኃይሎች ሥልጣን ከያዙ በኂላ በ1987 ዓ.ም ያዘጋጁት ሕገ መንግሥት ስለ አዲስ አበባ እንዲህ ይላል፦

አንቀጽ 49 (152)

1. "አዲስ አበባ የፌዴራሉ መንግሥት ዋና መቀመጫ ናት።
2. የአዲስ አበባ ነዋሪዎች ራስን በራስ የማስተዳደር መብታቸው የተጠበቀ ነው።
3. የአዲስ አበባ መስተዳድር ተጠሪነቱ ለፌዴራል መንግሥቱ ነው።
4. የአዲስ አበባ ነዋሪዎች በሕገ መንግሥቱ መሠረት በሕዝብ ተወካዮች ምክር ቤት ይወከላሉ።
5. የኦሮሚያ ክልል የተፈጥሮ ሀብት አጠቃቀምን፣ ማኅበራዊ አገልግሎቶችን በተመለከተ እንዲሁም አስተዳደራዊ ጉዳዮችን በተመለከተ የሚኖረው ልዩ ጥቅም ይጠበቅለታል። ዝርዝሩ በሕግ ይወሰናል።"

ይኽ "ዝርዝሩ በሕግ ይወሰናል" የሚለው አንቀጽ በተግባር ላይ ሳይውል ለረጅም ጊዜ ቆይቶ፣በቅርቡ በብልጽግና መንግሥት የሚኒስትሮች ምክር ቤት ኦሮሚያ ከአዲስ አበባ ስለሚያገኘው ልዩ ጥቅም ያዘጋጀው ረቂቅ አዋጅ አለ።(153) ይህ ረቂቅ አዋጅ "የኦሮሚያ ክልል በፊንፊኔ/አዲስ አበባ ላይ ያለው ሕገ መንግሥታዊ ልዩ ጥቅም" የሚሰኝ ነው። በረቂቅ አዋጁ ስለ አዲስ አበባ ስም "ፊንፊኔ ከአዲስ አበባ ጋር እኩል መጠሪያ ይሆናል። የከተማው ሕጋዊ ስም በጽሑፍ ፊንፊኔ/አዲስ አበባ ተብሎ ጥቅም ላይ መዋል ይኖርበታል" ብሎ ይደነግጋል።

በ1994 ዓ.ም በተሻሻለው የኦሮሚያ ክልል ሕገ መንግሥት ላይ የኦሮሚያ ክልል ዋና ከተማ አዳማ "ናዝሬት" ነው ይል ነበር። በ1997 ዓ.ም በተደረገው ምርጫ ኢሕአዴግ በቅንጅት ሲሸነፍ ሕወኃት መራሹ ኢሕአዴግ የኦሮሚያን ክልል ዋና ከተማዬ ፊንፊኔ/አዲስ አበባ ናት እንዲል መከረው። እሱም ዋና ከተማዬ አዲስ አበባ ነው በማለት ከናዝሬት ተመለሰ።

በ2010 ዓ.ም የኦሮሞ ብልጽግና ሥልጣን ከያዘ በኋላ አዲስ አበባን የኦሮሚያ አካል አደርጋለሁ አለ። ኢሕአዴግ/ትሕነግ ሥልጣን ከያዘበት ጊዜ ጀምሮ የአዲስ አበባ ነዋሪ፡-

- የከተማዋ ከንቲባ መሆን አይችልም።
- ሹመት እና የሥራ ኃላፊነት አይመለከተውም።
- በገዛ አገሩ እንደ ሁለተኛ ዜጋ ይቆጠራል።
- ሥልጣን ላይ ያለው አስተዳደር ሁልጊዜም የአዲስ አበባን ሕዝብ እንዴት አድርጌ ላበሳጨው፣ እንዴት አድርጌ ላፈናቅለው ብሎ ቀን እና ሌሊት የሚያስብ፣ የሚያቅድ እና የሚፈጽም፣ በጥላቻ የተመረዘ አፓርታይዳዊ አገዛዝ ነው።

የተወሰኑ ማሳያዎችን በማቅረብ የኦሮሞ አስተዳደር ከተማዋን የሚቆጣጠርበትን እና ነዋሪውን ሕዝብ በተለይም አማራውን እንዴት እየበደለ እና እየገፋ እንደሆነ እንይ።

i. **የአዲስ አበባ መስተዳደር ካቢኔ አባላት** (154)

ተ.ቁ	ስም ከነአባት	የተቋሙ ስምና ኃላፊነት	ብሔር
1	አዳነች አቤቤ	ከንቲባ	ኦሮሞ
2	አቶ ሲሳይ ጌታቸው	የመሬት ልማትና አስተዳደር ቢሮ ኃላፊ	ኦሮሞ
3	ወ/ሮ እናትዐለም መለሰ ሚደቅሳ	የኮሚኒኬሽን ቢሮ ኃላፊ	ኦሮሞ
4	ዶ/ር ዘላለም ሙላቱ	የትምህርት ቢሮ ኃላፊ	ኦሮሞ

5	ወ/ሮ ሊዲያ ታፈሰ	የሰላም ጸጥታና አስተዳደር ቢሮ ኃላፊ	ኦሮሞ
6	ዶ/ር ዮሐንስ ጫላ	የጤና ቢሮ ኃላፊ	ኦሮሞ
7	ዶ/ር ዳዲ ወዳጆ	የፕላን ልማት ኮሚሽን ኮሚሽነር	ኦሮሞ
8	አቶ ጥላሁን ወርቁ	ከንቲባ ጽ/ቤት ኃላፊ	ኦሮሞ
9	ወ/ሮ ሀቢባ ሲራጅ	የመንግሥት የልማት ድርጅቶች አስተዳደር ባለሥልጣን ኃላፊ	ኦሮሞ
10	ሂክማ ከይረዲን	በም/ከንቲባ ማዕረግ ዋና ሥራ አስኪያጅ	ሀላባ
11	ዶ/ር ጣሰው ገብሬ	የፐብሊክ ሰርቪስ እና የሰው ሀብት ልማት ቢሮ ኃላፊ	ሀድያ
12	ጥራቱ በየነ	በም/ከንቲባ ማዕረግ ሥራና ፈጠራ	ሲዳማ
13	አቶ አደም ኑር	የገቢዎች ቢሮ ኃላፊ	ስልጤ
14	ወ/ሮ ጽጌወይኒ ካሳ	የቤቶች ልማት ቢሮ ኃላፊ	ትግራይ
15	ኢ/ር አያልነሽ ኃይለ ማርያም	የዲዛይንና ግንባታ ሥራዎች ቢሮ ኃላፊ	ወላይታ
16	አቶ ተክሌ በዛብህ	የፍትህ ቢሮ ኃላፊ	ዳውሮ
17	ዶ/ር ጀማል ጀምበሩ	በም/ከንቲባ ማዕረግ የከተማ ውበትና አረንጓዴ ልማት ቢሮ ኃላፊ	ጉራጌ
18	አቶ አብዱልቃደርሬድዋን	የአዲስ አበባ ፋይናንስ ቢሮ ኃላፊ	ጉራጌ

19	አቶ ቢንያም ምክሩ	የንግድ ቢሮ ኃላፊ	ጉራጌ
20	አቶ ግርማ ሰይፉ	የኢንቨስትመንት ኮሚሽን ኮሚሽነር	ጉራጌ
21	ጃንጥራር አባይ	ም/ከንቲባና የሥራ ኢንተርፕራይዝ እና ኢንዱስትሪ ልማት ቢሮ ኃላፊ	አማራ
22	አቶ ምትኩ አስማረ	የትራንስፖርት ቢሮ ኃላፊ	አማራ
23	አቶ በላይ ደጀኔ	የወጣቶችና ስፖርት ቢሮ ኃላፊ	አማራ
24	ዶ/ር ሂሩት ካሳው	የባህል ኪነ-ጥበብና ቱሪዝም ቢሮ ኃላፊ	አማራ
25	አቶ የሱፍ ኢብራሂም	የመንግሥት ንብረት አስተዳደር ባለሥልጣን ዋና ሥራ አስኪያጅ	አማራ

የካቢኔ አባላት በብሔር ተዋጽኦ

ማንነት	በኃላፊነት	በመቶኛ
ኦሮሞ	9	36%
ሌሎች	11	44%
አማራ	5	20%[1]
አጠቃላይ	25	100%

[1] በተቃራኒው ከከተማ ነዋሪው ግማሹ (50%) ግን አማራ ነው።

ii. የጸጥታ ተቋማት ዝርዝር

ተ.ቁ	የጸጥታ ተቋም	የኃላፊው ስም	ብሔር
1	የአ.አ ሰላምና ደህንነት ቢሮ	ሊዲያ ግርማ	ኦሮሞ
2	አዲስ አበባ ፖሊስ	ኮሚሽነር ጌቱ አርጋው ደበላ	ኦሮሞ
3	አዲስ አበባ ደንብ ማስከበር ጽ/ቤት	ሻለቃ ዘሪሁን ተፈራ	ኦሮሞ
4	ኦሮሚያ ፖሊስ	ሜ/ጄ ድሪባ ኩምሳ	ኦሮሞ
5	ፌዴራል ፖሊስ	ኮሚሽነር ጀነራል ደመላሽ ገ/ሚካኤል	ኦሮሞ
6	ልደታ ክፍለ ከተማ	ኮማንደር በኃይሉ ደጀኔ	ኦሮሞ
7	አራዳ ክፍለ ከተማ	ረ/ኮሚሽነር ሞቱማ ሲማ	ኦሮሞ
8	አዲስ ከተማ ክፍለ ከተማ	ረ/ኮሚሽነር ሰለሞን ፋንታሁን	ኦሮሞ
9	ንፋስ ስልክ ላፍቶ ክፍለ ከተማ	ረ/ኮሚሽነር ሽመልስ ሽፈራው	ኦሮሞ
10	ኮልፌ ቀራንዮ ክፍለ ከተማ	ረ/ኮሚሽነር ግርማ ተሰማ	ኦሮሞ
11	አቃቂ ቃሊቲ ክፍለ ከተማ	ረ/ኮሚሽነር መስፍን ኩማ	ኦሮሞ
12	ቦሌ ክፍለ ከተማ	ረ/ኮሚሽነር አድማሱ ኢፋ	ኦሮሞ
13	የካ ክፍለ ከተማ	ረ/ኮሚሽነር አለማየሁ አያልቂ	ኦሮሞ

14	ጉለሌ ክፍለ ከተማ	ም/ኮሚሽነር አራጌ እሸቴ	አማራ
15	ለሚ ኩራ ክፍለ ከተማ	ኮማንደር ያሲን ሁሴን	አማራ

ኦሮሞ	13 (86.66%)
አማራ	2 (13.33%)
ሌሎች	0

ከኦሮሞ ፖለቲከኞች የተሰጡ አስተያየቶች፦

- **«አዲስ አበባ በልታ ፈርሷን ኦሮሚያ ላይ ትደፋለች»** (155)

  (ዶ/ር ዘላለም ሙላቱ፣ የአ.አ ትምህርት ቢሮ ኃላፊ)

- **«የአዲስ አበባ ልጅ የሴተኛ አዳሪ ልጅ ነው»** (156)

  አንጋሳ ኢብራሂም፣ የፓርላማ አባል)

- **«አዲስ አበባን ረብ የለሽ "irrelevant" እናደርጋታለን»**

  (የኦሮሚያ ክልል ፕሬዝዳንት ሽመልስ አብዲሳ)

- **«የአዲስ አበባን ሕዝብ ስብጥር (Demography) እንቀይራለን»** (157)

  (ለማ መገርሳ፣ የቀድሞ የኦሮሚያ ክልል ፕሬዝዳንት)

ስለ አዲስ አበባ መፍረስ አስፈላጊነት የኦሮሚያ ክልል ፕሬዝዳንት ሽመልስ አብዲሳ በይፋዊ የማኅበራዊ ትስሥር ገጹ የሚከተለውን መልእክት አስተላልፏል (ከኦሮምኛ የተተረጎመ)፡-

"የኦሮሞ ሕዝብ ለዘመናት ሲደርስበት ከነበረው መገፋት የተነሣ ከተማዋን ለሌሎች ለቆ እስከ መውጣት ደርሶ ነበር። ይሄም መገፋት ሄዶ ሄዶ እትብቱ በተቀበረበት ፊንፊኔ

(አዲስ አበባ) የባዕድነት ስሜት እንዲሰማውና በራሱ ቀዬ ላይ ባይተዋር እንዲሆን ተደርጓል።

“ከተማዋ በሌሎች የበላይነት ሥር ሆና በተለይም የኦሮሞን ሕዝብ ለዘመናት እንደ ባዕድ የመመልከት አካሄድን ስትከተል ቆይታለች፤ ለዚህም ማሳያ የሚሆነው በከተማዋ አንዳችም የኦሮሞን ሕዝብ ማንነት የሚገልፅ ምልክት (Symbolic Representation) አለመኖሩ ነው።

“ከዚህ በኋላ ግን መንግሥታችን ያለፈውን የውድቀት ታሪክ፣ ጉዳትና መፈናቀል ማውራት እንዲህ ተደረግን ብሎ ስሞታ ማቅረብ አይሻም። ይልቁንም የተገኘውን ዕድል በመጠቀም ትላንት በሕዝባችን ላይ ሲደርስ የነበረውን ግፍና በደል ታሪክ ለማድረግ በከፍተኛ ትኩረት እየሠራ ይገኛል። አዲስ አበባን በዚህ ወቅት ስንመለከት በፖለቲካው፣ በኢኮኖሚው፣ በማኅበራዊው እንዲሁም በባህሉ የሕዝባችንን ሰፊ ተሳትፎ የሚሹ እጅግ ግዙፍ የሆኑ ፕሮጀክቶች እየተሠሩ ይገኛሉ፤ ይህም ሐሳባችንን ከግብ ለማድረስ ትልቅ መሳሪያ ሆኗል።

“እየተሠሩ ካሉት ከእነዚህ ፕሮጀክቶች መካከል፡- የክልሉ ፕሬዝዳንት ጽሕፈት ቤት፣ የኦሮሚያ ፖሊስ ኮሚሽን፣ የኦሮሚያ ጠቅላይ ፍርድ ቤት፣ የኦቢኤን ሚዲያ ኮምፕሌክስ፣ የኦሮሚያ ምርጥ ዘር ኢንተርፕራይዝ፣ የኦሮሞ አርት ማሰልጠኛ ማዕከል፣ የኦሮሞ ባህላዊ ምግብ አሠራር እና ዝግጅት ማዕከል፣ የኦሮሞ ባህላዊ ዕቃዎች ማሳያና የገበያ ማዕከል፣ ሲንቄ ባንክ፣ ቡሳ ጎንፋ እንዲሁም የተለያዩ ኢንተርፕራይዞችን በጥቂቱ ማንሣት ይቻላል።

“እስከ አሁን ባለው አፈጻጸም መንግሥት የሕዝባችንን የዘመናት ጥያቄ እውነት ወደ ቦታዋ ለመመለስ እንዲሁም ቃል የተገባውን ለመፈጸም ያለውን ቁርጠኝነት ያሳየ ነው። አሁንም የሕዝባችንን ያልተመለሱ ጥያቄዎች በሂደት ለመመለስ በትኩረት እንሠራለን። ሕዝባችንን ከከተማው መግፋትና ማሳደድ ግን ከዚህ በኋላ አክትሞለታል”

በማለት በኮሪደር ልማት ስም አዲስ አበባ የምትፈርሰው ኦሮሞን በአዲስ አበባ ለማስፈር መሆኑን አብራርቶ ገልጿል።

እንደዚህ አድርገው የአዲስ አበባን አስተዳደር እና የጸጥታ መዋቅር ከከንቲባ እስከ ወረዳ ድረስ ካደላደሉ በኋላ የፈጸሟቸው ዋና ዋና ተግባራት የሚከተሉት ናቸው።

1. በሕገ ወጥ መንገድ የሀብት ምንጮችን መቆጣጠር

- የመንግሥት ቤቶችን፣ የቀበሌ ቤቶችን ተከፋፍለዋል።
- ከአሁን በፊት ያልነበረ የንብረት ታክስ በማወጅ፣ የቤት ባለቤት የሆኑ ሰዎችን ከፍተኛ ግብር እያስከፈሉ ነው።
- የባንኮችን ዋና ሥራ አስፈጻሚነት በመያዝ ከፍተኛ ብድር ወገኖቻችን ለሚሏቸው በማደል የቤት፣ የሕንጻ፣ የፋብሪካ በአጠቃላይ የንብረት ዋጋን አንረዋል።
- የሲሚንቶ፣ የስኳር፣ የሌሎች ሸቀጦችን ዝውውር ቀይዶ በመያዝ በሕገ ወጥ ንግድ እየተሳተፉ ነው።

2. የመሬት ወረራ (መንግሥታዊ)

መንግሥታዊ እና ሥርዓታዊ በሆነ ሁኔታ የአዲስ አበባን መሬት በወረራ ለመያዝ፣

- ሊጠቀሟቸው ለሚፈልጉ ግለሰቦች፣ ቡድኖች፣ አደረጃጀቶች መሬቱን ወርረው እንዲይዙ አመቻችተዋል።
- የመንግሥት ሥልጣን ለሕገ ወጥ ተግባር ከለላ እና ሽፋን እንዲሆን አድርገዋል።ከግለሰቦች ጋር በመመሳጠር ራሳቸው ወረራ ፈጽመዋል።
- ሕገ ወጥ የሆኑ የግንባታ ፈቃዶች፣ ካርታና ልዩ ልዩ ሰነዶችን ለማይገባቸው ግለሰቦችና ቡድኖች በማዘጋጀት ሕገ ወጥ ድርጊቶች ሕጋዊ መስለው እንዲቀርቡ ከፍተኛ ተሳትፎ አድርገዋል።

በዚህም መሠረት ሥልጣን በያዙ በአጭር ጊዜ ውስጥ ከታች በሰንጠረዥ ላይ የሚታየው መሬት ተዘርፏል፦(158)

ተ.ቁ	አካባቢ (ክፍለ ከተማ)	የመሬቱ መጠን
1	ንፋስ ስልክ ላፍቶ	96,800 ካ.ሜ
2	የካ	58,000 ካ.ሜ

3	ቦሌ	15,000 ካ.ሜ
4	ኮልፌ ቀራንዮ	21,100 ካ.ሜ
5	አቃቂ ቃሊቲ	22,500 ካ.ሜ
አጠቃላይ		**213,900 ካ.ሜ**

ድርጊቱ መንግሥታዊ እና ሥርዓታዊ ነው የሚያሰኘው ደግሞ፡-

- ለወራሪዎቹ በፍጥነት በአንድ ሳምንት ጊዜ ውስጥ መብራት እና ውኃ በማስገባት፣
- ግብር እንዲከፍሉ በማድረግ፣
- ወራሪዎቹ ወረራውን በሚፈጽሙበት ሰዓት የአዲስ አበባ ከተማ ፖሊስ እና የደንብ ማስከበር ጽ/ቤት ጥበቃ በማድረግ፣
- ካርታና ፕላን በፍጥነት ሠርቶ ሕጋዊ የማስመሰል ሥራ በመሥራት ነባር ሕዝብን የማሳደድና አዲስ መልክዓ ሕዝብ (demography) የመፍጠር ሥራ ሠርተዋል:: (159)

3. ***የጋራ መኖሪያ ቤቶች ወረራና ቅሚያ በመንግሥት አካል*** (160)

የአዲስ አበባ መስተዳድር የአዲስ አበባን ነዋሪ ሕዝብ መብት መንጠቅ የሚያስችሉትን ኢፍትሐዊ ሕጎችን እና መመሪያዎችን አውጥቷል። ይህንን በማድረግ ለካቢኔው እና ለከንቲባው ልዩ ሥልጣን ሰጥቷል። በተለይም መመሪያ ቁጥር 1 እና 2/2011፣ ክፍል 2 አንቀጽ 12/2፣ በመጠቀም ከንቲባዎችና ካቢኔዎቻቸው ቤቶችን እንደፈለጉ እንዲያድሉ አስችሏቸዋል። የተወሰኑ ማሳያዎች፡-

✓ የካቲት 27 ቀን 2011 ዓ.ም 95,129 ቤቶችን በዕጣ ለማስተላለፍ ዕጣ ከወጣ በኋላ

- ቤቶቹ አልተላለፉም::

- ውስጥ ለውስጥ ለራሳቸው አባላት፣ ለሹማምንቶች፣ ለማይታወቁ ግለሰቦችና ቡድኖች ታድለዋል።

✓ ዘጠኝ ሺህ ቤቶች በአዲስ አበባ እና በኦሮሚያ ክልል መካከል የወሰን ችግር አለ በማለት ሳያስተላልፉ ቀርተዋል።

✓ የኦሮሚያ ክልል የመንግሥት ሠራተኞች ያለ ቁጠባ እና ያለ ምዝገባ በሰኔ 12 ቀን 2012 ዓ.ም የአዲስ አበባ ኮንዶሚኒየም ታድሏቸዋል። በሰኔ16 ቀን 2012 ዓ.ም የኮንደሚኒየም የብሎክ ቁጥር እና የቤት ቁጥር በስማቸው ተረጋግጦ ተሰጥቷቸዋል። የቀበሌ መታወቂያ ተሠርቶ ታድሏቸዋል።

✓ ለጋራ መኖሪያ ቤቶች የተሰሩ የንግድ ቤቶች ለልማት ተነሺ አርሶ አደሮች፣ ለልጅ እና ለልጆቻቸው ተብሎ በገፍ ታድሏል። በእግር ኳስ ደጋፊነት ስም ለተሰበሰቡ ማኅበራት ተከፋፍሏል።

✓ በአዲስ አበባ ከተማ በተለይም ዳር ዳር አካባቢ ያሉ የአብያተ ክርስቲያናት ቦታዎች ሕጋዊ ካርታቸው እንዲመክን እየተደረገ ለአርሶ አደር ልጆች እየተባለ ታድለዋል።

ይሄን በማድረግ ለ20 ዓመታት ያህል ገንዘቡን ቆጥቦ የሠራቸውን ኮንዶሚኒየሞች መንግሥታዊ ሥልጣን በያዘ ቡድን ተዘርፎ የአዲስ አበባ ነዋሪ ሕዝብ እጁን አጨብጭቦ መና ቀርቷል።

4. የአዲስ አበባን ነዋሪ ሕዝብ ስብጥር መቀየር (Demographic Change)

የአዲስ አበባን ነዋሪ ሕዝብ ስብጥር መቀየር ቀዳሚ የኦሮሞ ብልጽግና አጀንዳ መሆኑ በቀድሞው የኦሮሚያ ክልል ፕሬዝዳንት በለማ መገርሳ ተገልጾ ነበር። የአሁኑም የክልሉ ፕሬዝዳንት ሽመልስ አብዲሳ በሚያደርጋቸው ንግግሮች በእብሪትና በግብዝነት ደጋግሞ ገልጿል። ከላይ በመግቢያው እንዳየነው በቅርቡ በማኅበራዊ ሚዲያ ገጹ እንዳሰፈረው የአዲስ አበባ መፍረስ ዓላማው የኦሮሞን ሕዝብ በአዲስ አበባ ማስፈር መሆኑን አብራርቷል። ይህ በ2017 ዓ.ም የአዲስ አበባን ነዋሪ ስልሳ ከመቶ (60%) ኦሮሞ የማድረግ ፕሮጀክት አንዱ አካል ነው።

የተወሰኑ ማሳያዎች:-

- ✓ በአዲስ አበባ በየቀበሌው በመመሪያ መታወቂያ ሲያድሉ እጅ ከፍንጅ ተይዘዋል። (161)
- ✓ ከሶማሌ ክልል የተፈናቀሉ ኦሮሞዎችን አምጥተው በአዲስ አበባ አስፍረዋል።
- ✓ በአዲስ አበባ በየቀበሌው ባዶ ቦታ ላይ የቆርቆሮ ካምፖች በመሥራት ወጣቶችን አስፍረዋል።

5. የአዲስ አበባን የኢንዱስትሪ ዞን ወደ ኦሮሚያ ክልሉ መውሰድ

በአዲስ አበባ እና በኦሮሚያ ክልል መካከል የድንበር መካለል መደረግ አለበት በማለት የኢትዮጵያ ጠቅላይ ሚኒስትር፣ የአዲስ አበባ ከንቲባ፣ የኦሮሚያ ክልል ፕሬዝዳንት ኦሮሞዎችና የአንድ ደርጅት የኦሮሞ ብልጽግና ፓርቲ አባላት ሆነው ሳለ ልክ የተለያዩ አካላትን እንደሚወክሉ ሆነው የማታለያ ድራማ ሰሩ። በውጤቱም የአዲስ አበባን አንድ ሶስተኛ የሚሆን ቦታ፣ ከፍተኛ የገቢ ምንጭ የሚገኝበትን ቦታ በጉልበት ከልለው የኦሮሚያ አድርገዋል።

6. የሥነ ልቦና ጦርነት

ምንም ዓይነት አመክንዮ ሳይኖር አንዱን ክፍለ ከተማ ለሁለት በመክፈል አዲስ ክፍለ ከተማ አቋቁመዋል። ለተቋቋመው ክፍለ ከተማ "ለሚ ኩራ" በአማርኛ አቻ ፍቺ "ዘመዶቼ ኩሩ" የሚል ስም በማውጣት አዲስ አበባን በጠቅላይነት መያዛቸውን በሰየሙት መጠሪያ አሳውቀዋል።

7. መንደሮችን ማፍረስ

የአዲስ አበባን መንደሮች፣ ታሪካዊ ቅርሶች እና ማስታወሻዎች "ማንም የለጠፈው ጭቃ ቅርስ አይባልም" እያሉ አውድመዋል። በፈረሳው የተፈናቀሉ የአዲስ አበባ ነዋሪዎች ወደ ኦሮሚያ ወደ ተከለሉት ኮንዶሚኒየሞች ተወስደው ሰፍረዋል። ማለትም አስተዳደሩም ሆነ የሥራ ቋንቋው ኦሮሚኛ ወደ ሆነ ሌላ ክልል በመውሰድ ለዳግም መፈናቀል አመቻችተዋቸዋል።

8. የበዓላት አከባበር

ለሃይማኖታዊ እና ሕዝባዊ በዓላት አድሎአዊ ሚዛን በማስቀመጥ የራሳችን የሚሉትን የማግነን የሌላው የሚሉትን የማኮሰስ ሥራዎች ሰርተዋል።

- ✓ እነ እሬቻ (የኦሮሞ በዓላት) መንግሥታዊ በዓላት ሆነው በአጀብ፣ በጥበቃ፣ በሚድያ ሽፋን ለሳምንታት ደምቀው እንዲከበሩ ይደረጋል።
- ✓ ደመራ፣ ከተራ፣ ጥምቀትን፣ የመሳሰሉ ሃይማኖታዊ በዓላት ወቅት ሕዝቡ ስጋት እንዲገባው ቀኑ ሲደርስ ተደጋጋሚ ማስፈራሪያዎች በመንግሥት አካላት በኩል ይሰጣሉ። በበዓላቱ ድብደባ፣ ፍተሻ፣ ልብስ ማስወለቅ፣ ማዋከብ፣ ማንገላታት እና ስድብ በኦሮሚያ ልዩ ኃይል እና በአዲስ አበባ ፖሊስ ይፈጸማል። በበዓላቱ የእምነቱ ተከታይ ያልሆኑ ባለስልጣናት በእንግድነት በመምጣት የኦርቶዶክስ ክርስትናን ይሳደባሉ፤ ያሸሟጥጣሉ።
- ✓ አድዋን የመሰሉ ሕዝባዊ በዓላትን ለሁለት በመክፈል የኦሮሞ አድዋ ብለው ለብቻ ለማክበር ከሞከሩ በኋላ ባለመሳካቱ ሕዝባዊ በዓሉ እንዳይከበር ከልክለው የመከላከያ ሠራዊት በዓል ነው ብለው አግደዋል።

9. የኑሮ ውድነት

አዲስ አበባን ረብ የለሽ የማድረጉ ሥራ ዋነኛ አካል ነው።

- ✓ የእህል እና የከብት ገበያን ከአዲስ አበባ አስወጥተዋል።
- ✓ እህልና ከብት ከአማራ ክልል ወደ አዲስ አበባ እንዳይገባ አግደዋል።

በተጨማሪም ከአማራ ክልል ሰው ወደ አዲስ አበባ እንዳይገባ የሰዎች ዝውውርን አግደዋል። የኦሮሚያ ክልል ፕሬዝዳንት ሽመልስ አብዲሳ በአንድ ወቅት እንደተናገረው "ኑሮ ተወደደብን ብለው ካለቀሱ ያልቅሱ፣ ሶፍት ስጧቸው" ብሏል። የኑሮ ውድነቱ ዓላማም አዲስ አበባን ለኑሮ አመቺ ያልሆነች ከተማ በማድረግ ነዋሪው ለቆ እንዲሰደድ ለማድረግ ነው።

10.የሸገር ከተማ ምሥረታ

በየትኛውም የዓለማችን ክፍል በሌለ ሁኔታ አዲስ አበባን እንደ አጥር ከቦ የያዘ የከተማ አስተዳደር በማዋቀር የአዲስ አበባን የውኃ አቅርቦት፣ የንግድ፣ የኮንስትራክሽን ግብአት፣

የቆሻሻ ማስወገድ ሥርዓት በቁጥጥር ሥር አውለዋል። በስፍራው ኗሪ የሆነውን የአማራ እና ሌሎች ብሔሮች ተወላጆችን ቤት በማፍረስ፣ ንብረት በማውደም እና በማፈናቀል መጠነ ሰፊ ጥፋት ፈጽመዋል። የሸገር ከተማ ዋነኛ ግብ የአዲስ አበባን ተፈጥሯዊ የማደግ እና የመስፋፋት ተስፋዎች ማጨለም ነው።

የሸገር ከተማን ሕገ ወጥ ከሚያስብሉት ጉዳዮች ውስጥ በሸገር ከተማ የተጠቃለሉት የሱሉልታ፣ የቡራዩ፣ የሰበታ፣ የገላን እና የለገጣፎ ከተሞች ምክር ቤቶች በጉዳዩ ዙርያ ሳይወያዩ እና ሳይስማሙ እንዲሁም የኦሮሚያ ክልል ምክር ቤት ተወያይቶ ሳያጸድቀው የተፈጸመ መሆኑ አንዱና ዋነኛው ነው።

ምዕራፍ ሰባት

በሃይማኖት ተቋማት ላይ የተፈጸመ ጥቃት

በኢትዮጵያ ኦርቶዶክስ ተዋሕዶ ቤተ ክርስቲያን ላይ የተፈጸመው ጥቃት

የኢትዮጵያ ኦርቶዶክስ ተዋሕዶ ቤተ ክርስቲያን የጸረ-ኢትዮጵያ የጥቃት ዒላማ ነበረች፡ አሁንም ነች።

ምክንያቶቹ፡-

- የአማራውን ሕዝብ ሥነ-ልቦና የቀረጸችው ኦርቶዶክስ ቤተ ክርስቲያን ነች ተብሎ ስለሚታመን። (162)
- የኢትዮጵያዊነት ርዕዮት አመንጪና ባለቤት ነች ስለሚባል፣
- ለብዙ ሺህ ዘመናት ኢትዮጵያን የመራው መንግሥት ክርስቲያናዊ መንግሥት በመሆኑ። (163)
- ኢትዮጵያን ለማፍረስ ኦርቶዶክስ ቤተ ክርስቲያንን ማጥፋት ቁልፍ ጉዳይ ነው ተብሎ በመወሰዱ። (164)
- የአማራው ሕዝብ ባህል፣ ለነጻነት ቀናኢነት እና ጀግንነት ምንጭ ቤተ ክርስቲያን ነች ተብሎ በመወሰዱ፣
- ከተለያዩ ብሔረሰቦች የሚወለዱ ኢትዮጵያውያንን አስተሳስራ የያዘችም ነች ተብሎ ስለሚታመን እና በመሳሰሉት አመክንዮዎች በዐለም አቀፍና በሀገር አቀፍ ደረጃ ቂም የተቋጠረባት ተቋም ናት።

የጥቃት ዒላማ የመሆኗ ማስረጃዎች፡-

- መጻሕፍት፡- በዚህ መጽሐፍ፣ በምዕራፍ አምስት የተገለጹት መጻሕፍት እና መጽሔቶች ሁሉም ቤተ ክርስቲያንን ይኮንናሉ፡፡
- ጋዜጦች፡- በዚሁ መጽሐፍ፣ በምዕራፍ አምስት የተገለጹት የመንግሥት ጋዜጣ የሆነው የበሪሳ ዕትሞች ሁሉም ቤተ ክርስቲያንንም ጭምር ይኮንናሉ፡፡
- የመሪዎች ንግግሮች፤
- የደረሱ ጥቃቶች ዋና ዋና ምስክሮች ናቸው፡፡

የደረሱባት ጥቃቶች (165)

1. የዮዲት ጉዲት የጥፋት ዘመን
2. የግራኝ አህመድ ጦርነት ዘመን
3. የኦሮሞ ወረራ ዘመን
4. የጣሊያን ወረራ ዘመን (አምስት ዓመት)
5. ከ1966 ዓ.ም እስከ ዛሬ 2016 ዓ.ም ድረስ

ለዚህ መጽሐፍ የዮዲትን የጥፋት ዘመን፣ የግራኝ አህመድን ጦርነት እና የኦሮሞ ወረራ ዘመንን ትተን የጣሊያንን ወረራ ዘመን በትንሹ በመቃኘት ከ1983 ዓ.ም ጀምሮ በቤተ ክርስቲያን ላይ የደረሱ ጥቃቶችን በተለይ ደግሞ ከ2010 ዓ.ም ጀምሮ ባሉት ላይ እናተኩራለን፡፡

1. በጣልያን ወረራ ዘመን

- ❖ 2,000 አብያተ ክርስቲያናት ተቃጥለዋል፡፡
- ❖ የደብረ ሊባኖስ ገዳም፣ የዝቋላ ገዳም፣ የአሰቦት ደብረ ወገግ ገዳም፣ የምድረ ከብድ አቡነ ገብረ መንፈስ ቅዱስ ገዳም፣ የማኅበረ ሥላሴ ገዳም፣ የሞረት ደብረ

ብስራት ዜና ማርቆስ ገዳምና ሌሎች ገዳማትም በውስጣቸው የነበሩ መነኮሳት ተፈጅተዋል።

- በመላው ኢትዮጵያ ቤተ ክርስቲያንን የማጥፋት ዘመቻ ተካሂዷል።

2. በደርግ ዘመን (1966-1983 ዓ.ም)

- የቤተ ክርስቲያን ፓትርያርክ ተገድለዋል።
- የቤተ ክርስቲያን ሀብት እና ንብረት በአዋጅ ተወርሷል።
- ብዙ የቤተ ክርስቲያን አባቶች ታስረዋል፤ ተሰደዋል፤ ተገድለዋል።

3. በሕወኃት/ኢሕአዴግ ዘመን (1983-2010 ዓ.ም)

- የቤተ ክርስቲያን ፓትርያርክ ከነጳጳሳቱ ከሀገር ተባረዋል።
- ብዙ ጳጳሳት ሀገር ለቀው ተሰደዋል።
- ለሕወኃት ታዛዥ የሆኑ ፓትርያርክ ተሹመዋል።
- በዚህም የቤተ ክርስቲያን ልዕልና ተገፍፎ ክፍለተ ሲኖዶስ ተፈጽሟል።
- የቤተ ክርስቲያን አስተዳደር በሕወኃት ቁጥጥር ሥር ውሏል።
- ከፍተኛ ምዝበራ ተከናውኖባታል።
- ቤተ ክርስቲያንን የዘር ፖለቲካ ማራመጃ በማድረግ፤
- ጠንካራ ጳጳሳትን፣ ካህናትንና መምህራንን በማስፈራራት፣ በማስደብደብ፣ በማሰር፤
- የአዲስ አበባ ገዳማትን እና አድባራትን ለትግራይ ተወላጅ ካህናት በመደልደል፤
- ቤተ ክርስቲያን የሥርቆትና የዝርፊያ ት/ቤት እንድትመስል፣ የእርስ በርስ ግጭት የምታስፋፋ ተቋም እንድትሆን ሠርቷል።
- የቤተ ክርስቲያኒቱ ተቋማት ከሕወኃት ጋር ግንኙነት ባላቸው የሕወኃት ካድሬዎችና የትግራይ ተወላጆች ሥር እንዲውሉ በማድረግ ጠቅላላ ቤተ

ክህነትን፣ የአዲስ አበባ ሀገረ ስብከትን፣ የአዲስ አበባ አድባራትና ገዳማትን ኃላፊነት በእነሱ ሥር በማድረግ ከባድ ዘረፋ ፈጽመዋል።

❖ በኦርቶዶክሳዊ ቤተ ክርስቲያን ምዕመናን ላይ እጅግ ከፍተኛ የሆነ የዘር ፍጅት በዚህ ዘመን ተፈጽሟል። ይህ ፍጅት መንግሥታዊ እና ሥርዓታዊ ሲሆን ይህንን ፍጅት ኦርቶዶክሳዊት ቤተ ክርስቲያን ከአማራ ሕዝብ ጋር ትጋራዋለች።

የተቃጠሉ/የወደሙ ገዳማት እና አብያተ ክርስቲያናት፦

ተ.ቁ	የቤተ ክርስቲያኑ/የገዳሙ ስም	አካባቢው	የተቃጠለበት ወቅት
1	አሰቦት አቡነ ሳሙኤል ገዳም	ምዕራብ ሐረርጌ ዞን	1983 ዓ.ም ከታኅሣሥ-መጋቢት
2	ዳንሴ ገባቦ አቡነ ገ/መንፈስ ቅዱስ ቤተ ክርስቲያን	ምዕራብ ሐረርጌ ዞን	ከታኅሣሥ-መጋቢት 1983 ዓ.ም
3	ጀልቦ ቅድስት ስላሴ ቤተ ክርስቲያን	ምዕራብ ሐረርጌ ዞን	1984 ዓ.ም
	ከተራ ቅዱስ ገብርኤል ቤተ ክርስቲያን	ምዕራብ ሐረርጌ ዞን	1984 ዓ.ም
4	ዳንሴ ቅዱስ ሚካኤል ቤተ ክርስቲያን	ምዕራብ ሐረርጌ ዞን	1984 ዓ.ም
5	ጉች መድኃኔዓለም ቤተ ክርስቲያን	አርሲ ዞን ኮፈሌ ወረዳ	ሚያዝያ 12 ቀን 1993
6	አንሻ ቅድሰት ማርያም ቤተ ክርስቲያን	አርሲ ዞን ወረዳ	ኅዳር 7 እና 8 ቀን /1998
7	አቦምሳ ቅዱስ እግዚአብሔር አብ ቤተ ክርስቲያን	አርሲ ዞን ጀጁ ወረዳ	1984
8	አቡሌ ቅዱስ ጊዮርጊስ	አርሲ ዞን ጀጁ ወረዳ	1984

9	አብሽራ መድኃኔዓለም	አርሲ ዞን ጀጁ ወረዳ	1984
10	አንድሬ ቅዱስ ጊዮርጊስ	አርሲ ዞን ጉና ወረዳ	1984
11	ቶራም ቅዱስ ገብርኤል	አርሲ ዞን ጉና ወረዳ	1984
12	መሶ ቅዱስ ገብርኤል	አርሲ ዞን ጉና ወረዳ	1984
13	ከሚሴ ቅዱስ ሚካኤል ቤተ ክርስቲያን	ከሚሴ ከተማ፣ ኦሮሞ ብሔረሰብ ዞን	1994
14	ጨጎ ቅዱስ ገብርኤል ቤተ ክርስቲያን	ጅማ ዞን	መስከረም 1999
15	ቦሬ ቅዱስ ገብርኤል ቤተ ክርስቲያን	ጅማ ዞን	መስከረም 1999
16	በሻሻ አቡነ ገብረ መንፈስ ቅዱስ ቤተ ክርስቲያን	ጅማ ዞን	መስከረም 1999
17	37 አብያተ ክርስቲያናት ተዘግተዋል	ምሥራቅ ወለጋ፣ ምዕራብ ወለጋ ዞን	1993 ዓ.ም
18	ዋንኬ ኢየሱስ ቤተ ክርስቲያን ተዘረፈ	ምዕራብ ወለጋ ዞን	ጥቅምት 23.1997
19	ቶንጎ- ሁለት አብያተ ክርስቲያናት ተቃጠሉ	ቶንጎ ከተማ፣ አሶሳ፣ ቤኒሻንጉል ጉሙዝ ክልል	1998 ዓ.ም
20	ደሴ ቅድስት አርሴማ ፈርሳለች	ደሴ ከተማ ደቡብ ወሎ ዞን	2003 ዓ.ም
21	ኩታበር አቡነ ገብረ መንፈስ ቅዱስ ቤ/ክ ተቃጥሏል	ኩታበር፣ ደቡብ ወሎ ዞን	2003 ዓ.ም
22	ገቺ ጎሌ ጋትሊ ተ/ሃይማኖት ቤተ ክርስቲያን	ኢሉ አባቦራ ዞን	1999 ዓ.ም

23	ጨሎ መድኃኔ ዓለም ቤተክረስትያን	ኢሉ አባቦራ ዞን ደዴሳ ወረዳ	2003 ዓ.ም
24	ቀመቼ ቅዱስ ሚካኤልቤተክርስትያን	ኢሉ አባቦራ ዞን ደዴሳ ወረዳ	2003 ዓ.ም

በዘመነ ሕወኃት/ኢሕአዴግ (1983-2010 ዓ.ም) ድረስ ቤተ ክርስቲያን ከደረሰባት ሃይማኖታዊ ጥቃቶች ውስጥ ማሳያ የሚሆኑ ናሙናዎች፡-

❖ በ1983 ዓ.ም ሐምሌ ወር በአሰቦት አቡነ ሳሙኤል ዘደብረ ወገግ ገዳም አሥራ ስድስት መነኮሳት እጃቸው የፊጥኝ ታስሮ ኩርባ ጀርቲ በሚባለው ገደል ተጥለው ተገድለዋል፡፡

❖ ታኅሣሥ 1984 የቁልቢ ገብርኤልን በዓል ለማክበር ሲሄዱ የነበሩ ከ100 በላይ ምዕመናንን ከመኪና በማስወረድ ከነሕይወታቸው በበደኖ እና እንቁፍቱ ገደል በመጣል ተገድለዋል፡፡

❖ በ1998 ዓ.ም በጥምቀት በዓል በከሚሴና በባቲ ክርስቲያኖች ተደብድበዋል፡፡ ታቦታት ላይ ድንጋይ ተወርውሯል፡፡

❖ በ2000 ዓ.ም ግሽን ማርያም ተጓዦች ላይ ጥቃት ተከፍቶ ምዕመናን ተደብድበዋል፡፡ ንብረት ወድሟል፡፡

❖ በ2009 ዓ.ም የም ልዩ ወረዳ ቁምቢ ከተማ ጠዋት ወደ ቤተ ክርስቲያን ለኪዳን የሚሄዱ ምዕመናን ማተባችሁን ካልበጠሳችሁ ተብለው ሲጠየቁ ፈቃደኛ ባለመሆናቸው ጣቶቻቸው በገጀራ ተቆርጧል፡፡

❖ በመቶ ሺ የሚቆጠሩ ኦርቶዶክሳውያን ላይ የዘር ፍጅት ተፈጽሟል፡፡ በሚሊዮን የማቆጠሩት ቤት ንብረታቸው ወድሞ ተፈናቅለዋል፡፡

❖ የጥምቀት ቦታዎች ነጠቃ፣ የቤተ ክርስቲያን ውድመት፣ የንዋየ ቅድሳት ዘረፋ በሰፊው ሲካሄድ ቆይቷል፡፡

4. የኦርቶዶክሳዊት ቤተ ክርስቲያን ጥቃት በዘመነ ኦሮሞ ብልፅግና (2010-2016)

- ኦርቶዶክስ ጠል ኃይሎች ተናበው የሚፈጽሙት ጥቃት ነው።
- መንግሥታዊ እና ሥርዓታዊ ጥቃት ለመሆኑ በቂ ማሳያዎች አሉ።
- ለተለያዩ የፖለቲካ ጥያቄዎች መልስ ለማግኘት ቤተ ክርስቲያንን ማሳደድ ተለምዷል (ለምሳሌ ለሲዳማ የክልልነት ጥያቄ)።
- ለሁሉም ጥቃቶች የመንግሥት ምላሽ "አጣርተን እርምጃ እንወስዳለን" የሚል ሲሆን ጉዳዩ ሲጣራም ሆነ እርምጃ ሲወሰድ አልታይም።
- አብዛኛዎቹን ጥቃቶች አላየሁም፣ አልሰማሁም ብሎ ማለፍ የተለመደ ተግባር ሆኗል።
- ተጐጂዎቹን የጥቃቱና የጉዳቱ ተጠያቂ ማድረግም ተዘውታሪ ሆኗል።

  አሁን በሥልጣን ላይ ያለው የኦሮሞ ብልጽግና መንግሥት ሃይማኖታዊ መንግሥት መሆኑን የሚያሳዩ በርካታ መለጫዎች ያሉት ሲሆን ዋና ዋናዎቹ የሚከተሉት ናቸው።

1. የመንግሥቱ ስያሜ እና አርማ

የመንግሥት ሥልጣን የያዘው ፓርቲ ስያሜም ሆነ የመለያ ምልክት ወይም አርማው የብልጽግና ወንጌል አማኞች መገለጫዎች ናቸው።

2. የፓርቲውን አመለካከት እና ርዕዮተ ዐለም ማስገንዘቢያ እና ማሰልጠኛ ሰነድ

በሚኒፌስቶው ላይ በግልጽ እንደተቀመጠው ለዴሞክራሲ ሥርዓት ግንባታ ተመራጩ ሃይማኖት የፕሮቴስታንት ሃይማኖት መሆኑ በጥናት እንደተረጋገጠ አድርጐ አቅርቦታል።

ይህም ባለፉት 40 እና 50 ዓመታት ኦርቶዶክሳዊት ተዋሕዶ ቤተ ክርስቲያን ከንጉሣዊ ሥርዓት ጋር እና በጨቋኝ ተጨቋኝ ትርክት የፖለቲካ ማታገያ ሆና የነበረውን ዛሬ በግልጽ በሰነድ አስደግፈው የጥናት ግኝት አስመስለው አቅርበውታል፡፡

በዚህ የብልጽግና ፓርቲ ማኒፌስቶ የፕሮቴስታንት ሃይማኖት ከሌሎች በተለየ ለዲሞክራሲ ግንባታ እና ለኢኮኖሚያዊ ተጠቃሚነት አዎንታዊ ሞራል ብቻ ሳይሆን መንፈሳዊ ትርጓሜም ይሰጠዋል፡፡ በአንጻሩ በኦርቶዶክስ (በግልጽ በስም ባይጠቀስም) ሃይማኖት አስተምህሮ ሀብታም መሆን ወደ ገሀነም እንደሚያወርድ እና ድሀ መሆን መንግሥተ ሰማያት የሚያስገባ መሆኑ ይታመናል ይላል፡፡ በመሆኑም እንዲህ ያለ ማኅበረሰብ ይዞ ጉዞ ለብልጽግና ማነቆ ነው በማለት ቤተ ክርስቲያንን ለጥቃት አመቻችቷል፡፡

በተግባር ሲታይ ግን በዐለም አቀፍ ደረጃ በሥልጣኔ ቀደምት አገሮች ከሃይማኖት አንጻር ሲታይ ይህንን አያሳይም፡፡ በመሆኑም ሰነዱ በዐለም ያለውን እውነት ክዶ ኦርቶዶክሳዊት ቤተ ክርስቲያንን ለማጥቃት የተዘጋጀ መሆኑ ይታያል፡፡

ፈረንሳይ	ካቶሊክ/ፕሮቴስታንት
እንግሊዝ	አንግሊካን ቤ/ክ
ጀርመን	ፕሮቴስታንት/ካቶሊክ
ጃፓን	ቡዲሂዝም
ቻይና	ኢአማንያን
ብራዚል	ካቶሊክ
ህንድ	ሂንዱይዝም/ቡዲሂዝም
ሩሲያ	ኦርቶዶክስ ክርስቲያን
አሜሪካ	ፕሮቴስታንት

3. የኦርቶዶክሳውያን ከመንግሥታዊ ኃላፊነት መገለል

ተ.ቁ	ሚኒስቴር	ሃይማኖት	ተ. ቁ	ሚኒስቴር	ሃይማኖት
1	መላኩ አለበል	ፕሮቴስታንት	16.	አይናለም ንጉሴ	ሙስሊም
2	አብርሃም በላይ (ዶ/ር)	ፕሮቴስታንት	17.	አህመድ ሺዴ	ሙስሊም
3	አለሙ ስሜ (ዶ/ር)	ፕሮቴስታንት	18.	ጫልቱ ሳኒ	ሙስሊም
4	ሀብታሙ ኢተፋ	ፕሮቴስታንት	19	አይሻ መሐመድ	ሙስሊም
5	ኤርጎጌ ተስፋዬ (ዶ/ር)	ፕሮቴስታንት	20.	በለጠ ሞላ (ዶ/ር)	ኢአማኒ
6	ሸዊት ሻንካ	ፕሮቴስታንት	21.	ብርሃኑ ነጋ (ዶ/ር)	ኢአማኒ
7	ናሲሴ ጫሊ	ፕሮቴስታንት	22.	ታየ አፅቀ ሥላሴ	ኦርቶዶክስ
8	ብናልፍ አንዱዐለም	ፕሮቴስታንት	23.	ሀብታሙ ተገኘ (ዶ/ር)	ኦርቶዶክስ
9	ግርማ አመንቴ (ዶ/ር)	ፕሮቴስታንት	24.	ካሳሁን ጎፌ	ኦርቶዶክስ

10	ለገሰ ቱሉ (ዶ/ር)	ፕሮቴስታንት	25.	ፍጹም አሰፋ (ዶ/ር)	ኦርቶዶክስ
11	ጌድዮን ጢሞቲዮስ (ዶ/ር)	ፕሮቴስታንት	26	ተመስገን ጥሩነህ	ኦርቶዶክስ
12	መቅደስ ዳባ (ዶ/ር)	ፕሮቴስታንት			
13	ዐቢይ አህመድ (ዶ/ር)	ፕሮቴስታንት			
14	ሀና አርአያ ሥላሴ	ፕሮቴስታንት			
15	ሙፈርያት ካሚል	ሙስሊም			

የሃይማኖት ስብጥር በመቶኛ

ሃይማኖት	በቁጥር	በፐርሰንት
ኦርቶዶክስ	5	19.23%
ሙስሊም	5	19.23%
ፕሮቴስታንት	14	53.85%
ኤቲስት	2	7.69 %

በኢትዮጵያ የዲሞግራፊ መረጃዎች እንደሚያሳዩት ከሆነ ከፍተኛውን የሕዝብ ቁጥር የሚይዘው የኦርቶዶክስ እምነት ተከታይ ነው። ይሁን እንጂ አሁን ኢትዮጵያን በሚመራው የብልጽግና መንግሥት ውስጥ አነስተኛውን ቦታ ይዞ ይገኛል። በአንጻሩ በእምነት ተከታዩ ብዛት በቁጥር አነስተኛ የሆነው ፕሮቴስታንት ደግሞ በጣም ከፍተኛውን የሥልጣን ቦታ ይሸፍናል።

4. የብልጽግና ፓርቲ ሥራ አስፈጻሚ ሃይማኖታዊ ጥንቅር

ሃይማኖት	በቁጥር	በፐርሰንት
ፕሮቴስታንት	22	49%
ሙስሊም	16	36%
ኦርቶዶክስ	7	15%

5. በኦርቶዶክስ ጠል ኃይሎች እንዲሁም በመንግሥት አካላት እና ተቋማት ቤተ ክርስቲያን የሚደርስባት ጥቃት

የኦርቶዶክሳውያን የዘር ፍጅት፣ የንብረት ውድመት እና መፈናቀል እንዳለ ሆኖ በዘመነ ኦሮሞ-መር ብልጽግና ቤተ ክርስቲያን የደረሰባት ውድመት ናሙና (ከኢሰመኮ፣ ኢሰመጉ ሪፖርቶች የተለቀመ እና ከቤተ ክርስቲያን ምንጮች የተገኘ)

ተ.ቁ	የቤተ ክርስቲያን /የገዳም ስም	የተቃጠለበት/የወደመበ ት ቦታ	ወቅት
1	ዋርዴር ደብረ ብሥራት ቅዱስ ገብርኤል ቤተ ክርስቲያን	ሶማሌ /ዋርዴር	2010
2	ቀብሪደኃር ደብረ መድኃኒት ቅድስትማርያም ቤ/ክ	ሶማሌ /ቀብሪ ደሀር	2010
3	ደገሐቡር መካነ ሰማዕትቅዱስ ጊዮርጊስ ቤ/ክ	ሶማሌ /ደገሐቡር	2010
4	ምሥራቀ ፀሐይ ቅድስት ኪዳነ	ሶማሌ /ጅጅጋ	2010

ተ.ቁ	የቤተ ክርስቲያን /የገዳም ስም	የተቃጠለበት/የወደመበት ቦታ	ወቅት
	ምሕረት ቤ/ክ		
5	ደብረ ሰዋሰው ገዳም	ሶማሌ /ጅጅጋ	2010
6	ቀጨማ አቡነ ገብረ መንፈስ ቅዱስ ቤ/ክ	ሰሜን ሸዋ /ማጀቴ	መጋቢት28/2011
7	ዶያ ቅዱስ ሚካኤል ቤተ ክርስቲያን	ሲዳማ/ቦና ዙሪያ ወረዳ	ሐምሌ 11/2011
8	ገተማ ገብረ ክርስቶስ ቤተ ክርስቲያን	ሲዳማ/ሁላ ወረዳ	ሐምሌ 11/2011
9	ጭሮኒ ቅዱስ አማኑኤል ቤተ ክርስቲያን	ሲዳማ ሀ/ሰላም ከተማ	ሐምሌ 11/2011
10	ሉዳ ቅዱስ ገብርኤል ቤተ ክርስቲያን	ምሥራቅ ሐረርጌ	ሐምሌ 11/2011
11	ሀገረ ሰላም ቅድስት ኪዳነ ምሕረት ቤተ ክርስቲያን	ሰሜን ሸዋ/ኦሮሚያ	ሐምሌ 11/2011
12	ሁለት አብያተ ክርስቲያናት	ምዕራብ ሸዋ /ጀልዱ	ጥቅምት 2012
13	ሁለት አብያተ ክርስቲያናት	ሰሜን ሸዋ/ኦሮሚያ	2012
14	ጮቢ መድኃኔዓለም ቤተ ክርስቲያን	ምዕራብ ሸዋ /ጀልዱ	2013

ተ.ቁ	የቤተ ክርስቲያን /የገዳም ስም	የተቃጠለበት/የወደመበት ቦታ	ወቅት
15	ሁለት አብያተ ክርስቲያናት	ምዕራብ ሸዋ /ጀልዱ	
16	ካራቆሬ አቦ ቤተ ክርስቲያን	ከሚሴ	2011
17	አሰንበሬራ ቅዱስ ጊዮርጊስ የጥምቀት ቦታ	ባሌ/ሲናና ወረዳ	2010
18	ድሬዳዋ አቡነ ገብረ መንፈስ ቅዱስ ቤተ ክርስቲያን	ድሬዳዋ	ጥቅምት 2011
19	ጉራራ ጃርሶ ደብረ ፍስሐ ቅ/ሚካኤል ቤተ ክርስቲያን	ሰሜን ሸዋ /ሰላሌ	
20	አራት አብያተ ክርስቲያናት ላይ ጥቃት ተፈፅሟል	ሰሜን ሸዋ /ሰላሌ	
21	ማሲ ቅዱስ ገብርኤል ቤተ ክርስቲያን	ሰሜን ሸዋ/ ደገም	የካቲት 16/2011
22	ማን ቅዱስ ዮሐንስ መጥምቀ መለኮት ቤተ ክርስቲያን	ሰ/ሸዋ/ ሂደቡ አቦቴ ኤጀሬ ከተማ	መጋቢት 13/2011
23	አድግ ቅዱስ በዓለ ወልድ ቤተ ክርስቲያን	ሰ/ሸዋ/ ሂደቡ አቦቴ ኤጀሬ ከተማ	መጋቢት 16/2011
24	ደሮ ቅዱስ እስጢፋኖስ ቤተ ክርስቲያን -ይነሳልን	ሰ/ሸዋ /ኩዩ ወረደ	
25	አሌ ሥላሴ ቤተ ክርስቲያን	ሰ/ሸዋ /ግራር ጃርሶ	

ተ.ቁ	የቤተ ክርስቲያን /የገዳም ስም	የተቃጠለበት/የወደመበት ቦታ	ወቅት
26	መነ አብቹ ቅዱስ ሚካኤል ቤተ ክርስቲያን		
27	አምስት አብያተ ክርስቲያናት፦ ቂልጦ ሎዛ ማርያም ቤተ ክርስቲያን	በስልጤ ዞን (ምሥራቅ አዘርነት፣ በርበሬ፣ ሳንኩራ ወረዳ ..)	
28	ሴክቻ ቅዱስ ጊዮርጊስ ቤተ ክርስቲያን	ኢሉባቡር	ሚያዝያ 8/2011
29	ጎሌ ተክለ ሃይማኖት ቤተ ክርስቲያን	ኢሉባቦር	
30	ቦረቻ መድኃኔዓለም ቤተ ክርስቲያን	ኢሉባቦር	
31	ሴብቻ ቅዱስ ጊዮርጊስ ቤተ ክርስቲያን	ኢሉባቦር	
32	ቅዱስ በዓለ ወልድ ቤተ ክርስቲያን	ኢሉባቦር	

ከላይ የተጠቀሱት ናሙናዎች (ማሳያዎች) ሲሆኑ፣ በአሁኑ ሰዓት እጅግ መጠነ ሰፊ የዘር ፍጅት በኦርቶዶክሳውያን ላይ በመላው ኢትዮጵያ እየተደረገ ይገኛል። ጥቃቱ እየተፈጸመባቸው ካሉ ቦታዎች በከፊል፡-

ሰሜን ሸዋ ሰላሌ ዞን	ወረጀርሶ፣ ኤጀሬ፣ ገርበ ጉራቻ (ኩዩ)፣ ደገም፣ ደራ፣
ስልጤ ዞን	ምሥራቅ አዘርነት፣ በርበሬ ወረዳ፣ ሳንኩራ
ሆሮ ጉድሩ ወለጋ	ኮምቦልቻ፣ ጉድሩ፣ ዳዱ (ሁሉም ወረዳዎች)፣ ፊንጫ፣

ምሥራቅ ወለጋ	ሁሉም ወረዳዎች
ምዕራብ ወለጋ ዞን	ሁሉም ወረዳዎች
ቄለም ወለጋ ዞን	ሁሉም ወረዳዎች
ምዕራብ አርሲ ዞን-	ቆሬ፣ ኮፈሌ፣ ዶዶላ
ኢሊባቦር ዞን	አልጌሳቺ፣ ዳሪሙ፣ ደዴሳ
ምሥራቅ ጉጂ ዞን	
ምሥራቅ ሸዋ ዞን	አድአ፣ አዳማ፣ ወንጂ፣ ዝቋላ፣ ሊበን ጭቋላ
ጅማ ሀገረ ስብከት፡-	ሰኮሩ፣ ጎማ፣ ማናና፣ ቶባ፣ ሊሙ ኮሳ
ምዕራብ ሸዋ	ግንደ በረት ወረዳ፡- ጭራቻ ገቶ፣ ሌማት፣ አቡዬ ሮጌ፣ ጎንፌ ያባሎ፣ ካሎ በዴሳ ፋጂ፣ በሼ፣ ሙከ ዲማ ቀበሌዎች አቡና ግንደ በረት፡- እርጃጆ፣ ደጋ ጠና፣ ኤሬሪ ተራራ፣ ጋሎ ቀበሌዎች ጀልዱ ወረዳ፣ ኤጀሬ ወረዳ፣ ዳንዲ ወረዳ፣ ሂልፈታ ወረዳ፣ ኖኖ ወረዳ፣ ዳኖ ወረዳ፣ ኢንጪኒ ወረዳ፣ ሙገር ወረዳ
ደቡብ ምዕራብ ሸዋ	ሳዴን ሶዶ፣ ቱሉ ቦሎ፣ ዳዎ ወረዳ፣ አመያ ወረዳ

በእነዚህ ሁሉ ቦታዎች ከፍተኛ የሆነ ኦርቶዶክሳውያንን የማጽዳት ዘመቻ እየተከናወነ ይገኛል። በአጠቃላይ በኦሮሞ-መሩ የብልጽግና ሥርዓት ኦርቶዶክሳዊት ቤተ ክርስቲያን ከፍተኛ ፈተና ያጋጠማት ሲሆን ሲጠቃለል፡-

I. **የኦርቶዶክሳውያን ምዕመናን ፍልሰት እንዲኖር ከፍተኛ ጫና ተደርጎባታል፡፡**

- ➢ ኦርቶዶክሳዊ አስተምህሮን በፓስተሮቻቸውና በፖለቲከኞቻቸው በኩል በመሳደብና በማዋረድ፣
- ➢ የእምነቱን አስተምህሮዎች የድህነት እና የኋላቀርነት መንስኤ ናቸው በሚል መክሰስና ትውልዱ አሉታዊ ዕይታ እንዲኖረው መግፋት፣
- ➢ ከመንግሥት መዋቅር ጠርጎ በማውጣት፣

II. **ከምጣኔ ሀብት እና ከፖለቲካ ሥልጣን በመግፋት**

III. **የትምህርትና የዕውቀት፣ የጥበብና የሥነ መንግሥት፣ የአስተዳደርና የፍትሕ ምንጭ መሆኗን ዕውቅና በመንሳት**

IV. **የገጽታ ማጠልሸት**

በማኅበረሰብ ዕድገት በመላው ዐለም የነበረውን የፊውዳሊዝምና የባላባት ሥርዓት ለኦርቶዶክሳዊት ቤተ ክርስቲያን ብቻ በመስጠት የድህነትና የጉስቁልና ፈጣሪ አድርገው በመሳል ቤተ ክርስቲያንን ለመጣል ታግለዋል፣ እየታገሉም ነው፡፡ በሁሉም የሥልጣኔ እና የመዘመን ትንታኔዎች ሁሉ ቤተ ክርስቲያን ከሥልጣኔ በተጻራሪ የቆመች ተደርጎ ዘመቻ ተከፍቶባታል፡፡

V. **አገራዊ ተሰሚነትና ሁለንተናዊ ተሳትፎ መቀነስ**

ምዕራፍ ስምንት

አንዳንድ ፓርቲዎችና አቋሞቻቸው

ኢዜማ

ኢዜማ በፕሮግራሙ እና በተለያዩ የፓርቲው ሰነዶች ላይ እንዳሰፈረው ማኅበራዊ ፍትሕን አሰፍናለሁ ብሎ የተቋቋመ ነው፡፡ በዜጎች መካከል ፍትሐዊ የሆነ የሀብት ክፍፍል እና እድሎችን ለመፍጠር እሠራለሁ ብሎም ነበር፡፡ በተለይም በሀገሪቱ ላይ ያለው ዘር ተኮር (ብሔር ተኮር) ፖለቲካ አሁን ኢትዮጵያ ላለችበት ምስቅልቅል ዋና መንስኤ ነው የሚል አስተሳሰብም እንዲሁ በሰነዶቹ ተንጸባርቀዋል፡፡ (166)

ኢዜማ ሲመሠረት ሁሉም ዜጋ እኩል የሀገር ባለቤት የሚሆንበትን፣ ማንም በዘሩ በማንነቱ የማይገደልበት፣ የማይፈናቀልበት ሥርዓት እንዲገነባ እታገላለሁ በማለትም አስተዋውቋል፡፡ በዚህም መሠረት ከሰባት የሚበልጡ በሀገሪቱ ፖለቲካ ውስጥ ከዘመነ ደርግ እስከ ኢሕአዴግ ድረስ በቆዩ ፖለቲከኞች እና ፓርቲዎች (ፓርቲዎቹ ራሳቸውን በማክሰም) የተመሠረተ የፖለቲካ ድርጅት ነው፡፡

ኢዜማን የመሠረቱት ፓርቲዎች

- ✓ ግንቦት ሰባት ለፍትሕና ለዲሞክራሲ
- ✓ በአቶ የሺዋስ የሚመራው ሰማያዊ ፓርቲ
- ✓ በዶ/ር ጫኔ ከበደ የሚመራው ኢዴፓ (ኢትዮጵያ ዴሞክራቲክ ፓርቲ)
- ✓ በአቶ ተሻለ ሰብሮ የሚመራው ኢራፓ (ኢትዮጵያ ራዕይ ፓርቲ)
- ✓ ከመኢአድ ተከፍሎ የወጣው የእነ ዶ/ር በዛብህ ቡድን
- ✓ የጋምቤላ ሕዝቦች ድርጅት
- ✓ አረንጓዴ ፓርቲ
- ✓ የቀድሞ የአንድነት ፓርቲ አባላት ናቸው፡፡

የፓርቲው አወቃቀር ሁለት ዘርፎች አሉት። ዋነኛው በጠቅላላ ጉባኤ ምርጫ የሚሰየሙ የፓርቲው መሪ አካላት ተብለው የሚታወቁ ሰዎችን የያዘ ነው። ሌላኛው ደግሞ የፓርቲውን የዕለት ከዕለት ሥራዎች የሚከታተል አካል ነው። በዚህም መሠረት ፓርቲው በጠቅላላ ጉባኤው የሚከተሉትን ሰዎች በመሪ አካልነት ሰይሟል።

ብርሀኑ ነጋ (ፕሮፌሰር) - መሪ

አንዱዐለም አራጌ - ምክትል መሪ

ተክሌ በቀለ

ግርማ ሰይፉ

ኑሪ ሙደሲር

ዶ/ር ባንቲገኝ

ዳንኤል ሺበሺ

በፓርቲው ዘርፍ ደግሞ

የሺዋስ አሰፋ - ሊቀመንበር

ጫኔ ከበደ (ዶ/ር) - ምክትል ሊቀመንበር አድርጎ ሰይሟል።

ኢዜማ አብዛኞቹ በድርጅቱ መዋቅር ውስጥ ያሉ ከአመራር እስከ አባላት አብላጫው "አማራ" ይሁን እንጂ በአማራው ላይ ተለይቶ የሚደርሰውን ግፍና በደል በስሙ ለመጥራት የተጸየፈ ስብስብ ነበር፣ አሁንም ነው።

አማራ በተለያዩ የአገሪቱ አካባቢዎች አማራ በመሆኑ ብቻ የግፍ ጽዋን እየተቀበለ እያለ ኢዜማ ከመሪው እስከ አባላቱ ድረስ በዜግነቱ ነው፣ ዜጋ ስለሆነ ነው በማለት በሞቱ ላይ ድቤ ሲደልቁ፣ዳንኪራ ሲወርዱና ሲቀልዱ ነበር። ፓርቲው በተግባር ሲታይ ማኅበራዊ ፍትሕም ሆነ የዜግነት ፖለቲካ ትዝ ያላለው ደርጅት ነው። ይልቁንም አማራ በማንነቱ አልተጠቃም፣ የዘር ፍጅት አልተፈጸመበትም፣ ሰፋሪ ነው የሚሉ መሰል የንቀትና የጥላቻ ንግግሮችን በመሪው በብርሃኑ ነጋ በኩል በአማራ ሕዝብ ላይ አስተላልፏል።

ከዚህ በባሰ መልኩ ድርጅቱ ዋና መቆሚያዩ ነው ያለውን የዜግነት ፖለቲካን ከሚጸየፈው እና ከሚፈራው፣ የብሔሮችን ሕገ መንግሥታዊ መብት እስከ መገንጠል አከብራለሁ ከሚለው የብልጽግና መንግሥት የችሮታ ሥልጣን ተቀብሎ ጸረ–አማራ ጎራውን በይፋ ተቀላቅሏል።[167]

የፓርቲው ሊቀመንበር ብርሃኑ ነጋ (ፕሮፌሰር) ትምህርት ሚኒስትርነትን በተቀበለ ማግስት ነበር የአማራን ወጣት ከከፍተኛ ትምህርት ውጪ በማድረግ አማራ ላይ ያለውን ጥላቻ በግልጽ ማሳየት የጀመረው። ከዛም በመቀጠል በተለያዩ ሚዲያዎች ላይ እንዲሁም የፓርቲው ጋዜጣዊ መግለጫዎች ላይ በመውጣት ፓርቲው ለአማራ ሕዝብ ያለውን ንቀትና ጥላቻ እንዲሁም አቋም አሳይተውናል።

ከዚህም በተጨማሪ ግርማ ሰይፉን የአዲስ አበባ ኢንቨስትመንት ኮሚሽነር በማድረግ እንዲሁም ከአማራ ክልል ውጭ በደቡብ ክልል፣ በአፋር እና በሌሎችም ክልሎች ሥልጣንን በመቀበል የዜግነት ፖለቲካን ቀብሮ የብልጽግናን የብሔር ፖለቲካ ጉዳይ አስፈጻሚ ሆኗል።

ከድርጅቱ ጠቅላላ ጉባኤ በኋላ ለውጥ ይኖራል ተብሎ ቢጠበቅም ከምክትል መሪ እና ከሥራ አስፈጻሚ ቅየራ ውጪ በግብር "የመሪው የሰሜኑ የአማራው ገኘነት ይበቃል" እሳቤ የበለጠ የሚቀነቀንበት ድርጅት ሆኗል።

አማራ በማንነቱ እየተበደለ ነው፣ ዘሩ ተቆጥሮ እየተጨፈጨፈ ነው፣ የአማራን የዘር ፍጅት በስሙ ልንጠራው ይገባል፣ የኦሮሞ ተረኝነት አለ፣ አገዛዙን ልንቃወም ይገባል የሚሉ የድርጅቱ አመራርና አባላት በአንድም በሌላም መልኩ ድርጅቱን ለቀው ወጥተዋል፣ ታስረዋል።

ኢዜማ የአማራ ሕዝብ ላይ ከፍተኛ ክህደት ፈፅሟል። ድርጅቱ መሠረታዊ የሆነውን የአማራ ሕዝብ መብትና ጥቅም በሚመለከቱ ጉዳዮች ላይ የወሰዳቸውን አማራ-ጠል አቋሞች የተወሰኑትን እንደ ማሳያ ብንመለከት፡-

አማራ በማንነቱ አልተጨፈጨፈም፣ አልተፈናቀለም፣ የዘር ፍጅት የሚባል ነገር የለም፣ የሞቱት ሰዎች ቁጥር ትንሽ ነው በማለት የዘር ፍጅቱን ከመካድ በተጨማሪ አማራውን ለዘር ፍጅት አመቻችቷል።[168]

አማራው የህልውና ስጋት አለብኝ እያለ ሌሎች በተለይም ደግሞ የሕወኃት እና የኦሮሞ ታጣቂዎች ትጥቅ ባልፈቱበት ሁኔታ የአማራ ታጣቂዎችን (ፋኖ፣ የአማራ ልዩ ኃይል) የብልጽግና መንግሥት በኃይል ትጥቅ አስፈታለሁ ሲል ከጎኑ ቆሞ ደግፏል:: (169)

ማኅበራዊ ፍትሕን አመጣለሁ የሚለው ኢዜማ የአማራ ተወላጆች ከአዲስ አበባ ሲፈናቀሉ፣ ወደ አዲስ አበባ እንዳይገቡ ሲከለከሉ፣ ጆሮ ዳባ ልበስ ብሎ የኦሮሞን የበላይነት ለማምጣት እና አዲስ አበባን የኦሮሞ የማድረጉን ሥራ አሳልጧል::

የሀገር ባለቤት የሆነውን አማራ በሁሉም ክልሎች እንደሚኖር የሚታወቀውን የአማራ ሕዝብ በአደባባይ "መጤ" ብሎ ተሳድቧል:: ድርጅቱም አቋሙ መሆኑን በዝምታ ገልጿል:: (170)

በተደጋጋሚ የአማራን የህልውና ጥያቄዎች የወሰን ማስመለስ ብቻ በማስመሰል አጣጥለዋል::

ከሁሉ በበለጠ ደግሞ የብልጽግና አገዛዝ በአማራ ሕዝብ ላይ ጦርነትን ሲያውጅ የአስቸኳይ ጊዜ አዋጁን በመደገፍ አጽድቋል:: እነዚህን እና መሰል በደሎችን ኢዜማ እንደ ድርጅት በአማራ ሕዝብ ላይ ፈጽሟል::

የአማራ ብሔራዊ ንቅናቄ (አብን)

በሰኔ 3 ቀን 2010 ዓ.ም በይፋ የተመሠረተው አብን ከ1994 ዓ.ም ጀምሮ በእጅጉ ተዳክሞ የቆየውን የአማራ ብሔርተኝነት ድርጅታዊ አቋም እንደ አዲስ እንዲነሣ ያደረገ ነው::

የአብን የፖለቲካ ፕሮግራም የአማራ ሕዝብ የህልውና አደጋ እንደገጠመው በመግለጽ ይህንን አደጋ ለመቀልበስ፣ የፖለቲካ ውክልናውን ለማረጋገጥ፣ የአማራውን ሕዝብ ግዛታዊ አንድነት ለመመለስ፣ እንዲሁም ለፍትሕና ለእኩልነት መረጋገጥ እንደሚሠራ ይገልጻል:: (171)

አብን በአጭር ጊዜ ሰፊ ተቀባይነትን አግኝቶ በሀገር ውስጥ በብዙ ዞኖች እና ወረዳዎች መዋቅር ዘርግቷል:: እንዲሁም በውጪ ሀገራት ሰፊ አደረጃጀት አከናውኗል:: ከበጐ አስተዋጽኦዎቹ መካከል:-

- የአማራን ሕዝባዊ እንቅስቃሴ ሊወክል የሚችል ድርጅታዊ ንቅናቄ መሥርቷል::

- የአማራን ሕዝብ በማንቃት እና በማደራጀት ትልቅ ሚና ተጫውቷል፡፡
- በተለያዩ የአማራ ኃይሎች መካከል መተዋወቅ እና መናበብ እንዲኖር ሠርቷል፡፡
- የአማራ ሕዝብ ጥያቄዎች በኢትዮጵያ ፖለቲካ ውስጥ እንዲታወቁ እና እንዲደመጡ ሠርቷል፡፡
- በትሕነግ ወረራ ወቅት ሕዝብ በማነቃቃት፣ በማስተባበር እና በውጊያው ተሳታፊ በመሆን ጉልህ ሚና ተጫውቷል፡፡
- በአማራ ሕዝብ ላይ የዘር ፍጅት በተፈጸመባቸው ወቅቶች መግለጫዎችን በማውጣት፤ በምርጫ ማኒፌስቶው በማካተት ድምፅ ለመሆን ሞክሯል፡፡

የአማራን ሕዝብ ትግል የጐዱ ተግባራት፡-

- ❖ በሰኔ 15 ከተፈጸመው የአዴፓ አመራሮች ግድያ በኋላ በታየው አውራጃዊነት የአብን አመራር አባላት ጉልህ ስፍራ በመያዝ አውራጃዊነትን ሲያስፋፉ ታይተዋል፡፡
- ❖ በትሕነግ እና በብልጽግና ፓርቲ መካከል በፕሪቶሪያ በተደረገው ድርድር የአማራ ሕዝብ መወከል አለበት በማለት የተጀመረውን እንቅስቃሴ በመቃወም ከብልጽግና ጋር የወገነ አቋም ወስዷል፡፡ (172)
- ❖ ጸረ-አማራ ከሆነው የብልጽግና ፓርቲ ጋር አብሮ ለመሥራት ተስማምቶ ሥልጣን ተጋርቷል፡፡ በታኅሣሥ 23 እና 24 ቀን 2014 ዓ.ም የአብን ማዕከላዊ ኮሚቴ ባደረገው ስብሰባ ከብልጽግና ጋር አብሮ ለመሥራት ተሰማምቷል(173)
- ❖ በዚህም ውሳኔው መሠረት ከብልጽግና ፓርቲ ጋር አብሮ በመወሰን
- ➢ በአማራ ክልል ላይ የታወጀውን የአስቸኳይ ጊዜ አዋጅ አብሮ አጽድቋል፡፡
- ➢ የአዲስ አበባ ከተማ ሲፈርስ ድምፅ አላሰማም፡፡
- ➢ ወቅታዊውን የአማራ ሕዝብ የጅምላ እስር እና ፍጅት አላወገዘም፡፡
- ➢ የብልጽግና ፓርቲን አጀንዳዎች በአስፈጻሚነት ተቀብሏል፡፡

❖ የሰነድ ማረጋገጫ ባይቀርብም በ6ኛው አገራዊ ምርጫ ወቅት የአብን አመራር ስለፈጸመው ተግባር የአብን ጽ/ቤት ኃላፊ የነበሩት ዶ/ር ቴዎድሮስ ኃይለማርያም "አማራነት" በሚለው መጽሐፋቸው የሚከተለውን ብለዋል፡- "ፓርቲው የቆመበትን ሕዝባዊና ድርጅታዊ ዓላማ በመዘንጋት አማራ ክልልን ለአማራ ብልጽግና 'በፎርፌ' መልቀቁ ቀንደኛው ስህተት ነው።" የአማራ ብልጽግና መቼም የአማራ ወኪል ሊሆን እንደማይችል እያወቀ፣ ከዚህ ድርጅት ጋር በመርሕና በድርድር የተደረሰ አንዳችም ዋስትና ሳይኖር፣ የአማራ ክልልን ሙሉ ለሙሉ በሚባል ደረጃ መልቀቅ ክህደት ነበር። ለዚህ የቀረበው ምክንያት "ኦሮሞ ብልጽግና በኦሮሚያ ለብቻው እየተወዳደረ አብን የአማራ ብልጽግናን ድምፅ ቢነጥቀው በማዕከል የአማራ ኃይል ሚዛን ይዛባል" የሚል ነበር። ይህ በይፋ ለሕዝብ እና ለአባሉ ያልተነገረ እና በሆነ የድርጅቱ ከፍተኛ አመራር ውሳኔ የተፈጸመ ስህተት ነው። (174)

❖ የወታደራዊ ኃይል ሊኖረው የሚገባው የፌደራል መንግሥት ብቻ ነው የሚለውን ነገር በቁሙ ብቻ በመውሰድ፣ በአገሪቱ ውስጥ ያለውን ነባራዊ ሁኔታ ባለማገናዘብና የፌደራል መንግሥቱ በአቋሙ አማራ-ጠል መሆኑን እያወቀ፣ ትሕነግ ከነሙሉ ሠሪዊቱ እና ትጥቁ እያለ፣ የኦነግ ሠራዊት በአማራ ሕዝብ ላይ የዘር ፍጅት እየፈጸመ፣ "የሁሉም ክልሎች ልዩ ኃይል ከነሙሉ ትጥቁ ሳይነካ የአማራ ልዩ ኃይልን ለማፍረስ የተደረገውን የብልጽግና ፓርቲ ውሳኔ ሊፈጸም ይገባዋል የሚል አቋም ወስዶ መግለጫ አውጥቷል(175) ።

አብን እንዲህ ያሉ አቋሞች የወሰደው በተሟላ ድርጅታዊ ቁመና ላይ ሆኖ ነው ወይ? ብለን ስንጠይቅ፤ አብን ከፍተኛ የሆነ ውስጣዊ ቀውስ ያጋጠመው በመሆኑ የተወሰኑ የአመራር አባላት በተናጠል የድርጅቱን ማኅተም እና የማኅበራዊ ሚድያ ቻናሎች አግተው መያዛቸው ተረጋግጧል። በመሆኑም የተወሰዱት አቋሞች መላውን አባላትም ሆነ የድርጅቱን አመራር በሙሉ የሚመለከት አለመሆኑን ማስታወስ ያስፈልጋል።

የአማራ ብልጽግና ፓርቲ ቅርንጫፍ

በ2008 እና በ2009 ዓ.ም ብዙ መስዋዕትነት የተከፈለበት የአማራ ሕዝብ ተጋድሎ ተካሂዶ ነበር። ሕዝባዊ ንቅናቄውን ተከትሎ ከብአዴን ውስጥ የለውጥ ፈላጊ ኃይሎች ናቸው የተባሉ "የገዱ ቡድን" ተብሎ የሚጠራ ኃይል ጐልቶ መውጣቱ ይታወቃል። ይህ

የነፃነት ሰልፍ

ቡድን ከመሠረቱ የተንቀሳቀሰውን ትሕነግን ከሥልጣን በማባረር በኩል "የለማ ቡድን" ከሚባለው በኦሕዴድ ውስጥ ከሚገኘው ኃይል ጋር መቀናጀቱም ይታወቃል።

ይህ "የገዱ ቡድን" የሕወኃት ቀኝ እጅ የነበሩ፣ በብአዴን ውስጥ በአድራጊ ፈጣሪነታቸው የሚታወቁ መሪ አባላትን ከድርጅቱ አሰናብቷል። ከተወሰነ ጊዜ በኋላ የድርጅቱን ስም ወደ አማራ ዴሞክራቲክ ፓርቲ (አዴፓ) ቀይሮ ብዙም ሳይቆይ ራሱን በማክሰም ከሌሎች ድርጅቶች ጋር ተዋሕዶ አንድ ወጥ የሆነ "ብልጽግና" የተባለ ፓርቲ መሥርቷል። የድርጅቱ መሪዎች የኢሕአዴግን እኅት ድርጅቶች አክስመው አንድ ወጥ ውሕድ ፓርቲን ለመፍጠር የወሰኑበትን ምክንያት ሲጠየቁ የሚያቀርቧቸው ምክንያቶች የሚከተሉት ናቸው፡-

- ❖ የብሔር ፖለቲካን ያስቆማል በሚል ስምምነት፣
- ❖ ከአማራ ክልል ውጪ የሚኖረውን የአማራ ሕዝብ የፖለቲካ ተሳታፊ ለማድረግ፣
- ❖ የኢትዮጵያን አንድነት ለማስጠበቅ የአማራን እና የኦሮሞን ሕዝብ አንድ ለማድረግ፣
- ❖ በኦሮሞ ዴሞክራቲክ ፓርቲ መሪዎች በዐቢይ አሕመድ እና በለማ መገርሳ ላይ እምነት በማሳደር ይላሉ።
- ❖ አዴፓ ራሱን አክስሞ ብልጽግናን ለመቀላቀል ሲወስን ከኦዴፓ ጋር የተስማማባቸው ነጥቦች የሚከተሉት ናቸው፡-

- ✓ የውሕዱ የብልጽግና ፓርቲ የጠቅላላ ጉባኤ አባላት ቁጥር በሕዝብ ብዛት እና በአባላት ብዛት በኮታ እንዲወሰን ተስማምቷል። በመሆኑም ኦዴፓ አርባ በመቶ መቀመጫዎችን ሲወስድ፣ አዴፓ ደግሞ ሀያ አራት ከመቶ መቀመጫ ለመውሰድ ተስማምቷል።
- ✓ የሥራ አስፈጻሚ ኮሚቴ አባል ለመሆን ግን በሕዝብ ብዛትና በአባላት ብዛት ሳይሆን በጠቅላላ ጉባኤ ላይ በሚደረግ ምርጫ እንዲሆን ተስማምቷል።

በኋላ ላይ የኦሮሚያ ክልል ፕሬዚዳንት በሰፊው እንዳብራራው "ባሕር ዳር ተጉዘን አብዛኛውን አሳምነን፣ ሌላውን አደናግረን ቁማሩን በልተን ተመልሰናል። ከኦሮሞ ብልጽግና ፈቃድ ውጪ ሥራ አስፈጻሚም፣ ሚኒስትርም፣ የክልል ፕሬዚዳንትም መሆን

አይቻልም" ሲል እንዴት አዴፓን እንዳታለሉት ገልጿል። በውጤቱ የቀድሞው አዴፓ የአሁን የአማራ ብልጽግና ቅርንጫፍ አስከፊ ዕጣ የደረሰው ሲሆን፣ ከውሳኔ ሰጪነት ወደ ኦሮሞ ብልጽግና ጉዳይ ፈጻሚነት የወረደው ወዲያው ነበር። በትሕነግ/ኢሕአዴግ ዘመን ሳይቀር በክልሉ ውስጥ የነበረውን ትንሽ የመወሰን ነጻነት ተገፎ የወረዳ አስተዳደር ሳይቀር በኦሮሞ ብልጽግና የሚሾምለት ሆነ። ውይይት እንኳን ለማድረግ መድረክ ተነፍጎት ፍጹማዊ በሆነ አመራር ሥር ሆኖ ተቀየደ።

ኦዴፓ ቀስ ብሎ አመራሮቹን በመከፋፈል የተወሰኑት ከድርጅቱ ሲሰናበቱ፣ የቀሩት በፍጹም ታዛዥነት የኦሮሞ ብልጽግና አገልጋይ ሆነው ቀጠሉ። የኦሮሞ ብልጽግና ፓርቲ አገዛዝ ይህንን ካስተካከለ በኋላ የአማራ ብልጽግና መሪዎችን እና አካላትን የራሱን ዓላማ የሚያስፈጽሙ አሻንጉሊት ሞግዚቶች አድርጎ አዋቀራቸው። በመሆኑም:-

- በአማራ ሕዝብ ላይ እየተፈጸመ ያለውን የዘር ፍጅት በመካድ፣
- በሚሊዮን ለሚቆጠሩት ተፈናቃዮች ድጋፍ ባለማድረግ፣
- ያለ አማራ ሕዝብ ውክልና የፕሪቶሪያው ድርድር እንዲደረግ በመስማማት፣
- የአማራ ልዩ ኃይልን በኦዴፓ ቀጭን ትእዛዝ በማፍረስ፣ (176)
- በአማራ ፋኖ ላይ ወታደራዊ ጥቃት እንዲወሰድበት በማመቻቸት እና ከጠላት ጋር በማበር በፋኖ ላይ በመዝመት፣
- በአማራ ክልል ውስጥ የአስቸኳይ ጊዜ አዋጅ እንዲታወጅ እና የፌደራል መንግሥቱ ከሕግ ውጪ ጣልቃ እንዲገባ በመጋበዝ፣ (177)
- አውራጃዊነትን በአማራ ሕዝብ ውስጥ በማስፋፋት ሕዝቡን ለመከፋፈል በመሞከር የአማራ ብልጽግና በአማራ ሕዝብ ላይ ከፍተኛ በደል ፈጽሟል፣ እየፈጸመም ይገኛል።

የኢትዮጵያ አንድነት ኃይሎች እና ጠቅላዩ ፓርቲ

የኢትዮጵያ አንድነት ኃይሎች የሚባሉት በኢትዮጵያ አንድነት የሚያምኑ፣ በአብዛኛው የግለሰብ ነጻነትን ወይም የዜግነት ፖለቲካን የሚያቀነቅኑ፣ ዘውጋዊ የፖለቲካ ርዕዮትን የሚቃወሙ ኅብረ ብሔራዊ ፓርቲዎች፣ ማኅበራት እና የተለያዩ ስብስቦች ናቸው።

እነዚህ የፖለቲካ ፓርቲዎች፣ ማኅበራት እና ስብስቦች ቁጥራቸው በርከት ያለ ነው። የሕዝቡን አጀንዳዎች ከማስፈጸም አንጻር የፖለቲካ አቅማቸው ውስን የሆኑ ናቸው።

በአብዛኛው ለስለስ ባሉ አቀራረቦች እና ዘዴዎች ጠቅላዩን ፓርቲ ማለዘብ እና የፖለቲካ ግብን ማሳካት ይቻላል ብለው ያስባሉ። አንዳንድ አስተሳሰባቸው፡-

- ❖ ገዢውን ፓርቲ ቀስ በቀስ በንግግር እና በውይይት ማግባባት ይቻላል።
- ❖ የገዥውን ፓርቲ ሰብአዊ ስሜት በመነካካት በአዘኔታ ዲሞክራሲያዊ ወደ ሆነ የሥልጣን ሽግግር እንዲሄድ ማድረግ ይቻላል።
- ❖ ገዥውን ፓርቲ በመደገፍ እና አይዞህ በማለት ስልጣኑን እንዲለቅ ማድረግ ይቻላል።
- ❖ የገዢው ፓርቲ መሪዎች የአገሪቱ ታሪክ እና ፖለቲካ ስላልገባቸው ቀስ ብሎ በማስረዳት እንዲገባቸው አድርገን የፖለቲካ ለውጥ እናመጣለን ይላሉ።

ጠቅላዩ ፓርቲ ደግሞ በኢትዮጵያ ውስጥ ብዙ ተፎካካሪ ፓርቲዎች እንዳሉ የሚያሳይበት፣ የምርጫ ቲያትሩን እና ሌሎች የፖለቲካ ተግባራቱን የሚያስጌጥባቸው ለዐለም አቀፍ ማኅበረሰብ የምርጫ ፖለቲካን እየተገበረ እንደሆነ የሚያሳይባቸው ካርዶች ናቸው። በተጨማሪም ሰፋ ያሉ ማስፈጸም የሚፈልጋቸው አጀንዳዎች ሲኖሩት የማታለያ እና የማስመሰያ ምክንያቶችን እየደረደረ ጉዳዩ የጋራ አገራዊ ስምምነት ያለበት እንዲመስል እነዚህን ፓርቲዎች፣ ማኅበራት እና ስብስቦችን በመጠቀም ያስፈጽማል። ከሚጠቀምባቸው መንገዶች ዋና ዋናዎቹ የሚከተሉት ናቸው፡-

I. የፖለቲካ ሥልጣን በምርጫ በማሸነፍ ብቻ ይተላለፋል።

II. የታጠቀ ኃይል ሊኖረው የሚገባው መንግሥት ብቻ በመሆኑ ሌሎች ኃይሎች ትጥቅ ሊፈቱ ይገባል።

III. አገራዊ ምክክር በማድረግ አገራዊ የሆነ የጋራ ስምምነት መፍጠር አለብን።

IV. የሽግግር ፍትሕ በማዘጋጀት ተጠያቂነትን እና ብሔራዊ ዕርቅ ማስፈን አለብን።

እስቲ በአጭሩ ተራ በተራ እንያቸው፡-

I. የፖለቲካ ሥልጣን በምርጫ በማሸነፍ ብቻ ይተላለፋል።

ይህ የዲሞክራሲ ጽንሰ ሐሳብ በዐለም አቀፍ ደረጃ በብዙ ሀገራት ተቀባይነት ያገኘ አስተሳሰብ እና አሠራር መሆኑ የሚታመን ነው። ነገር ግን የምርጫ ፖለቲካ እንዲሠራ በአንድ ሀገር ውስጥ የሚከተሉት ነገሮች መሟላት አለባቸው፡-

- ከዘር ልዩነት እና ጭቆና የጸዳ የፖለቲካ መድረክ፣
- ነፃና ገለልተኛ ሚድያ፣
- ጠንካራ የሲቪክ ማኅበረሰብ ተቋማት፣
- አገራዊ የሆነ የጋራ ስምምነት (National consensus)፣
- ከገዥው ፓርቲ ተጽዕኖ ነፃ የሆኑ የጸጥታ ተቋማት፣
- ገለልተኛ እና ነፃ የዴሞክራሲ ተቋማት ለምሳሌ፡- የእንባ ጠባቂ፣ የሰብአዊ መብት፣ የምርጫ ቦርድ፣ የዋና ኦዲተር እና የፍትሕ ተቋማት ነጻና ገለልተኛ መሆን ይጠበቅባቸዋል።

በአገራችን ባለፉት 35 ዓመታት በተለይ ደግሞ አሁን ባለንበት የኦሮሞ ብልጽግና አገዛዝ ዘመን፡-

1. በዘር፣ በሃይማኖት ላይ የተመሠረተ ግልጽ ጭቆና ተመሥርቷል፣ የመንግሥትንም ሥልጣን ተቆጣጥሯል።
2. በሕገ መንግሥቱ፣ በክልሎች አከላለል፣ በፖለቲካ ውክልና፣ በታሪክ፣ በብሔራዊ ጀግኖች፣ በሰንደቅ ዓላማ ወዘተ . . . ብሔራዊ መግባባት የለም። እንዲያውም የአሁኑ አገዛዝ በእነዚህ ዐበይት ሀገራዊ ጉዳዮች ላይ ጥላቻ ያዘለና ክህደት የፈጸመ ነው።
3. ከፍተኛ የሆነ የጋዜጠኞች እና የፖለቲከኞች እስር ያለ ሲሆን የመደበኛ እና የማኅበራዊ ሚድያ አፈናም አለ።

4. የፍትሕ ሥርዓቱ በአብዛኛው ለሥርዓቱ ታማኝ አገልጋይ በሆኑ ካድሬዎች የተሞላ ነው።

5. በርካታ የሲቪክ ማኅበራት በተለይም ከአማራ ክልልና ብሔር ጋር የተያያዙት ፈቃዳቸው ተሰርዟል፤ የቀሩትም የነቃ ተሳትፎ የሚያደርጉበት መድረክ አላገኙም።

6. የመከላከያ እና ሌሎች የፌዴራልና የክልል የጸጥታ ተቋማት የገዥው ፓርቲ አገልጋዮች እንጂ ለሕግ የበላይነት የሚሰሩ ተቋማት አይደሉም።

7. መሠረታዊ የዴሞክራሲ ተቋማት የሚባሉት እንባ ጠባቂ፣ የምርጫ ቦርድ፣ ዋና ኦዲተር መሥሪያ ቤት ገና ብዙ መሻሻል የሚገባቸው እና ከገዥው ፓርቲ ተጽዕኖ ያልተላቀቁ ናቸው።

እነዚህ ሁሉ ችግሮች ባሉበት ሀገር የሚደረግ ምርጫ ተሳታፊ መሆን ጠቅላዩን ፓርቲ ከማጀብ እና የምርጫ አድማቂ ከመሆን የዘለለ ፋይዳ የለውም። በእንደዚህ ዓይነት ምርጫም በመሳተፍ የሕዝቡን ችግር መፍታት አይቻልም።

II.የታጠቀ ኃይል ሊኖረው የሚገባው መንግሥት ብቻ በመሆኑ ሌሎች ኃይሎች ትጥቅ ሊፈቱ ይገባል።

ይህ ሐሳብ በመሠረቱ ትክክል ቢሆንም በተግባር ግን በአሁኑ ሰዓት በአገራችን ያለው ነባራዊ የፖለቲካ አሰላለፍና የመንግሥት ተፈጥሮ ክልሎች ልዩ ኃይል እንዳይኖራቸው ማድረግ አይቻልም። መሪው ፓርቲ በራሱ በዘር እና በሃይማኖት ላይ ተመሥርቶ፣ ለራሱ ብሔርን መሠረት ባደረገ ሹመትና ስምሪት እየሰጠ ባለበት ሰዓት፣ በየአካባቢው በብሔር የተደራጀ የታጠቀ ኃይል እየተርመሰመሰ፣ ሌላው በማንነቱ ምክንያት የህልውና አደጋ ተጋርጦበት እያለ “አንድ የታጠቀ ኃይል ብቻ” የሚለው ፍልስፍና ውኃ አይቋጥርም። ለምሳሌ፡-

- ትሕነግ - የትግራይ መከላከያ ኃይል የሚባል፣ በሜካናይዝድ ደረጃ የታጠቀ ሦስት መቶ ሺህ የሚገመት ሠራዊት አለው።

- ኦነግ- የኦሮሞ ነፃ አውጪ ሠራዊት የሚባል በከፍተኛ ደረጃ የታጠቀ ሠራዊት አለው።

- ሌሎች የታጠቁ ቡድኖች፡ -

አልሸባብ	ኤጄቶ (ሲዳማ ክልል)
ሄጐ (ሶማሌ ክልል)	ከራጆዋ (ኦሮሚያ ክልል)
ኦነግ ሸኔ	ኮሬ ነጌኛ (ኦሮሚያ ክልል)
አባ ቶርቤ (ኦሮሚያ ክልል)	ቤህነን (ቤኒሻንጉል ሕዝቦች ነፃነት ንቅናቀ)
የአገው ሸንጐ ታጣቂ	የቅማንት ኮሚቴ ታጣቂ

- **ክልሎች በከፍተኛ ደረጃ የታጠቀ ልዩ ኃይል አላቸው።**

ኦሮሚያ ልዩ ኃይል	ጋምቤላ ልዩ ኃይል
ሶማሌ ልዩ ኃይል	ሲዳማ ልዩ ኃይል
አፋር ልዩ ኃይል	ደቡብ ልዩ ኃይል
ቤኒሻንጉል ልዩ ኃይል	

የኦሮሞ ብልጽግና መንግሥት በተለመደው የማሳመን እና የማደናበር ስልቱ በዐለም አቀፍ እና በሥነ መንግሥት አሠራር መሠረት የታጠቀ ኃይል ሊኖረው የሚገባው መንግሥት ብቻ ነው ብላችሁ ስምምነታችሁን ስጡኝ ብሎ የፓርቲዎችን፣ የማኅበራትን እና የተለያዩ ስብስቦችን ስምምነት ይቀበላል። ስምምነታቸውን ካገኘ በኋላ ግን የሚያፈርሰው ለይቶ የአማራ ልዩ ኃይልን ብቻ ይሆናል። በዚህ ስምምነት መነሻነትም የአማራ ሕዝብ ክንድ የሆነው ፋኖም መበተን አለበት እንዲሉ ያደርጋቸዋል። ይህንንም በማድረግ የአማራ ሕዝብ በዚህ ሁሉ ጠላት መካከል ያለ ምንም መከላከያ ዕርቃኑን እንዲቀር ለማድረግና ለዘር ፍጅት በሚያመቻች ሴራ ይጠቀምባቸዋል። ከተፈጸመ በኋላ ፓርቲዎቹ፣ ማኅበራቱ እና ስብስቦቹ ለምን እንዲህ እንዳደረጉ ሲጠየቁ፤ እኛ የተስማማነው በመሠረተ ሐሳቡ ነበር እንጂ ይኽ እንደሚፈጠር አልገመትንም ነበር ብለው እርፍ ይላሉ።

III. አገራዊ ምክክር በማድረግ አገራዊ የሆነ የጋራ ስምምነት መፍጠር አለብን

በመሠረተ ሐሳብ ደረጃ ሲታይ አገራዊ ምክክር መልካም ነገር ነው። በዐለም ላይ ብዙ ሊባሉ በሚችሉ አገራት አገራዊ ምክክሮች ተካሂደዋል። ምክክሮቹ ችግሮቹን የፈቱበት ሁኔታ መኖሩ ባይካድም፤ ምክክሮቹ ከሸፈው አገራቱን ወደ ባሰ ምስቅልቅል የወሰዱባቸው አጋጣሚዎችም አሉ።

አምባገነን መንግሥታት አገራዊ ምክክርን የሚፈልጉት ሂደቱ ሕጋዊነትን እንዲያላብሳቸው እና የፈጸሙት የሰብአዊ መብት ጥሰት ተዳፍኖ እንዲቀርላቸው ነው።

በመጀመሪያ ደረጃ አገራዊ ምክክርን ለማድረግ በሁሉም ባለ ድርሻ አካላት ስምምነት ሰላምን ማረጋገጥ ይገባል። ምክክርን ለማድረግ መጀመሪያ እኩልነት ያስፈልጋል። የኃይል ሚዛን ሳይጠበቅ የሚደረግ አገራዊ ምክክር ረብ የለሽ ሥራ ነው። ዋነኞቹን ባለ ድርሻ አካላት ሳያሳትፉ በተለመደው ድርጅታዊ አሠራር የገዢውን ፓርቲ የቀበሌ ካድሬዎችን ሰብስቦ በማስጨብጨብ አገራዊ መግባባት አይመጣም።

ሌላው ከፍተኛ ጥንቃቄ የሚያስፈልገው ጉዳይ የኃይል ሚዛን ሳይጠበቅ የሚደረግ ምክክር ልክ እንደ ሰኔ 1983ቱ የቻርተር ጉባኤ፣ እንደ ክልሎች አከላለል፣ እና እንደ ሕገ መንግሥቱ የማጽደቅ ሂደት በሕዝባችን ላይ ዘላቂ የሆነ ጉዳት የሚያደርስ መሆኑ ሳይታለም የተፈታ መሆኑ ነው። ይህን ተጨባጭ ሐቅ ያልተረዳ አካሄድ ሁሉ መዋቅራዊና ሥርዓታዊ በሆነ ሁኔታ በአማራ ሕዝብ ላይ እየደረሰ ያለውን መከራና የህልውና አደጋ በባሰና በተወሳሰበ መንገድ ከማስቀጠል የዘለለ ፋይዳ አይኖረውም።

የአገራዊ ምክክር የእስካሁኑ ሂደት

አዋጁ የጸደቀበት ሁኔታ፣ የኮሚሽነሮቹ የምርጫ ሂደት፣ ተመረጡ የተባሉት ኮሚሽነሮች ማንነት፣ የምክክር ተሳታፊዎች ልየታ ተብሎ የሚተወነው ተውኔት በሙሉ የተሳሳተ ነው። ከዚህ ሂደት ለአገራችንም ሆነ ለሕዝባችን የሚጠቅም ነገር ይመጣል ብሎ መጠበቅ ከእባብ እንቁላል ርግብ ይፈለፈላል ብሎ እንደመጠበቅ ነው። እንዲያውም ይህ “አገራዊ ምክክር” የሚባለው አካሄድ አማራ-ጠል ኃይሎች የመጨረሻ ግባቸውን እንዲያሳኩ ሊያግዛቸው ይችላል። ማለትም እንደ:-

- የኢትዮጵያን ስም መቀየር፤

- የኢትዮጵያን ሰንደቅ ዓላማ መቀየር፤
- የቀን መቁጠሪያውን መቀየር፤
- አዲስ ታሪክ መጻፍ፤
- የአገሪቱን የሥራ ቋንቋ መቀየር፤
- አዲስ አበባን፣ ሸዋን፣ ወሎን ወደ ኦሮሚያ ማካተት፤
- እነዚህ ጥያቄዎች መልስ ካላገኙ፣ የራስን ዕድል በራስ የመወሰን መብት እስከ መገንጠል በሚለው መጠየቅ፤

የመሳሰሉትን እቅዶቻቸውን ለመተግበር አመቺ መድረክ የሚፈጥር ይሆናል።

IV. የሽግግር ፍትሕ በማዘጋጀት ተጠያቂነትን እና ብሔራዊ ዕርቅን ማስፈን

የሽግግር ፍትሕ ዘርፈ ብዙ እና ረጅም ዘመናትን የወሰዱ ውስብስብ የዘር ፍጅቶችን፤ መዋቅራዊ እና ሥርዓታዊ ጥቃቶችን ወዘተ መፍትሔ ለመስጠት የሚጠቅም ስልት ነው። ሆኖም አሁን በኢትዮጵያ እንደሚደረገው ሕግ አውጪው፣ ሕግ ተርጓሚው እና አስፈጻሚው ተጨፍልቀው የአንድ ፓርቲ ጉዳይ ፈጻሚ በሆኑበት ሁኔታ ሊተገበር የሚችል አይደለም። የሽግግር ፍትህ እንደ ስሙ የሽግግር ወቅት እና ገለልተኛ የሆኑ ዐለም አቀፍ ተቋማት ይፈልጋል።

ባለፉት 50 ዓመታት በአማራ ሕዝብ ላይ የተፈጸመው መንግሥታዊ እና ሥርዓታዊ የዘር ፍጅት እጅግ ብዙ ጥናቶች እና ምርመራዎችን የሚፈልግ ነው። በሰው ልጆች ታሪክ ታይቶ ተሰምቶ የማይታወቀውን ይህንን ዘግናኝ የማኅበራዊ፣ የኢኮኖሚ እና የባህል ድምሰሳ በየፈርጁ ለመለየት ገለልተኛ አካል እና የተረጋገጠ ሰላም ይፈልጋል። ስለሆነም አሁን ባለው ሁኔታ ይህን ማድረግ ይቻላል ብሎ ማሰብ እንዲሁ በለብ ለብ ጉዳዩን በሽግግር ፍትሕ ስም ለማለፍ እና ከተጠያቂነት ለማምለጥ የሚደረግ የህልም ሩጫ ነው።

እነዚህ እና ሌሎች ቀጣይ አጀንዳዎቹን እንዲጋሩለት የኦሮሞ ብልጽግና አገዛዝ የፓርቲዎቹን፣ የማኅበራቱን እና የስብስቦቹን ድክመት በመጠቀም መሪዎቹን ከአባሎቻቸው የመነጠል ሥራ ይሠራል። ለምሳሌ ትንሽ ትንሽ ሥልጣን በፌዴራል እና በክልሎች እንዲጋሩ በማድረግ በጉዳዩ ፈጻሚነት አሰማርቷቸዋል።

<u>*የክፍል ሶስት ማጣቀሻ*</u>

1 *ሽመልስ አብዲሳ፣ "Convince and Confuse", https://youtu.be/zgCsTVvy1rw*

2 *የኖርዌይ ዋቄፈና ማኅበር፣ "Yaya Amantiif Eenyumma"*

3 *ደርቤ ደምሴ፣"Seenaa Eenyumma Oromo", 2014 G.C.*

4 *ደርቤ ደምሴ፣ "Ilaalcha Oromoo: barroo amantaa, sirna bulchiisaa fi seenaa Oromoo ", 2016 G.C.*

5 *ደርቤ ደምሴ፣ "የኦሮሞ የማንነት ታሪክ"፣ 2015 G.C*

6 *Beekan Guluma Erena, "Guuboo Seenaa: Asoosamaafi Saayinsiisaa" 2013 G.C.*

7 *ዳፋ ጃሞ፣ "Safuu Biyaa Keessa", 1984 G.C*

8 *አባስ ሀጂ፣ "The History of Arsi(1880-1835)", 1982 G.C*

9 *Abir Mordechai, "Ethiopia: The era of princes: The Challenge of Islam and the reunification of Christian empire 1769-1855", 1970 G.C*

10 *Aman Seifedin, "Islam and Muslim Community of Goma", 2006 G.C.*

11 *Mekuria Bulcha, "The Survival and Reconstructionof Oromo National Identity", 1996 G.C.*

12 *Mekuria Bulcha, "Contours of the Emergent and Ancient Oromo Nation: Dilemmas in the Ethiopian Politics of State and Nation-building", 2011 G.C.*

13 *ወልደ ዮሐንስ ወርቅነህና ገመቹ መልካ፣ "ኦሮሚያ የተደበቀው የግፍ ታሪክ"፣ 1986 E.C.*

14 *ኦሮሚያ ባህል እና ቱሪዝም ቢሮ፣ "Sirna Gadaa Tuulamaa",caamsaa bara 2006 E.C./2014 G.C.*

15 *Tesema Ta'a , "Seenaa hundee uummata Oromoo", 2021 G.C.*

16 <u>*Dr. Getachew Jigi Demekssa, "Bu'aa Ba"ll Qabsoo uummata Oromoo", 2014 G.C.*</u>

17 *አሰፋ አበበ፣ " Minilikii fi Oromiyaa"*

18 ጀቤሳ እጀታ፣ "Seenaa Uummata Oromoo Hundee irraa hanga armaatti" , 1995 G.C.

19 ግንባር ነገራ፣ "Ka'umsa Seenaa Abiishee Garbaa fi Giitota Oromo Biroo", 2012 G.C.

20 ብርሃኑ ለሜሶ እና ታቦር ዋሚ፣ " የኦሮሞ ሕዝብ ታሪክ"፣ 1993 G.C.

21 Mohammed Hassen, "The sixteenth Century Oromo Presence in medival Christian kingdom of Ethiopia, 1994 G.C.

22 Mohammed Hassen, "Minilik Conquest of Harar 1887 and it effect on the political Organization of the surrounding Oromo", 1980 G.C.

23 ገዳ መልባ፣ "ኦሮሚያ"፣ 1980 ዓ.ም

24 ሙሉቀን ወልደ ገብርኤል፣ "seenaa Mootota leeqaa Naqamtee", 1989 G.C.

25 አባዱላ ገመዳ፣ "የኦሮሞ ሕዝብ ትግል ከየት ወዴት"፣ 2004 E.C.

26 Assefa Jaleta, Fighig against injustice of the state and Globalization", 2001 G.C.

27 Mekuria Bulcha, "The Making of the Oromo Diaspora: A Historical Sociology of Forced Migration", 2002 G.C.

28 Bulcha, Mekuria, "Flight and integration: causes of mass exodus from Ethiopia and problems of integration in the Sudan", 1988 G.C.

29 Lata, Leenco, "The Ethiopian state at the crossroads: decolonization and democratization or disintegration?, 1999 G.C.

30 Mohammed Hassen, "The Oromo and the Christian Kingdom of Ethiopia 1300-1700", 2015 G.C.

31 Getahun Benti, "Urban Growth in Ethiopia, 1887-1974: From the Foundation of Finfinnee to the Demise of the First Imperial Era", 2017 G.C.

32 Getahun Benti, "Addis Ababa: Migration and the Making of a Multiethnic Metropolis, 1941-1974", 2007 G.C.

33 Gemechu Megerssa and Aneesa Kassam, "Sacred Knowledge Traditions of the Oromo of the Horn of Africa", 2020 G.C.

34 Leenco Leta, "The Horn of Africa as Common Homeland: The State and Self-Determination in the Era of Heightened Globalization", 2010 G.C.

35 Holcomb Bonnie and Sisai Ibssa, "Invention of Ethiopia: The Making of Dependent Colonial State in Northeast Africa", 1990 G.C.

36 ብሩ ፀጋዬ," የኦሮሞ ኩሻዊነት"

37 ኦላና ዞጋ (አየለ ዘውገ)፣ "ግዝትና ግዞት"፣ 1985 ዓ.ም

38 Journal of Oromo studies vol 1

39 Journal of Oromo studies vol 2

40 Journal of Oromo studies vol 3

41 Journal of Oromo studies vol 4

42 Journal of Oromo studies vol 5

43 Journal of Oromo studies vol 6

44 Journal of Oromo studies vol 7

45 Journal of Oromo studies vol 8

46 Journal of Oromo studies vol 9

47 Journal of Oromo studies vol 10

48 Journal of Oromo studies vol 11

49 Journal of Oromo studies vol 12

50 Journal of Oromo studies vol 13

51 Journal of Oromo studies vol 14

52 Journal of Oromo studies vol 15

53 Journal of Oromo studies vol 16

54 Journal of Oromo studies vol 17

55 Journal of Oromo studies vol 18

56 Journal of Oromo studies vol 19

57 Journal of Oromo studies vol 20

58 Journal of Oromo studies vol 21

59 Journal of Oromo studies vol 22

60 Journal of Oromo studies vol 23

61 Journal of Oromo studies vol 24

62 Journal of Oromo studies vol 25

63 Gada Journal, vol 1 No 1,2018

64 Gada Journal vol 1 No 2,2018

65 Gada Journal vol 2 No 1,2019

66 Gada Journal vol 2 No 2,2019

67 Gada Journal, Vol.3 No 1,2020

68 Gada Journal, Vol.4 No 1,2020

69 Gada Journal, special edition, 2021

70 ኦሮሚያ ባህልና ቱሪዝም፣ Seenaa Oromo Hanga jaaraa 16faa, 2004

71 Sirna Gadaa: Siyaasa Oromoo Tuulamaa, Jildii iffaa, 2000 (አባ ቶርቤ)

72 ኦሮሚያ ባህልና ቱሪዝም፣ Waraqaa kora seenaa Biyyoolessaa, 2007

73 Seena oromoo Hanga Jarraa 20 ffaa Jildli 2ffaa, 2008 (አባ ቶርቤ)

74 Sirna Gadaa Tuulamaa, Caamsaa Bora, 2006/2014, (አባ ቶርቤ)

75 በኦሮሚያ ኘሬዚዳንት ቢሮ፣ Imala: Jildi 01 Lakkafsa 01, Lakkafsa 01, Eebla 2014

76 ኢትዮጵያ ኘሬስ ድርጅት፣ በሪሳ ጋዜጣ፣ መጋቢት 19፣ 2012 ዓ.ም፣ ገፅ 16

77 ኢትዮጵያ ኘሬስ ድርጅት፣ በሪሳ ጋዜጣ፣ መጋቢት 26፣ 2012 ዓ.ም፣ ገፅ 11

78 ኢትዮጵያ ኘሬስ ድርጅት፣ በሪሳ ጋዜጣ፣ ግንቦት 22፣ 2012 ዓ.ም፣ ገፅ 16

79 ኢትዮጵያ ኘሬስ ድርጅት፣ በሪሳ ጋዜጣ፣ ሐምሌ 04፣ 2012 ዓ.ም፣ ገፅ 13

80 ኢትዮጵያ ኘሬስ ድርጅት፣ በሪሳ ጋዜጣ፣ ሐምሌ 18፣ 2012 ዓ.ም፣ ገፅ 13

81 ኢትዮጵያ ኘሬስ ድርጅት፣ በሪሳ ጋዜጣ፣ ጥር 15፣ 2013 ዓ.ም

82 ኢትዮጵያ ኘሬስ ድርጅት፣ በሪሳ ጋዜጣ፣ ጥር 22፣ 2013 ዓ.ም፣ ገፅ 7

83 ኢትዮጵያ ኘሬስ ድርጅት፣ በሪሳ ጋዜጣ፣ ጥር 29፣ 2013 ዓ.ም፣ ገፅ 18

84 ኢትዮጵያ ኘሬስ ድርጅት፣ በሪሳ ጋዜጣ፣ ጥር 06፣ 2013 ዓ.ም፣ ገፅ 17

85 ኢትዮጵያ ኘሬስ ድርጅት፣ በሪሳ ጋዜጣ፣ የካቲት 20፣ 2013 ዓ.ም፣ ገፅ 16

86 ኢትዮጵያ ኘሬስ ድርጅት፣ በሪሳ ጋዜጣ፣ ግንቦት 28፣ 2013 ዓ.ም፣ ገፅ 13

87 ኢትዮጵያ ኘሬስ ድርጅት፣ በሪሳ ጋዜጣ፣ ሰኔ 05፣ 2013 ዓ.ም፣ ገፅ 17

88 ኢትዮጵያ ኘሬስ ድርጅት፣ በሪሳ ጋዜጣ፣ ሰኔ 12፣ 2013 ዓ.ም፣ ገፅ 13

89 ኢትዮጵያ ኘሬስ ድርጅት፣ በሪሳ ጋዜጣ፣ ሰኔ 19፣ 2013 ዓ.ም፣ ገፅ 12

90 ኢትዮጵያ ኘሬስ ድርጅት፣ በሪሳ ጋዜጣ፣ ሐምሌ 10፣ 2013 ዓ.ም፣ ገፅ 06

91 ኢትዮጵያ ኘሬስ ድርጅት፣ በሪሳ ጋዜጣ፣ ሐምሌ 17፣ 2013 ዓ.ም፣ ገፅ 17

92 ኢትዮጵያ ኘሬስ ድርጅት፣ በሪሳ ጋዜጣ፣ ነሐሴ 01፣ 2013 ዓ.ም፣ ገፅ 06

93 ኢትዮጵያ ኘሬስ ድርጅት፣ በሪሳ ጋዜጣ፣ መጋቢት 24፣ 2014 ዓ.ም፣ ገፅ 10

94 ኢትዮጵያ ኘሬስ ድርጅት፣ በሪሳ ጋዜጣ፣ ነሐሴ 08፣ 2013 ዓ.ም፣ ገፅ 11

95 ኢትዮጵያ ኘሬስ ድርጅት፣ በሪሳ ጋዜጣ፣ ነሐሴ 15፣ 2013 ዓ.ም፣ ገፅ 13

96 ኢትዮጵያ ኘሬስ ድርጅት፣ በሪሳ ጋዜጣ፣ ነሐሴ 29፣ 2013 ዓ.ም፣ ገፅ 13

97 ኢትዮጵያ ኘሬስ ድርጅት፣ በሪሳ ጋዜጣ፣ መስከረም 08፣ 2014 ዓ.ም፣ ገፅ 10

98 ኢትዮጵያ ኘሬስ ድርጅት፣ በሪሳ ጋዜጣ፣ መስከረም 15፣ 2014 ዓ.ም፣ ገፅ 15

99 ኢትዮጵያ ኘሬስ ድርጅት፣ በሪሳ ጋዜጣ፣ የካቲት፣ 2014 ዓ.ም

100 ኢትዮጵያ ኘሬስ ድርጅት፣ በሪሳ ጋዜጣ፣ መስከረም 22፣ 2014 ዓ.ም፣ ገፅ 11

101 ኢትዮጵያ ፕሬስ ድርጅት፣ በሪሳ ጋዜጣ፣ መስከረም 15፣ 2014 ዓ.ም፣ ገፅ 13

102 የኦሮሚኛ ዘፈን 1:https:// youtu.be / zBkHRB5RKgg?si =m Ww HBiNiqPWUg23l

103 የኦሮሚኛ ዘፈን 2: https://youtu.be/8Z8iniXjS5A

104 ጸጋዬ ደንደና ሰዮ አልበም 1987 ዓ.ም (ኢያና ጀዳኒ)

105 ሰብአዊ መብቶች ጉባኤ፣ አስቸኳይ ጋዜጣዊ መግለጫ፣ ነሐሴ 01፣ 2010 ዓ.ም

106 https://www.africanews.com/2018/08/06/crisis-in-ethiopia-s-somali-region-taking-ethnic-twist-onlf-worried

107 https://www.lse.ac.uk/ideas/Assets/Documents/Conflict-Research-Programme/crp-memos/Inter-ethnic-conflicts-SRS-Final-April-2020.pdf

108 https://reliefweb.int/attachments/c1e8249a-a71c-4d6c-9f5b-82ca4f8e1cb0/Hawassa%20Report_Final_compressed.pdf

109 bit.ly/3EniUhf

110 https://mereja.com/amharic/v2/696296

111 ጎንደር ዩኒቨርሲቲ፣ "ወረራና መዋቅራዊ ዘር ማጥፋት በወልቃይት ጠገዴ እና በጠለምት የምርምር ውጤት"፣ ነሐሴ 2014 ዓ.ም

112 https://www.ena.et/web/amh/w/am_110119

113 https://www.ameco.et/30016/

114 https://www.goolgule.com/the-mycadra-genocide/

115 https://epo.acleddata.com/metekel-conflict/

116 https://borkena.com/2021/01/13/metekel-ethiopia-death-toll-from-the-latest-attack-well-over-one-hundred/

117 https://www.thereporterethiopia.com/10784/

118 https://ethioreference.com/archives/19601

119 https://www.ethioreference.com/wp-content/uploads/2021/01/PHV-Investigation-Report-FINAL.pdf

120 ኢሰመኮ፣"በኦሮሚያ ክልል የአርቲስት ሀጫሉ ሁንዴሳን ግድያ ተከትሎ በሰብአዊነት ላይ የተፈጸመ ወንጀል ተከስቷል"፣ January 1, 2021 Report

121 ኢሰመጉ፣ 147ኛ ልዩ ሰብአዊ መብት ዘገባ

122 ኢ.ይሐ.ይስ አርምሞ፣ "መዝገበ ሰማዕታት ሰማዕታተ ሀረር፣ ቅፅ 1" 2014 ዓ.ም፣ ገፅ 186-194

123 https://www.bbc.com/amharic/news-56884287

124 https://2cm.es/RPOg

125 https://surl.li/nflryn

126 https://www.bbc.com/amharic/articles/crg6d649y8zo

127 ኢ.ይሐ.ይስ አርምሞ፣ "መዝገበ ሰማዕታት፣ ሰማዕታተ ግንደ በረት ቅፅ 1"፣ 2014 ዓ.ም፤ ገፅ 111-114,ገፅ 315-376

128 ኢ.ይሐ.ይስ አርምሞ፣ "መዝገበ ሰማዕታት ቅፅ 1"፣ 2014 ዓ.ም፣ ገፅ 111-114፣ ገፅ 325-331

129 https://2cm.es/Ut6n

130 https://2cm.es/RPRq

131 ኢሰመኮ፣ "በምዕራብ ወለጋ ዞን ጊምቢ ወረዳ ቶሌ ቀበሌ በሲቪል ሰዎች ላይ ስለደረሰው ጥቃት የወጣ ሪፖርት"፣ ሰኔ 11 ቀን፣ 2014 ዓ.ም

132 https://www.ethiopianreporter.com/107867

133 https://2cm.es/RPRU

134 Amhara Association of America, 5 April 2021 Report " Leaked partial list of Amharas Massacared by OLA militias in Efratana Gidem district, in North Shoa ,Amhara Rigion" https://www.amharaamerica.org/_files/ugd/e494ca_4b7af79355044626988ef6b3f599a685.pdf

135 https://am.al-ain.com/article/attaye-town-is-completely-destroyed-by-militants-eyewitnesses-said

136 Amharic Association of America ,22,September, 2021 Report

"More than 287 ethinic Amharas were brutally masacared in two major OLA terror attacks in North Shoa Zone of the Amhara Region": https://www.amharaamerica.org

137 የተፈጠረው ሀገራዊና አካባቢያዊ ወረራ የፈጠረው ውድመት"፣ በአማራ ክልል፣ ሰሜን ሸዋ ዞን የተዘጋጀ ሰነድ

138 Amhara Association of America ,9 April 2021 Report

https://www.amharaamerica.org

"at least 194 Amharas killed, 212 wunded in deadliest OLF attack on North Shoa Zone of Amhara Region, Ethiopia"

139 ተክለ ጻዲቅ መኩሪያ፣ "የኢትዮጵያ ታሪክ ከዐፄ ልብነ ድንግል እስከ ዐፄ ቴዎድሮስ"፣ 1961 ዓ.ም፣ ገፅ 347- 367

140 ጌታቸው ኃይሌ፣ "እንድአፍታ ላውጋችሁ"፣ 2006 ዓ.ም፣ ገፅ 28

141 አጥናፍ ሰገድ ይልማ፣ "የታሪክ ውርስ እና ቅርስ፣ አበበ አረጋይ"፣ 2011 ዓ.ም. ገፅ 45

142 ሰንደሮስ ግብሬ፣ "አጋሚዶ የሸዋ ፋኖዎች አስደናቂ ተጋድሎ ቅፅ 1"፣ ያልታተመ፣ ገፅ 160

143 የሽግግር መንግሥት ምክር ቤት 31ኛ መደበኛ ስብሰባ ቃለ ጉባኤ

144 https://mereja.com/amharic/v2/685239

145 https://ethiopanaroma.com/?p=161099

146 https://mereja.com/amharic/v2/685239

147 https://x.com/etiozion/status/1689235055640719360

148 ባሕር ዳር ፕሬስ፣ March 31 ,2022

149 https://www.bbc.com: news-60930010

150 https://youtu.be/UlSfrgLEi9c

151 ኢሰመኮ ሪፖርት፣ ጥቅምት 19፣ 2016 ዓ.ም

152 VOA Amharic, September 21, 2023 G.C.

153 የኢፌድሪ ሕገ መንግሥት፣ አንቀጽ 49

154 https://ethiopanaroma.com/?p=53684

155 https://Cityaddisababa.gov.et/en/officials

156 በአዲስ አበባ ምክር ቤት፣ የካቲት 3 ቀን፣ 2014 ዓ.ም የተደረገ ንግግር

157 https://youtu.be/YhffdBZIo_A

158 https://youtu.be/P-2GE2nu09U

159 የኢዜማ የአዲስ አበባ የመሬት ወረራ ጥናት

160 ዝኒ ከማሁ

161 ዝኒ ከማሁ

162 https://fb.watch/xM1YWfq5ST/

163 Leenco Leta, "The Horn of Africa as Common Homeland: The State and Self-Determination in the Era of Heightened Globalization", 2010 G.C.

164 Leenco Lata, "THE ETHIOPIAN STATE AT THE CROSSROADS: Decolonization and Democratization or Disintegration?", 1999 G.C.

165 Getacew Jigi Demekssa (Dr.), "Bu'aa Ba''ll Qabsoo uummata Oromoo", 2014 G.C.

166 እርቅይሁን በላይነህ፣ "አምስቱ የመከራ ዘመናት"፣ 2007 ዓ.ም፣ ገፅ 242-244

167 የኢዜማ የፖለቲካ ፕሮግራም

168 መስከረም 25 እና 26 2014 ዓ.ም የተደረገው የኢዜማ አስቸኳይ ጉባኤ

169 https://youtu.be/WWpwUsohrRg

170 https://web.facebook.com/story.php?story_fbid=770582084432546&id=100044422836699&_rdc=1&_rdr#

171 https://youtu.be/98tqLTpVxxI

172 የኢብን ፕሮግራም 2010 ዓ.ም

173 https://web.facebook.com/100064530196315/posts/pfbidO2yx9gNaupNCfbPmwzemtUYCS3XAHmAqLSF4QUNTDLKcaql25WEfycRfVAFLKe97Hl/?app=fbl&_rdc=1&_rdr#

174 ቴዎድሮስ ኃይለ ማርያም፣ "አማራነት"፣ 2015 ዓ.ም፣ ገፅ 303

175 ዝኒ ከማሁ፣ ገፅ 301

176 https://www.facebook.com/100064530196315/posts/pfbid02Ymzg5Se5YhmChQ7RRR3jexgZoEHWSRLPKdTRW5Fr49V4DtGQ1G4v2PFWTGMxNKDtl/?app=fbl

177 https://www.youtube.com/watch?v=ykJ_i-y4rXU

178 https://www.bbc.com/amharic/articles/cd1yrd41zmgo

ክፍል አራት

ማጠቃለያ

የተመረጡ ስጋቶች ዳሰሳ

ወደ ማጠቃለያው ለመንደርደር ያህል ለአማራ ሕዝብ በአጠቃለይ እንደ ስጋት ከሚታዩት በቅርብም በሩቅም ካሉት ጉዳዮች ውስጥ እጅግ በጣም የተወሰኑትን በሁለት በመክፈል እንያቸው፡፡ እነዚህም፡ -

1. በተቃርኖ የተበየነው የኢትዮጵያ ፖለቲካ እና የጸረ-አማራ ኃይሎች ሥልጣን መቆጣጠር
2. በምዕራባውያን፣ በዐረቦች፣ በጎረቤት አገራት እና በሌሎችም ዐለም አቀፍ ኃይሎች ዘንድ በአማራው ሕዝብ ላይ ያለው የተንሸዋረረ ዕይታ ናቸው፡፡ እነዚህን ውስጣዊና ውጫዊ ጸረ-አማራ ኃይላት ለመታገል በሚደረገው ተጋድሎ በኢትዮጵያ ላይ የመበታተን አደጋ መደቀኑ ሌላው መጥፎው ውጤት ሆኗል ማለት ነው፡፡

I. በተቃርኖ የተበየነው የኢትዮጵያ ፖለቲካ እና የጸረ-አማራ ኃይሎች ሥልጣን መቆጣጠር

ባለፉት አሥርት ዓመታት የኢትዮጵያን ፖለቲካ የመሀል እና የዳር ብሎ በመክፈል፣ በሁለት ተቃራኒ እና ተፎካካሪ ኃይሎች መካከል የሚደረግ መጓተት አድርጎ የበየነው የጸረ-አማራ ኃይሎች ትብብር የአገሪቱን ሥልጣን ተቆጣጥሯል፡፡ ይህ ኃይል ሥልጣን ሊቆጣጠር የቻለው በሚከተሉት ምክንያቶች ነው፡፡

i. በአይነቱ ልዩ የሆነው የኢትዮጵያ አገረ መንግሥት ግንባታ ሂደት ለጠላት ተጋላጭ መሆን

ii. የጸረ-አማራ ኃይሎች የአገር ውስጥ ትግል

iii. የኢትዮጵያ መንግሥት ፖለቲካዊና ወታደራዊ አቅም መዳከም

iv. የፖለቲካ ማዕከሉ መከፋፈል

v. የውጭ ኃይሎች ተጽዕኖ

እስቲ እነዚህን ጉዳዮች አንድ በአንድ ለማየት እንሞክር፦

i. በአይነቱ ልዩ የሆነው የኢትዮጵያ አገረ መንግሥት ግንባታ ሂደት ለጠላት ተጋላጭ መሆን

በዐለም ታሪክ እንደታየው የሀገረ መንግሥት ግንባታ ሲከናወን አንድ አገር በውስጡ ያሉትን በርካታ ንዑስ ማንነቶች በማዋሐድ ወጥ የሆነ የፖለቲካ ማኅበረሰብ መመሥረት ነው። በሌሎች ሀገሮች በኃይል በጉልበት በመጨፍለቅ፡ ሲበዛም የዘር ፍጅት በመፈጸም ሲከናወን ኖሯል።በአጠቃላይ ግን በጉልበት ማንነትን፣ ባህልን፣ ቋንቋን እና ሃይማኖትን በማስቀየር የተፈጸሙ መሆናቸውን ታሪክ መዝግቦታል። በእኛ አገር የአገረ መንግሥቱ ግንባታ ሂደት ለምን ለጠላት ተጋላጭ ሆነ የሚለውን ስንፈትሽ በዋናነት የምናገኘው የአማራ ነገሥታት የሚከተሉት ሥርዓት ብዝኃነትን የሚቀበል እና የሚያስተናግድ ሥርዓት በመሆኑ እና ያለምንም ዕረፍት ሲደረጉ በነበሩት የውጭ ወረራዎች ምክንያት ነው።

የኢትዮጵያ ነገሥታትና ሕዝብ በሕግ የሚመሩ እና መንፈሳዊም በመሆናቸው እጅግ ከፍተኛ የሞራል ልዕልና ነበራቸው። ይህ የሞራል ልዕልናም ጥንታዊ ከሆኑት ሃይማኖቶቻቸው እና ዐለምን ከሚመለከቱበት ማያ (world view) ይመነጫል። ሰው ሁሉ በአርዓያ ሥላሴ የተፈጠረ ነው፣ ሰው ሁሉ እኩል ነው ከሚለው አስተሳሰብ በመጀመር በሰላም የመጣውን በሰላም፣ በኃይል የመጣውን በኃይል በመመለስ፤ በሕግ በመተዳደር፣ በፈሪሃ እግዚአብሔር፣ በወንድማማችነት እና በመቻቻል በመኖሩ ነው። ለዚህም ማሳያው አውሮፓውያን ቅኝ ገዢዎች በሌሎች የዐለም ክፍሎች በአፍሪካ፣ በእስያ እና በደቡብ አሜሪካ የነባር ሕዝቦችን ቋንቋና ባህል በአብዛኛው አጥፍተው ሲተኩ፣ በአገራችን ግን በአማራው ነገሥታት እና ሕዝብ የሞራል ልዕልና የተነሣ ከ90 በላይ ብሔረሰቦች ከነቋንቋቸው እና ያልተበረዘ ባህላቸው ዛሬ ዘመን ላይ መድረሳቸው ነው።

ሌላኛው የአገረ መንግሥቱ ግንባታ ሂደት ለጠላት ተጋላጭ የሆነበት ምክንያት ነገሥታቱ ባለፉት 200 ዓመታት አካባቢ ያለምንም ዕረፍት ይከናወኑ የነበሩትን የውጭ ወረራዎች በመከላከል ላይ በመጠመዳቸው ነው። እነዚህ ወረራዎች ሁለት መልክ አላቸው ።

የመጀመሪያው የኦቶማን ቱርክ ግዛተ-ዐፄ (Ottoman Empire) እና በስሩ ያደረው የግብፅ መንግሥት ተደጋጋሚ ወረራ ነው:: ከሜድትራንያን ባሕር እስከ ህንድ ውቅያኖስ ወይም በሌላ መልኩ ከግብፅ እስከ ዛንዚባር የሚደርስ በተለይም የዓባይን ወንዝ ምንጭ የሚያካትት ግዛተ-ዐፄ ለመመሥረት በሚል የተካሄደ ነው::

ሁለተኛው በወቅቱ ዐለምን ተከፋፍለው በቅኝ ይገዙ ከነበሩት የአውሮፓ አገራት መካከል የእንግሊዝ፣ የፈረንሳይ እና የጣልያን መንግሥታት በኢትዮጵያ ዙሪያ የነበሩትን አገራት በቅኝ ይዘው ኢትዮጵያን ደግሞ ለመከፋፈል ዙሪያዋን ከበው የነበሩ በመሆናቸው ነው:: በወቅቱ ጣልያን ኤርትራን እና ደቡባዊ ሶማልያን፣ ፈረንሳይ ጅቡቲን፣ እንግሊዝ ደግሞ ሶማሌላንድን፣ ሱዳንን፣ግብፅን፣ ኬንያን እና ዩጋንዳን በቅኝ ይዘው ነበር:: ኢትዮጵያን ለመከፋፈል የያዙትን ዓላማ ለማሳካት በሚጎነጉኑት ጸረ-አማራ ሴራ እና ተደጋጋሚ ወረራ ምክንያት ነገሥታቱ እነዚህን ለመዋጥ ያሰፈሰፉ የውጭ ወራሪዎችን በመከላከል ላይ በመጠመዳቸው ነው:: (ምዕራፍ ሁለት የጸረ-ቅኝ ግዛት ትግልን ይመልከቱ::) ይሁን እንጂ እነዚህ ለ200 ዓመታት አካባቢ ያለምንም ዕረፍት የተደረጉ ወረራዎችን በመመከት፣ ለእኩልነት፣ ለነፃነት እንዲሁም ክብርና ኩራትን ጠብቆ ለመኖር ከፍተኛ የሆነ የተሳካ ተጋድሎ አድርገዋል::

ii. የጸረ-አማራ ኃይሎች የአገር ውስጥ ትግል

የኢትዮጵያ ፖለቲካ በተቃርኖ መበየኑን ተከትሎ የመጣው የጸረ-አማራ ኃይሎች ትብብር ሥልጣንን መቆጣጠር የመጣው የጸረ-አማራ ኃይሎች (የአገር ውስጥ) ባለፉት 50 ዓመታት ባደረጉት ያላሰለሰ ትግል ነው:: እነዚህ ኃይሎች ጸረ-አማራ፣ ጸረ-ኢትዮጵያ ትግል እንዲጀምሩ ምክንያታቸው ምንድን ነው? ብሎ ማየት ያስፈልጋል:: በጥቂቱ የሚከተሉትን ምክንያቶች ማየት እንችላለን:: የጠላትን የዳርና የመሀል ትርክት በመቀበላቸው እና በአማራ ተጨቁነናል ብለው በማመናቸው እንዲሁም የራሳቸውን ነጻ አገር የመመሥረት ጉጉት እና ፍላጎት ስላደረባቸው ነው ብሎ መውሰድ ይቻላል:: እስቲ ሁሉንም በየተራ እንመልከታቸው::

የውጭ ጠላቶቻችን የኢትዮጵያን ፖለቲካ የመሀል እና የዳር ብለው በተቃርኖ ሲበይኑ እንዲህ ብለው ነበር:- “ኢትዮጵያ በተቃርኖ በቆሙ ሁለት ኃይሎች የተወጠረች አገር ነች:: መሀሉ የኢትዮጵያ አንድነት ምሰሶ የሆነው በአማራውና በኦርቶዶክስ ክርስትና የሚመራው ከሀማሴን፣ ትግራይ፣ የሸዋ ኦሮሞ፣ ጉራጌ እና ሌሎች ያመኑ ኢትዮጵያዊያንን ያካተተ ነው:: ሌሎች ማንነቶች፣ ብሔረሰቦች እና እምነቶች ደግሞ በመሀሉ ተጨቁነውና ተጨፍልቀው

የተያዙ የዳር ኃይሎች ናቸው” ይላል። ሲያጠቃልልም “የኢትዮጵያ ፖለቲካ በሁለቱ ተቃራኒ ኃይሎች (በዳር እና በመሐል) ፉክክር የሚደረግ ትግልና ውጤት ነው ይላል።”

ይህ ትርክት በውጭ ጠላቶቻችን ሲፈበረክ ዓላማው ኢትዮጵያን ከውስጧ ለማፍረስ፣ ግዛታቸውን በቅኝ ግዛት ለማስፋፋት እና የተፈጥሮ ሀብቷን ለመቀራመት ነበር። ቅኝ ግዛቱ በተደረገው ተጋድሎ ሳይሳካ ሲቀር ደግሞ አገሪቱን ወደ ትንንሽ ደካማ አገራት በመቆራረጥ (Balkanization) ለእጅ አዙር ቅኝ አገዛዝ አመቺ ማድረግ ነው። በመሆኑም ዒላማ ላደረጓቸው ብሔረሰቦች እና ማንነቶች የፈጠራ ታሪክ ጽፈውላቸዋል። ይሄም የተደረገበት ምክንያት እነዚህን ዒላማ የተደረጉ ኃይሎች ጸረ-አማራ የሆኑ ርዕዮቶችን ለማስጨበጥ እና በጥንታዊ የኢትዮጵያ የታሪክ መሠረቶች ላይ ጥርጣሬን ለመፍጠር ነው።

ለምሳሌ ጥንታዊ ለሆነውና የማይጠረጠር የኢትዮጵያ አካል ለነበረው የባሕረ ነጋሽ (ኤርትራ) ሕዝብ የአማራ ቅኝ ተገዢ ነበር የሚል ታሪክ ጽፈውለታል። ለትግራይ ሕዝብ በአማራ ሕዝብ ሲገዛ እና ሲጨቆን በባርነት ኖሯል የሚል ፈጠራ አዘጋጅተው ሰጥተውታል። ኦሮምኛ ተናጋሪ የሆነው ሕዝብ በአማራ ቅኝ ግዛት ሥር ያደረና በባርነት የሚማቅቅ በመሆኑ የራሱን ኦርማኒያ (በኋላ ላይ ኦሮሚያ) የሚባል አገር መመሥረት አለበት ብለው የፈጠራ ድርሰት ደርሰውለታል። ሶማልኛ ተናጋሪ የሆኑት የኢትዮጵያ ኢሳ እና ኦጋዴን ጎሳዎች ከሶማልያ ጋር በማዋሐድ ታላቋ ሶማልያን መመሥረት አለባቸው የሚል ዕቅድም ነድፈው አዘጋጅተዋል።

እንዲህ የመሳሰሉ በሐሰት የተቀነባበሩ ትርክቶችን በመጻፍ ኢትዮጵያን ለማፍረስና ወደ ትንንሽ ደካማ አገራት ለመቆራረጥ ይረዱናል ያሏቸውን ጸረ-አማራ ኃይሎች እንዲፈጠሩ አድርገዋል። የትግል ምክንያት ሲያስጨብጧቸውም፣ ለሁሉም የአማራን ሕዝብ ዋነኛ ጠላታቸው አድርገው እንዲነሡ በልዩ ልዩ መንገድ ይሰብኳቸዋል።

iii. የኢትዮጵያ መንግሥት ፖለቲካዊና ወታደራዊ አቅም መዳከም

ለጸረ-አማራ ኃይሎች ሥልጣን መቆጣጠር ሌላኛው ምክንያት የኢትዮጵያ አገረ መንግሥት (የአማራው ነገሥታት) ፖለቲካዊና ወታደራዊ አቅም ማነስ ነው። ፖለቲካዊና ወታደራዊ አቅሙን ያዳከሙት ምክንያቶች ደግሞ የሥልጣን ቅብብሎሽ ክፍተት በመፈጠሩ፣ የኃይል ሚዛን ከውጭ ኃይሎች ጋር ባለመመጣጠኑ እና ኢትዮጵያ ዘመናዊ ለመሆን ባደረገችው ጥረት የተሳሳተ የትምህርት ሥርዓት በመከተሏ ናቸው።

ሀ. እንደ አብነት ለፖለቲካዊና ወታደራዊ አቅም ማነስ ዋነኛ ምክንያት ላልሁት በሁለት ዋና ዋና የታሪካችን አንጓዎች የተፈጠረውን የሥልጣን ቅብብሎሽ ክፍተት እንመልከት፡፡ ከዐፄ ምኒልክ ዕረፍት በኋላ ሥልጣን ወደ ቀዳማዊ ኃይለ ሥላሴ እስኪተላለፍ ድረስ ረጅም ክፍተት ተፈጥሮ ነበር፡፡ ይህ ክፍተት በአይነቱ ልዩ የሆነው የኢትዮጵያ አገረ መንግሥት ለጠላት ተጋላጭ በመሆኑ፣ ኢትዮጵያ የሥልጣን ሽግግር ችግር እንደገጠማትና የአገረ መንግሥት ግንባታ ሂደት ላይ ክፍተት መፈጠሩ ዙሪያዋን ለከበቧት ቅኝ ገዢ ኃይሎች ፍንትው አድርጎ ያሳየ ነበር፡፡ በተጨማሪም የውጭ ኃይሎች በኢትዮጵያ የውስጥ ፖለቲካ ውስጥ ገብተው እንዲፈተፍቱ እና መለያየትን እንዲፈጥሩ ዕድል ሰጥቷቸዋል፡፡

ሌላው የሽግግር ወቅት በጣልያን የአምስት ዓመት ወረራ እና ወራሪው ጦር የወጣበት ሁኔታ ነው፡፡ የጣልያን መንግሥት ኢትዮጵያን በወረራ በያዘበት አምስት ዓመታት ነባሩን የኢትዮጵያ ሥርዓተ መንግሥትና መዋቅር አፍርሶ በብሔር ላይ የተመሠረተ የጣልያን የምሥራቅ አፍሪካ አስተዳደር የሚል ፌዴራላዊ መንግሥት አቋቁሞ ነበር፡፡ ያቋቋመው አስተዳደር የኤርትራ፣ የአማራ፣ የኦሮሞና የሲዳማ፣ የሸዋ እና የሶማልያ መንግሥታት ብሎ በመከለል ነበር፡፡

የጣልያን መንግሥት ዋና ዓላማው የነበረውን ከፍተኛ የዘር ፍጅት በአማራ ሕዝብ ላይ ፈጽሟል፤ ይህ የዘር ፍጅትም በተለይ በወቅቱ አገሪቱን ለማዘመን ተስፋ የተጣለባቸውን ምሁራንን ዒላማ ያደረገ ነበር፡፡ ከፍጅቱ በተጨማሪም በአግባቡ የተዘጋጀ ጸረ-አማረ ትርክት እና ፕሮፖጋንዳ የተሠራጨበት ነበር፡፡

የጣልያን ፕሮፖጋንዳ በሌሎች የኢትዮጵያ ብሔረሰቦች ዘንድ "አማራ ራሱ ኋላ ቀር ሆኖ እናንተን በጭቆና እና በባርነት ሲገዛችሁ ነበርና ነፃ ልናወጣችሁ መጣን" የሚል ሲሆን በአማራው ሕዝብ ዘንድ ደግሞ "የሸዋ አማራ ሲገዛችሁ ነበር" በማለት በብሔር፣ በሃይማኖትና በጎጥ ላይ የተመሠረተ የሐሰት ትርክት አስፍኗል፡፡

በሦስተኛ ደረጃ የምናየው የሥልጣን ቅብብሎሽ መሰናክል ደግሞ በዐፄ ኃይለ ሥላሴ መንግሥት ማብቂያ አካባቢ የታየው ነው፡፡ ንጉሡ ዐፄ ምኒልክ የጀመሩትን ዘመናዊ አስተዳደር ለማጠናከር፣ በሮክፌሲው በተማሩ ልጆች እንዲመራ ለማድረግ ኢትዮጵያውያን ወጣቶችን ወደ ውጪ ሀገር እየላኩ ጭምር ለማስተማርና ኢትዮጵያን ለማዘመን ቢታትሩም መጨረሻቸውን ግን አላሳመሩም፡፡ ሥልጣንን በራሳቸውና በቤተሰቦቻቸው አካባቢ ጨብጠው መቀለፋቸው፣ እድሜ እየተጫናቸው ሲሄድ ለልጃቸው እንኳ ለማስረከብ ባለመፍቀዳቸው፣ የዐለምን የኃይል ሚዛንና አስተሳሰብ ቃኝተው ቢያንስ

የመፈንቅለ መንግሥት ሙከራ ከተደረገባቸው ከ1953 ዓ.ም በኋላ እንኳ አለመንቃታቸውና በሥርዓቱ አለማስተላለፋቸው ለራሳቸውም፣ ለቤተሰቦቻቸውም፣ ለሀገር ለደከሙት ባለሥልጣኖቻቸውና ለሀገራችን በጠቅላላ የማይበጅ ክፉ ለሆነ ወታደራዊ ኃይል አስረክበዋል።

ሰ. ለፖለቲካዊና ወታደራዊ አቅም መዳከም ሌላኛው ምክንያት የወቅቱ የኢትዮጵያ መንግሥታትና የውጭ ኃይሎች የኃይል ሚዛን አለመመጣጠን ምክንያቶች ደግሞ የአገሪቱ የባሕር በር አልባ መሆን፣ መጥፎ ጎረቤቶች ያላት መሆኑ እና በፍጥነት ዘመኑ በሚፈልገው ልክ በሥልጣኔው መንገድ መጓዝ አለመቻሉ ነው።

ኢትዮጵያ የባሕር በር አልባ የሆነችበት ምክንያትም የባሕር በሩ ያለበት አካባቢ ሩቅ በመሆኑ ነው። ይኸውም ውኃ የማይገኝበት እና ለወባ፣ ለቆላ ወለድ በሽታዎች የተጋለጡ በመሆኑ እንዲሁም በተደጋጋሚ በተደረጉ የቅኝ ግዛት ወራሪዎች እነዚህ የባሕር ዳርቻዎች በመያዛቸው ነው። ጠላትን በጦር ኃይል የማሸነፍ አቅም ቢኖርም የመንገዱ ርቀት፣ የስንቅ አቅርቦት፣ የውኃ አቅርቦት መፍታት የሚችል የመገናኛ፣ የሎጀስቲክስ አቅርቦት እና የወባ መከላከያ መንገድ ባለመኖሩ ወይም ኢትዮጵያዊው ኃይል በሥልጣኔ በመበለጡ ደጋማውን በአምባዎች የታጠረውን አገር በመከላከል ላይ እንዲቆይ አድርጎታል።

ለምሳሌ በ1571 ዓ.ም እና 1581 ዓ.ም ዐፄ ሠርጸ ድንግል ወደ ቀይ ባሕር ዳርቻ ሁለት ጊዜ ዘምተው ኦቶማን ቱርክን በጦርነት ያሸነፉ ቢሆንም በቋሚነት በቦታው ሠራዊት ማስፈር ባለመቻላቸው እሳቸው ወደ ማዕከል ሲመለሱ ቦታው እንደገና በቱርኮች ተይዟል።

ሌላው ለኃይል ሚዛን አለመመጣጠን ምክንያት የሆነው አገሪቱን በከበቧት በክፉ ዓይን በሚያይዋት ጎረቤቶቿ የተነሣ ነው። የወቅቱ የኢትዮጵያ ጎረቤቶች የጣልያን፣ የእንግሊዝ፣ የፈረንሳይ የቅኝ ግዛት አስተዳደሮች ኢትዮጵያን ለራሳቸው የግዛት ማስፋፊያ እና የተፈጥሮ ሀብት ቁርኝት ይመኟት ነበር። በመሆኑም ወደቦቹ በቁጥጥራቸው ሥር ስለነበሩ የጦር መሳሪያ እንዳይገባ ክልከላ በማድረግ፣ የውጭ ጉዞን በማደናቀፍ፣ የውጭ እንግዶችን ወደ ኢትዮጵያ እንዳይገቡ በማድረግ እንዲሁም የንግድ ግንኙነትን ቀይዶ በመያዝ አገሪቱን ለማዳከም ሰርተዋል።

ለኃይል ሚዛን አለመመጣጠን ሌላኛው ምክንያት ደግሞ ኢትዮጵያ ዘመን ያመጣውን ሥልጣኔ ፈጥኖ ለመቀበል አለመቻሏ ነው። በተደጋጋሚ በሚደረገው ወረራ ምክንያት

በተፈጠረው ከፍተኛ ጥርጣሬ የተነሣ የዝግ በር ፖሊሲ በመከተላችን ሥልጣኔውን ለመቀበል መዘገየት ተፈጥሯል።

ሐ. ለፖለቲካዊና ወታደራዊ አቅም መዳከም ሌላኛው ሁነኛ ምክንያት ኢትዮጵያ በፍጥነት ሥልጣኔን ለመቀበል ስትል የጀመረችው የተሳሳተ የትምህርት ሥርዓት ነው። የትምህርት ሥርዓቱ በፍጥነት የምዕራባውያንን ሥልጣኔ ለመቀበል ሲባል የተቀረጸ ነበር። ይህ ሥርዓት የኢትዮጵያን ታሪክና ባህልን ማዕከል ያላደረገ፣ የምዕራባውያንን ትምህርት ብቻ የያዘ፣ ጥበብ ተኮር (Skill Based) ያልሆነ በሽምደዳ ላይ የተመሠረተ አካሄድ ነበር።

የኢትዮጵያን ታሪክና ባህል ማዕከል ያላደረገበት ምክንያት ነባሩ አገር በቀል ዕውቀት ኋላ ቀር ነው መባሉና ዘመናዊ የጦር መሳሪያና መድኃኒት ለመሥራት አያስችልም በመባሉ ነው። የነ ልዑል ራስ ካሳ፣ የእነ አለቃ አያሌው ታምሩ፣ የነዶ/ር እጓለ ገብረ ዮሐንስ ማስጠንቀቂያ ችላ የተባለበትም ምክንያት እንደሚከተለው ነው፦ በማይጨው ጦርነት የጣልያን የአውሮፕላን ውጊያ፣ የሙስታርድ ጋዝ እና የመርዝ ርጭት ያስከተለው የሕዝብ እልቂት የፈጠረውን ቁጭት መነሻ ያደረገ በፍጥነት የመሰልጠን ጥድፊያ እንደሆነ መገመት ይቻላል። በተጨማሪም ቀዳማዊ ኃይለ ሥላሴ በአልጋ ወራሽነታቸው ዘመን መሳፍንቱን በመያዝ ብዙ ወራት የፈጀ ጉብኝት በአውሮፓ ማድረጋቸው፣ በጣልያን ወረራ ዘመን ለአምስት ዓመታት በእንግሊዝ መኖራቸው የራሱ አስተዋጽኦ ያለው ሲሆን የቅኝ ገዢዎችን ተንኮል አለመረዳትም ነው።

ሌላው የትምህርት ሥርዓቱን የተሳሳተ ያስባለው ምክንያት ደግሞ ጥበብ ተኮር (Skill Based) ባለመሆኑ፣ እንዲሁም በቂ ጥናትና ግምገማ ባለመደረጉ በመጨረሻም ለሀገሪቱ መዳከም እንጂ ዕድገት ያበረከተው አስተዋጽኦ አነስተኛ በመሆኑ ነው።

iv. የፖለቲካ ማዕከሉ መከፋፈል

የፖለቲካ ማዕከሉ አካል የነበሩት ደገኞቹ ሀማሴኖች እና የትግራይ ኃይሎች ተነጥለው በመውጣት የጸረ-አማራ ኃይሎች አካል ሆነዋል። እነዚህ የማዕከሉ አካል፣ የሥልጣን፣ የታሪክ እና የባህል ተጋሪ የነበሩ ኃይሎች ለምን ተነጠሉ? ለምን ጸረ-አማራ በሆነው ጎራ ተሰለፉ? ብሎ መጠየቅ ይገባል።

እነዚህ ኃይሎች በጸረ-አማራ ጎራ የተሰለፉት፤ የቋንቋና የባህል ተጽዕኖ ደርሶብናል፣ በማዕከሉ የሚገባንን ሥልጣን ተነፍገናል በማለት እንዲሁም አካባቢው በጠላት ቁጥጥር ሥር በነበረበት ዘመን የተነዙትን ጸረ-አማራ ትርክቶች በመቀበል ነው።

የቋንቋ እና የባህል ተጽዕኖን በተመለከተ ኢትዮጵያ በፍጥነት ለመዘመን በነበራት ፍላጎት በተከተለችው ፖሊሲ የመጣ ነው። ከነበረው ባህላዊ የአስተዳደር ዘዴ ወደ ዘመናዊ አስተዳደር ለመቀየር ሲባል መሳፍንታዊ ገዢዎችን በተማከለ አስተዳደር ለመቀየር በተወሰደው እርምጃ የመጣ ለውጥ ነው። ቋንቋንም በተመለከተ አማርኛ ቋንቋ በዘመኑ ከሌሎች ቋንቋዎች ይልቅ ያደገ፣ የጽሑፍ ቋንቋ በመሆኑ የአገሪቱ ትምህርት፣ የሥራ፣ የፍትሕ፣ እና የአስተዳደር ቋንቋ እንዲሆን መደረጉ በሁሉም አካባቢዎች በሥራ ላይ እንዲውል መደረጉ ያመጣው ቅሬታ ነው ብሎ ማለት ይቻላል። የአካባቢው ልሂቃን በአካባቢያቸው ያለውን የፖለቲካ ሥልጣን እና የተፈጥሮ ሀብት ቁጥጥር ልናጣ ነው የሚል ኢኮኖሚያዊ ስጋትም ነው።

በመጨረሻም በዐለም ላይ በሰፈነው የራስን አገረ መንግሥት የመመሥረት እና አዳዲስ አገራትን የማዋለድ ፋሽን፣ አዲስ አገር መመሥረት ቋንቋና ባህልን ለማበልጸግ ያስችላል የሚል የልሂቃን ሕልም ጭምር ነው። "የተፈጥሮ ሀብትን ለብቻ መጠቀምን እና ራሳችንን በራሳችን የማስተዳደር መብትን ያጎናጽፈናል፤ በዐለም ላይ የራሳችን የምንለው ቦታ ለመያዝ እና በአነስተኛ ውድድር በቀላሉ ሥልጣን ለመያዝ ያስችለናል" በማለት ከፖለቲካ ማዕከሉ ተነጥለዋል። ይህ የፖለቲካ ማዕከሉ መከፋፈል፣ ኢትዮጵያን አዳክሞ በማፍረስ ወደ ትንንሽ፣ ደካማ እና ታዛዥ አገራት መቀራረጥ የሚለው አስተሳሰብ ዋነኛው የቅኝ ገዢዎቹ ስልት ነው።

V. የውጭ ኃይሎች ጸረ-አማራ ተጽዕኖ

በተደጋጋሚ በተጠቀሱ ምክንያቶች የጸረ-አማራ ኃይሎች ትብብር ሥልጣን እንዲቆጣጠር የውጭ ኃይሎች የራሳቸው አስተዋጽዖ አላቸው። ምዕራባውያን በተለያዩ ዘመናት ባላቸው የተለያዩ ፍላጎቶች እና ፍላጎቶቻቸውን በሚያስፈጽሙባቸው ዘዴዎች አዎንታዊም አሉታዊም ተጽዕኖ አድርገዋል።

በዐፄ ዳዊት ዘመነ መንግሥት በፍሎረንስ ከተደረገው የመጀመሪያው የግሎባል ኖርዝ እና የግሎባል ሳውዝ ግንኙነት ጀምሮ የምዕራባውያን እና የአማራ ነገሥታት ግንኙነት ብዙ ዘመናትን ጸንቶ የቆየና በበጎም በመጥፎም የሚነሳ ታሪክ ነው።

ዐረቦች ቀይ ባሕርን የዐረብ ባሕር ለማድረግ፣ የዓባይ ወንዝ ምንጭን ለመቆጣጠር እንዲሁም ባህላዊ ዐረባዊነትን ለማስፋፋት ለብዙ መቶ ዓመታት የቆየ ፍላጎት አላቸው። ዐረቦች ይህንኑ ፍላጎታቸውን እውን ለማድረግ ዕንቅፋት የሆነችብን የኢትዮጵያ

ኦርቶዶክስ ቤተ ክርስቲያን ነች ይላሉ። የኢትዮጵያ መንግሥት ባለቤት የአማራ ሕዝብ ነው፤ የባህልና የቋንቋ ተጽእኖ ያለው የአማራ ሕዝብ ነው ይላሉ። እንዲሁም የአማራውን ሕዝብ "ጥቁር አይሁድ" በማለት ከደመኛ ጠላታቸው ከእሥራኤል ጋር ያገናኙታል። በሽግግሩ መንግሥት ወቅት በኢትዮጵያ የግብፅ አምባሳደር የነበረው በኋላም የዐረብ ሊግ ዋና ጸሐፊ የነበረው አመር ሙሳ ለጦቢያ መጽሔት ጋዜጠኞች "ጠላታችን አማራ ነው" ያለበትን ንግግር ታሪክ መዝግቦታል።

በዚህም አስተሳሰባቸው ኢትዮጵያን ለመቆጣጠር በተደጋጋሚ ተዋግተው የሽንፈትን ጽዋ የተጎነጩ በመሆናቸው በተቀዳሚነት የጸረ-አማራ ኃይሎችን በማደራጀት፣ በማስታጠቅና ሁለንተናዊ ድጋፍ በመስጠት ለዘመናት ሠርተዋል፤ ይሠራሉም።

II. ሁለተኛው ለማየት የመረጥኩት ጉዳይ በምዕራባውያን፣ በዐረቦች፣ በጎረቤት አገራት እና በሌሎችም ዐለም አቀፍ ኃይሎች ዘንድ በአማራው ሕዝብ ላይ ያለው የተንሸዋረረ ዕይታ ነው።

ይህ የተንሸዋረረ ዕይታ

i. የአማራ ሕዝብ ሉላዊነትን ሊቃወም ይችላል፣

ii. የአማራ ሕዝብ ግዛተ-ዐፄ (Empire) መሥራች፣ ጨቋኝና ተስፋፊ ነው፣

iii. የአማራ ሕዝብ ለዐረባዊነት መስፋፋት ዕንቅፋት ነው፣

iv. የአማራ ሕዝብ ወግ አጥባቂ (Conservative) ነው፤ በመሆኑም ለአዳዲስ አስተሳሰብ ክፍት አይደለም፣

v. የአማራ ሕዝብ ተዋጊና ጦረኛ ነው፣

ከሚሉት በተደጋጋሚ ከሚሰሙት ክሶች አንጻር እንየው!

i."የአማራ ሕዝብ ሉላዊነትን ሊቃወም ይችላል"

የአማራ ሕዝብ ለሉላዊነት (Globalization) አመቺ አይደለም የሚሉ የተለያዩ ወገኖች አሉ። ይሄንን አስተሳሰባቸውንም የተለያዩ መድረኮች በመጠቀም ይፋ ያደርጋሉ። ከሚያነሷቸው ምክንያቶች ውስጥ የአማራ ሕዝብ ማኅበራዊ ማንአህሎኝነት እና የታላቅነት ሕልም የተሸከመ በመሆኑ ሉላዊነትን ለመቀበል ይቸገራል። ይህንንም ማኅበራዊ ማንአህሎኝነቱን ለማሳካት እርስ በርስ መደጋገፍን ሳይሆን በሁሉም ዘርፍ

ራሱን ለመቻል የሚሠራ በመሆኑ ለሌሎች ታዳጊ የዐለም አገራት መጥፎ ምሳሌ ይሆናል ይላሉ።

ወደ ኋላም በመመለስ ከ1940-1965 ዓ.ም ኢትዮጵያ በቀዳማዊ ኃይለ ሥላሴ መሪነት ያደረገችውን የልማትና ዕድገት ንቅናቄ ያወሳሉ። እንዲሁም የምዕራባውያንን አጋርነት በማግኘት የጣልያንን ወራሪ ኃይል ካስወጣች በኋላ ባደረገችው ዐለም አቀፍ ይዘት ያለው የጸረ-ቅኝ ግዛት ትግል፣ የዐለም ጥቁር ሕዝቦች ንቅናቄ ምልክት መሆኗን፣ የፓን-አፍሪካኒዝም አስተሳሰብ መሪ እና የገለልተኛ አገሮች ንቅናቄ መሪ መሆኗን ይጠቅሳሉ። በመሆኑም የአማራ ኃይሎች ወደ ሥልጣን ቢመጡ ለሉላዊነት አስፈላጊ የሆኑትን የዐለም ንግድ ድርጅት አባል መሆንን፣ ታሪፍ መቀነስን፣ ለውጭ ካፒታል ክፍት መሆንን፣ የመሬት ፖሊሲን፣ የገንዘብ ፖሊሲን የመሳሰሉ አዎንታዊ እርምጃዎች አይወስዱም ብለው ይሰጋሉ። ስለዚህም ለሉላዊነት ወይም ለአንድ ዐዲስ የዐለም ሥርዓት (New World Order) ስጋት ናቸው ይላሉ።

ii.“የአማራ ሕዝብ ግዛተ-ዐፄ መሥራች፣ ጨቋኝ እና ጨፍላቂ ነው”

የአማራ ሕዝብ ለዲሞክራሲ እና ለምርጫ ፖለቲካ የማይመች ለንዑሳን ዕድል የማይሰጥ ነው ይላሉ። በተለይም የራስን ዕድል በራስ የመወሰን መብትን በመጠቀም የራስ ገዝ ወይም የመገንጠል መብት ያገኙትን እና ገና የሚጠይቁትን የኤርትራ፣ የትግራይ፣ የኦሮሞ፣ የሶማሌ፣ የሲዳማ ሕዝቦችን ሊጨፈልቅ ይችላል፤ የሶማልያን፣ የሱዳንን፣ የኤርትራን ሉዐላዊነት በመዳፈር የመስፋፋት ጦርነት በመጀመር የአፍሪካን ቀንድ ለሌላ ቀውስ ሊዳርግ ይችላል ብለው ይሰጋሉ።

የአማራ ሕዝብ የአፍሪካ ቀንድ ሕዝቦችን እና የኢትዮጵያን ብሔረሰቦች የሚያያይዙ፣ የሚያስተሳስሩ ተቋማት (overarching institutes) ባለቤት በመሆኑ በአባታዊነት ጠንካራ አፍሪካዊ የጥቁር ኃይል ሆኖ ሊወጣ ይችላል ብለው ይፈራሉ።

iii.“የአማራ ሕዝብ ለዐረባዊነት ዕንቅፋት ነው”

የሚለውን ሐሳብ የአማራ ሕዝብ በዐረብ አገራት በበጎ እንዳይታይ ከሚያደርጉት ነገሮች ወስጥ አንዱ ነው። ይህም በፊተኛው ርእሰ ጉዳይ ያየነው በመሆኑ እንለፈው።

iv. "የአማራ ሕዝብ ወግ አጥባቂ ነው"

በመሆኑ ብዝኃነትን የሚያስተናግደውን፣ የሰብዓዊ መብቶች መከበርን ለሚያስቀድመው አዲስ የዐለም ሥርዓት አመቺ ሕዝብ አይደለም። የጾታ እኩልነትን፣ የአናሳ ማኅበረሰብ መብትን፣ የሃይማኖት ነጻነትን በተመለከተ የአማራ ሕዝብ ፈጽሞ ዝግ ነው" ይላሉ።

v. "የአማራ ሕዝብ ተዋጊና ጦረኛ ሕዝብ ነው"

በመሆኑ ለዘመናት ባገኛቸው ድሎች ሥነልቦናው የተገነባ በመሆኑ ከንግግር እና ከውይይት ይልቅ ጦርነት ይመርጣል" ይላሉ።

እነዚህን አምስት ዋና ዋና ክሶች በዝርዝር በማየት እና መልስ በመስጠት ተጨማሪ ገጾች መውሰድ አስፈላጊ አይደለም። በአጭሩ ግን እነዚህ ክሶችና ስጋቶች የአማራን ሕዝብ ታሪክ፣ አስተሳሰብ፣ የሥነ ልቦና ስሪት እና የሞራል ልዕልና ካለመረዳት የመነጩ ናቸው።

የአማራ ሕዝብ ለሉላዊነት እስከ ዛሬ ያበረከተው እጅግ ብዙ አስተዋጽዖ አለው። የአማራ ሕዝብ በመላው ዐለም ነዋሪ እንደ መሆኑ የሰው ልጅ እርስ በእርሱ በመደጋገፍ መኖር እንዳለበትም ያውቃል። ከአሁን ቀደም በተደጋጋሚ ባጋጠሙት ፈተናዎች የሉላዊነት በረከቶች ደርሰውት ተቋዳሽ ነበር። ዛሬም ነገም ፍትሐዊ በሆኑ፣ የአገርን መሠረታዊ ጥቅም አሳልፈው በማይሰጡ ጉዳዮች ዙሪያ ከሁሉም አገራት ጋር አብሮ ለመሥራት አይገደውም። የአማራ ሕዝብ ለሰው ልጆች ዕውቀት ብዙ ነገር እንዳዋጣ ማስተዋልም ብልህነት ነው።

የአማራ ሕዝብ እንደ ሌሎች ግዛተ-ዐፄ መሥራች ሕዝቦች ጨፍላቂ አለመሆኑን ከፍ ብለን አይተናል። ብዝኃነትን የሚያስተናግድ ከሁሉም ብሔረሰቦች ጋር በዘርፈ ብዙ ማኅበራዊ ግንኙነቶች የተያያዘ ነው። የአማራ ሕዝብ ትግል የእኩልነት እና የነጻነት ትግል እንጂ ማንንም ለመጨቆን እና ለመጨፍለቅ የሚደረግ አይደለም። እንዲያ ቢሆን ኖሮ ባንኩም ታንኩም በእጁ በነበረና ዐለምም የጉልበተኞች ብቻ በነበረች ጊዜ የሌሎችን ሕዝቦች ማንነት አጥፍቶ በራሱ አምሳል በቀረጻቸው ነበር። እንደዚያ ግን አላደረገም!

ለራሱ ባህል፣ ቋንቋና ወግ ቀናኢ በመሆን ለዐረባዊነት መስፋፋት ዕንቅፋት ይሆናል የሚለውን የሞኝ ለቅሶ ወደ ጎን እንተወውና የአማራ ሕዝብ ግን ለጾታ፣ ለዕድሜ፣ ለንዑስ ማንነቶች፣ ለሁሉም ሃይማኖት አመቺ የሆነ ባህልና ታሪክ ባለቤት ነው። በዐለም

ታሪክ የአይሁድ፣ የክርስትና እና የእስልምና እምነት ተከታዮች አብረው በሰላም እንዲኖሩ የተቀበለ እና በኅብረት ያስተዳደረ ሕዝብ ነው።

III. በኢትዮጵያ ላይ የተደቀነው የመበተን አደጋ

በኢትዮጵያ ላይ የመበታተን እና የመፍረስ አደጋ መደቀኑ የኢትዮጵያ ወዳጅ ለሆኑ እና ላመኑ ኢትዮጵያዊያን ሁሉ ከፍተኛ ስጋት ነው። ኢትዮጵያን ያክል ትልቅ፣ ጥንታዊ አገር ቢፈርስ በቀጠናው ላይ እንዲሁም በዐለም ላይ ከፍተኛ አደጋ እንደሚደቀን ሳይታለም የተፈታ ነው። ለዘመናት ኢትዮጵያን ለማፍረስ ሲጓጉ፣ በትጋት ሲሰሩ ለኖሩ ጠላቶቻችንም ትልቅ ደስታ ነው።

በኢትዮጵያ ላይ የመበታተን አደጋ ያመጡ ክስተቶች ምንድን ናቸው? ብለን ስንመለከት በመጀመሪያ የምናገኘው የብሔር ፖለቲካ በአገሪቱ መስፈኑ ሲሆን፣ በሁለተኛነት ደግሞ የጸረ-አማራ ኃይሎች ትብብር ስኬት ነው።

1. የብሔር ፖለቲካ መስፈን

በጸረ-አማራ ኃይሎች ትብብር በጸደቀ፣ ብሔርን ማዕከል ባደረገ፣ መገንጠልን በሚፈቅድ ሕገ መንግሥት፣ በብሔር ባለቤትነት የተከለሉ ክልሎች፣ በአማራው ቅኝ ተገዝተን ነበር በሚል ትርክት፣ እንዲሁም በዚህ ትርክት ተኮትኩቶ ያደገ ትውልድ በአሁን ሰዓት በአገራችን አለ። እንዲሁም አዲስ ነፃ አገር መሥርቶ የተፈጥሮ ሀብትን ለመቆጣጠር እና በአነስተኛ ውድድር የአገር መሪ የመሆን ፍላጎት ያላቸው የተለያዩ ብሔረሰቦች ልሂቃን አሉ።

2. የጸረ-አማራ ኃይሎች ትብብር ስኬት

የጸረ-አማራ ኃይሎች ትብብር ሥልጣን ከያዘ በኋላ ከተነሳበት ዓላማ አንፃር ያሳካቸው ድሎች አሉት። የኢትዮጵያን ሕዝብ አያይዘው የኖሩ ሁሉን አያያዥ (Overarching) ተቋማትን እንደ ኦርቶዶክስ ቤተ ክርስቲያን፣ መጅሊስ፣ የጋራ ድልብ ሀብት የሆኑ የንግድ ማዕከላትን እያመከነ ነው። ክልሎች ወታደራዊ ሠራዊት እንዲገነቡ በመፍቀድ ከፍተኛ የሠራዊት ግንባታ አካሂደዋል። አገር ለመሆን የሚያስፈልጉ ነገሮችን እንዲያሟሉ እያደረገ ነው። የዘር ፍጅት እና ማፈናቀል በማድረግ የዘር ማጽዳት እያከናወነ ነው። ይሄንን አድርጎ ሲጨርስ ልክ እንደ ቀድሞዋ ሶቭየት ኅብረት በአንድ ጉባኤ ውሳኔ አገሪቱን ለመበታተን ተዘጋጅቷል።

በትግሉ ዙሪያ የተፈጠሩ አቅሞች

ፋኖ

ሀ. ብያኔ

ፋኖ ማለት ጥቃትና ውርደት በአገርና በወገን ላይ በመጣ ጊዜ፣ ጠላት አገርን በወረረ ጊዜ፣ እምቢ ለነፃነቴ፣ እምቢ ለአገሬ፣ እምቢ ለወገኔ በማለት በራሱ ትጥቅና ስንቅ ጠላትን ለመዋጋት የሚወጣ የበጎ ፈቃድ ሠራዊት፣ የነጻነት ተዋጊ ኃይል ማለት ነው።

ለ. የፋኖ እሴቶች

ፋኖነት ጥንታዊ የሆነ የአማራ ሕዝብ ስሪት ሲሆን መሠረታዊ የሆኑት እሴቶቹም የሚከተሉት ናቸው፡-

- ፈሪሃ እግዚአብሔር
- ክብርና ኩራትን ማስጠበቅ
- በነፃነት መኖር
- እኩልነት
- ወንድማማችነት
- ርስትን አለማስነካት
- ፍትሕ ርትዕነት
- ሰብአዊነት
- ጥቃትን መጸየፍ ናቸው።

ሐ. ታሪኩ

ፋኖነት ጥንታዊ የሆነ የአማራ ሕዝብ ስሪት ነው። ዘመናዊ ሠራዊት እስከተቋቋመበት 1930ዎቹ ዓ.ም ድረስ ማንኛውንም የውጭ ወረራ ሲመክት የኖረው ፋኖ ነው። በየዘመኑ ባጋጠሙ አንዳንድ ሥርዓት አልባ ገዢዎች ላይ በማመፅ፣ ዱር ቤቴ ብሎ በመፋለም ለክብሩ፣ ለኩራቱ እና ለነፃነቱ ሲዋጋ ኖሯል። ከፋኖ ስሪት መርሖዎች ዋነኛው ቀስቃሽ ሳይፈልግ ራሱ በራሱ ጉዳዩ የራሴ ነው፤ ኃላፊነቴ ነው፤ ብሎ የሚነሳ መሆኑ ነው።

ለዚህም ነው የፋኖ ትግል በተደጋጋሚ በታሪክ እንደታየው ሁልጊዜ አሸናፊ የሚሆነው። ሐዲስ ዓለማየሁ "ትዝታ" በሚለው መጽሐፋቸው ስለ ዘመናቸው የፋኖ ስሪት ይህንን ጽፈው ነበር፡- "መደበኛ ሥራቸው እርሻ ወይም ሌላ ሥራ ሆኖ ከግብር ነፃ ሆነው በሻለቆች ወይም በአገረ ገዢዎች መዝገብ ገብተው የደንብ ብረት የሚይዙ ነበሩ። እኒህ የደንብ ብረት (ጠመንጃ) ያገኙ ጠመንጃቸውን እቤታቸው አስቀምጠው በዓመት አንድ ጊዜ የዘብ ተራቸውን እየተወጡ ዘመቻ ካልመጣ መደበኛ ሥራቸውን እየሰሩ የሚኖሩ ዘመቻ ሲመጣ ብቻ የሚዘምቱ ናቸው። ስንቃቸውን መሰነቁም ሆነ የስንቃቸውን መጫኛ እንደየ አቅማቸው በቅሎ ወይም አህያ መግዛቱ የራሳቸው ጉዳይ ነው።" (ሐዲስ ዓለማየሁ፣ ትዝታ፣ 2013፣ ዓ.ም ገፅ 37)

ወደ ዘመቻም ለመሄድ ፋኖው ያደርገው የነበረውን ዝግጅት የራሳቸውንም ጨምሮ እንዲህ አስቀምጠውታል፡-

"ከተማው ብቻ ሳይሆን ባላገሩ ዘማች ለጠመንጃው ጥይት የሌለው ጥይት ሲገዛ፣ ድንኳን የሌለው ለድንኳን አቡጀዲ ሲገዛ፣ ለስንቁና ለድንኳኑ መጫኛ የሌለው በቅሎ ወይም አህያ ሲገዛ ባካባቢው ወደ ደብረ ማርቆስ መጥቶ፣ በየሱቁና በየገበያው ሲጣደፍ የሚታየው ሁሉ ወደ ሞት ሳይሆን ደስ ወደሚያሰኝ የጨዋታ ቦታ የሚሽቀዳደም ይመስል ነበር።" (ዝኒ ከማሁ፣ ገፅ 34)

የራሳቸውን ዝግጅትም ሲናገሩ፡-

"ለተከታዮቼ ጠመንጃና ጥይት ዳንግላ ገዛሁ። አንድ የሸራ እና ሁለት የአቡጀዲ ድንኳኖች ገዛሁ። ለድንኳኖቻችን እና ለስንቅ መጫኛዎች የሚሆኑ አንድ የበቅሎ አጋሰስ እና አንድ ስናር አህያ ገዛሁ። በዚያ ጊዜ ማናቸውም ነገር ርካሽ ስለነበረ እኒያን የገዛሁዋቸውን ነገሮች ሁሉ ለመግዛትና ስንቅ ለማሰናዳት ብዙ ገንዘብ አላወጣሁም። ለምሳሌ ለቋንጣ የምትሆን አንድ መሲና ላም የገዛሁት ቆዳ ምላሽ በአምስት ብር ነበር።" (ዝኒ ከማሁ፣ ገፅ 37)

በፋኖነት ስሪት ወጣቶች ገና በልጅነታቸው በትግል፣ በውኃ ዋና፣ በፈረስ ግልቢያ፣ በጦር ውርወራ፣ በዱላ መክቶሽ፣ በአካንዱራ፣ ጊጤ ጨዋታዎች የጦር ልምምድ ያደርጋሉ። ዕድሜያቸው ከፍ እያለ ሲሄድ በቡሄ በዓል በጅራፍ በመገራረፍ ስቃይን የመቀበል፣ ችግርን የመቋቋም አቅማቸውን ያሳድጋሉ፣ ድፍረትን ተጋፋጭነትን ያሳያሉ። ጋዜጠኛ ጎበዜ ሲሳይ ስለዚህ ጉዳይ ሲያጫውተኝ እሱ በተወለደበት በራያ ጎብዬ ዱር ለበስ አካባቢ በየቡሄው በዓል በጅራፍ መገራረፍ የተለመደ ተግባር ነው። በጣም የሚገርመው ታድያ

እንኳን ገላ ላይ አርፎ በዓይን ለማየት የሚያስፈራውን ትልልቅ ጅራፍ የያዙት ወጣቶች ለመገራረፍ ፊት ለፊት ቆመው ሳለ ገና እየተያዩ መገራረፍ ሳይጀምሩ አንዱ ወጣት ቀድሞ ለወደረኛው "እባክህ ወንድሜ፣ ቀድመህ እንዲሞቀኝ ሾጥ ሾጥ አድርገኝ" ብሎ መለመኑ ነው።

ሌላው እኔን ያጋጠመኝ በ1990ዎቹ አጋማሽ በምንጃር ሸንኮራ ወረዳ በሁለት መንደር ወጣቶች መካከል በቡሄ በዓል የተደረገው የጅራፍ መገራረፍ ግጥሚያ ነው። የባልጪ ከተማ ወጣቶች በከተማው አቅራቢያ ካለው የበሳ መንደር ወጣቶች ጋር ያደረጉትን ፍልሚያ በዓይኔ ተመልክቻለሁ።

በቀደመው ዘመን እገሌ እኮ ገዳይ ነው ሲባል የሚሰጠው ክብር ከፍ ያለ ነበር። አላዋቂ የአማራ ሕዝብ ጠላቶቹ እንደሚሉት "ገዳይ" ማለት ብድግ ብሎ ሰላማዊ ሰው የሚገድል ማለት አይደለም። ገዳይ ማለት ጫካ በረሀ ወርዶ ጀግንነቱን ለማስከበር ሩቅ አገር ተጉዞ ውኃ ጥሙን፣ ረሃቡን ችሎ በረሀ ለበረሀ ተንከራቶ በለስ ቀንቶት አንበሳ፣ ነብር፣ ዝሆን፣ ቀጭኔ፣ አውራሪስ ለመግደል ወይም በአገር ላይ ወራሪ ከመጣ ለመዋጋት የሚዘምት ነው።

ገዳይነቱን ጀግንነቱን ያስመሰከረ ሰው በቀየው በጣም ይከበራል። ሚስቱ ውኃ ለመቅዳት ወደ ምንጭ ስትወርድ ቅድሚያ ይሰጣታል። እሱም በየሰንበቴው በየማኅበሩ ቅድሚያ ያገኛል፤ ይከበራል። ጠላትን ለመዋጋት ዘምቶ ተዋግቶ መመለሱን ካስመሰከረ ደግሞ መሬቱ (ርስቱ) ከግብር ነፃ ይሆንለታል፤ ወይም በዘመኑ ቋንቋ መሬቱ ከግብር ነፃ ይመለመልለታል።

ስለዚህ ፋኖ የጋራ አገሩን በጋራ ለመከላከል፣ የሚስቱን ክብር፣ ርስት የመያዝ መብቱን በማረጋገጥ ከማንም ሳያንስ በነፃነት መንፈስ በአገሩ ላይ ይኖራል። በፋኖ ስሪት ፋኖው የጎበዝ አለቃውን በመምረጥ ወይም የአገሩን አውራ (ገዢ) በመከተል ይዘምታል።

በሁለተኛው የጣልያን ወረራ ከጦርነት ሥርዓትና ሕግ ወጪ የመርዝ ጋዝ በአውሮፕላን በማርከፍከፍ የመጀመሪያዎቹን ውጊያዎች አሸንፎ ኢትዮጵያን ተቆጣጥሯል። ቀዳማዊ ኃይለሥላሴ ለሊግ ኦፍ ኔሽንስ አቤቱታ ለማሰማት ወደ ስደት ሄደዋል። ፋኖ የጎበዝ አለቆቹን በመምረጥ በጎንደር አሞራው ውብነህን፣ በጎጃም በላይ ዘለቀን፣ በሸዋ አበበ አረጋይን፣ በባሌ ሰባቱን የተሰማ ልጆች እነ ተገኔ ተሰማ እና አጥሬ ተሰማን በመከተል በብዙ መቶ የሚቆጠሩ የፋኖ ቡድኖችን በመፍጠር ወራሪውን ሠራዊት ዕረፍት በማሳጣት ለመጨረሻው ድል ትልቅ አስተዋጽዖ አድርጓል።

በዘመነ ደርግ አልገዛም አሻፈረኝ ያሉት እነ ልጅ መርዕድ ብሩ እና መስፍን ብሩ፣ እነ መንግሥቴ ደፋር እና እነ ብሩኬ በመንዝ፣ እነ ደጃዝማች ፀሐዬ ዕንቁ ሥላሴ በእንሳሮ፣ እነ ደጃዝማች አሥራት ጌታነህ በምንጃር ሸንኮራ፣ እነ ሻምበል ደቦጭ አጎናፍር በበረኸት፣ እነ ደጃዝማች ብርሃነ መስቀል በላስታ፣ እነ ጀነራል ነጋ ተገኝና እነ ቢትወደድ አዳነ በጎንደር ከፍተኛ ተጋድሎ አድርገዋል።

በዘመነ ሕወኃት በጎንደር እነ ጎቤ መልኬ፣ እነ ጀነራል ኃይሌ መለስ፣ በሸዋ እነ አስማረ ዳኜ፣ እነ ተፈሪ ታደሰ ከብዙ ብዙ ጀግኖች ጋር ከፍተኛ ተጋድሎ ሲያደርጉ ኖረዋል።

መ. የፋኖ ሥነልቦና

የዘመናችን የፋኖ ስሪት እና ሥነልቦናን ለማወቅ የሚረዱ አንዳንድ ትውስታዎቼን ላካፍላችሁ። አንድ ብዙም የማይታወቅ የፋኖ መሪ ነው። ዕድሜው በሠላሳዎቹ አጋማሽ የሆነ የቤተ ክህነትም ዘመናዊ ትምህርትም ያለው ጭምት እና በጣም ጀግና የሆነ ሰው ነው። አንድ ጊዜ አብረን ስንጫወት እንዴት ፋኖ ሆንክ? ብዬ ጠየኩት። የማይካድራውን የዘር ፍጅት በቦታው ሄዶ ካየ በኋላ የትራንስፖርት አገልግሎት በመስጠት ይተዳደርባት የነበረችውን ቅጥቅጥ አይሱዚ መኪናውን በመሸጥ አንድ ብሬይን መትረየስና ክላሽ ጠመንጃዎች ገዝቶ ታናሽ ወንድሙንና ዘመዶቹን አስታጥቆ ትግሉን መቀላቀሉን አጫወተኝ።

በየአገሩ፣ በየአካባቢው ያሉ ወጣቶችም፣ ጎልማሶችም፣ ዕድሜያቸው የገፉ አዛውንቶችም በየአካባቢያቸው በመሰባሰብ በዘመናችን በአማራ ሕዝብ ላይ እየተፈጸመ ያለውን የዘር ፍጅት፣መፈናቀል እና አገር አልባነት ለመዋጋት ብዙ ብዙ የፋኖ ቡድኖች መሥርተዋል። አልፎ አልፎ ልዩ ትዝታ የጣሉብኝን ላካፍላችሁ። ከጎንደር የፋኖ ምስረታ፣ ከጎጃም የፋኖ ስልጠና፣ከሸዋ ውጊያ እንዲሁም ከወሎ የፋኖ ማዘዣ ጣቢያን ላሳያችሁ።

ቋረኞች "የፋኖ ምሥረታ በዓል አዘጋጅተናል እና ተገኝልን" ብለው በጋበዙኝ መሠረት እኔ፣ ፋንታሁን ዋቂ እና አበበ ብርሃኑ ወደዚያው አመራን። በምዕራባዊ ጎንደር የሚገኘው የቋራ ወረዳ በሱዳን ድንበር ላይ የሚገኝ፣ ካታር ከምትባለው አገር በስፋት የሚበልጥ፣ በደን የተሸፈነ፣ ልብን ናድ ናድ የሚያደርግ ስሜት ውስጥ የሚከት የካሳ ኃይሉ (ዐፄ ቴዎድሮስ) የትውልድ አገር ነው።

በዛ ጥቅጥቅ ባለ ደን ውስጥ የተደረገው የፋኖ ምሥረታ በዓል በተለይም ከምሥረታው በኋላ በቦታው የተዘጋጀው ግብዣ ትዝታው ከአእምሮዬ አይጠፋም። የቋራ ፋኖ ከጥንት

ጀምሮ በተዋጊነቱ እና በጀግንነቱ የታወቀ ሲሆን ሁሉን ነገር በወግ እና በሥርዓት በማድረግም የጥንቱን የአባቶቹን ወግና ሥርዓት ያልለቀቀ ነው።

ከምሥረታው በኋላ ምሳ ቀረበ፤ ስድስት ስድስት ሆነን በየገበታው ዙርያ ተሰየምን። እኛ ከአገር ሽማግሌዎች ጋር ተሰየምን። በመካከላችን ግን አንዱ ጸጉሩ የጎፈረ፣ ጡንቻው የተወጣጠረ፣ ጠባብ ቁምጣ የታጠቀ ፋኖ አለ። በመጀመሪያ የተከተፈ ጉበት በገበታው ላይ ቀረበ። እሱን ጎርሰን ስንጨርስ ትሪ ሙሉ ጥብስ መጥቶ ተገለበጠ። እሱን እንዳጠናቀቅን ትሪ ሙሉ ፍትፍት መጣ። "እረ በቃ!" ስንል የአገር ሽማግሌዎች ተቆጡ፤ "ምን አገባችሁ! እረፉ! እንግዶች ናችሁ የቀረበውን ሁሉ መብላት ነው" አሉን!! ፍትፍቱን ከበላን በኋላ በየገበታው በትልልቁ የተዘጋጀ የሥጋ ብልት መግለጽ ያስቸግረኛል መሀሉ ላይ ሳንጃ ተሰክቶበት በቅቤ ከተለወሰ አዋዜ ጋር ቀረበ። እርስ በርስ ተያየን፤ ለካ ባለ ጎፈሬው ፋኖ ዋና ሥራው የሚጀምረው አሁን ነበር። ሳንጃዋን ነቀለና ሥጋውን በጉርሻ ልክ በፍጥነት እየመተረ በፊት በፊታችን ሲያደርገው ያነን እያነሱ በአዋዜ እያጠቀሱ ግባ በሞቴ ማለት የአዋዜውን ትኩሳት ደግሞ በማብረጃ በቀረበው የቋራ ማር ጠጅ ማወራረድ ነው። (ፋኖ ውጊያ ብቻ ሳይሆን ግብዣም እንደሚያውቅ ለማሳየት ያህል ነው።)

ሌላኛው ትዝታዬ የጎጃሙ የባሕርዳር ፋኖ ነው። ባሕር ዳር የክልሉ መንግሥት መቀመጫ እና ከፍተኛ የፖለቲካ ትኩሳት ያለበት ቦታ በመሆኑ በከተማው ፋኖ ለማደራጀት ላይመች ይችላል የሚል ሐሳብ ነበረኝ። አንድ ቀን ለትግሉ ጉዳይ ባሕር ዳር ሄጄ ባረፍኩበት ስልክ ተደወለልኝ። ደዋዩ የጎጃም ፋኖ አካል የሆነው የባሕርዳር ፋኖ ነኝ አለኝ። ሊያገኘኝ እንደሚፈልግ ነግሮኝ በጠዋት ሆቴል እንዲመጣ ቀጠርኩት። አሥራ ሁለት ሰዓት ሳይሆን መጣ። ከአበበ ብርሃኑ ጋር አንድ ላይ ወጣን፤ ሁለት ቪትዝ መኪኖች ቆመዋል። አንደኛው በታጠቁ (መቼም እንደ ፋኖ ትጥቅ አሳማሪ የለም!) ፋኖዎች ተሞልቷል። የፊተኛው መኪና ውስጥ አስገቡንና መኪኖቹ በረሩ። በከተማው ዳርቻ ያለ ባለ ሁለት አካፋይ የአስፋልት መንገድ ሙሉ ለሙሉ ተዘግቶ ሁለት ሺ የሚጠጋ የፋኖ ሰልጣኝ ስልጠና እየወሰደ ደረስን። የባሕርዳር ፋኖ በትሕነግ ጦርነት በጋሸና ግንባር ዘምቶ ብዙ ተጋድሎ አድርጓል። በሆነ ባልሆነው የክልሉ መንግሥት በደነበረ ቁጥር ገፈት ቀማሾቹ የባሕርዳር ፋኖዎች ናቸው። በፍጹም ደግሞ የማልረሳት ትንሿ ተዋጊ ጀግና ፋኖ ኖላዊት ነች። ኖላዊት በግንባር ውጊያ ከመቁሰሏም ሌላ በተለያዩ ጊዜያት አገዛዙ ከሚያሥራቸው ፋኖዎች አንዷ ነበረች። የባሕርዳር ፋኖ ብዙ ፈተናዎች ቢገጥሙትም ፈተናዎቹን አልፎ ዛሬ የትግሉ አቅም ሆኖ በማየቴ በጣም ደስ ይለኛል።

አንድ ትዝታ ልጨምር እና ወደሚቀጥለው ልለፍ። በአማራ የህልውና ትግል በየቦታው ስንዘዋወር ካየኋቸው ቦታዎች ውስጥ የአንጾኪያ ገምዛዋ መኮይ ከልቤ አትጠፋም። መኮይ

ከትልቅ የተራራ ሰንሰለት ሥር የምትገኝ አትክልትና ፍራፍሬ በመስኖ በስፋት የሚመረትባት የምድር ገነት የመሰለች ትንሽዬ ግን ሞቅ ያለች የገጠር ከተማ ነች።

የትሕነግ ወራሪ ሠራዊት ደሴንና ኮምቦልቻን ተቆጣጥሮ ወደ ፊት እየገፋ በነበረበት ሰዓት እኛ በአንጾኪያ ገምዛ መኮይ የፋኖ ምርቃት ላይ እየተሳተፍን ነበር። መኮይ ከአዲስ አበባ ወደ ደሴ በሚወስደው ዋናው ጎዳና 15 ኪሎ ሜትር ወደ ውስጥ ተገንጥላ የምትገኝ ከተማ ነች።

የመከላከያ ሠራዊቱ ፈርሶ እየሸሸ የሠራዊቱ አዛገሮች በፒክ አፕ መኪኖች፣ ሠራዊቱ በትልልቅ የጭነት መኪኖች ተጭኖ መኮይን አቋርጦ ወደ ግሼ ራቤል በሚወስደው ያልሰላ መንገድ ከነ አዛገሮቹ ይነጉዳል። በዚያ ቀውጢ ሰዓት ጧት የተመረቁት እነዚያ ለጋ ወጣቶች ያለምንም የውጊያ ልምድ ፊታቸውን ክስክስ አድርገው በመኮይ የታወቀ ባህል እናቶቻቸው በእልልታ እየሸኟቸው መኮይን ለመከላከል በሰልፍ ወደ ምሽጋቸው ወረዱ። በውጤቱም እስከ መጨረሻው መኮይን በመከላከላቸው ትሕነግ ሳይረግጣት ቀርቷል።

በ2015 ዓ.ም አጋማሽ ላይ ነበር የምሥራቅ አማራ ፋኖ ማዘዣ ጣቢያ እና ዋና ማዕከል ወደሆነችው ቆቦ የሄድኩት። የምሥራቅ አማራ ፋኖ ብዙ ሺህ በክፍለ ጦር ደረጃ የተደራጀ እና በመላው ምሥራቅ አማራ በስምሪት ላይ ያሉ ኃይሎች ያሉት ትልቅ ወታደራዊ ድርጅት ነው።

እንደ ግዙፍ ተቋምነቱ ወታደራዊ ሥራው የሚመራው ከፍተኛ ማዕረግ እና ልምድ ባላቸው ወታደራዊ መኮንኖች ሲሆን፤ የስንቅ እና ትጥቅ ማከማቻ ግዙፍ መጋዘኖች እንዲሁም ለትራንስፖርት ስምሪት የሚውሉ እጅግ ብዙ ተሽከርካሪዎች ያሉት ድርጅት ነው። በተጨማሪም በሕክምና ዶክተሮች የሚመራ የተሟላ የሕክምና አገልግሎት እንዲሁም ጠንካራ የሕዝብ ግንኙነት እና የበሰለ የፖለቲካ ሥራ የሚሠራበት የአማራ ሕዝብ ከፍተኛ አቅም ነው።

ሠ. ወቅታዊው የፋኖ የትግል ዳራ አጀማመር

ፋኖነት ጥንታዊ የሆነ የአማራ ሕዝብ ስሪት እንደመሆኑ መጠን ፋኖነት በተለያዩ ሰዎች እና ቡድኖች እንዲሁም በተለያዩ አካባቢዎች በተለያዩ ምክንያቶች ሊመሠረት ይችላል። እዚህ ላይ አሁን እኔ የምጽፈው እኔ ተሳታፊ የነበርኩበትን የአማራ ሕዝብ የህልውና ትግል ተሳታፊ የነበሩ ፋኖዎችን ታሪክ ነው። የፋኖ ታሪክ እጅግ ብዙ ስለሆነ እና

እያንዳንዱ የፋኖ ቡድንም ከድል በኋላ ታሪኩን እንደሚጽፍ ይጠበቃል። እዚህ ላይ ግን ለአሁኑ የፋኖ ትግል ምክንያት የሆኑትን ዋና ዋና ምሶሶዎችን ብቻ በማንሣት እወስናለሁ።

- ✓ በጎንደር ፋኖ አርበኞች ሕዝባዊ ሠራዊት የተመሠረተ ሲሆን በምሥረታው ከጎንደር አርበኞች በተጨማሪ የጎጃም እና የወሎ አርበኞች ተገኝተውበታል።
- ✓ በሰሜን ሸዋ የይፋት ቀጠና በአጣዬ፣ በሸዋ ሮቢት ከተሞች እንዲሁም በኦሮሞ ብሔረሰብ አስተዳደር ዞን በተከሰተው ወረራ እና ውድመት ፋኖ ከጎንደር በመዝመት ወረራውን በመቀልበስ ተሳትፏል።
- ✓ የሕወኃትን ተልዕኮ ተሸክሞ ጥቃት ሊያደርስ የገባውን የቅማንት ኮሚቴ ታጣቂ ኃይል ከአማራ ልዩ ኃይል ጋር በመሆን መክቷል።
- ✓ በሰሜን ሸዋ ምንጃር ሸንኮራ የተደረገውን ወረራ ለመቀልበስ በተደረገው ውጊያ ፋኖ ከጎንደር ተነሥቶ በመዝመት ተሳትፏል።
- ✓ ከጀነራል አሳምነው ጽጌ መገደል በኋላ ፋኖን የመበተን እና የማሳደድ ሥራ በብልጽግና ተሠርቷል። ማሳደዱ ጋብ ሲል መልሶ ለመደራጀት እና እንቅስቃሴውን በመላው አማራ ለማስፋት ከጎንደር፣ ከጎጃም፣ ከወሎ እና ከሸዋ የፋኖ ንቅናቄ አንቀሳቃሾች በጎንደር ከተማ ስብሰባ እና ስልጠና አድርገዋል።
- ✓ በመጀመሪያው የሕወኃት ወረራ ፋኖ ወልቃይትን፣ ጠለምትን፣ ጠገዴን፣ ዋልድባን ከጠላት በማስለቀቅ ግዛቶቹን አስመልሷል።
- ✓ በሸዋ በሁሉም ወረዳዎች ፋኖን የማሰልጠን እና የማደራጀት ሥራ በመሥራት የሸዋ ፋኖ ተቋቁሟል፤ ወታደራዊ አቅምም ተፈጥሯል።
- ✓ በወሎ በሁሉም ወረዳዎች ፋኖን የማሰልጠን እና የማደራጀት ሥራ በመሥራት የምሥራቅ አማራ ፋኖ ተቋቁሟል። የፋኖ ሠራዊት በብርጌዶች መደራጀት ጀምሯል።
- ✓ በጎጃም ሕዝባዊ ኃይልን በማቋቋም ሁሉንም የጎጃም ዞኖች እና ወረዳዎች የሚያቅፍ ሰፊ የማደራጀት፣ የማሰልጠን እና የማስታጠቅ ሥራ ተሠርቷል። ከፍተኛ የሠራዊት ግንባታ ተደርጓል።

- ✓ በሁለተኛው የትሕነግ ወረራ ጊዜ፣ ብልጽግና፣ ፋኖ እንደ ሚሊሻ እንጂ በራሱ ስም መዝመት የለበትም ብሎ የነበረ ቢሆንም በኋላ ጦርነቱ ሲገፋ ግን ፋኖ በራሱ ስም እንዲዘምት ተስማምቷል። በጦርነቱም ፋኖ ከፍተኛ የውጊያ ልምድ፣ የጦር መሳሪያ እና ሎጀስቲክስ አግኝቷል።

- ✓ ከነባሩ የፋኖ ስሪት በተለየ ከጦርነቱ በኋላ ተሰብስቦ በካምፕ የሚኖር ፋኖ በየቦታው ተደራጅቷል።

- ✓ ከጦርነቱ በኋላ የፋኖ እንቅስቃሴ ያሰጋው የብልጽግና መንግሥት የተለያዩ የፋኖ መሪዎችን ነገር መፈለግና መተንኮስ ጀመረ። በተለይም በሕዝባዊ ኃይል መሪዎች ላይ በማተኮር ይዞታዎቻቸውን በከባድ መሳሪያ በማጥቃት ለመበተን ሞከረ።

- ✓ ሁኔታውን በተባበረ የፋኖ ኅብረት ለማምከን ይችላል በሚል የፋኖ አንድነት አመቻች ኮሚቴ ተቋቋመ። ኮሚቴው በየወረዳውና በየአካባቢው ያሉ ፋኖዎችን በክፍለ ሀገር ደረጃ የማሰባሰብ ሥራ ሠርቷል። በኋላም ኮሚቴው የጋራ ምክር ቤት መመሥረት የሚያስችል ዝግጅት ለማድረግ በባሕርዳር ከተማ በተሰበሰበበት ኮሚቴው በሕገወጥ መንገድ ታፍሶ ለእስር ተዳረገ። የብልጽግና መንግሥት የኮሚቴውን አባላት ለሶስት ወራት በእሥር አቆይቷቸዋል። የፌዴራል መንግሥት በኃይል ወደ አዲስ አበባ እወስዳለሁ ብሎ ሠራዊት ቢልክም የባሕርዳር ሰባታሚት ማረሚያ ቤት እስረኞችና የባሕርዳር ከተማ ነዋሪዎች ባደረጉት ተቃውሞ ሳይሳካለት ቀርቷል። እጅግ ብዙ ፋኖዎች ቤታቸውን ትተው በማረሚያ ቤቱ ዙሪያ ባሉ መንደሮች በመቀመጥ አገዛዙ አዘናግቶ መውሰድ እንዳይችል አድርገውታል።

- ✓ አሁንም የፋኖ አንቅስቃሴ ያሰጋው የብልጽግና መንግሥት በየቦታው ከ16,000 በላይ የፋኖ አባላትን አፍሶ በተለያዩ ቦታዎች ያሰረ ሲሆን፣ የሕዝባዊ ኃይሉን ወታደራዊ ይዞታዎች በከባድ መሳሪያ በመደብደብ መሪዎቹንም የማሰር እርምጃ ወሰዷል።

- ✓ በመጨረሻም በጎንደር አብደራፊ ልዩ ስሙ ኮረንደም በተባለ ቦታ የሸዋ ፋኖ ተወካዮች፣የጎጃሙ ሕዝባዊ ኃይል ተወካዮች፣ የምሥራቅ አማራ ፋኖ ተወካዮች እንዲሁም የጎንደር ፋኖ በጋራ በመሆን የአማራ ፋኖ አንድነት ምክር ቤትን መሥርተዋል። ቀጥሎም የጋራ ወታደራዊ ዕቅድ በማዘጋጀት የአማራን ሕዝብ

ወታደራዊ ዝግጅት አሳድጓል። በዕቅዱ ፋኖ ወደ ውጊያ የሚገባው መከላከያ ሠራዊቱ ፋኖን ለማጥቃት ከዘመተ መሆኑ በግልጽ ተቀምጧል።

✓ ይህንን ተከትሎ የብልጽግና መንግሥት ጸረ-ፋኖ የሆነ የሚድያ ዘመቻ ጀመረ። እንዲሁም ለሁሉም የፋኖ አደረጃጀቶች በላከው ደብዳቤ በየአካባቢው ያሉ የፋኖ መሪዎች ፋኖው ከፈለገ የአማራ ልዩ ኃይልን መቀላቀል እንደሚችል ካልሆነም ሚሊሻውን እንዲቀላቀል በማድረግ የፋኖን ሠራዊት እንዲበትኑ ጠየቁ። ይህንንም ተከትሎ የፋኖ አንድነት በምክር ቤቱ ምክክር በማድረግ ለአማራ ብልጽግና መንግሥት የሚከተለውን ደብዳቤ ጽፎ ላከላቸው።

የአማራ ፋኖ አንድነት ምክር ቤት

በብአዴን ሰዎች ለሚነሱ ጥያቄዎች (ተበተኑ፣ የቡድን መሳሪያን በነፍስ ወከፍ መሳሪያ ቀይሩ፣ ወደ ልዩ ኃይል ግቡ፣ ሚሊሺያ ሁኑ ለሚለው) የተዘጋጀ የጋራ መልስና አቋም

1. *የራያ፣ የወልቃይትና ሌሎች አካባቢዎች የማንነትና ወሰን ጉዳዮች ከምን ደረሱ? ለማን ተወሰኑ?*

2. *ሱዳን ከ60 ኪሎ ሜትር በላይ ወደ ሀገራችን ገብቶ ወሮናል። አሁን በምን ሁኔታ ላይ ነው? ከድንበራችን ወጣ?*

3. *የፌዴራል መንግሥት ከትሕነግ ጋር ስምምነት እንደደረሰ አሳውቃችሁናል። የትሕነግ አሁናዊ ቁመናው ምን ይመስላል? በተባለው መሠረት ሠራዊቱን በተነ? ትጥቅ ፈታ? የትሕነግ ሠራዊት ምን ያክል ፐርሰንቱ ትጥቅ ፈታ? ምን ያክሉስ ቤቱ ገባ?*

4. *ትሕነግ ወልቃይትንና ራያን ሌላውንም የአማራ ግዛት ላለመውረሩ ምን ያክል እርግጠኛ ናችሁ? በመከላከያ ሠራዊት እንዳንተማመን መከላከያ ከወልቃይትና ከራያ ወጥቶ ወደ ኦሮሚያ ሄዷል። ልዩ ኃይላችን በቁጥር ከ40ሺ በታች ሆኗል። ስለዚህ እንዴት ትጥቅ ፍቱ ተበተኑ ትሉናላችሁ?*

5. *መከላከያ ከወልቃይትና ከራያ (ራያ የቀረው መከላከያ አብዛኛው ስታፍ ነው) ለምን ወጣ?*

6. ኦሮሚያ ልዩ ዞን ላይ ተደጋጋሚ ጥቃት እያስተናገድን ነው። ልዩ ኃይሉንም ልዩ ዞን ውስጥ ያሉ ሸኔዎች የሚገድሉትን ገድለው የቀረውን በፖለቲካ መድረክ አሸንፈው እንዲወጣ አድርገውታል። ስለዚህ ሕዝባችንን ለማን ትተን እንበተን?

7. ሌሎች ክልሎች (ትግራይ እና ኦሮሚያ) ወታደር እያሰለጠኑ መሆኑን መረጃዎች ይጠቁማሉ። የኦሮሚያ ክልል ከባድ መሳሪያ ስልጠና በነጭ ሳር ብሔራዊ ፓርክ አካባቢ የኮማንዶና የመካከለኛ ርቀት መሳሪያዎች ሥልጠና፣ በቀድሞው ታጠቅ ጦር ማሰልጠኛ አካባቢ አዲስ ምልምል ወታደር ደግሞ ገላን አካባቢ በገፍ እያሰለጠኑ ነው ይባላል። አዳዲስ ትጥቅም አስገብተዋል። መረጃው አላችሁ? ትሕነግም እዚህ ማይጨውና ራያ አዘቦ ላይ፣ በላይ በኩል የተለያዩ ቦታዎች ላይ እንዲሁ ሥልጠናዎች እየሰጡ ይገኛሉ። ለጦርነትም ዝግጁ ይመስላሉ። በአንፃሩ አማራ ክልል ደግሞ ምንም እያሰለጠነ አይደለም። በእርግጥ በብልጽግና አንድ የተዋሐደ ሀገር አቀፍ ፓርቲ ስለሆናችሁ እና ከሁለቱ ክልሎች ጋር ተስማምታችሁ ከሆነ ማሰልጠን አይጠበቅባችሁም፤ ከሁለቱ ክልሎች ወታደር እያስመጣችሁ ሰላማችንን ማስከበር የምትችሉበት መንገድ እንደ ብልጽግና ልትፈጥሩ እንደምትችሉ ይታሰባል። እኛ ግን አናምንበትም። ምክንያቱም የሁለቱም ክልል ልዩ ኃይሎች በተለያዩ ጊዜያት ሲገድሉን ነው የተመለከትነው። ይህንን እንዴት ታዩታላችሁ? እናንተም እኛም የምናምንበት ኃይል ወደ ማሰልጠኛ አስገብታችሁና አስታጥቃችሁ እስክታስወጡ እኛ፣ ሚሊሻውና ልዩ ኃይል ሕዝባችንን ብንጠብቅ አይሻልም ወይ?

8. አባቶቻችን በገነቧት የአዲስ አበባ ከተማ ከወለጋ ያልተናነሰ በደል እየተፈጸመባት ነው። ሰዎች በገፍ እየተፈናቀሉ ነው፤ ቤታቸው በላያቸው ላይ እየፈረሰ ነው፤ ልጆቻቸው በጅብ እየተበሉ ነው፤ አራስ እስከ ልጅዋ ቤት ውስጥ በዶዘር እየተገደለች ነው። ይህን ሁሉ ነገር መልክ አስያዛችሁት? ችግሩ ተፈታ?

9. አዲስ አበባ የማናት? የሁላችንም ናት የሚል መልስ እንደማትሰጡን እናስባለን። አሁን በእርግጠኝነት የማን ናት? ልክ እንደ አልፋሽቃ መሬት ተስማምታችሁ ለኦሮሚያ ሰጥታችኋት ነው?

10. በወለጋና በተለያዩ የኦሮሚያ ክልል ዞኖች በሸኔ ስም ሕዝባችንን እያፈናቀለ ያለው ኃይል በምን ሁኔታ ላይ ነው? ከድርጊቱ ተገታ? እንደ መንግሥት ተነጋግራችሁ መቋጫ አበጃችሁለት? በአሰቃቂ ሁኔታ ለሞተው፣ ለተፈናቀለው፣

ሀብት ንብረቱ ለወደመበት፣ አካሉ ለጎደለው ዜጋችን ፍትሕ እንዲያገኙ ምን አደረጋችሁ? የጀመራችሁት ሥራ ካለ እስኪ አሳውቁን?

11. *በአገሪቱ ቀጣይ እጣ ፈንታ እና መቀጠል አለመቀጠል ላይ ምን ሐሳብ አላችሁ? ሀገሪቱ እንደ ሀገር እየቀጠለች ነው ብላችሁ ታምናላችሁ?*

12. *እነዚህና ሌሎችም የሀገራችን ጉዳዮች ያሳስቡናል። በሰላም ወጥተን ሠርተን የምንገባበት ሀገር እንፈልጋለን። ነገር ግን ሰላም ለማግኘት አልቻልንም፤ በስጋት ውስጥ ነው ያለነው፣ ሞት የደስታ ያክል አያስደነግጠንም፤ ክፉን ለመድን። እንደ ሕዝብ ህልውናችንም ያሳስበናል፤ እሱን የሚያረጋግጥ አቋም ላይ ናችሁ? ዛሬም ለጠላት እየተገዛችሁ አይደለም? በምን እንመናችሁ?*

13. *በዘመናችን ሀገራችን እንደ ዘመነ መሳፍንት በውስጥ ታጣቂ ኃይሎች፣ እንደ ቴዎድሮስ፣ ዮሐንስና ምኒልክ ዘመን ደግሞ በውጭ ኃይሎች ተወርራ ትገኛለች። በዚህ ዓይነት መልክ ስትደፈር ደግሞ በደጅ አዝማች ካሳ ኃይሉ ይመራ የነበረው ወደ ዘማች ጦር ለሀገሩ አንድነት ተዋድቆ የሀገራችንን አንድነት አስጠብቆ ደጃዝማች ካሳም ዐፄ ቴዎድሮስ ተብለው ነው በመሪነት ሀገር ያቆዩልን። በዐፄ ምኒልክ እና ዐፄ ኃይለሥላሴም እንዲሁ ጣልያን ስትወረን ፋኖ ለሀገሩ ዘምቶ ጠላትን አሳፍሯል። እና ይሄ ዘመን ከዚያ ዘመን የተለየ ነው ብላችሁ ታስባላችሁ? የሀገራችን አንድነት እንደ ቀድሞው ተጠብቆ እንዲኖር ፋኖ መኖር የለበትም ነው የምትሉት?*

14. *ለማንኛውም የምሥራቅ አማራ ፋኖ፣ የአማራ ፋኖ በጎንደር፣ የአማራ ፋኖ በጎጃም እና የአማራ ፋኖ በሸዋ የአንድነት እና የአብሮነት መድረክ የሚሆን ምክር ቤት አቋቁመናል። ውሳኔዎችንም በጋራ ነው የምንወስነው። በግል መወሰን አንችልም። ስለሆነም የጠየቃችሁንን ጥያቄዎች በአንድነት በምክር ቤቱ ተነጋግረን የጋራ ውሳኔያችንን እናሳውቃችኋለን።*

በመቀጠልም ፋኖ በአማራ ሕዝብ የህልውና ትግል ውስጥ ሁነኛ ተሳትፎ ካላቸው ስብስቦች ጋር በመሆን የአማራ ሕዝባዊ ኮሚቴ በጠራው ሰልፍ ተሳታፊ ነበር። በአማራው ሕዝብ ላይ የሚደረገውን የዘር ፍጅት እና መፈናቀሉን በመቃወም መጋቢት 24 ቀን 2015 ዓ.ም በመላው አማራ ከተሞች በተደረገው ሰልፍ ሁነኛ ተሳታፊ ነበር። ይህንን ተከትሎ የብልጽግና መንግሥት በመደናገጥ የአማራ ልዩ ኃይልን የመበተን

እርምጃ ወሰደ። በመጨረሻም የምሥራቅ አማራ ፋኖን ወታደራዊ ይዞታዎች በመድፍና በሞርታር በመደብደብ የመጀመሪያውን ደም አፈሰሰ። በዚህም ውጊያው ተጀመረ።

በአሁኑ ሰዓት የአማራ ሕዝብ የህልውና ጦርነት

ፋኖ፡-

- ✓ የክልሉን የመንግሥት መዋቅር ሙሉ ለሙሉ አፍርሷል።
- ✓ የክልሉን የጸጥታ መዋቅር ደምስሷል።
- ✓ የመከላከያ ሠራዊቱን ይዞታዎች በማስለቀቅ በትልልቅ ከተሞች በሚገኙ ካምፖች ብቻ እንዲወሰን አድርጎታል።
- ✓ የክልሉን የብልጽግና ፓርቲ መዋቅር አፍርሷል።
- ✓ በርካታ የብልጽግና ወታደሮችን ሙትና ቁስለኛ አድርጓል።
- ✓ እጅግ ብዙ የጦር መሳሪያ እና ሎጀስቲክስ ማርኳል።

የአማራ ሕዝብ የህልውና ትግል ዐለም አቀፍ እውቅና እንዲያገኝ አድርጓል።

ከዚህ በመቀጠል ደግሞ ፋኖ በግልጽ ነው ወይስ በኅቡዕ የተደራጀው? በማለት በተለያዩ አካላት ተደጋግሞ ለሚነሳው ጥያቄ መልስ መስጠት ተገቢ ነው ብዬ ስለማስብ ስለጉዳዩ ትንሽ ልበል።

ፋኖ በአማራ ክልል ሁሉ ባሉ ወረዳዎች ወጣቶችን የመለመለውና ያሰለጠነው በግልፅና በአደባባይ ነው። ስልጠናዎቹ ሲጠናቀቁም የምረቃ በዓል የሚከናወነው መሪዎቹም ወጥተው ንግግር የሚያደርጉት ህብት የሚያሰባስቡት ሚድያዎችን ጭምር በመጠቀም ነው።

በሸዋ በሁሉም ወረዳዎች የተደረጉት የፋኖ አደረጃጀቶች እና ስልጠናዎች፣ የሕዝባዊ ኃይሉ በድፍን ጎጃም ያደረገው ምልመላ እና ስልጠና፣ የምሥራቅ አማራ ፋኖ ስልጠናዎች፣ ካምፖች እና ወታደራዊ አቅሙ ለማንም ምስጢር አልነበረም። የጎንደር ፋኖ ስልጠናዎችና ስምሪቶች እንደዚሁ በኅቡዕ የተከናወኑ አልነበሩም።

የነፃነት ሰልፍ

ለብዙ ሰው ግራ የሚያጋባውም ይህ ነገር ነው። ትንሽ ላብራራው። ከደርግ ጊዜ ጀምሮ ሰፍኖ በቆየው አስከፊ አምባገነንነት የተነሣ ሕዝቡ ተባብሮ እንዳይሠራ፣ እርስ በርሱ እንዳይተማመን፣ በራሱ ተነሳሽነት ምንም ዓይነት እርምጃ መውሰድ እንዳይችል አድርጎ (Atomize አድርጎት) ኖሯል። በተደጋጋሚ የተደረጉ ሕዝባዊ እንቅስቃሴዎችና አመጾች የተሳኩ ወይንም የተፈለገውን ነገር ያመጡ ስላልነበሩ ተስፋ ቆርጧል። እንደ ፋኖ ዓይነት ንቅናቄ ለማድረግ ደግሞ አብዛኛውን ሕዝብ ማንቀሳቀስ ያስፈልጋል። ሕዝቡ ስቃዩን፣ እሥሩን እና ግድያውን በመፍራት በምስጢር ሊሠሩ የሚታሰቡ ንቅናቄዎችን ከመቀላቀል ሲቆጠብ ኖሯል።

በምስጢር መሥራት፣ ማስመሰል፣ እና ውስጥ ለውስጥ መሥራት ለአንድ ንቅናቄ አስቸጋሪ ፈተናዎችን ይፈጥራል። የመንግሥት አካላት መረጃውን አይደርሱበትም ብሎ ማሰብም የዋህነት ነው። ምስጢራዊ ንቅናቄ ብዙ ሰውን ከተሳትፎ የሚያሸሽና ፍርሃት የሚፈጥር ነው። እርስ በርስ መካሰስን የሚያመጣ፣ እገሌ ሰርጎ ገብ ነው፤ እገሌ ሰላይ ነው የሚያባብል ስለሆነ ግዙፉን ንቅናቄ ለመምራት ተመራጭ አይደለም።

የፋኖ ንቅናቄ በትንሽ መጠን ተጀምሮ የትሕነግ ወረራ በመምጣቱ ተደፋፍሮ በጣም ተጠናክሯል። በትሕነግ ወረራ የተጨነቀው የክልሉ መንግሥትና የፌዴራል መንግሥት ከሽንፈት ለመዳን ሲል የፋኖን አጋዥነት በመፈለጉ መጠነ-ሰፊ የነበረውን የፋኖ ምልመላ እና ስልጠና ለመታገስ ተገዶ ነበር። በመሠረቱ ይህንን ያደረገው ከትሕነግ ውጊያ በኋላ አጠፋቸዋለሁ ብሎ በማሰብ እንጂ ለአማራ አዝኖ እንዳልሆነ ይታወቃል።

በተጨማሪም በየቦታው እየተደረገ የነበረው የአማራ ሕዝብ የዘር ፍጅትና መፈናቀል እንዲሁም ድርጊቱ መንግሥታዊና ሥርዓታዊ መሆኑ፣ በገሃድ የሚፈጸም መሆኑ ብዙውን ሰው እንዲደፋፈር አድርጎታል።

በአደባባይ ፊት ለፊት በመናገርና በመሥራት፣ ራስን መከላከል ተፈጥሯዊ መሆኑን ደጋግሞ ለሕዝባችን በመወትወትና በማስረዳት ከገዢው ፓርቲ ውጪ ሌላ ወታደራዊ የኃይል ማዕከል መፍጠር ተችሏል። ከፍተኛ ደረጃ ያላቸው መሪዎችን፤ ስቃይን፣ እሥርንና ሞትን ለመቀበል የቆረጡ ደፋር መሪዎችን ወደ ፊት በማምጣት የፋኖ ወታደራዊ ኃይል ተፈጥሯል። በዚህም በአምባገነኑ በብልጽግና መንደር ግራ መጋባትና ትርምስ ተፈጥሯል።

ፋኖ በሕወኃት ጦርነት በፊት አውራሪነት በመሰለፉ የውጊያ ልምድ ከማግኘቱም በላይ የጦር መሳሪያ በምርኮ ታጥቋል። ከፍተኛ የሥነልቦና ግንባታ በማድረግ ፋኖ

አይወረውሩት የእሳት አለሎ፣ አይቆረጥሙት የብረት ቆሎ ሆኗል። በዚህም በወቅታዊው ትግል የፋኖ ዋነኛ ግብ የሆነውን የአማራን ሕዝብ ክብርና ኩራት በመመለስ የተወሰደችበትን አገሩን ለማስመለስ ይታገላል!!!

የአማራ ፋኖ የተማከለ ዕዝ ለመፍጠር እያደረገ ያለውን ሥራ በፍጥነት ቋጭቶ ያጋጠሙትን ፈተናዎች በመሻገር በቅርቡ ትልቅ ፍሬ እንደሚያፈራ ይጠበቃል። በአገራችን አንድ ተረት አለ፤ እሳትና ውኃ በጋራ አንድ በሬ ይገዛሉ። በሬውን ደግሞ ሌባ ይሰርቃቸዋል። በጣም አዝነው በጉዳዩ ላይ ሲመካከሩ እሳት ለውኃ እንደዚህ አለው፡- “አይዞህ ወንድሜ፣ ማጠብ የፈለገ ሁሉ ወደ አንተ መምጣቱ አይቀርም፤ መጥበስ፣ መቀቀል የፈለገ ደግሞ ወደ እኔ ስለሚመጣ ያን ጊዜ ሌባውን እንይዘዋለን አለ” ይባላል። በዚህም ሰበሰብነው፣ ወደዚያም ጎተትነው ሁል ጊዜ የምናወራው ስለነዛ የፋኖ መሪዎች ነው። እነዚህ መሪዎች ትግሉን ማዕከል አድርገው መፍትሔ እንዳይሰጡ የሚፈልጉ፣ ትግሉን መቆጣጠር የሚፈልጉ የፖለቲካ ቡድኖች ናቸው። ፋኖ ይህንን ነገር አጥርቶ ወታደራዊ ድርጅትነቱን በማጽናት የማያዳግም ዕልባት እንደሚሰጠው የሁላችንም ተስፋ ነው።

በአማራ የህልውና ትግል ዙሪያ የተደረጉ የፖለቲካ እንቅስቃሴዎች

የተወሰኑ መሪ ግለሰቦች እና የአማራ ሲቪክ ማኅበራት የተሳተፉበት ብዙ ቀናት የወሰደ ጥልቅ ግምገማ እና የፍኖተ ካርታ ዝግጅት ተከናውኗል። ዝግጅቱም የሚከተሉትን ነጥቦች እንደ መነሻ ወስዷል፡-

- ✓ የአማራ ሕዝብ ቁጥሩ ከ50 ሚሊዮን በላይ የሆነ፣
- ✓ በመላው ኢትዮጵያ እና በመላው ዐለም ተበትኖ የሚኖር ሕዝብ፣
- ✓ ከፍተኛ ምሁራዊ አቅም ያለው፣
- ✓ ብዙ ሀገር ወዳድ፣ ወገን ወዳድ ሕዝብ ያለው፣
- ✓ በሀገር ውስጥ ያሉ በርካታ የፖለቲካ ፓርቲዎች ያሉት እና ተደጋጋሚ የፖለቲካ ክህደትን ያየ፣
- ✓ በሀገር ውስጥም በውጭም ያሉ ኅቡዕ እና ገሀድ የፖለቲካ ፓርቲዎችና ስብስቦች ያሉት፣

- ✓ ተደጋጋሚ የትግል ክሽፈቶች ያጋጠሙት፣
- ✓ ከፍተኛ ቁጥር ያላቸው ጸረ-አማራ ኃይሎች የተባበሩበት፣
- ✓ የዘር ፍጅት፣ መፈናቀል፣ ስደት፣ የንብረት ውድመት፣ አድልኦና የኢኮኖሚ መገለል ያጋጠመው፣ ማኅበራዊ ዕረፍት ያጣ ማኅበረሰብን የያዘ፣
- ✓ በኢትዮጵያ አንድነት ትግልና በአማራ ብሔርተኝነተ ትግል መካከል የተወጠረ ነው የሚል እሳቤ ተያዘ።

በዚህ ግምገማ እና የፍኖተ ካርታ ዝግጅት ነጥረው የወጡ አስተሳሰቦች፡-

- ✓ የአማራ ሕዝብ ትግል የመኖር ያለመኖር የህልውና ትግል ነው።
- ✓ ይህ የህልውና ትግል ብዙ የኃይል ማዕከላት ሊኖሩት ይገባል። በአሁን ደረጃው በአንድ ድርጅት ሊመራ አይችልም።
- ✓ የትግሉን መሪዎች በትግሉ ውስጥ ከታች ጀምረው በመታገል አስተዋጽኦዋቸውን እና አበርክቷቸውን በማየት ታጋዩ ኃይል የሚመርጣቸው መሆን ይኖርበታል።
- ✓ ስለዚህ በአማራ ሕዝብ የህልውና ትግል ዙርያ የሚሠሩ ኃይሎች፣ ስብስቦች እና አደረጃጀቶች ተቀናጅተው የሚሠሩበት መድረክ ማዘጋጀት ይገባል የሚሉ ናቸው።
- ✓ ከዚህ በመነሣት ዋና ዋናዎቹ የትግሉ ዓላማዎች ተቀምጠዋል፡-

1. ***የጋራ ስምምነትን መፍጠር፡-*** የአማራን ሕዝብ በማንቃት፣ ያለበትን የመኖር አለመኖር ሁኔታ፣ ትግሉ የህልውና መሆኑን በማስገንዘብ በትግሉ ዙርያ የጋራ ስምምነት መፍጠር። በተለይም የአማራ ሕዝብ አገሩ የተወሰደችበት መሆኑን እንዲረዳ (Consensus) ማድረግ።
2. **ኃይል መፍጠር፡-** የተለያዩ ስብስቦች እና አደረጃጀቶች በመፍጠር ወታደራዊ፣ ኢኮኖሚያዊ፣ ዲፕሎማሲያዊ፣ የሚዲያ፣ የሀብት ማሰባሰብ፣ የሞያ ወዘተ . . . ኃይሎችን በመፍጠር ለአማራ ሕዝብ አቅም መፍጠር።

3. *ሀገርን መልሶ መውሰድ፡-* የአማራ ሕዝብ የተወሰደችበትን አገሩን ኢትዮጵያን መልሶ መውሰድ የመጨረሻ ግቡ ሲሆን ከህልውና ትግሉ በኋላ ዴሞክራሲያዊ ሥርዓት ማዋለዱን ይቀጥላል።

እነዚህን ዓላማዎች ለማሳካት ብዙ ስልቶችና ዘዴዎች ተቀርጸዋል። ስልቶቹን በተግባር ለማዋል ዛሬ ላይ ሊጠቀሱ የማይችሉ ብዙ የአማራ ሕዝብ አደረጃጀቶች ተፈጥረዋል። ነባሮቹ ተጠናክረዋል፤ በጋራ ተሳስረው እና ተቀናጅተው የሚሰሩበትን መድረክ አቋቁመው ሲሰሩ ቆይተዋል፤ ዛሬም እየሰሩ ነው።

በእነዚህ የብዙኃን ማኅበራት እና የፖለቲካ መዋቅር ሥር የተሰሩ አሁንም እየተሠሩ ያሉ ወደ እያንዳንዱ የአማራ ቀበሌ የወረዱ በርካታ ሥራዎች አሉ። በእነዚህ መዋቅራት ውስጥ በመታገል መስዋዕትነትን እየከፈሉ ያሉ በመቶ ሺዎች የሚቆጠሩ ታጋዮች አሉን። ከመጋቢት 24 ቀን 2015 ዓ.ም ጀምሮ የክልሉን የብልጽግና መንግሥት ያፈረሰውን ሕዝባዊ አመፅ በተከታታይነት ለሕይወታቸው ሳይሳሱ ያቀጣጠሉት የአማራ ተማሪዎች እና ወጣቶች ለትግሉ ያደረጉት አስተዋጽዖ በቃላት የሚነገር አይደለም። ነገር ግን ትግላችን ገና ጅምር በመሆኑ በዝርዝር ከመተንተን እቆጠባለሁ። የአማራ ሕዝብ የህልውና ትግል በውስጡ ብዙ ዝግጅቶች እና ኃይሎች ተቀናጅተው የሚታገሉበት የትግል መድረክ መሆኑን መገንዘብ ለአሁኑ በቂ ነው።

የህልውና ትግሉ ተሳታፊ ዳያስፖራ

የአማራ ሕዝብ ሁነኛ አካል የሆነው በውጭ ሀገራት ኗሪ የሆነው የአማራ ሕዝብ (The Amhara Diaspora) ነው። ይህ ሕዝብ የቀዳማዊ ኃይለ ሥላሴን ከሥልጣን መውረድ ተከትሎ ከተጀመረው የአማራ ሕዝብ ስደት አንስቶ ከቀይ ሽብር ለመሸሽ ሲባል የተደረገውን ፍልሰት ይጨምራል። እንደዚሁም የአማራ ሕዝብ ዘመነ ፍልሰት ተብሎ በሚጠራው በዘመነ ሕወኃት በተደረገበት የዘር ፍጅት፣ መፈናቀል፣ እና መገለል የተነሣ የተሰደደው ሕዝብም የዚሁ ዋነኛ አካል ነው። በተጨማሪም በሥራ ስምሪት፣ በትምህርት እና በግል ጉዳዮች ከአገር ውጪ የሚኖሩትንም ይጨምራል። ከእሥራኤል ሕዝብ ሁለት ከመቶ የሚሆኑት ቤተ እሥራኤላውያንንም ያካትታል።

ሥርጭቱ ሲታይ በመላው ዐለም ባሉ አገሮች በተለይም በሰሜን አሜሪካ፣ በመላው አውሮፓ፣በመካከለኛው ምሥራቅ፣ በአውስትራሊያ እና በኒውዚላንድ፣ እንዲሁም በመላው አፍሪካ ይኖራሉ።

ዳያስፖራው በአብዛኛው የጸረ-አማራውን ሥርዓት ግፍ የቀመሰ በመሆኑ በኢትዮጵያ ምድር በአማራ ሕዝብ ላይ እየደረሰ ላለው መከራ እንግዳ አይደለም። በአብዛኛው የአገሩን ጉዳይ በቅርበት የሚከታተል በመሆኑ ለወገኑ ቀናኢ የሆነ የክፉ ቀን ደራሽ የሕዝባችን ክፍል ነው።

አደረጃጀቱ ሲታይ ፋና ወጊ የአማራ ብሔርተኛ አንቂዎች ከመአሕድ ጊዜ ጀምሮ ፈራ ተባ እያሉ ጀምረውት የነበረ ነው። የአማራ ሕዝብን ጥቅም ማስጠበቅ የሚቻለው የኢትዮጵያ አንድነት ኃይሎች የሚባሉትን በመደገፍ ነው በሚለው የሕዝባችን አስተሳሰብ የተነሣ ለመደራጀት ብዙ ፈተና ነበረበት። ከመአሕድ ቀጥሎም እነ ሞረሽ አማራ ወገኔ የመሳሰሉት ቡድኖችና ድርጅቶች ብዙ ዋጋ ከፍለዋል።

ቀስ በቀስ የጸረ-አማራ ኃይሎች ሴራ እየተገለጠ ሲመጣ የዳያስፖራው ፋና ወጊ የአማራ ታጋዮች ትግላቸውን እያሳደጉት መጥተው ብዙ አደረጃጀቶችን እና አቅሞችን በመፍጠር ዛሬ ላይ የሚታየውን ኃይል መፍጠር ችለዋል።

በአደረጃጀቱ፦

- ✓ አካባቢያዊ (Geographical)፡- በሚኖሩበት አካባቢ ነዋሪ የሆነውን የአማራ ሕዝብ በማኅበራት አደራጅተው ይሠራሉ። ለምሳሌ የአማራ ማኅበር በአሜሪካ (AAA)፤
- ✓ የሙያ ማኅበራትን ያቋቁማሉ፡- ለምሳሌ አምባ የአማራ ባለሙያዎች ማኅበር፤
- ✓ ጉዳይ ተኮር ድርጅቶችን ያቋቁማሉ፡- ለዚህ ምሳሌ የሚሆኑ እንደ ጂፒኢ (GPE) የዘር ማጥፋት መከላከል በኢትዮጵያ፣ ፋኖ ዐለም አቀፍን የመሳሰሉ፤
- ✓ እነዚህን ማኅበራት የሚያቀናጁ ስብስቦችን እና ፌዴሬሽኖችን ያቋቁማሉ፤
- ፋና (FANA) በሰሜን አሜሪካ የአማራ ማኅበራት ፌዴሬሽን፣
- ካሳ (CASA) በካናዳ የአማራ ማኅበራት ስብስብ፣
- የአውሮፓ የአማራ ማኅበራት፣
- በአውስትራሊያ የአማራ ማኅበራት፣
- ዐለምአቀፍ የአማራ ማኅበራት አንድነትን የመሳሰሉ ቅንጅቶችን ፈጥረዋል።

- ✓ በግል የዳያስፖራ አባላት በቀጥታ የፋኖ ትግል ተሳታፊ ከመሆን ጀምሮ፣ በርካታ ምሁራዊ ምርምሮችን በማድረግ መጻሕፍትን በማሳተም፣ ጸረ-አማራ ትርክትን መክተዋል። ለምሳሌ የአቻምየለህ ታምሩን ወልቃይት፣ የፕ/ር ሀብታሙ መንግሥቴን በረራ፣ የፕ/ር ጌታቸው ኃይሌ የአባ ባሕርይ ድርሰቶችን መጥቀስ ይቻላል።

የአማራ ዳያስፖራዎች ካከናወኗቸው ሥራዎች የተወሰኑትን ጠቅሰን እንለፍ።

1. የአማራ የድንገተኛ ጊዜ ፈንድ (Amhara Emergency Fund) በትሕነግ ወረራ ጊዜ በደረሰው ከፍተኛ ጉዳት ለተፈናቀለው ሕዝብ እና የአማራው ሕዝብ ራሱን ለመከላከል ባደረገው ጥረት ዘርፈ ብዙ ድጋፍ ያደረገና ትልቅ ስኬትን ያስመዘገበ ሥራ ነበር።

2. የአማራ ሕዝብ ተደራዳሪዎች መሰየም የሚለው በአማራ ማኅበር በሰሜን አሜሪካ መሪነት በሁሉም የአማራ ማኅበራት ተሳትፎ የተደረገው ደግሞ ሌላው ትልቁ ስኬት ነበር። "የአማራ ሕዝብ በፕሪቶርያው ድርድር መሳተፍ አለበት፤ ዋነኛ ባለ ድርሻ አካል ነው፤ ጉዳዩ ይመለከተናል፤ ያገባናል፤ እኛን ወክለው ሊሳተፉ የሚችሉ አካላት አሉን" እያሉ በጠንካራ አቋም መሟገታቸው ለአማራ ሕዝብ ትልቅ እርምጃ ሆኖ ይታያል።

3. ጥናትና ምርምሮችን በመሥራት፣ በማሠራትና እንዲሠራጩ በማድረግ፣ የአማራ ሕዝብ ትግል ምክንያቶችን በመሰነድ፣ የተደበቁ እውነቶችን ፈልፍለው በማውጣትና በማጋለጥ በርካታ ሥራ ሠርተዋል። የተወሰኑ ማስረጃዎችን ለማሳየት ያህል በአማራ ማኅበር በአሜሪካ (AAA) በየጊዜው የሚወጡ ሪፖርቶች፣ በአማራ ባለሙያዎች ማኅበር (አምባ) የተሠራው በጤናው ዘርፍ በአማራው ሕዝብ ላይ የተደረገውን ደባ የሚያሳየው ጥናት፣ በሞረሽ አማራ ወገኤ ማኅበር የተሠራው በአማራ ሕዝብ የዘር ፍጅት ላይ ያተኮረው ጥናት ይጠቀሳሉ።

4. የምዕራባውያን መንግሥታትና ሕዝብ በአማራው ሕዝብ ላይ እየተደረገ ያለውን የዘር ፍጅት እና መፈናቀል እንዲገነዘቡ ለማድረግ፣ ለብልጽግና አገዛዝ የሚሰጡትን ድጋፍ እንዲያቆሙ ሲባል ብዙ ውትወታዎችን (lobby) እና ሰላማዊ ሰልፎችን በመላው ዐለም አድርገዋል። ለአማራ ሕዝብ ድምፅ ሆነዋል።

5. የአማራው ዳያስፖራ በፈጠራቸው አደረጃጀቶች ሀብት በማሰባሰብ፣ የሚዲያ ተቋማትን በማቋቋም፣ በአካል ተገኝቶ ተፈናቃዮችን በማገዝ፣ የፋኖ ትግል አካል በመሆን

በሞራል፣ በቁስ፣ በገንዘብ በመደገፍ፣ ጸረ-አማራ ትርክቶችን በመዋጋት፣ ጥናትና ምርምር በመሥራት ከፍተኛ ድርሻ ወስዷል።

በመጨረሻም በወቅታዊው የአማራ ሕዝብ የህልውና ትግል የአማራ ማኅበራት ቅንጅቶች ከመጀመሪያው ጀምሮ የአማራ ሕዝባዊ ኮሚቴ አካል በመሆን በሙሉ ተሳታፊነት ሠርተዋል።

የትግሉ ግቦች

በአማራ ህልውና ትግል ዙርያ የተደረጉ የፖለቲካ እንቅስቃሴዎች በሚለው ርእስ ሥር እንዳየነው ዋናዎቹ የትግሉ ግቦች የሚከተሉት ናቸው፦

1. የጋራ ስምምነት መፍጠር (Creating Consensus)፡- የአማራን ሕዝብ ማንቃት፣ ያለበትን የመኖር አለመኖር ሥጋት ማስረጽ፣ ትግሉ የህልውና መሆኑን ማስገንዘብ፣ በትግሉ ዙሪያ የጋራ ስምምነት መፍጠር፣ በተለይም የአማራ ሕዝብ አገሩ የተወሰደችበት መሆኑን እንዲረዳ ማድረግ።

2. ኃይል መፍጠር (Creating Power)፡- የተለያዩ ስብስቦችን እና አደረጃጀቶችን በመፍጠር ወታደራዊ፣ ኢኮኖሚያዊ፣ ዲፕሎማሲያዊ፣ የሚዲያ፣ የሀብት ማሰባሰብ፣ የሞያ ወዘተ. ኃይሎችን በመፍጠር ለአማራ ሕዝብ አቅም መፍጠር።

3. ሀገርን መልሶ መውሰድ፡- የአማራ ሕዝብ የተወሰደችበትን አገሩን ኢትዮጵያን መልሶ መውሰድ የመጨረሻ ግቡ ነው። ሀገርን መውሰድ የሚለው ግብ ኢትዮጵያ ለሁሉ ዜጎቿ የምትመች ዲሞክራሲያዊት እንድትሆን፣ ፍትህ የሰፈነባት፣ የሕግ የበላይነት የፀናባት፣ ሁሉም በእኩልነት እንደ ወርዱ እና ቁመቱ የሚኖርባት እና የሚጠቀምባት ሀገር እንድትሆን መሥራት የሚለውን ሐሳብ የያዘ ነው።

የጋራ ግንዛቤ ሊያዝባቸው የሚገቡ ጉዳዮች

1. የጋራ ስምምነት መፍጠር በሚለው ርእስ ሥር የጋራ ስምምነት ሊኖረን ይገባል በሚል እምነት የሚከተሉትን የተመረጡ ጉዳዮችን እናያለን።

ጉዳዮቹም፡-

i. አገር-አልባነት

ii. ከትግል መሸሽ

iii. መሪ ድርጅት ለማቋቋም ያጋጠሙ ፈተናዎች

iv. የአማራ ሕዝብ መሠረታዊ ጥቅሞች

v. የትግል ዘዴዎችን አለማወቅ

vi. የማኅበረሰባዊ ጨዋነት ጉዳይ

vii. የቴክኖሎጂ ጉዳዮች

viii. የሚዲያችን ሁኔታ

አገር-አልባነት

አገር-አልባነት ምንድን ነው?

አንድ ሕዝብ ሀገር-አልባ ነው የሚባለው፣ የእኔ ነው የሚለው መብቱን የሚያስከብርለት መንግሥት የሌለው ሲሆን እና መሠረታዊ የሚባሉትን የሰው ልጅ መብቶች ያጣ ሲሆን ነው። አገር-አልባ የተደረጉ (የሆኑ) ሕዝቦች በዐለም አቀፍም ሆነ በሀገር አቀፍ ደረጃ መኖራቸው አይታይም ወይም አይታወቁም፤ በሕዝብ የውይይት መድረኮች ላይ ጉዳያቸው አይነሳም። ምንም ዓይነት ችግር ቢኖርባቸው ጉዳያቸው ሳይሰማ፣ ትኩረት ሳይሰጠው እና መፍትሔ ሳይደረግለት ያልፋል።

ሀገር-አልባ ሕዝቦች በሚኖሩበት ሀገር እንደ ባዕድ የሚታዩ ሲሆን የሚኖሩበት ሀገር ባለቤት ነው ለተባለው ሕዝብ አካል ተደርገው አይቆጠሩም።

የመማር ዕድል ስለሚነፈጋቸው እንዲሁም የኑሯቸው መሠረት የሆነውን መሬታቸውን፣ ገንዘባቸውንና ንብረታቸውን ስለሚያጡ ትርጉም ያለው አስተዋጽኦ ማድረግ አይችሉም። ሀገር-አልባ ሕዝቦች በአጭሩ የዚህ ዐለም አካል እንዳልሆኑ የሚቆጠሩ ናቸው። ምክንያቱም በአሁኑ ሰዓት ያሉት ዐለምአቀፍ ግንኙነቶች እና ሕግጋት የተፈጠሩት ሉዐላዊነት ባላቸው አገራት ስምምነት በመሆኑ ሕጎች ተፈጻሚ የሚሆኑት በአገሮች መካካል ነው። እነዚህ ሀገር አልባ ሕዝቦች ምንም ዓይነት መብት ሳይኖራቸው ቤታቸውን፣ ንግዳቸውን፣ እርሻቸውን ወይም የሥራ ዕድል አጥተው የመኖር መብታቸውን የተነጠቁና ሲባዝኑ እንዲኖሩ የተፈረደባቸው ናቸው።

ሀገር-አልባ እንዴት ይኮናል?

ሀገር-አልባነት ሰፊ ታሪክ ያለው ነገር ነው። በአሁኑ ሰዓት ዐለም በተለያዩ ሀገረ መንግሥታት የተሸነሸነች ነች። በአንድ ወይም በሌላ ሀገረ መንግሥት ያልተያዘ ቁራጭ መሬት በምድራችን ላይ የለም። በዚህ የተነሣ በታሪክ የተለያዩ መንግሥታት ዜግነትን እንደ ፖለቲካ መሳሪያ በመጠቀም፣ ታማኝ ዜጋ አይደለም ያሉትንና ከሀገረ መንግሥቱ ጋር ተቃራኒ ፍላጎት አለው የሚሉትን ዜጋ ወይም ሕዝብ በተለያየ መንገድ በመፈረጅ ዜግነቱን በመሰረዝ ሀገር አልባ ሲያደርጉት ኖረዋል።

ለምሳሌ እ.ኤ.አ. በ1868 ሮማንያ በሀገርዋ የነበሩትን የአይሁድ እምነት ተከታዮችን ዜግነት ነስታ ሀገር-አልባ አድርጋቸዋለች። ፈረንሳይ በ1915 የጀርመን ትውልድ ያላቸውን ዜጎቿን ዜግነታቸውን አንስታ ሀገር-አልባ አድርጋቸዋለች። የአሜሪካ መንግሥት በፕሬዝዳንት ኩሊጅ ዘመን ነባር ነዋሪ የሆኑትን ቀይ ህንዶች በብሔራዊ ውትድርና ካልተሳተፉ በቀር ዜግነታቸው እንደሚሰረዝ አውጆ ነበር። የቀድሞው የሶቪየት ኅብረት መንግሥት በፖለቲካ ለውጥ ምክንያት ከሀገር የወጡ ከአንድ ሚሊዮን በላይ ዜጎችን በአንድ አዋጅ ሀገር አልባ አድርጓቸዋል። የናዚ ጀርመን መንግሥት ከስድስት ሚሊዮን በላይ የአይሁድ ዝርያ ያላቸው ዜጎቹን ዜግነት በማንሣት ሀገር-አልባ አድርጎ የዘር ፍጅት ፈጽሞባቸዋል።

ለሀገር-አልባነት ገፊ ምክንያቶች ምንድን ናቸው?

ለሀገር-አልባነት እንደ ገፊ ምክንያቶች ከሚጠቀሱት መካከል የሚከተሉት ዋነኞቹ ናቸው።

- በመንግሥት ለውጥ የሚከሰቱ ነገሮች፣
- በዘር እና በሃይማኖት ላይ የተመሠረተ ግልጽ ጭቆና ሲመሠረት እና እንዲህ ዓይነቱ ዘረኛ ቡድንም የመንግሥትን ሥልጣን ሲቆጣጠር፣ እና
- ከሌላ ሀገር በስደት የመጡ ሕዝቦች ሲኖሩ ነው።

ምንም እንኳን ዘመኑ የዐለም አቀፋዊነት ነው ቢባልም ዘመኑ የባህል፣ የሃይማኖት እና የቋንቋ ልዩነት እየቀነሰ በምትኩ አንድ የዐለም ሥርዓት የምንገነባበት ነው እየተባለ ቢነገርም፣ ሁላችንም የአንድ ዐለም ዜጎች ነን ሲባል ቢሰማም፣ እንዲያውም ከዚህ በኋላ የግል እንጂ የጋራ ማንነት ዋጋ የለውም ቢባልም፤ እውነታው ግን የተለያዩ ጎሳዎች፣ ብሔሮች እንዲሁም የተለያዩ ማንነቶች የየራሳቸውን ሀገረ መንግሥት የመመሥረት ህልማቸው እየተስፋፋ የመጣና ነፍስ ዘርቶ፣ ግዘፍ ነስቶ የተከሰተ ጉዳይ መሆኑ ነው። በዚህ ራስን ችሎ ሀገረ-መንግሥት የመመሥረት ህልም ያላቸው ቡድኖች ጠላት ያሉትን ብሔር ወይም ሃይማኖት ተከታይ በማግለልና በመውጋት የራሳቸውን ፍላጎት ብቻ ለማሳካት በሚያደርጉት ሥራ በመቶ ሚሊዮን የሚቆጠሩ ሕዝቦች በምድራችን ላይ በዘመናችን ሀገር-አልባ እየሆኑ ይገኛሉ።

ሀገረ መንግሥት (Nation state) ሲባል

- ራሱን የዚህ አገረ መንግሥት አባል አድርጎ የሚያስብ ሕዝብ፣
- ሀገረ መንግሥቱ የሚያርፍበት ግዛት፣
- የሀገረ መንግሥቱ አባል ሕዝብ ራሱን የሚገልጽበት ማንነት፣
- በዐለም አቀፍ ደረጃ ፍላጎቱ ተቀባይነት ማግኘት ይጠበቅበታል።

  በተለይም ለሚመሰረተው አገረ መንግሥት ዐለምአቀፍ ተቀባይነት ማግኘት እጅግ አስፈላጊ ጉዳይ ነው።

- ከሌሎች አገሮች ጋር ሕጋዊ ግንኙነት ለመመሥረት፣
- በሕግ የታወቀ ዐለም አቀፍ ድንበር ለማስመር፣
- የአገረ መንግሥቱ ዜጎች ዐለም አቀፍ ጉዞ እንዲያደረጉ ለማስቻል በጣም አስፈላጊ ነው። ይህ ዐለም አቀፍ እውቅና ግን በመንግሥታቱ ማኅበር ሕግና ደንብ ኖሮት የሚሠራበት ሳይሆን በኃያላኑ አገሮች የፖለቲካ ፍላጎት የሚዘወር የፖለቲካ መሣሪያ ነው።

በአሁኑ ሰዓት በዓለም ላይ ሀገር-አልባ ሕዝቦች አሉ ወይ?

ከላይ በተጠቀሱት ምክንያቶች የተነሣ ሀገር-አልባነት የዐለማችን ወቅታዊ ችግር ሆኗል። ለምሳሌ ያክል የተወሰኑትን መርጠን ብንመለከት፦

- በማሌዥያ የገዢው የማላይ ጎሳ አባል ያልሆኑ ሕዝቦች ዜግነት ተከልክለዋል።
- በበርማ የሮንጋያ ሕዝቦች በቅርቡ የዘር ፍጅት ተፈጽሞባቸዋል፤ የተረፉት በስደተኝነት በስደተኞች ካምፕ ተከማችተዋል።
- በህንድ ሰሜናዊ ግዛት በምትገኘው አሳም ክልል ብዙ ሚሊዮን ሙስሊም ህንዳውያን በሃይማኖታቸው ምክንያት ከሀገራቸው ተፈናቅለው ወደ ጎረቤት ሀገር ባንግላዲሽ ተባረዋል።
- በኢራቅ ከጦርነቱ በኋላ በሚሊዮን የሚቆጠሩ ኢራቃውያን ሀገር አልባ ሆነው በጎረቤት አገራት በስደተኛ ካምፖች ይኖራሉ።

- በሶሪያ በተከሰተው ጦርነት ሶሪያ ከፍተኛ ውድቀት አጋጥሟት እንደ ሀገር ፈርሳ ዜጎቿ በአሥር ሚሊዮኖች በመላው ዐለም ተበትነው አስከፊ ሕይወትን ይመራሉ።
- በእሥራኤል ምስረታ የተነሣ የተፈናቀሉት ፍልስጥዔማውያን በመላው የዐረብ አገራት ተበትነው በስደተኝነት ይኖራሉ።
- በዛሬዋ ቱርክ ግዛት ውስጥ ታላቅ ሀገር መሥርተው የነበሩትና ትልቅ ታሪክ ያላቸው ኩርዶች ዛሬ ሀገራቸውን ተነጥቀውና ተበትነው በተለያዩ ሀገሮች ተቅበዝባዥ ሆነው ይኖራሉ።
- እነዚህንና በሩዋንዳ በቱትሲዎች ላይ የተፈጸመው የዘር ፍጅትን የመሳሰሉ ብዙ ማሳያዎች በዓለማችን ላይ አሉ።

ወደ ሀገር-አልባነት የሚወስደው መንገድ እንዴት ዓይነት ነው?

ወደ ሀገር-አልባነት ሕዝቦችን የሚመሩ መንግሥታት ምን ዓይነት ናቸው? ጠባያቸውስ ምን ይመስላል? የሚለውን እንመልከት። አንድ አገረ መንግሥት ለዜጎቹ ማሟላት ከሚገባው መሠረታዊ ነገሮች መካከል ዋና ዋናዎቹ፡ -

- ለፖለቲካ ተሳትፎ ሁሉንም ዜጋ መጋበዝ፤
- ለዜጎቹ ሰላምን፣ ፍትሕን፣ ደህንነትን ማስፈን፤
- መሠረታዊማኅበራዊ አገልግሎቶችን ማቅረብ፤
- መሰረተ ልማትን እና ምጣኔ ሀብታዊ ሥራዎችን መወጠን፣ መተግበር።

ሕዝቦችን ወደ ሀገር አልባነት የሚመራውን የመንግሥት ዓይነት "ወንጀለኛ መንግሥት" ብለን ልንጠራው እንችላለን።

ይህ የመንግሥት ዓይነት ዋና ዋና መገለጫዎቹ፡ -

- የመንግሥት አካላት እንዳሉ አይቆጠሩም።
- መንግሥት የችግሩ አካል እና የወንጀሉ ፈጻሚ ነው።
- መንግሥት እንደ ፈረሰ የሚቆጠር እና ተመልሶ የማይጠገን ነው።

- በዋና ከተማው ተወስኖ ጥቂት ሰዎች የሚቆጣጠሩት ፖለቲካ የሰፈነበት ነው።
- አብዛኛው ሕዝብ የፖለቲካ ተሳትፎ አይኖረውም።
- ሥልጣን እና አድራጊ ፈጣሪነት በየአካባቢው ባሉ ሹማምንት እጅ ነው።
- የአገሪቱ ሠራዊት ገዢው ለወጣበት ብሔር ታማኝ ይሆናል።
- መሠረታዊማኅበራዊ አገልግሎቶችን ማቅረብ አይችልም።
- ኢኮኖሚው ይወድቃል።
- የገዢው ብሔር አካል የሆኑ ጥቂት ምርጦች የተፈጥሮ ሀብቱን ይቀራመቱታል።
- የፖለቲካ እና የኢኮኖሚ አካባቢያዊ ቁጥጥር ያላቸው ብዙ ማኅበራዊ ትስስሮች እና የኃይል ማዕከላትን ይፈጥራል።

ይህን ተከትሎ የተለዩ ሕዝቦችን፣ ብሄሮችን እና የአንድ ሃይማኖት ተከታዮችን ማግለል፣ መለየት፣ ሀብትና ንብረት መንጠቅ፣ ማውደም በመጨረሻም የዘር ፍጅት መፈጸም ይከተላል።

ሀገር አልባነት ምን ያስከትላል?

በሰው ልጅ ታሪክ ውስጥ እጅግ ዘግናኝ ተብለው የሚቆጠሩ ኩነቶች የሚፈጸሙት ሰው ሀገር አልባ ሲሆን ነው። ከዘር ፍጅት የተረፈው ሕዝብ በስደት ወደ ጎረቤት አገራት ያመራና በስደተኛ ካምፖች ውስጥ ይሰፍራል። የተረፈው የተሻለ ዕድል ፍለጋ በባሕር፣ በአነስተኛ ጀልባዎች የተሻሉ ወደሚባሉ አገሮች ጉዞ ይጀምራል። ከአሁን በፊት በተደጋጋሚ በተግባር እንደታየው አብዛኛው ሰው በበረሃና በባሕር ሞቶ ይቀራል።

በስደት ሕፃናት እና ሴቶች ለአስገድዶ መደፈር ይጋለጣሉ፤ ድብደባ እና ግድያ ተራ ነገር ይሆናሉ፤ እናቶች የልጆቻቸውን ረሃብ ላለማየት ለሴተኛ አዳሪነት ይሰለፋሉ። ሚስትህን ለሌላ አሳልፎ መሸጥ፣ ልጆችን በባርነት መሸጥ፣ የሰውነት አካልን በግዴታ ወይም በውዴታ መሸጥ ይከተላሉ። ሀገር-አልባ ሰው መጨረሻ ለሌለው አሰቃቂ ሕይወት ይዳረጋል። የራሳቸውን አዲስ ሀገር ለመፍጠር ለተነሱ ሰዎች ቦታ ለመልቀቅ እና ሐሳባቸው እንዲሳካ ሲባል ሚሊዮኖች ነደው ያልቃሉ።

የኛስ ጉዞ ምን ይመስላል?

በዚህ መጽሐፍ ውስጥ በቀረቡ መጠነኛ ማስረጃዎች የአማራ ሕዝብ በገዛ አገሩ የዜግነት መብቱን ተገፎ እንዴት ወደ ሀገር አልባነት እንደ ወረደ አይተናል። የሕወኃት/ኢሕአዴግ መንግሥትም ሆነ የአሁኑ የብልጽግና መንግሥት እና ሥርዓት ወንጀለኛ መንግሥታት መሆናቸው በግልጽ በማስረጃ ተረጋግጧል።

የፌዴራል መንግሥቱ በጣም ደካማ እና በዋና ከተማው ላይ ብቻ የተገደበ ሲሆን የጸረ-አማራ ኃይሎች ትብብር ዋና አስተባባሪና መሪ ነው። በአፋር፣ በሶማሌ፣ በትግራይ፣ በኦሮሚያ፣ በደቡብ ክልሎች፣ በሲዳማ ያሉ አካላት ከነፃ ሀገርነት ባላነሰ ሁኔታ እንደ ሀገር የሚንቀሳቀሱ ናቸው። በሁሉም ክልሎች የሚገኘው የአማራ ብሔር ተወላጅ ለሀገር አልባነት የተደገሰለትን ድግስ ተገንዝቦ፣ በድርጊቱ የመጀመሪያ ምዕራፍ ላይ መሆኑን መረዳት እና ቀጥሎም በሚሊዮን የሚቆጠር ሕዝባችን ለዘር ፍጅት፣ ለመፈናቀል፣ ለስደት እና ለሀገር አልባነት የታጨ ሙሽራ መሆኑን መገንዘብ ይገባዋል።

ከትግል መሸሽ

(ዓይኔን ግንባር ያድርገው)

ዓይኔን ግንባር ያድርገው በማለት በአማራ ሕዝብ ላይ እየደረሰ ያለውን ግፍና መከራ፣ መፈናቀልና ስደት እንዲሁም የዘር ፍጅት እያዩ እንዳላዩ፣ እየሰሙ እንዳልሰሙ በመሆን ምንም እንዳልተፈጠረ የዕለት ኑሯቸውን የቀጠሉ እጅግ ብዙ የአማራ ልጆች አሉ።

እስቲ በዝርዝር እንመልከተው፦

ይህ የዘር ማጥፋት ወንጀል መንግሥታዊ እና ሥርዓታዊ መሆኑ ከመሪ እስከ ወታደር እየተሳተፈበት የሚገኝ፣ መጻሕፍት የተጻፉለት፣ በሬዲዮ እና በጋዜጣ በየቀኑ ቅስቀሳ የሚደረግበት፣ በሁሉም ደረጃ ባሉ መሪዎች በንግግር የሚራገብለት ሆኖ ሳለ ድርጊቱ በይፋ በአደባባይ እየተገለጸ ድርጊቱ እየተፈጸመበት ያለው ሕዝብ የተወሰነው ክፍል ግን የድርጊቱን ፈጻሚ መሪ ድርጅት፣ ድርጅቱ የመሰረተውን መንግሥት፣ የድርጅቱ መሪ የሆኑ ሰዎችን ሲደግፍ፣ ሲያዳንቅ፣ ሲከላከልላቸው፣ ለጥፋታቸው ምክንያት ሲደረድርላቸው ብሎም ይቅርታ ሲጠይቅላቸው ይታያል። ወይም ምንም እንዳልተፈጸመ ሁሉ በዚህ ሁሉ ስቃይ እና መፈናቀል ውስጥ የዕለት ከዕለት ሥራውን እያከናወነ ምንም እንደማይመለከተው ሆኖ ሲኖር ይታያል።

ይህ ነገር ጥቃቱ እየተፈጸመበት ያለውን ሕዝብ የአጥቂዎቹ ደጋፊ አድርጎ የሚያሳይ ወለፈንዴ ድርጊት ነው። አንድ ሕዝብ እንዲህ ዓይነት ሁኔታ ውስጥ ራሱን እንዴት ሊያገኝ ይችላል? በገሀድ የሚፈጸመውን ድርጊት እያየ እንዳላየ፣ እየሰማ እንዳልሰማ በመሆን ራሱን በማጥፋት ሂደት ውስጥ ምን አስተዋጽኦ ይኖረዋል? የሚለውን እንመልከት።

ወንድም እህቶቻችን ምን ሆነው ዓይኔን ግንባር ያድርገው አሉ?

❖ **ሰው ሁሉ የሚደግፈውን ነገር እኔም መደገፍ አለብኝ በማለት፦**

እንዲህ ዓይነቶቹ ሰዎች፣ "የአማራ ሞት እና መፈናቀል እኮ አዲስ ነገር አይደለም፤ ያለ የነበረ ሁሌም የሚኖር ነው። ሀገራችን ልትበለጽግ ስትል ጠላቶቻችን ያመጡት ትንሽ ትንኮሳ ስለሆነ ማጋነን አያስፈልግም። አገራችን ስትበለጽግ ያኔ ሞቱም መፈናቀሉም ያበቃል" በሚል ምኞታቸውን አምነው የሚኖሩ ሰዎች መደበቂያ ነው። በተለይም

የሥርዓቱ ግብረ በላ የሆኑ ታዋቂ ሰዎችን፣ ፖለቲከኞችን፣ የሃይማኖት መሪዎችን፣ አርቲስቶችን እና የሚዲያ ሰዎችን ምሳሌነት በመከተል እነሱ እስከደገፉ ድረስ ነገሩ ትክክል ነው ብሎ በመቀበል እየተደረገ ያለውን ነውር እና የዘር ፍጅት ዓይቶ እንዳላየ ያልፈዋል፤ ጉዳዩንም አንስቶ የሚናገረውን ሰውም እንደ ብልጽግና አደናቃፊና ደመኛ ጠላቱ ያየዋል።

❖ ፍቅር እውር ነው እንዲሉ፡-

ሥርዓቱ ወደ ሥልጣን በመጣ ጊዜ ሕዝቡን ለማደናገር በተደረጉ አሳሳች ኢትዮጵያ ተኮር አማላይ ንግግሮች በመደመም፣ በመሪዎቹ ፍቅር ወድቆ የነበረው ሕዝብ፣ ሥርዓቱ የተደበቀበት ሽፋን ተገልጦ በተግባር ጸረ-ኢትዮጵያዊነቱ፣ ጸረ-አማራነቱ ሲገለጽ የቀድሞ ፍቅሩን እና ተስፋውን በቀላሉ ለመተው በመቸገሩ፣ በተደረገበት የአእምሮ አጠባ ምክንያት የቀድሞ ፍቅሩ እና ተስፋው ላይ ተንጠልጥሎ ለመቅረት በመምረጡ የወገኖቹን ሞት፣ መፈናቀል እና እየተፈጸመ ያለውን የዘር ፍጅት ለመቃወም ሳይችል ቀርቶ በዝምታው ተባባሪ ሆኗል።

❖ የውሾን ነገር ያነሳ ውሻ ነው እንዲሉ

ታሪኩ እንዲህ ነው፡- በአገራችን ድርቅ በገባበት በአንድ ወቅት ሰዎች በጣም ተቸግረው ሳለ በአጋጣሚ ቤታቸው ይቃጠላል። በቃጠሎው ፍርስራሽ ውስጥ በደንብ የተጠበሰ የበግ ጠቦት የመሰለ ሥጋ ያገኙና ቤተሰቡ በሙሉ በአንድነት ይመገባሉ። ምግቡ ካለቀ በኋላ የተራረፈ አጥንት ሊጥሉለት ውሻቸውን ቢፈልጓት ትጠፋለች። ለካ በእሳት ተጠብሳ የበሏት ውሻቸውን ነው። የውሻ ሥጋ መብላት በጣም ጸያፍ እና አሳፋሪ በመሆኑ ጉዳዩን ሰው እንዳይሰማው በማለት ሁለተኛ በጨዋታ እንኳን እንዳይነሳ ከዛሬ ጀምሮ የውሾን ነገር ያነሳ ውሻ ነው ብለው መማላቸው በአፈ ታሪክ ይነገራል።

አሁንም ተታለን የደገፍነውን ነገር፣ ተሳስተን የወደድነውን ነገር በኋላ በማስረጃ ተጋልጦ ነውረኛ እና ሕዝባችንን ለማጥፋት የመጣ መሆኑን ስንገነዘብ ስህተትን አምኖ፣ ራስን አርሞ ከወገን ጋር እንደ መቆም የውሾን ነገር ያነሳ ውሻ ነው ብሎ ስህተትን ከማመን ይልቅ በፊቱ መንገዴ እጸናለሁ በሚል ድርቅና መሄድ ነውር ነው።

❖ መርጦ መስማት

ጀዋር መሐመድ ተከብቤያለሁ ብሎ በፈጠረው የዘር ፍጅት ወቅት አንድ የብልጽግና ፓርቲ ደጋፊ ጋዜጠኛ ትንተና ሲሠራ "በዚህ ሁሉ ውድመት ውስጥ የብልጽግና ፓርቲ

የኢትዮጵያን አንድነት የሚያጉሉ ሥራዎችን እየሠራ ነው። ማሳያውም ሰሞኑን የትራንስፖርት ሚኒስትሯ አንድ ፕሮጀክት ሲመርቁ የለበሱት ቀሚስ ጥለቱ አረንጓዴ ቢጫ ቀይ ነበር" ብሏል።

ይህ የሚያሳየው ሰዎች ምቾታቸውን የማይነካውንና ለአስተሳሰባቸው የሚስማማውን ብቻ መርጦ ለመስማት እና ለመቀበል የቱን ያህል ርቀት ሊጓዙ እንደሚችሉ ነው። ለምሳሌ ዘግናኝ የዘር ፍጅትን እና የከተሞች ውድመትን ከአንዲት ሚኒስትር የቀሚስ ጥለት ጋር፣ የአምስት ሺህ ሰዎችን በአንድ ጀንበር መታረድን ከስድስት የኦሎምፒክ ሜዳሊያ ጋር፣ በአንድ ቀን የሦስት ሺህ ሰዎችን መፈጀት ከጠቅላይ ሚኒስትሩ የችግኝ ተከላ ጋር መዘኖ ለጆሮ ደስ የሚለውን ለይቶ መውሰድ እና ሌላውን ችላ ማለት ዝቅ ሲል ጭራ መቁላት ከፍ ሲል የአእምሮ መቃወስ ካልሆነ ሌላ ምን ሊባል ይችላል?

❖ ሰጎናዊነት

ከሰጎን ባህሪ በጣም የሚያስገርመው ሽሽታ የማታመልጠው አደጋ ሲያጋጥማት ከመጋፈጥ ይልቅ ጭንቅላትዋን አሸዋ ውስጥ ቀብራ የምትቆመው ነገር ነው ይባላል። በሰውኛ ሲታይ ያ ግዙፍ አካሏ እየታየ ዓይኗን ጨፍና ጭንቅላቷን በመሸሸግ ከአደጋ ለማምለጥ መሞከሯ አስገራሚ ነገር ነው።

ዓይቶ እንዳላዩ በማለፍ እና ጊዜ በመስጠት አደገኛ ነገሮች በራሳቸው ጊዜ ይጠፋሉ የሚለው የየዋህነት አስተሳሰብ፣ ምንም ላልፈጥር ባልሰማው ባላየው ይሻላል ከሚለው ሌላ አስተሳሰብ ጋር ተቀናጅቶ የመጣውን የዘር ፍጅት ዓይቶ እንዳላዩ በመሆን፣ ወይም አላይም አልሰማም ብሎ ራስን ለማግለል መሞከር የሰጎኗን የዋህነት ያስታውሰናል።

❖ የዳር ተመልካችነት

የሆነ ነገር ባደርግ ችግር ሊፈጠርብኝ ይችላል። ስለዚህ ምንም ላልፈጠር ዝም ብል ይሻላል በሚል ምክንያት ድርጊቱ ሲፈጸም በዝምታ መመልከት ነው የዳር ተመልካችነት። ነገር ግን በዓለማችን በተፈጸሙት ትልልቅ የዘር ፍጅቶች ውስጥ ድርጊቱን ከፈጸሙት ድርጅቶች እና አባላት ባላነሰ ተጠያቂ የሚሆኑት ድርጊቱ ሲፈጸም በዝምታ በመመልከታቸው ይሁንታን እንደ ሰጡት የሚቆጠሩት ሕዝቦች ናቸው።

❖ ከዓይን የራቀ ከልብ ይርቃል

ጉዳዩ የተፈጸመው ሩቅ ቦታ ነው፣ እኔ ጋር አልደረሰም፣ እኔ ምን አገባኝ? በማለት በዝምታ በማለፍ የሚደረግ ራስን የማታለልና ጊዜያዊ እፎይታ ማግኘትም ሰዎች የሚጠበቅባቸውን ያህል አስተዋጽኦ እንዳያበረክቱ ያደርጋቸዋል።

❖ የገንዘብ እና የኑሮ ጉጉት

ገንዘብና ሀብትን የማሳደድ እና የማከማቸት የኑሮ ዘይቤ፣ እያንዳንዱ ሰው ራሱን በመቻል እና ራስን በማሸነፍ መርሕ ስለሚመራ ከሌሎች ሰዎች ጋር ተባብሮ መኖርን እና መረዳዳትን አያበረታታም። በኑሯችን ከሌሎች ጉረቤቶቻችን እየተነጠልን በሄድን ቁጥር ሰውን እንደ ሰው ሳይሆን እንደ ዕቃ መቁጠር ይከተላል። ይሄ ደግሞ በተራው ለሚፈጸሙ ኢሞራላዊ ድርጊቶች እና ውሳኔዎች ሰዎችን ያመቻቻል። እያንዳንዱን ድርጊት ቸል የሚል ሰው ከሰብአዊ ሞራል እና ሥነምግባር የተነጠለ እንዲሆን የገንዘብ እና የኑሮ ጉጉት ዋነኛውን ቦታ ይይዛል።

መሪ ድርጅት ለማቋቋም ያጋጠሙ ፈተናዎች

የአማራ ሕዝብ መሪ ድርጅት ለማቋቋም ያደረጋቸው ተደጋጋሚ ጥረቶች ከሽፈዋል። አሁንም የህልውና ትግሉን የሚመራ መሪ ድርጅት ወደ ፊት ለማምጣት ምን መደረግ አለበት? በሚለው ጉዳይ ላይ አቋም ለመውሰድ ለምን ተደጋጋሚ ክሽፈት አጋጠመን የሚለውን እንመልከት።

አምስት ምክንያቶችን በዋናነት እንውሰድ:-

1. የአማራ ሕዝብ ያጋጠመው ተደጋጋሚ የፖለቲካ ክህደት እና ውድቀት
2. በትግሉ ውስጥ ተሳታፊ የሆኑ ብዙ አደረጃጀቶችና ቡድኖች መኖራቸው
3. በውስጣችን በርከት ያሉ ንዑስ ማንነቶች መኖራቸው
4. የወቅታዊውን ትግል ርዕዮት በሚገባው ደረጃ ባለማስረጻችን
5. የአማራ ብሔርተኝነት አዲስ እና ጀማሪ መሆኑ ናቸው።

1. የአማራ ሕዝብ ተደጋጋሚ የፖለቲካ ውድቀት እና ክህደት ለምን አጋጠመው? ብለን ስንጠይቅ፣ የሞራል እና የሥነምግባር ውድቀት፣ የአደረጃጀት ሞዴል ችግር፣ ተቋማዊ አሠራርን አለመተግበር እና በኢትዮጵያ ፓርቲዎች ሲጫወቱበት የነበረው የፖለቲካ ሜዳ ትክክለኛ አለመሆን መልስ ሆነው ይመጣሉ። አንድ በአንድ ለማየት እንሞክር።

✓ የሞራል መውደቅ ወይም የሥነምግባር ውድቀት ያጋጠማቸው ሰዎች ለምን ወደ ፖለቲካ ድርጅቶቻችን በብዛት ይመጣሉ? የሚለው ጉዳይ ዋነኛ ጉዳይ ነው። እነዚህ ሰዎች ያለምንም መስፈርት የፖለቲካ ፓርቲዎችን መሪነት ይይዛሉ። ድርጅቶቹን የኑሮ መሠረት አድርገው በመያዝ ያለ ተጠያቂነት ወደ ቤተሰብ ኩባንያነት ይቀይሯቸዋል። ብዙዎቹም በቀላሉ የጠላት መጠቀሚያ በመሆን ቆመንለታል ካሉት ዓላማ ይልቅ ለግል ሥልጣን እና ጥቅም ያድራሉ።

በሞራል ለወደቁ ሰዎች ይህንን ዕድል የሚሰጣቸው ደግሞ ወደ ፖለቲካ ተሳትፎ እና ወደ መሪነት መምጣት የሚገባቸው ሰዎች በፍርሀት ተሸብበው በመያዛቸው ነው። ወደ ፖለቲካ ድርጅት መሪነት ብመጣና ብጠቃ የሚያግዘኝ የለም፤ ስሜ ቢጠፋ ውርደት ቢደርስብኝ የሚከላከልልኝ የለም፤ እስር፣ ስደት እና ሞት ሊያጋጥመኝ ይችላል ብሎ በመስጋት ነው።

✓ የአደረጃጀት ሞዴል ችግር ሌላው ለተደጋጋሚ የፖለቲካ ውድቀት እና ክህደት የዳረገን ችግር ነው። ነባሩ የፓርቲ ሞዴል በዴሞክራሲያዊ ሥርዓት ለሚመሩ፣ በምርጫ ሥርዓት ለሚቀየሩ፣ ነፃ ፍርድ ቤቶች፣ ነፃ ሚዲያ እና ገለልተኛ የምርጫ እና የጸጥታ አካላት ላሉባቸው አገራት ነው ሊሠራ የሚችለው። እንደዚህ ዓይነት የፓርቲ አደረጃጀቶች እንደ አማራ ሕዝብ በአምባገነናዊ ሥርዓት ሥር ለወደቀ፣ የዘር ፍጅት እየተፈጸመበት ላለ ሕዝብ እንደ ሞዴል አያገለግሉም። በትግሉ የሚሳተፉ የተለያዩ አካላትን ለማሳተፍ የማይመች ሲሆን ሥልጣን በተወሰኑ ሰዎች እጅ እንዲከማች በማድረግ ለብዙኃን ተሳትፎ በር ይዘጋል። ስለዚህ ሌሎች ለህልውና ትግል የሚሆኑ አማራጭ ሞዴሎችን ማየት አስፈላጊ ይሆናል።

✓ በምንመሰርታቸው ድርጅቶች ውስጥ ተቋማዊ አሠራርን መተግበር አለመቻል ሌላው መሻሻል የሚገባው ነገር ነው። ድርጅቶች ደረጃውን በጠበቀ ሕገ ደንብ መቋቋም እና በሕገ ደንቡ መሠረት መመራት አለባቸው። ድርጅቶችም ሲቋቋሙ መሠረታዊየሆነውን የአማራን ሕዝብ ጥቅም ማዕከል አድርገው ሊመሰረቱ ይገባል። አባላቱም መሠረታዊለሆነው የአማራ ሕዝብ ጥቅም መከበርና

የወንድወሠን አሰፋ

ለድርጅታቸው ሕገ ደንብ መከበር በንቃት መቆም አለባቸው። ትግል ማለት ይኸ ነውና።

በዝርዝር ማቀድ፣ የአፈጻጸም መመሪያዎችን ማዘጋጀት፣ ዕቅድን በአባላት ጉባኤ ማጽደቅ፣ ኦዲትና ቁጥጥርንም በአግባቡና ሳይንሱ በሚመክረው መንገድ መከወን ወሳኝ ናቸው።

✓ በአሁኑ ሰዓት በኢትዮጵያ የሰፈነው የፖለቲካ ሥርዓት ጸረ-አማራ እና አምባገነናዊ በመሆኑ ድርጅቶች ለምርጫ አጃቢነት እንጂ ለመሠረታዊለውጥ የሚያበቃ ትግል ማድረግ ስለማያስችላቸው ብቻ ሳይሆን ስለማይፈቀድላቸው ሰላማዊው የፖለቲካ መድረክ ዝግ መሆኑን መገንዘብ ይገባል።

2. በትግላችን ውስጥ ብዙ አደረጃጀቶች እና ቡድኖች መኖራቸው መሪ ድርጅት እንዳይፈጠር ፈተና ሆኗል። በተለይም ጎላ ያለ አደጋ በሕዝባችን ላይ ሲከሰት መሰባሰቡም በዚያው መጠን ይጎላል።

ይህንን ጉዳይ በሶስት አንጓዎች ማየት ይቻላል፡-

✓ ባለፉት ሃምሳ ዓመታት ከተሞቻችንና መንደሮቻችን እየፈረሱ የቆዩ በመሆኑ፣ በሚሊዮን የሚቆጠረው ሕዝባችን በአገር ውስጥ ከመኖሪያ ቀየው የተፈናቀለ በመሆኑ፤ እንዲሁም በውጭ የሚኖረውም ሕዝብ በመላው ዐለም ተበትኖ የሚኖር በመሆኑ፤ በክልሉ ውስጥ የሚኖረውም ሕዝብ ከፍተኛ ቁጥጥር እና ክትትል ባለበት ቅይድ አካባቢ የሚኖር በመሆኑ በአብዛኛው ማኅበራዊ ትስስሩ ፈርሷል። (ዛሬ አብሮ ያደገ፣ አብሮ የተማረ የልጅነት ጓደኛ፣ በአንድ አካባቢ አብሮ መኖር ቀርቶ በዓይን መተያየት እንኳን ከባድ ሆኗል።) ስለዚህም አካባቢያዊ ትስስሮቻችን ትንንሽና ደካማ ሆነው ይታያሉ። እንደዚሁም ሕዝቡ ካለፈበት ዕመቃ አንፃር በግልጽና በአደባባይ የመሥራት ችግር ይታይበታል።

✓ ብዙ ምሁራን እና ብዙ የፖለቲካ መሪነት ፍላጎት ያላቸው ልሂቃን አሉን። የአብዛኞቹ ፍላጎት ግን የመሪ ድርጅት አለመኖርን እና በገሃድ የሚታዩትን የአማራ ሕዝብ የትግል ምክንያቶች እንደ መልካም አጋጣሚ በመውሰድ የአማራን ሕዝብ መሪ ድርጅት ፈር ቀዳጅ ሆኖ የማቋቋም ጉጉት ነው።

መሰረታዊው ጉዳይ ግን መሪ ድርጅት አይኑር እንጂ በጣም ብዙ በተለያየ ደረጃ እየሰሩ የቆዩ ስብስቦች በመኖራቸው አዲስ መጡ ድርጅት ተጨማሪ ድርጅት እንጂ መሪ ድርጅት

መሆን አይችልም። ይኽ ሁሉም የየራሱን ስብስብ መሪ ድርጅት አድርጎ ማየት እና ሌላውን ስብስብ እንደ አደናቃፊ መቁጠር መሠረታዊችግራችን ነው።

ሁል ጊዜ ከባዶ ወይም እንደ አዲስ ሙያ "ሀ" ብዬ ልጀምር ባይነት ወይም በስትራቴጂ ነጭ ብራና ፍለጋ (Tabula Rasa) የሚመጣው ከዚህ ቀደም የነበረው ሁሉ የተበላሸ ነው ብሎ ከማሰብ የሚመጣ፣ እኔ ብቻ ነኝ በትክክል የማስበው፣ እኔ ብቻ ነኝ ለሕዝቤ ታማኝ፣ እኔ ብቻ ነኝ ከሚል አላዋቂነት እና መታበይ የሚመነጭ ግብዝነት ነው። ይህ ሁኔታም ብዙ ዋጋ ለከፈሉት ሰዎች ወይም ቡድኖች የሚገባቸውን ዕውቅና ወዳለመስጠት፣ ከዚያም አልፎ ስም ወደ ማጠልሸት እና እርስ በርስ ወደ መወነጃጀል የመሳሰሉ አስጸያፊ ተግባራትን ወደ ማከናወን ያመራል።

ይህንን ችግር ለመቅረፍ የአማራ ሕዝብ መሪ ደርጅት ሁሉንም አደረጃጀቶች እና ስብስቦች የያዘ ሁሉንም የሚያካትት ለህልውና ትግላችን የሚመጥን መድረክ የሚፈጥር መሆን አለበት።

3. የአማራ ሕዝብ መሪ ድርጅት ማቋቋም ፈተና ከሆኑበት ሦስተኛው ምክንያት በውስጡ በርካታ ንዑስ ማንነቶች ያሉት መሆኑ ነው። ሰው ሁሉ ፈጽሞ አንድ ዓይነት ሊሆን አይችልም። በታሪካችን፣ በሥነልቦናችን፣ በምንጋራቸው ቋንቋ እና ባህላችን እንዲሁም በዘርፈ ብዙ ምክንያቶች አማራዊ ማንነት አለን። ደግሞም በምንኖርበት አካባቢ፣ በሌላ ቋንቋ ተናጋሪነት፣ በሃይማኖት፣ በፆታ የተለያዩ ንዑሳን ማንነቶች አሉን። ይኽ ለኛ ጌጣችን ነው እንጂ የምንለያይበት አይደለም። ጠላት የዘር ፍጅት ሊፈጽም ሲመጣ ጎንደሬ ነህ፣ ጎጃሜ ነህ፣ ወሎዬ ነህ ወይም ሸዋ ነህ ብሎ አልጠየቀንም። ወይም ከመንደራችን ሊያፈናቅለን ሲመጣ ክርስቲያን ነህ? ይሁዲ ነህ? ሙስሊም ነህ? አላለንም። የተገደልነው፣ የተፈናቀልነው፣ የተፈጀነው በአማራነታችን ብቻ ነው። ትልቁ የመጠቂያችን ሥዕልም ይኸው ነው። የተለያዩ ኃይሎች በጸረ-አማራነት ተደራጅተው ሥልጣን ይዘው እያጠፉን ነው።

በንዑስ ማንነት የአማራን ትግል የሚከፋፍሉ ሰዎች ይኽን የሚያደርጉት ለምንድን ነው? ብለን ስንጠይቅ በዋናነት የምናገኘው የሚከተሉትን ነው። የመጀመሪያው "የትኛው ጉዳይ መቅደም አለበት?" የሚለውን ካለማስተዋል የሚመጣ ሲሆን ሁለተኛው የጠላት ሴራ ሰለባ መሆን እና ሶስተኛው ደግሞ እርስ በርስ ካለመከባበር የመጣ ነው።

የቅደም ተከተል ጉዳይን ስናይ በቂ ትንተና ባለማድረግና የሕዝቡን ዘላቂ ጥቅም ማዕከል ካለማድረግና ትልቁን ሥዕል ካለማየት የሚመጣ ነው። በተጨማሪም በፉክክር ስሜት

ውስጥ በመሆን ንዑስ ማነነትን በመመርኮዝ ሥልጣን ማግኘት እና ሀብት መቆጣጠር ነው።

ጠላት የአማራን ሕዝብ በንዑስ ማንነቶች ከፋፍሎ መለያየት ዋነኛ ሥራው ነው። ማኅበራዊ ብልቶቹን በመፈለግ በአውራጃዊነት፣ በሃይማኖት፣ በዕድሜ፣ በፆታ፣ በሐሰት መሰነጣጠቅ ሥራው ነው። ይህንን የሚያስፈጽሙለት የውስጥ ባንዳዎችን ይቀጥራል፤ ከተሳካለትም የዋሆችን በንዑስ ማንነት ወጥመድ ያጠምዳል። የኖሩ ቁስሎችን በመፈለግ እና በማራገብ ይሠራል።

በንዑስ ማንነት ጉዳይ በመጨረሻ የምናየው ሕዝባችንንም ሆነ ባህላችንን የማይወክሉ የረከሰ ጨዋታ በጋጠ ወጥነት በሚጫወቱ ሰዎች በኩል የሚደረገው ብሽሽቅና የብልግና ሥራ ነው። አንዳንዶቹ አውቀው አንዳንዶቹ ደግሞ በአላዋቂ ሳሚነት በትግሉ ላይ ንፍጥ የሚለቀልቁ ናቸው።

4. የአማራ ሕዝብ መሪ ድርጅት ማውጣት ያልቻለው የወቅታዊ ትግሉ ርዕዮተ ዐለም በበቂ ሁኔታ ባለመስረጹ ነው።

የአማራ ሕዝብ ወቅታዊው ርዕዮት የአማራ ብሔርተኝነት ነው። የወቅቱ ትግል በሕይወት መትረፍ እና ህልውናውን ጠብቆ የማቆየት ጉዳይ ነው። ትግሉ ግብ የሚያደርገው የአማራ ሕዝብ አገሩን መልሶ መውሰድን ነው። ስለዚህ ትግሉ የነፃነት ትግል ነው። በአሁኑ የህልውና ትግላችን የተለያየ የፖለቲካ እሳቤ ያላቸው፣ የተለያየ ፍላጎት ያላቸው ኃይሎች በጋራ የሚታገሉበት ነው። የአማራ ሕዝብ እየደረሰበት ያለውን የዘር ማጥፋት ጥቃት ከቀለበሰና ህልውናውን ካረጋገጠ ብሎም አገሩን መልሶ ከወሰደ በኂላ ዴሞክራሲያዊ ሥርዓትን የሚያዋልድ ይሆናል።

5. እያደገ ያለው የአማራ ብሔርተኝነት

የአማራ ሕዝብ በኢትዮጵያ አንድነት ጥላ ሥር የኖረ ከቅርብ ዓመታት ወዲህ በደረሰበት ከፍተኛ መገፋት፣ የዘር ፍጅት እና መፈናቀል ተገፍቶ ወደ አማራ ብሔርተኝነት የመጣ ነው። ብዙ አቅም ያላቸው የፖለቲካ ልሂቃን እና ምሁራን ወደ ትግሉ ለመቀላቀል ገና ዳር ዳር እያሉ ነው። ልሂቃኑ እና ምሁራኑ በምልዓትና በሙሉ አቅም ትግሉን ሲቀላቀሉ የአማራ የፖለቲካ የመሪነት አቅም በጣም እንደሚገዝፍ ይጠበቃል።

የአማራ ሕዝብ መሠረታዊ ጥቅሞች

የአማራ ሕዝብ መሠረታዊ ጥቅሞችን ለመረዳት በአጠቃላይ በዘመናችን በዐለም ላይ ባሉ ማኅበረሰቦች መሠረታዊ መብቶች እና ጥቅሞች ዐውድ ውስጥ ለማየት እንሞክር።

አንድ ሕዝብ መንግሥታዊ አስተዳደር የሚመሠርተው መሠረታዊ የሆነውን የእያንዳንዱን የሰው ልጅ መብትና ክብር ለማስጠበቅ ነው። እንዲሁም እንደ ማኅበረሰብ ተሰባስቦ ሲኖር የሁሉንም ሰው እኩልነት ለማስጠበቅ ለሕይወቱ፣ ለነፃነቱ እና ለንብረቱ መጠበቅ የጋራ ዋስትና ለማግኘት ነው። በተጨማሪም የማኅበረሰቡን ህልውና ጠብቆ ለማቆየት ዋነኛ ማኅበራዊ ዘዴ በመሆኑም ነው።

መንግሥት በሕዝብ ፈቃድ የተቋቋመ ሰላምን እና ጸጥታን የሚያሰፍን መሆን ይገባዋል። ስልጣኑ የተገደበ፣ መልካም አስተዳደርን ማስፈን በሚያስችል ሁኔታ የተደራጀ እና እንዲሁም የሕዝብን የመሰማት መብት ያከበረ መሆን ይገባዋል። ሕዝቡም በፈቃዱ የተቋቋመውን መንግሥት ከሥልጣን የማውረድ መብቱ የተከበረ መሆን አለበት። አንድ ሕጋዊ መንግሥት ታክስ የመሰብሰብ፣ ሕግን የማስከበር፣ የውጭ ወረራ ሲመጣ ጦርነት የማወጅ እና ከውጪ ሀገራት ጋር ግንኙነት የማድረግም መብት አለው።

የአንድ ማኅበረሰብ (ሕዝብ) መሠረታዊ ጥቅሞች ከሚገለጹባቸው ጽንሰ ሐሳቦች ውስጥ፡-

1. የሥልጣን ባለቤትነት
2. ሰላምና ጸጥታ
3. የመሠረታዊ መብቶች ጥበቃ
4. መልካም አስተዳደር እና
5. የመልማት መብቶች የሚባሉትን እንመልከት

1. የሥልጣን ባለቤትነት

አንድ ሕዝብ የራሱን መንግሥት የመምረጥ፣ ባስፈለገ ጊዜ መንግሥትን የመቀየር እንዲሁም በጋራ ጉዳዮች የጋራ ውሳኔ የማሳለፍ እና ከሁሉም ዜጋ እኩል የፖለቲካ ተሳትፎ እና ውክልና ባለቤት መሆን አለበት።

2. ሰላምና ጸጥታ

አንድ ሕዝብ ከማንኛውም የውጭ ወረራም ሆነ የአገር ውስጥ ጦርነት እና ጥቃት የመጠበቅ መብት አለው። ሕግና ሥርዓት የሚከበርበት እንዲሁም አስገዳጅ ሕግን የማስፈጸም አቅም የማግኘት መብት አለው።

3. የመሠረታዊ መብቶች ጥበቃ

በማንኛውም ሁኔታ የአንድን ሕዝብ መብትና ጥቅም ለማስከበር የመንግሥት ሥልጣን መገደብ አለበት። ይህ የመንግሥት ሥልጣን የሚገደበው ደግሞ በሁለት ዋና ዋና አጥሮች ነው። እነዚህም

ሀ) ዴሞክራሲያዊ መብቶች፡- የመምረጥ እና የመመረጥ፣ ሐሳብን በነፃነት የመግለጽ፣ የመደራጀት እና የመሰብሰብ መብቶች ሲከበሩ ነው።

ለ) ሰብአዊ መብት፡- በሕይወት የመኖር፣ በነፃነት የመኖር እና የንብረት ዋስትና ሲረጋገጥ ነው። በተጨማሪም ነፃና ፍትሐዊ የፍትሕ ሥርዓት እንዲሁም ግልጽ እና ተጠያቂ የሆነ የመንግሥት አሠራር ሲሰፍን ነው።

4. መልካም አስተዳደር

አንድ ሕዝብ መልካም አስተዳደርን ማግኘት የሚችለው በሕግና በሥርዓት የሚሠሩ፣ ብቃትን መስፈርት ባደረጉ አሠራሮች የሚመሩ ብቁ ተቋማት ሲኖሩት ነው።

5. የመልማት መብት

አንድ ሕዝብ በአንድ አገር ውስጥ እኩል የመልማት መብት ሊኖረው ይገባል። ከአድሎአዊነት በጸዱ ፖሊሲዎች ሕጎችና መመሪያዎች የሚመራ ፍትሐዊ የሆነ የሀብት ክፍፍል የሚያሰፍን አሰራር ሊኖር ይገባል። ለሁሉም ዜጎች እኩል ተጠቃሚነት እና

እኩል ዕድል ሊሰጣቸው ይገባል፡፡ የመሠረተ ልማት ማዳረስም ፍትሐዊ እና ምክንያታዊ መሆን ይገባዋል፡፡ አንድ ሕዝብ ከላይ የተጠቀሱትን መሠረታዊ መብቶች በተነፈገ ጊዜ በየደረጃው በሥልጣን ላይ ላለው መንግሥት አልገዛም የማለት መብት አለው፡፡

አንድ መንግሥት ሕጋዊነትን ሊላበስ የሚችለው ለነፃነት፣ ለእኩልነት፣ ለፍትሐዊነት እና ለሰው ልጆች መብት ሲቆም ብቻ ነው፡፡ በመሆኑም ወንጀለኛ መንግሥት በሥልጣን ላይ በሚሆንበት ጊዜ የሕዝቡ አልገዛም ባይነት የሚጀምረው ፖለቲከኞችን በመጠራጠር፣ የምርጫ ተሳትፎን በመቀነስ እንዲሁም ሕዝባዊ እና ፖለቲካዊ ተሳትፎን በመቀነስ የሚገለጽ ነው፡፡ በሂደት እያደገ ሄዶ ሰላማዊ ትግል ለማድረግ የሚያስችል መድረክ ካለ ሰላማዊ ሕዝባዊ ፖለቲካዊ ትግል የሚካሄድ ሲሆን፤ ፍጹም አምባገነናዊ የሆነ ሥርዓት ከሆነ ግን ሕዝቡ በትጥቅ ትግልም ቢሆን ወንጀለኛውን መንግሥት የማስወገድ መብት አለው፡፡

የአማራ ሕዝብ አንድ ሕዝብ ሊያገኛቸው የሚገቡ መሠረታዊ ጥቅሞችና መብቶቹን የተገፈፈ እና በወንጀለኛ መንግሥት አገዛዝ ስር ያለ ለመሆኑ ከአንድ ሕዝብ መሠረታዊ ጥቅሞች እና መብቶች አንፃር እንመልከተው፡፡ ማስረጃዎቹ በዚህ መጽሐፍ ክፍል ሁለት እና ሶስት በዝርዝር የቀረቡ በመሆኑ ከጽንሰ ሐሳቦቹ አንጻር ለምዘና እንጠቀምባቸዋለን፡፡

የተመረጡመሠረታዊ መብቶች እና ጥቅሞች	በአማራ ሕዝብ ላይ የተፈጸሙ ድርጊቶች ማሳያ
ከውጭ ወረራ የመጠበቅ መብት	የሱዳን መንግሥት ከ50 ኪ.ሜ. በላይ ወደ አማራ ክልል ዘልቆ በመግባት ወረራ አድርጓል፡፡ የብልጽግና መንግሥት ግን ለጎንደር መሬት ብለን ውጊያ አንከፍትም ብሏል፡፡
የአገር ውስጥ ሰላም እና የሕግ የበላይነት መከበር	የአማራ ሕዝብ በሕወሃት፣ በኦሮሞ ነፃነት ሰራዊት እና በቅማንት ኮሚቴ ወረራ እና የዘር ፍጅት ሲፈጸምበት የብልጽግና መንግሥት በቂ የሕግ ማስከበር ስራ አልሠራም፡፡ ይልቁንም የድርጊቱ ተባባሪ ሆኗል፡፡

የፖለቲካ ውክልና መብት (የዲሞክራሲ መብቶች)	በገዢው ፓርቲ፣ በፌዴራል መንግሥት፣ በክልል ምክር ቤቶች፣በአስተዳደር መዋቅሮች እና በአዲስ አበባ የፖለቲካ ውክልና አለመኖር። ሐሳብን በነፃ የመግለጽ መብት፣ የመሰባሰብ፣የመደራጀት፣ የመቃወም መብቶች በአሰራር ይቆጋዩ መሆናቸው።
የሰብአዊ መብቶች መከበር	የአማራ ሕዝብ በሚሊዮኖች ተፈናቅሏል፤ የዘር ፍጅት ተፈጽሞበታል፤ እንዲሁም የጅምላ እስር ተካሂዶበታል።
የመንግሥት ሕግ እና ፖሊሲ	ጸረ-አማራ የሆኑ የፌዴራል እና የክልል ሕገ መንግሥታት እና ፖሊሲዎች፣ አማራ-ጠል የፌዴራልና
የመልማት መብት	አድሎአዊ እና ጸረ-አማራ የሆነ የልማት ፖሊሲ እና አፈጻጸም በመንገድ ዝርጋታ፣ በኤሌትሪክ ኃይል፣ በትልልቅ የመንግሥት ፕሮጀክቶች ወዘተ . . . ።
ሁሉም ዜጋ እኩል ዕድል የማግኘት መብት (equal	አድሎአዊ የሆነ፣ ጸረ-አማራ የሆነ የሹመት፣ የመሬት፣ የካፒታል፣የብድር፣ የመንግሥት ኮንትራት እና የሥራ ዕድል ድልድል።
ግልጽ የመንግሥት አሠራር	ተጠያቂነት የሌለበት፣ ግልጽ ያልሆነ የመንግሥት አሠራር በመስፈኑ ሙስና፣ ቅሚያ እና ዝርፊያ
ነፃ የሆነ የፍትሕ ሥርዓት	በአማራ ሕዝብ ላይ ሕግን እንደ ማጥቂያ መሳሪያ በመጠቀም የጅምላ አፈሳ፣ እስር እንዲሁም የንብረት ውድመት እየተፈጸመበት ነው።

ስለ ትግል ዘዴዎች

በትግላችን መሻሻል ከሚገባቸው ነገሮች ውስጥ የተወሰኑት፡ ተታላይነት፣ ቶሎ ተስፋ ማድረግ፣ ቶሎ ተስፋ መቁረጥ፣ መፍትሄ ሰጪ ነፃ አውጪ ጠባቂነት እንዲሁም ጠላትን መናቅ ናቸው።

- ✓ ብዙ ሰው የልቡን ምኞት ሲናገሩለት፣ ውስብስብ የሴራ ታሪክ ፈጥረው ሲያወሩለት በታዋቂ ሰዎች የሚደረጉ ንግግሮችን፣ የተቀነባበሩ የሚድያ ዘመቻዎችን ለምን? ብሎ ሳይጠይቅ በቀላሉ ያምናል፣ ይቀበላል። በቀላሉ የሚታለልበት ምክንያትም ነገሮቹና ዘመቻዎቹ በታቀደና በተጠና መንገድ የሥነልቦና ሳይንስን መሠረት አድርገው የሚነዙ መሆናቸውን ካለመረዳት ነው። ጠላት የአእምሮ አጠባውን የሚያካሂደው ታዋቂ ሰዎችን በመጠቀም፣ ንግግሮች እና ምስሎችን በተደጋጋሚ በመገናኛ ብዙኃን በማቅረብ ነው። የያዝነውን እውነት ሐሰት አስብሎ ሊያስጥለን በሚያስችል ደረጃ በብዙ ገንዘብ እና ጥበብ ያከናውናል። ይህንንም በማወቅ ራስን ከተታላይነት ማዳን ይገባል።

- ✓ በትንሽ ነገር መደሰት፣ በትንሽ ነገር መከፋት የሚከሰቱት የትግላችንን መሠረታዊ ምክንያቶች በጥልቀት ባለማወቅ፣ የአማራን ሕዝብ ጠላቶች ብዛትና ጥልቀት ባለመገንዘብ፣ እንዲሁም ማሻሻል የሚገቡንን ውስጣዊ ጉዳዮቻችንን ባለመረዳት፣ ትግሉ ብዙ ፈተናዎች እንደሚጠብቁትና ረጅም ጊዜም ሊፈጅ እንደሚችል ባለማወቅ ቶሎ ተስፋ ማድረግ እና ቶሎ ተስፋ መቁረጥ ይከሰታሉ። የዚህም ምክንያቱ ሕዝባችንን በበቂ ሁኔታ የማንቃትና የማደራጀት እንዲሁም ተከታታይ የሆነ የማነጽ ሥራ ባለመሥራታችን ነው።

- ✓ መፍትሄ ሰጪ እና ነፃ አውጪ ጠባቂነት

  የጉዳዩን አሳሳቢነት ተገንዝበው፣ የአማራ ሕዝብ የህልውና አደጋ ላይ መሆኑን ተረድተው ነገር ግን ሌላ ሰው ይሠራዋል ብለው የተቀመጡ ሰዎችም አሉ። ይህ ከኃላፊነት መሸሽ እና በሰላም የመኖር ፍላጎት ከላይም እንደጠቆምነው ዋነኛው ምክንያት ነው።

ከኃላፊነት የሚሸሹ ሰዎች የሚሰጡት ምክንያት የቤተሰብ ኃላፊነት፣ ልጅ አሳዳጊነት፣ እናትና አባት ጧሪነት፣ የሙያ እድገት (career)፣ ትምህርት የመጨረስና የመቀጠል ፍላጎትን ይጠቅሳሉ። እነዚህ ሰዎች ያልተረዱት ግን በሕይወት ሳይተርፉ፣ የአገር ባለቤት ሳይሆኑ እነዚህን ኃላፊነቶቻቸውን መወጣት አለመቻላቸውን ነው።

ሌሎች ደግሞ በሰላም መኖር ይሻለኛል ብለው ከትግሉ በመሸሸ መፍትሄ የሚጠብቁ ሰዎች ለንብረታቸው በመሳሳት እና የሚመጣውን ሁሉ ለመቀበል በፍርሃት ውስጥ የተደበቁ ናቸው። ሌላው ሕዝብ እየተፈጀ እና እየተፈናቀለ ራሴን አድናለሁ፤ እተርፋለሁ፤ በማለት በአድርባይነት እና በብልጠት ለመኖር የሚያስቡ የዋህን ናቸው።

- ✓ በመጨረሻም የጠላትን ሁለንተናዊ አቅም አጥርተው ሳያውቁ፣ የራስን አቅም ብቻ አግንነው የሚያዩ አላዋቂዎችም አሉ።

የጸረ-አማራ ኃይሎች ትብብር ከፍተኛ አቅም ያለውና የተደራጀ መሆኑን በመገንዘብ ለማሸነፍ አስፈላጊ የሆነውን ድርጅትና ዝግጅት ቀን ከሌት ማከናወን ጊዜ የማይሰጠው ጉዳይ ነው።

የማኅበረሰባዊ ጨዋነት ጉዳይ

የአማራ ሕዝብ በትውፊቱና በባህሉ ነውርን የሚጸየፍ፣ ባለጌን የሚቀጣ ማኅበረሰብ ነው። እጅግ ጥንታዊ ከሆኑት ሃይማኖቶቹ የተቀዱ የሞራል እና የሥነ ምግባር እሴቶች አሉት። እነዚህም እሴቶቹ በኑሮውና በሕይወቱ የሚገለጹ ናቸው። ባለፉት 50 ዓመታት ሰፍኖ በቆየው ፈሪሃ እግዚአብሔር በሌላቸው፣ ከፍተኛ የሥነምግባር መጓደል ባላቸው መሪዎችና እነሱ ባነበሩት ሥርዓት የተነሣ የተወሰነው የማኅበረሰባችን ክፍል ለሞራል ውድቀት ተጋልጧል።

ጠጪነት፣ የጫት ሱስ፣ ዝሙት፣ ሴተኛ አዳሪነት፣ ቁማር፣ ስም ማጥፋት፣ ወሬ፣ አሉባልታ፣ ውሸት፣ ማታለል ወዘተ… እየተስፋፉ የመጡ ድርጊቶች ናቸው። በተጨማሪም ጉቦ መቀበል፣ ዘረፋ እና ማጭበርበርን የመሳሰሉ አስጸያፊ ድርጊቶች በተለይ በከተሞች አካባቢ እየታዩ ናቸው።

እነዚህ ውድቀቶች በቀዳሚነት መንፈሳዊ ተቋሞቻችን ጠላት በዘረጋው ሥርዓት በመዳከማቸው፤ የትምህርት ሥርዓቱ ለሥነምግባር ግድ የሌለው ሆኖ በመቀረጹ፤ ባለፉት

50 ዓመታት ሲፈልጡ ሲቆርጡ የነበሩት ባለስልጣናት በታየባቸው የሥነምግባር ውድቀት ለወጣቶቻችን መጥፎ ምሳሌ መሆናቸው፤ በመጨረሻም ዐለምን ያጥለቀለቀው የአደንዛዥ ዕፅ፣ የወሲብ ፊልም፣ ርካሽ ሙዚቃ፣ የማኅበራዊ ሚድያ የጐንዮሽ ጉዳቶች፣ ሸማችነት ወይም ፈጂነት (CONSUMERISM) ዋነኛ ምክንያቶች ናቸው ብሎ መውሰድ ይቻላል፡፡

የአማራ ሕዝብ በምዕራፍ አንድ እንደተገለጸው የሞራል እና የሥነምግባር እሴቶቹ የሚመነጩት ቤተሰብን ማዕከል ባደረገው አኗኗሩ፣ የመልካም አኗኗር መርሖችን ጥንታዊ ከሆኑት ሃይማኖቶቹ በመውረሱ እና በሕግ ላይ ባለው የጸና አቋሙ እና እምነቱ ነው፡፡

ባለፉት 50 ዓመታት በሰፈነው አማራ-ጠል ሥርዓት ውስጥ የነበሩት መንግሥታት “ፈጣሪ የለም” በሚለው የማርክሲስት ፍልስፍና ይመሩ የነበሩ በመሆኑ፣ ፈሪሃ እግዚአብሔር የሌላቸው፣ የፍትሕ ርትዕ ጉዳይ የማይገባቸው፣ ያለ ሕግ የሚያስሩ የሚገድሉ ነበሩ፡፡ የሃይማኖታዊ ተቋማትን እና የመንፈሳዊ አባቶችን ሚና የሚያኮስሱና የሚያዋርዱ ነበሩ፡፡ ከፍ ሲልም በሃይማኖት ተቋማት ውስጥ ሰርጐ በመግባት ነውርን የሚያስፋፉ መንግሥታት ነበር የነበሩን፡፡ ከዚህ በተጨማሪ ነውረኞች፣ በሥነምግባር ውድቀት የሚታወቁ ሰዎች፣ ጉበኞች፣ ዘራፊዎች፣ አመንዝራዎችና ሰነፎች ሆነው ሳለ ምንም ቅጣት ሳያገኛቸው እንዲያውም ሲሾሙ ሲሸለሙ ስለሚታዩ ማኅበረሰቡን ለሥነ ምግባር እና ለሞራል ውድቀት አጋልጠውታል፤ ለመጥፎ አርአያነት ተወስደዋል፡፡ በዚህም ትውልዱ በየተሰማራበት ሙያ ተማሪው በትምህርቱ፣ ነጋዴው በንግዱ፣ ምሁሩ በእውቀቱ፣ ሌላውም በሥራው አሸንፎ፣ በላቡ ደክሞ ከሚያገኝ ይልቅ በአቋራጭ መንገድ ስኬትን የሚናፍቅ እንዲሆን አድርገውታል፡፡

የማኅበረሰቡ ምልክት የሆኑ አዋቂ የሚባሉ ሰዎችም ለወጣቶች ምሳሌ የሚሆን የአኗኗር ዘዴ ባለመከተላቸው እና ይህ ድርጊታቸውም ዐለምን ባጥለቀለቀው የሶሻል ሚዲያ ስለሚዳረስ፣ ነውሩን ክብር፣ ክብሩን ነውር አድርጐ ማሳየትም እንደ ዘመናዊነት እንዲቆጠር አድርጐታል፡፡ ዘመናዊነት ማለት ልጓም አልባነት፣ የሞራል እና የሥነምግባር ገደብን መጣስ እንደሆነ አስመስሎ የሚያሳየው የሙዚቃና የፊልም ኢንዱስትሪው የመልካም አኗኗር መርሖዎቻችንን እና ሃይማኖታዊ እሴቶቻችንን እየሸረሸረ ነው፡፡

የቴክኖሎጂ እድገት ጉዳይ

ዓለማችን በአሁኑ ሰዓት በፈጣን የቴክኖሎጂ አብዮት ላይ ትገኛለች። በየዕለቱ ከሚፈጠሩ ቴክኖሎጂዎች ፍጥነት የተነሣ ዛሬ የነበረው ግኝት በሚቀጥለው ቀን አሮጌ የሚሆንበት ሁኔታ እየተፈጠረ ነው። አሁን ከትግላችን ጋር ተያያዥነት ያለውን ዘመናዊ ቴክኖሎጂ በተግባቦት ዙሪያ ያመጣውን ፈተና እናያለን።

ኢንተርኔት፣ ማኅበራዊ ሚድያ፣ አሁን ደግሞ ሰው ሠራሽ አስተውሎት (AI) ለሰው ልጆች ብዙ ጠቃሚ ነገሮች ማበርከታቸው የሚታወቅ ቢሆንም ከፍተኛ የጉንዮሽ ጉዳቶችም አሏቸው። እንደውም በዘኢንዲፔንደንት ጋዜጣ ላይ ስለ ጉዳዩ የጻፉት ታዋቂው ሳይንቲስት ስቲፈን ሀውኪንግ እና ጓዶቹ "የሰው ሠራሽ አስተውሎት (AI) የአጭር ጊዜ ተጽዕኖ ቴክኖሎጂውን ማነው የሚቆጣጠራው? ባለቤቱ ማነው? በሚለው ላይ ሲወሰን፣ የረጅም ጊዜ ተጽዕኖው ግን ይህን የሰው ሠራሽ አስተውሎትን መቆጣጠር ይቻላል ወይ? የሚለው ነው" ብለው ነበር።

የማኅበራዊ ሚድያ መጠቀሚያ መተግበሪያዎች በየጊዜው እየተስፋፉ የተጠቃሚያቸውም ቁጥር በፍጥነት ማደጉ ለበጎ ነገር በተለይም የአማራን ሕዝብ የህልውና ትግል መረጃ ለማሰራጨት እና ለማደራጀት በጣም ጠቅሟል። በሌላ በኩል የእርስ በርስ ፋክክርን፣ የጠላት አጀንዳ ማሰራጨትን፣ ከፍተኛ የስም ማጥፋትን፣ በመሪዎች፣ በአደረጃጀቶች እና በትግሉ ዙሪያ ከፍተኛ አሉባልታ በማሠራጨት ጥርጣሬ ለመፍጠርም ሰበብ ይሆናል።

በትግሉ ውስጥ ኃላፊነት ለመውሰድ ብቃት ያላቸው ሰዎች የግል ሕይወታችን በአደባባይ ይሰጣል፤ የቤተሰባችን ሕይወት ይረበሻል፤ ስማችን ይጠፋል፤ በማለት ከትግሉ ሲሸሹ ማየት የተለመደ ነው። ይህንን ጉዳይ በአግባቡ መምራትና መቆጣጠር ደግሞ እጅግ ፈታኝ የሆነ ጉዳይ በመሆኑ ታጋዩ ኃይል ይህንን ፈተና ለመጋፈጥ ወስኖ የመጣ መሆን ይኖርበታል። በተለይም አፍለኛው የሰው ሠራሽ አስተውሎት (AI) ሰው ያልተናገረውን የሚያናግር፣ በምስልና በድምፅ ራሱን ሰውየውን ሆኖ የሚሠራ መሆኑ መጪውን ጊዜ በጣም አስጊ ያደረገው መሆኑ ሊታወቅ ይገባል።

የሚዲያችን ሁኔታ

(ከአማራ ትግል የሚዲያ ስትራቴጂ ሰነድ የተወሰደ)

የአማራ ሕዝብ የህልውና ትግል የሚዲያ ዓላማዎች

- ጸረ-አማራ ትርክትን መቀልበስ እና ማፈራረስ፣
- አዎንታዊ የሆነ የአማራ ብሔርተኝነት ትርክትን ማጉላት፣
- በአማራ ሕዝብ ላይ የተደረጉትን ጸረ-አማራ መዋቅራዊና ሥርዓታዊ ጥቃቶች ማጋለጥ፣
- የአማራን ሕዝብ የማንነት ጥያቄዎች ወደ ፊት ማምጣት፣
- ብሔራዊ ንቅናቄን መፍጠር ናቸው።

የህልውና ትግሉ ብዙ ሊባሉ የሚችሉ የሚድያ ወገኖች አሉት።

- የዩቲዩብ ቻናሎች፣
- የኛን ተልዕኮ ባይሸከሙም ከአማራ እሴት የማይጣሉ የግል መደበኛ የሚድያ ተቋማት፣
- የማኅበራዊ ሚድያን በስፋት የሚጠቀም የሀገር ውስጥ ማኅበረሰብ፣
- የማኅበራዊ ሚድያን በስፋት የሚጠቀም የዲያስፖራ ማኅበረሰብ።

በተጨማሪም፦

- የአማራ ህልውና ትግል በተጨባጭ የሚዘረዘሩ እውነቶች አሉት፤
- በፈጸመው ድርጊት የተነካ በሕዝብ የተጠላ ኃይል አለ፤
- ትግሉን የሚወዱ የዲያስፖራ ማኅበረሰብ፤
- የአንድነት ፖለቲካ አራማጆች፤
- አማራ በዚህ ደረጃ በመጠቃቱ የተቆጡ ሌሎች ኢትዮጵያውያን፤

- በተደራጀ መልክ ጥቃት እየተፈጸመባቸው ያሉ ኦርቶዶክሳዊ ክርስቲያኖች በመኖራቸው፤

በሚድያ ሥራችን ብዙ መሻሻል የሚገባቸው ጉዳዮች አሉ። በቀዳሚነት የአማራን ሕዝብ የህልውና አደጋዎች ያላወቁ፣ ፖለቲካዊ ወገንተኝነት የሌላቸው፣ ጸረ-አማራ ጥቃቶች መንደር የማይመርጡ መሆኑን ያልተረዱ መንደርተኞች የሆኑ የአማራን ሕዝብ አንድነት ለማፈራረስ የሚሰሩ ኃይሎች ናቸው። ከአስተሳሰብና ከዓላማ ይልቅ ንግግርን እና የግለሰብን ለውጥ እንደ መሠረታዊ ለውጥ የሚቀበሉ የሚዲያው ክፍሎች መኖራቸው ዋነኛው ድክመት ነው።

ለህልውና ትግሉ በፊትአውራሪነት የተሰለፉ ሚዲያዎቻችን በጣም ከፍተኛ ሥራ እየሰሩ ቢሆንም አሁንም ሊያሻሽሏቸው የሚገቡ ትግሉን ወደፊት ሊያራምዱ የሚችሉ ጉዳዮች አሉ። የተወሰኑትን ለመጥቀስ ያህል

- የጠራ ዓላማ አለመያዝ
- እርስ በርስ መጠራጠር፣ አለመመካከር
- የአጀንዳ ትብብር እና ቅብብል አለመኖር
- የጠላትን የሐሰት መረጃ ሥርጭት መመከት አለመቻል
- ጠላትነትን በጥልቀት አለመገንዘብ እና ነገሮችን ከውድቀት በኋላ መረዳት
- ብዙ የማይታወቅን ጠላት ሽፋን በመስጠት ማግነን
- ጸረ-አማራ ኃይሎችን በሚገባቸው ደረጃ በጠላትነት አለመፈረጅ
- በወንድም ሕዝብ ትርክቶች፣ በሃይማኖት ተጋሪነት ስብከቶች እንዲሁም በመዋለድና በባህል ትስስር ትርክቶች በማለዘብ የጋለው ትግል ላይ ውኃ ማፍሰስ
- የሚዲያው ትግላችን ከአማራው ሕዝብ እና ከሌሎች ኢትዮጵያውያን አልፎ በዐለም አቀፍ ማኅበረሰብ ዘንድ በተለይም በኢትዮጵያ ፖለቲካ ድርሻ ያላቸውን አገራት መድረስ አለመቻል።

- በኢንተርኔት ህልውና ላይ የተንጠለጠለ አሰላለፍ መያዝ የሚሉት ጥቂቶቹ ናቸው፡፡

ኃይል መፍጠር

1. **ስልቶች፡-** የኃይል መፍጠር ሥራችን በዋናነት የጉንዳን ስልት የሚከተል ሆኖ ሁሉም የአማራ ታጋይ ኃይሎች እና ስብስቦች በየአካባቢያቸው እና በሙያቸው ጸረ–አማራ ኃይሎችን በሚችሉት አቅምና ዘዴ በመዋጋት ልክ እንደ ጉንዳን በአንድ ጊዜ በመቆንጠጥ የሥርዓቱን ሱሪ ማስወለቅ ዋነኛው ዘዴ ነው፡፡ ከወታደራዊ ትግሉ በተጨማሪ ጸረ-አማራው ኃይል አንድም ሰዓት ቢሆን ዕረፍት እንዳያገኝ በማድረግ በኢኮኖሚም በማኅበራዊም በሁሉም ዘርፍ መዋጋት እና ሁሉም እንደ ችሎታው እና እንደ አቅሙ አስተዋጽዖ ማድረግ ዋነኛው ስልት ነው፡፡

2. **መርሖዎች፡-** ኃይል የመፍጠር ትግላችን በሚከተሉት መርሖዎች መመራት አለበት፡-

   - ✓ **አካታችነት፡-** በዚህ የአማራ ሕዝብ የህልውና ትግል ወደ ኋላ ትተነው የምንሄደው አንድም ሰው እንዳይኖር ጠንክሮ መሥራት ይገባል፡፡ የዕድሜ፣ የሙያ፣ የጾታ፣ የአካባቢ ወዘተ… ልዩነት ሳይኖር በአማራ ሕዝብ ላይ ወንጀል ከፈጸሙት በስተቀር የምንተወው ሰው መኖር የለበትም፡፡ በራሱ በፍርሃት ቆፈን ተይዞ ወይም በጊዜያዊ ጥቅም ተደልሎ ወይም ከጠላት ወገን በስውርም ይሁን በግልጽ ተሰልፎ እስካልተገኘ ድረስ ሁሉንም የአማራ ሕዝብ በግል፣ በጥንድ፣ በቡድን፣ በማኅበርና በተለያዩ መንገዶች በማስተማር፣ በማንቃትና በማደራጀት የህልውና ትግሉ አካል ማድረግ ያስፈልጋል፡፡

   - ✓ **የተቋማት ግንባታ፡-** ትግሉ በግለሰብ መሪዎች ተክለ ሰብዕና ዙርያ እንዳይደራጅ እና ፈላጭ ቆራጭነትን እንዳያዋልድ መጠንቀቅ ይገባል፡፡ በጠንካራ ሕግ እና ደንብ ተቋማትን መመሥረት፣ በውክልና መሪዎችን መምረጥ እንዲሁም የተቋማቱን ሕግና ደንብ አክብሮ ማስከበር ይገባል፡፡ በዚህም መሠረት ግለሰብ ሊሳሳት፣ ሊከዳ፣ ሐሳቡን ሊቀይር፣ ሊታመም፣ እንዲሁም ሊሞት ይችላል፡፡ በዚህ ጊዜ ትግላችን በመርሕና በሕግ የሚመራ ከሆነ በግለሰቦች ለውጥ ምክንያት በተቋሙ ላይ የሚደርሰው ዳፋ ዝቅተኛ ይሆናል፡፡ ስለሆነም ትግላችን መመራት ያለበት በጋራ በምናቆማቸው ተቋሞቻችንና እሱን አጽንተው በያዙት መሠረታዊ መርሖዎች ዙርያ መሆን ይገባዋል፡፡

- ✓ **ልምዶችን መቅሰም፡-** ከአሁን በፊት በዓለማችን ላይ እንደ አማራ ሕዝብ የህልውና ፈተና ገጥሟቸው የነበሩ የሌሎች ሕዝቦችን ልምዶች በማጥናት እና በመቀመር መጠቀም ያስፈልጋል፡፡

- ✓ **በወንድማማችነት እና በእህትማማችነት መንፈስ መመራት፡-** እርስ በርስ በመዋደድ፣ ስህተቶችን በጋራ በማረም እና እርስ በርስ በመተናነጽ በጓዳዊነት መንፈስ ለሀገር ለወገን መሥራት ይገባል፡፡ ከእኔ ይልቅ የአንተ ሐሳብ ይሻላል፣ እኔ የአንተን የሞት ጽዋ ልጎንጭልህ፣ መስዋዕት በመሆን እኔ ልቅደም፣ በጥቅሙ ግን ድርጅቴና ሕዝቤ ይቅደም የሚል ጠንካራ ሰብእና ያለው ጓዳዊነት መወለድ አለበት፡፡

- ✓ **የአማራ ሕዝብ መሠረታዊ ጥቅም፡-** የአማራን ሕዝብ ዘላቂ ጥቅም ብቻ ማዕከል አድርጎ መሥራት ያስፈልጋል፡፡ ለዘብተኛነትን እና አድርባይነትን ማስወገድ ይገባል፡፡

3. መደራጀት (የብዙኃን ማኅበራት)፡-

ታላቁ የአማራ ሕዝብ ልጅ የተከበሩ ፕሮፌሰር ጌታቸው ኃይሌ በአንድ ወቅት "ያልተደራጀ ተፈጀ፣ ያልመከተ ተፈነከተ" ብለው እንደ ተናገሩት ያልተደራጀ ሕዝብ ለጠላት አመቺ ሁኔታ እንደፈጠረ ይታመናል፡፡

በአገር ውስጥ በሚደረገው ትግል ወደ ፋኖ ወታደራዊ ትግል መቀላቀል አስፈላጊውና በፍጥነት መከናወን ያለበት ነገር ነው፡፡ በውጭ አገራትም በየአገሩ የተቋቋሙ ማኅበራትን መቀላቀል ይገባል፡፡ ከዚህ በመቀጠል ከእነዚህ አደረጃጀቶች ውጪ የሆነው በአገር ውስጥም ሆነ ከአገር ውጭ ያለው የአማራ ሕዝብ እና ሌሎችም የህልውና ትግሉ ደጋፊዎች ምን ማድረግ ይገባቸዋል? የሚለውን እናያለን፡፡

ሀ. የሲቪክ ማኅበራትን ማቋቋም፡- ሁሉም አማራ በየአካባቢው፣ በሞያው፣ በዕድሜው፣ በጾታው፣ በሃይማኖቱ፣ ብቻ አመቺ በሆነ መልኩ የትግሉን መርሖዎች ማዕከል ባደረገ መልኩ መሰባሰብ እና ማኅበራትን ማቋቋም አለበት፡፡ እነዚህ ማኅበራት ለአባላት እና ለመሪዎቻቸው ተከታታይ ስልጠና በማዘጋጀት፣ አማራዊ ንቃትን በማላበስ መሥራት ይገባቸዋል፡፡ የተሳትፏቸውን ዓይነትም በመለየት አቅም መፍጠር ይገባቸዋል፡፡

ለ. ቡድኖች/ስብስቦች፡- በማኅበራት መደራጀት ለማይመቻቸው ከሶስት ሰው ጀምሮ አቅማቸው እስከቻለ ድረስ ጉዳይ ተኮር የድጋፍ ቡድኖች በማቋቋም መሥራት ይጠበቅባቸዋል።

ሐ. የምሁራን መሰባሰብ፡- በአገር ውስጥ ያሉም ሆነ በውጭ አገራት ያሉ ምሁራን በሞያ ዘርፋቸውም ሆነ በአካባቢ በመሰባሰብ አደረጃጀቶች በመፍጠር ለትግሉ አቅም መፍጠር ይገባቸዋል።

መ. የቤተ ዘመድ ጉባኤዎችን፣ የአብሮ አደግ ማኅበራትን በህልውና ትግሉ ዙሪያ በማወያየት የማሳመን እና የማደራጀት ሥራ መሥራት ይገባል።

ሠ. መንፈሳዊ ስብስቦችን የትግሉ አካል ማድረግ፡- የጽዋ ማኅበራትን፣ ሰንበቴዎችንና በተለያዩ ምክንያቶች የሚሰባሰቡ አካላትን ስለ ህልውና ትግሉ መንገር፣ ማስረዳትና ብዥታዎችን ማጥራት ያስፈልጋል። እንዲህ ዓይነቱ ለመንፈሳዊ ተግባራት መሰባሰብ የሚኖረው ሀገር ስትተርፍ፣ ቤተ ክርስቲያን ስትጠበቅና ስትከበር መሆኑን በመግለጽ ትግሉ ሁሉን አቀፍ እንዲሆን መሥራት ይገባል።

እንደዚህ አድርጎ በሺዎች የሚቆጠሩ ማኅበራትን፣ ቡድኖችን እና ስብስቦችን በማደራጀት ብዙ መሪዎችን ማፍራት፣ እርስ በርስ የሚተባበሩ እንጂ የማይወዳደሩ ኃይሎችን መፍጠር ይገባል።እያንዳንዱ ስብስብ ለትግሉ የሚያበረክተውን አስተዋጽዖ ለይቶ በጉንዳን ስልት እንዲሠራ ማብቃት ይጠበቃል። እነዚህ የሚፈጠሩ ስብስቦች እና ማኅበራትም ከነባር አደረጃጀቶች ጋር በመቀናጀት በሚከተሉት የኃይል ዘርፎች አመቺ የሆነላቸውን እየመረጡ አስተዋጽኦ ማድረግ ወይም ከአሁን በፊት የሌለ አዲስ አቅም መፍጠር ይችላሉ።

4. ተግባራዊ ሥራዎች፡-

ሀ. ኢኮኖሚያዊ ሥራዎች

በአማራ ህልውና ትግል ወቅታዊ የሆኑት የኢኮኖሚ ሥራዎች በሶስት ዘርፍ ተከፍለው ሊታዩ ይችላሉ። የመጀመሪያው ለተፈናቀሉት አራት ሚሊዮን አምስት መቶ ሺ (4.5 ሚሊዮን) አማራዎች ዕርዳታ የማሰባሰብ እና የማድረስ ሥራ ነው። እንዲሁም በየከተሞቹ በጦርነቱ የተነሣ ሥራ በማቆማቸው ችግር ላይ ለወደቁ ቤተሰቦች መድረስን ይጠይቃል። የአማራ ኢመርጀንሲ ፈንድ ሲሠራ የቆየውን ሥራ ማጠናከር ይገባል። አዳዲስ የዕርዳታ

ማኅበራትን ማቀናጀት፣ በባለቤትነት መያዝ ከዐለም አቀፍ ተቋማት ጋር ማስተሳሰር ይገባል።

ሁለተኛው ለተዋጊው የፋኖ ኃይል ስንቅ፣ ትጥቅ፣ ሕክምና ለማቅረብ የሚያስፈልገውን የሀብት ማሰባሰብ ሥራ በአገር ውስጥም በውጭም ትግሉን በሚመጥን እና ትርጉም ባለው ደረጃ መሥራት ነው።

ሶስተኛው የአማራን ሕዝብ የህልውና ትግል በማስተባበራቸው፣ በመደገፋቸውና በሕጋዊ መንገድም በተወከሉበት ሀገራዊ ፓርላማና የክልል ምክር ቤቶች በመከራከራቸው ምክንያት የታሰሩትን ወንድሞና እህቶች ቤተሰብ መጠየቅ ይገባል። ለሚታሠረው ቤተሰብ "አለንልህ" ማለት ካልተቻለ የፈራውና የተደበቀው እንዴት በግልጽ ወደ ትግሉ ሊመጣ ይችላል? ለአማራ ሕዝብ ሲሉ በመታገላቸው በጨቋኞች መዳፍ ስር ላሉ ቤተሰቦች ካልደረስን ሌሎቹስ "እኛም ብንታሰር ቤተሰባችን በረሃብ አለንጋ ይገረፋል፤ ቤተሰቤ ይበተናል" ብለው ይሸሻሉ እንጂ እንዴት ትግሉን ለመቀላቀል ሊወስኑ ይችላሉ?

አራተኛው ከጦርነቱ በኋላ የብልጽግና መንግሥት ልክ እንደ ጅምላ ጨራሽ መሳሪያ ወስዶት ሕዝባችንን እያስጨነቀበት ያለው የመሠረታዊሸቀጦች አቅርቦት ነው። አማራጭ አቅርቦትና የንግድ መስመር መዘርጋት ጊዜ የማይሰጠው ሥራ ነው።

ለ. የዲፕሎማሲ ሥራዎች

የአማራን ሕዝብ የህልውና ትግል አላየሁም አልሰማሁም ላሉ! ዓይኔን ግንባር ያድርገው ላሉ! አማሮች፣ ለቤተሰቦቻችን፣ ለጓደኞቻችን፣ ለሌሎች ኢትዮጵያውያን በምንኖርበት እና በሥራ ቦታ ለምናገኛቸው የውጭ ዜጎች የአማራን ሕዝብ ትግል ማስረዳት ይገባል። ወዳጅ የማፍራትና ጠላት የመቀነስ ሥራ እያንዳንዱ ሰው በዕቅድ ቢቻል በየቀኑ ሊሠራው የሚገባው ጉዳይ ነው።

ከዚህም ከፍ ሲል ታዋቂ ግለሰቦችን፣ ዐለም አቀፍ ደርጅቶችን ማግኘት እና ማስረዳት ይገባል። በየአካባቢው በመላው ዐለም "Friends of the Amhara Movement" የአማራ የህልውና ትግል ጓዶች ወይም አጋሮች የሚሉ ስብስቦችን ማቋቋም ይገባል። በተጨማሪም ጓዶች እና አጋሮች እየተገናኙ የሚወያዩባቸው (Meet ups) ማዘጋጀት ይገባል።

ሐ. የሚድያ ሥራዎች

የጠላት ፕሮፖጋንዳን፣ አሉባልታን፣ ስም ማጥፋትን መመከት እና ነውርን የመዋጋት ሥራ መሥራት ያስፈልጋል:: ከአማራ የህልውና ትግል የሚድያ ኔትወርክ ጋር መቀናጀት፣ የሶሻል ሚድያ ሠራዊት በመሆን አጀንዳን ማስፈጸም፣ ተጽዕኖ መፍጠር፣ ጠላትን እና ነውረኛውን ማጋለጥ እና ማሳፈር የግድ መፈጸም ያለበት ጉዳይ ነው::

መ. የመረጃ ሥራዎች

የጸረ-አማራ ኃይሎችን ድርጊቶች እና ፈጻሚዎቹን መለየት ጊዜ የማይሰጠው ጉዳይ ነው:: ባለፉት 50 ዓመታት በጸረ-አማራ ኃይሎች የተሰሩ ወንጀሎችን ወደ ሕግ ለማምጣት መሥራት ይገባል::

- ✓ ጸረ-አማራ መጻሕፍትን፣ ጽሑፎችን፣ ጋዜጦችን ወዘተ… ማሰባሰብ እና መሰነድ፤
- ✓ ጸረ-አማራ ድርጅቶችንና አባላቱን ለይቶ በየደረጃቸው መያዝ መመዝገብ፤
- ✓ በዘር ፍጅት የጠፉ፣ የአካል ጉዳት የደረሰባቸውን ሰዎችና ተቋማት ለይቶ መመዝገብ፤
- ✓ የዘር ፍጅት እና ውድመት ያደረሱትን አካላት መለየት፣ መመዝገብ፣ አድራሻቸውን ማወቅ፣ የዓይን ምስክሮችን መፈለግ፤
- ✓ እነዚህን ለሕግ አካል በሚመች ሁኔታ በማደራጀት በዚህ ጉዳይ ከGPE እና ከMOLA ጋር ተቀናጅቶ መሥራት::

ሠ. ምሁራዊ ሥራዎች

ጸረ-አማራ ኃይሎች በአማራ ሕዝብ ላይ የሠሩትን ደባ በምርምር ማጋለጥ፣ የሚያሰራጩትን የሐሰት ትርክት ማምከን ሰርካዊ ሥራችን መሆን አለበት:: ከአሁን በፊት የአማራ ባለሙያዎች ማኅበር (አምባ)፣ ሞረሽ ወገኔ የአማራ ማኅበር፣ የጎንደር ዩኒቨርሲቲ፣ አቻምየለህ ታምሩ፣ ፕሮፌሰር ሀብታሙ መንግሥቴ፣ ፕሮፌሰር ብርሃኑ አበጋዝ፣ ፕሮፌሰር ጌታቸው ኃይሌ እና ሌሎችም እየሰሩ መሆኑ ይታወቃል:: በቅንጅት ገና ብዙ ብዙ መሥራት ይገባል:: የአማራ የምርምር ተቋማትን ማቋቋም፣ የምርምር መጽሔቶችን መመሥረትም ሊታሰብበትና ወደ ሥራ ሊገባበት ይገባል::

ረ. መንፈሳዊ ሥራዎች

ከላይ በአግባቡ እንደተጠቀመው የሃይማኖታዊ ተቋማትን ትግል ከአማራ ሕዝብ ትግል ጋር ማስተሳሰር ይገባል።

ሰ. የኪነ ጥበብ ሥራዎች

- ✓ መዝሙር፣ ቀረርቶ፣ ሽለላ፣ ዘፈኖች ማዘጋጀት፡- በዚህ ጉዳይ ላይ የቅርብ ጊዜውን የወያኔ ጦርነት ማንሣት ይቻላል። ሕወኃት ብሔራዊ የመከላከያ ሠራዊት አካል የሆነውን የሰሜን ዕዝ ከወጋች በኋላ በተነሳው ጦርነት፣ ከመቶ በላይ የሆኑ የትሕነግን ሠራዊት የሚያጀግኑና ለጦሩ የሞራል ስንቅ የሚሆኑ ሙዚቃዎች መዘጋጀታቸውንና መለቀቃቸውን የእነሱ ሰው ነግሮኛል። በዚያ በማይመች በተንቤን ዋሻዎችና በደደቢት በረሃዎች ውስጥ ሆነው እንኳ ሙዚቃዎችን ሠርተው መልቀቃቸው ለእኛ ትግል ብዙ ልንማርበት ይገባል።
- ✓ ግጥም፣ ቲያትር፣ ፊልም፣ ድራማ ማዘጋጀት።
- ✓ የኪነጥበብ አቅምን ለትግሉ ማዋል።

አገርን መልሶ መውሰድ

ወደ መጨረሻ ግባችን ለመንደርደር መሥራት የሚገባን ነገር ሁሉን አቀፍ መቀናጀት (Vertical Integration) ማከናወን ነው። እነዚህ ሁሉን-አቀፍ መቀናጀቶች በወታደራዊ፣ በኢኮኖሚያዊ፣ በብዙኃን ድርጅቶች፣ በመረጃ፣ በሕግ ሥራዎች እንዲሁም በሚዲያ ዙርያ ይከናወናሉ።

እነዚህን እና ሌሎችም አቅሞችን በመፍጠር፣ ከፋኖው ወታደራዊ ኃይል፣ ከአማራ የህልውና ትግል ኃይሎች፣ ከብዙኃን ማኅበራት ጋር በመቀናጀት የመጀመሪያውን የአማራ ሕዝብ ጉባኤ የሚያቋቁሙ ይሆናል። ጉባኤውም ሕጋዊ መሠረት በመፍጠር ዐለም አቀፍ የሆነ በአማራ ሕዝብ የህልውና ትግል ተሳታፊ በሆኑ አደረጃጀቶች የሚነሡ የውስጥና የጎንዮሽ አለመስማማቶችን የሚመለከት የአማራ ሕዝብ ዳኝነት እና የቁጥጥር አካላት የሚያቋቁም ይሆናል።

ይህ የሚደረገው የአማራ ሕዝብ ሸካፎ፣ በትግሉ ተሳታፊ አደረጃጀቶችን ሁሉ የሚያካተት፣ መሪ የአማራ ደርጅት ለማቋቋም የሚያስችል ነው ተብሎ ይታመናል።

ሰፊው የአማራ ሕዝብ ለሺህ ዘመናት ጸንቶ የቆየው የአባቶቻችን ሥርዓት እንዲቀጥል፣ እንደ አያት ቅድመ አያቶቻችን አንገታችንን ቀና አድርገን በክብርና በኩራት በዐለም አደባባይ እንድንውል፣ የእርስ በርስ ፉክክራችንን አቁመን ሃምሳ ሚሊዮን የአማራን ሕዝብ እያካተተ እና እያጎለበተ የሚሄድ ኃይል አድርገን በማቀናጀት የመጨረሻውን የነፃነት ሰልፍ (Freedom March) በማድረግ አገራችንን መልሰን እንድንወስድ ይሄ ዕድል ተፈጥሮልናል።

ታላቁ ንጉሣችን ዐፄ ምኒልክ በተናዘዙት ኑዛዜ ውስጥ ለሁላችንም በተዉልን መልእክት ልሰናበት!

"የአገሬ የኢትዮጵያ ሰዎች ልጆቼ ወዳጆቼ እግዚአብሔር የገለጸልኝን ምክር ልምከራችሁ፤ ዐፄ ቴዎድሮስ የሞቱ ጊዜ ከእርሳቸው ጋር የነበረው ሰው ሁሉ ያንዱን ሀገር አንዱ እደርበዋለሁ እያለ፣ አንዱን ገድየ እኔ ጌታ እሆንበታለሁ እያለ ሁሉም ሳይረባ ተላልቆ ቀረ። ከዚያም በኋላ የዐፄ ዮሐንስ ሰው የሆነውን የምታውቁት ነው፣ በሀገር በሽታ ሳይገባበት፣ ሌላ ጦርነት ሳይነሳበት በምቀኝነት እርስ በርሱ እንደተላለቁ አይታችሁታል።

"አሁንም ልጆቼ ወዳጆቼ፣ አንዱ ባንዱ ምቀኝነት ይቅር፣ ያንዱን ሀገር አንዱ እደርብበታለሁ እንዳትባባሉ፤ እኔ እስካሁን በፍቅር እንዳኖርኳችሁ እናንተም ተስማምታችሁ በፍቅር እንድትኖሩ እለምናችኋለሁ።

"እናንተ አንድ ልብ ከሆናችሁ፣ በምቀኝነት እርስ በርስ ተዋግታችሁ ካላለቃችሁ በቀር አገራችንን ለሌላ ባዕድ አትሰጧትም! ክፉ ነገር አገራችንን አያገኘውም። ነፋስ (ጠላት) እንዳይገባባችሁ፣ አገራችሁን በያላችሁበት በርትታችሁ ጠብቁ፣ ወንድሜ ወንድሜ ተባባሉ።"

የዚህ ኑዛዜ መልእክት እንደ ትንቢት የሚቆጠር ነው። እርስ በርስ መስማማት አቅቶን፣ ልጆቻችን በየጥጉ እንደ ጠቦት ታረዱ። ሴት ልጆቻችን ተደፈሩ። በመቶ ሺህ የሚቆጠሩ ወገኖቻችን ተፈጁ። በሚሊዮን የሚቆጠሩት ሀብት ንብረታቸው ወድሞ ተፈናቀሉ፤ በገዛ አገራቸው ተሰደዱ። ወገኖቼ አገራችን ከኛ ተወስዳለች!!

አገራችንን መልሰን በመውሰድ የሕዝባችንን ክብርና ኩራት መመለስ ይገባናል።

በታላቁ መጽሐፍ እንደተጻፈው

"ሰይፋቸውን አነሱ፤ ትጥቃቸውንም አጠበቁ፤ ታላቅነታቸውም በእጃቸው ሆነ፤ ጸጋንና ክብርንም ተቀዳጁ! ስለ እውነትም ወደ ጠላቶቻቸው ሰፈር ገሰገሱ። ትዕግሥታቸው አልቃ ነበረችና እውነትንና ነጻነትንም አተረፉ።"

በድል ያገናኘን!!

www.ingramcontent.com/pod-product-compliance
Lightning Source LLC
Chambersburg PA
CBHW060448030426
42337CB00015B/1526
* 9 7 9 8 2 1 8 8 0 1 1 5 1 *